मराठी ग्रामीण कवितेचा इतिहास

(इ. स. १८८५ ते १९९०)

प्रा. डॉ. कैलास सार्वेकर

मेहता पब्लिशिंग हाऊस

Please contact us at **Mehta Publishing House,** Pune 411030.
✆ +91 020-24476924 / 24460313 / Mob. No. 9545000513
Email : production@mehtapublishinghouse.com
Website : www.mehtapublishinghouse.com

- *या पुस्तकातील लेखकाची मते, घटना, वर्णने ही त्या लेखकाची असून त्याच्याशी प्रकाशक सहमत असतीलच असे नाही.*

MARATHI GRAMIN KAVITECH A ITIHAS by KAILAS SARVEKAR

मराठी ग्रामीण कवितेचा इतिहास (इ. स. १८८५ ते १९९०) / संदर्भग्रंथ

प्रा. डॉ. कैलास सार्वेकर

Email : author@mehtapublishinghouse.com

प्रकाशक : सुनील अनिल मेहता, मेहता पब्लिशिंग हाऊस,
१९४१, सदाशिव पेठ, माडीवाले कॉलनी, पुणे - ४११ ०३०.

मुद्रक : ट्रिनिटी अॅकॅडमी फॉर कॉर्पोरेट ट्रेनिंग लिमिटेड

मुखपृष्ठ : मेहता पब्लिशिंग हाऊस, पुणे

प्रकाशनकाल : ऑक्टोबर, १९९९ / पुनर्मुद्रण : जुलै, २०१७

किंमत : ₹ २९५

P Book ISBN 9788171618750
E Book ISBN 9789386745910
E Books available on : amazonkindle Apple Books Google Play Books

मनोगत

पुणे विद्यापिठातर्फे १९९५ मध्ये मला पीएच.डी. पदवी प्राप्त झाली. या पदवीसाठी लिहिलेल्या ग्रामीण कवितेवरील प्रबंधाच्या अभ्यासाचा आधार सदर ग्रंथासाठी उपयुक्त ठरला. अर्थात ग्रंथलेखनासाठी आवश्यक त्या नवीन माहितीची भर घालून, मांडणी, भाषा इ. सर्वच बाबतीत फेरबदल करून मराठी ग्रामीण कवितेच्या या इतिहासाची ग्रंथसंहिता तयार केली आहे.

इ. स. १८८५ ते १९९० पर्यंत ज्या ग्रामीण कवींचे कवितासंग्रह प्रसिद्ध झाले आहेत, त्यांच्याच काव्याचा परामर्श प्रामुख्याने या ग्रंथात घेतला आहे. वास्तविक पाहता १९९० नंतरही बरेचसे ग्रमीण कविता संग्रह प्रसिद्ध झाले. परंतु अभ्यासाच्या व लेखनाच्या सोयीसाठी कोणत्यातरी एका ठिकाणी थांबणे आवश्यक होते. म्हणून १९९० पर्यंतचा कालखंड निश्चित केला.

सुप्रसिद्ध मराठी साहित्यिक, ग्रामीण साहित्याचे भाष्यकार आणि मर्मज्ञ समीक्षक डॉ. आनंद यादव हे मला मार्गदर्शक लाभले, ही माझ्या आयुष्यातील एक महत्त्वाची घटना आहे, असं मी मानतो. ते केवळ एम. फिल, पीएच. डी.चेच मार्गदर्शक नसून त्यांच्या सहवासात समग्र मानवी जीवनाकडे पाहण्याचा डोळस दृष्टिकोन प्राप्त होतो, असा माझ्यासह त्यांच्या अनेक विद्यार्थांचा अनुभव आहे. यादवसरांबरोबरच डॉ. कल्याण काळे, डॉ. नागनाथ कोत्तापल्ले यांचे मार्गदर्शन; प्रा. पुरुषोत्तम पाटील, प्रा. राजा महाजन, प्राचार्य डॉ. के. बी. पाटील, प्रा. बी. पी. सावखेडकर, डॉ. बी. एन.

पाटील, प्रा. गणेश देशमुख, ॲड. अशोक बनसोडे, श्री. प्रकाश शेजवळे डॉ. रवीन्द्र ठाकूर, अशा अनेक सुहृदांच्या सदिच्छा या ग्रंथाच्या पाठीशी आहेत.

नवापूरच्या आदिवासी सेवा सहाय्यक व शिक्षण प्रसारक संस्थेचे अध्यक्ष, माजीमंत्री, आमदार श्री. सुरूपसिंगजी नाईक, नवापूर शहराचे माजी नगराध्यक्ष व आ. से. स. व शि. प्र. संस्थेचे सचिव श्री. विपीनभाई चोखावाला आणि श्री. टी. जी. वसावे, नवापूर महाविद्यालयाचे प्राचार्य, सहकारी प्राध्यापक-मित्र, शिक्षकेतर कर्मचारी यांनी वेळोवेळी माझ्या लेखनाचे कौतुक करून प्रोत्साहित केले आहे.

मेहता पब्लिशिंग हाऊस, पुणे या महाराष्ट्रातील ख्यातनाम प्रकाशन संस्थेचे प्रकाशक श्री. सुनील मेहता, त्यांच्या कार्यालयातील सर्व कर्मचारी, मुद्रक, चित्रकार या सर्वांच्या सहकार्याने सदर ग्रंथ सिद्ध होत आहे.

उपरोक्त सर्वांना मन:पूर्वक धन्यवाद!

- प्रा. डॉ. कैलास सार्वेकर

अनुक्रमणिका

भाग पहिला

ग्रामीण कवितेची पहाट
(१८८५ ते १९२०)

१

इ. स. १९२० पूर्वीची ग्रामीण कविता

ज्या कवितेत ग्रामीण जनजीवनाचे चित्रण ग्रामीण संवेदनशीलतेने केलेले असते तिला ग्रामीण कविता असे म्हटले जाते. या कवितेमध्ये खेडे, खेड्याशी संलग्न असलेले कृषिजीवन, खेड्यातील जनजीवनाचे दु:ख,हर्ष, दारिद्र्य, रूढी, परंपरा, संस्कृती, या साऱ्यांचा समावेश होतो.

मराठी ग्रामीण कवितेची सुरुवात कोणी भा. रा. तांबे यांच्या 'गुराख्याचे गाणे' या कवितेपासून झाल्याचे सांगतात, तर कोणी चंद्रशेखरांच्या 'काय हो चमत्कार !' या खंडकाव्यापासून. मात्र एकूणच मराठी ग्रामीण कवितेचे अवलोकन केले असता ग्रामीण कवितेची सुरुवात अमक्या एका कवीपासून किंवा कवितेपासून झाली असे निश्चितपणे ठरविता येत नाही. अगदी आधुनिक मराठी काव्याच्या प्रारंभापासूनच

ग्रामीण कवितेच्या खुणा मराठी कवितेमध्ये कमी अधिक प्रमाणात दिसून येतात. अर्थात या कवितांचे स्वरूप निखळ ग्रामीण म्हणता येत नसले तरी ग्रामीण जीवनचित्रण करण्याची प्रेरणा केशवसुतांच्या काळापासून अनेक कवींच्या मनात कमी अधिक प्रमाणात निर्माण झालेली दिसून येते.

इ. स. १९२० पूर्वीच्या या तुरळक ग्रामीण कविता मात्र ग्रामीण कवितालेखन करावे या हेतूने लिहिल्या गेल्या नसून त्यांच्या प्रेरणा ह्या स्वप्नरंजन, इंग्रजी ईूर्देत ज्दीब चे अनुकरण अशा स्वरूपाच्या दिसतात.

या संदर्भात गो. म. कुलकर्णी यांनी केलेले भाष्य समर्पक आहे. ते म्हणतात, "..... आपले ग्रामीण साहित्य बहुजन समाजाच्या स्फूर्तीतून जन्माला आलेले नसून ती एक पांढरपेशांनी पांढरपेशांकरिता निर्माण केलेली टूम आहे. तिचा निर्माता आणि भोक्ताही मुख्यत: हाच वर्ग आहे - मराठी ललित साहित्यात ग्रामजीवन लोकप्रिय झाले ते आधुनिक कवींच्या जानपद कवितांमार्फत. या आधुनिक कवींनी ग्रामजीवनाची किंवा निसर्गाची भेट थेटपणे न घेता, ती इंग्रजीतील 'Pastoral Poetry' च्या माध्यमातून घेतली ही वस्तुस्थिती बोलकी आहे. केशवसुतांसारख्या कवीलाही जे खेडे भावते ते वास्तवातले खेडे नसतेच. ते खेडे म्हणजे केशवसुतांच्या कल्पनारम्य वृत्तीचे प्रतीक ठरते. दीर्घकाळपर्यंत ग्रामीण जीवनाकडे एका सांकेतिक भूमिकेतून दूरस्थपणे पाहिले गेले. मनोरंजनाचा किंवा स्वप्नरंजनाचा आकर्षक विषय हीच दृष्टी येथे प्रबळ राहिली."[१]

केशवसुतांच्या वर उल्लेख केलेल्या 'एक खेडे' (लेखन काळ १८८७) या कवितेप्रमाणेच त्यांच्या 'गोष्टी घराकडिल मी वदता गड्या रे' (लेखन काळ २२ जुलै १८८७) या कवितेचे स्वरूपही असेच आठवणींच्या स्वरूपाचे व वास्तवापेक्षा कल्पनेच्या भराऱ्या मारणारे आहे. या कवितेमधील केशवसुतांना येणाऱ्या घर, म्हैस, रात्र, वडील, भावंडे, आई, पत्नी, मधुर हवा इ. च्या आठवणी ह्या सुखावणाऱ्याच आहेत. वास्तवता, खेडेगावातील कौटुंबिक दारिद्र्य, दुःख यांपासून ही कविता दूरच राहिलेली आहे.

माधवानुजांची कविता मात्र यापेक्षा थोडी वास्तवाच्या जवळ गेलेली कविता आहे. माधवानुज हे वैद्यकीय व्यवसायात नोकरीला होते. इ. स. १८९७ मध्ये त्यांची दुष्काळग्रस्त भागात नेमणूक झाली. या वेळेस खेड्यातील लोकांच्या दारिद्र्य दुःखाचे त्यांना जे दर्शन झाले, त्याचे चित्रण त्यांनी 'दुष्काळ', 'दगड फोडताना', 'जात्यावर बसून', 'मुलांचा कोंडवाडा', 'थंडी', 'दुष्काळग्रस्तांचे सुस्कारे', 'पर्जन्याप्रत' अशा काही कवितांतून केले आहे.

'दुष्काळ' या कवितेत पाण्यावाचून निर्माण झालेली भीषणता त्यांना

"गेली शेते सुकुनि सगळी जाहली ठार दैना"

आणि

"नाही चारा मिळत पुरता खावयाते गुराते
पाणी त्यांते विपुल न मिळे स्वच्छ ते प्यावयाते"

अशा शब्दांत वर्णन केली आहे. दुष्काळ, दुष्काळामुळे माणसे जनावरे यांची झालेली दैन्यावस्था चितारण्याचा प्रयत्न त्यांनी आपल्या कवितांमधून केला. "माधवानुजांना करुण कविता उत्तम साधत" असा निर्वाळा भ. श्री. पंडितांनी दिला आहे. ('आधुनिक मराठी कविता' पृ. १५७) 'गाय विकत देताना', 'दगड फोडताना', 'दुष्काळग्रस्तांचे सुस्कारे', 'पर्जन्याप्रत' अशी त्यांच्या कवितांची शीर्षकेच याची निदर्शक आहेत.

मात्र माधवानुजांच्या कवितेचा विषय दुष्काळात होरपळणाऱ्या जनजीवनाचे कारुण्य हा असला तरी "प्रत्यक्ष दृश्य चितारताना त्यात फारशी सूक्ष्मता किंवा सखोलता जाणवत नाही."हा अ. ना. देशपांडे यांचा आक्षेपही अमान्य करता येत नाही. ('आधुनिक मराठी वाङ्मयाचा इतिहास - भाग १' १९५४ व्हीनस प्रका. पुणे पृ. ८२-९१)

"देवा आता काय करू
उदरी कंटक काय भरू ?" ('दुष्काळग्रस्ताचे सुस्कारे')

अशी स्थूल रचना किंवा

"पटकन दगडा फुट्‌ फुट्‌, फुट्‌
किती कुटूं मी तुज कुट्‌, कुट्‌, कुट्‌" ('दगड फोडताना')

अशा शब्दांची चमत्कृतिपूर्ण रचना मूळ वास्तव चित्रणाला बाधा आणते.

एकंदरीत विषयाच्या दृष्टीने पाहता माधवानुजांची कविता वास्तवाच्या अधिक जवळ गेलेली होती. १८९७ चा भीषण दुष्काळ आणि या दुष्काळात सामान्य ग्रामीण जनतेचे झालेले हाल हे या कवितेचे विषय आहेत. मात्र निवडलेला विषय परिणामकारकतेने मांडणे माधवानुजांना साधले नाही. तरी आधुनिक मराठी कवितेच्या प्रारंभीच्या काळात ग्रामीण जीवनातील प्रत्यक्ष प्रसंग घेऊन त्यांवर काव्य करणे - हे ग्रामीण कवितेचे 'जानपदगीत' असे नामकरण होण्याअगोदरचे त्यांचे कार्य मोलाचेच म्हणावे लागेल.

अल्पायुषी ठरलेल्या कवी दत्तांच्या 'एका आसन्नमरण दुष्काळपीडितास' (लेखन

काळ १२ ऑक्टो. १८९७) आणि '१८९७ या वर्षाला' (लेखन काळ २ नोव्हें. १८९७) या दोन कवितांचा विचारही ग्रामीण काव्याच्या दृष्टिकोनातून आवश्यक ठरतो.

'आसन्नमरण दुष्काळपीडितास' या कवितेत दुष्काळामुळे मृत्युमुखी पडलेल्या दोन अनाथांबद्दल कवीने सहानुभूती व्यक्त केली आहे. पण या सहानुभूतीतूनही मृत्यूने तू इथल्या दुःखातून मुक्त झाला आहेस असा पारंपरिक पलायनवादच चित्रित झाला आहे.

"गेलास खऱ्या सुखधामा
घे आता चिर विश्रामा"

या ओळी कुटुंबातील दुःखाला सामोरे न जाता मृत्यूमध्ये समाधान मानणारा पलायनवादच सूचित करतात.

'१८९७ या वर्षाला' या कवितेत १८९७ च्या दुष्काळग्रस्त सालाला 'तुझे कष्टप्रद आयुष्य (दुष्काळातील दिवस) संपलेले आहे. तू आता चिरविश्रांती घे-' असे कवीने सांगितलेले आहे. 'आसन्नमरण.......' या कवितेतील आशय (दुःख - कष्टमय जीवन) आणि विचार (मरणाने त्यातून मुक्त होणे - या कवितेत नैसर्गिकरीत्या 'वर्ष' निघून जाणे.) याही कवितेत दिसतो. फक्त पहिल्या कवितेतील पात्र दुष्काळपीडित 'व्यक्ती' असून या दुसऱ्या कवितेत १८९७ हे 'वर्ष' आहे.

कवी विठ्ठल भगवंत लेंभे आणि मोरो गणेश लोंढे यांनी कृषिजीवनावर अनुक्रमे 'शेतकरी' आणि 'हंगाम' या कविता लिहिलेल्या आहेत.

श्री. लेंभे यांच्या 'शेतकरी' या काव्यात व्याजामुळे कर्ज वाढत जाऊन आपली गुरे, शेती सर्व काही सावकाराला देण्याची पाळी शेतकऱ्यावर येते. तो शेतकरी आपले पूर्वीचे कृषिसौख्य या दुःखातच स्मरतो, असा भाव चित्रित केला आहे. आपल्या शेतीला निरोप देताना या कवितेतील शेतकरी म्हणतो.

"पाचांचे शत, दोनशे त्रिशतही झाले क्रमे पांचशे,
जैशी अग्निशिखा वनी धुमसुनी ज्वाळा झणी वीतसे,
माझी कापुनि मान आजि हरिले या सावकारे तुला,
बाई जा धनिकाचिया करतळी सोडोनिया मत्कुला"

वनात धुमसणाऱ्या अग्निशिखेप्रमाणे वाढत जाणारे सावकाराचे व्याज, त्यामुळे सावकाराकडे जाणाऱ्या शेतीला सोडताना शेतकऱ्याची होणारी शोकाकुल अवस्था

व या पार्श्वभूमीवर शेतकऱ्याच्या गतजीवनातील रम्य आठवणी या काव्यात चितारलेल्या आहेत.

मो. ग. लोंढे यांच्या 'हंगाम' या कवितेत एक पिता आपल्या मुलास हिताचा बोध करतो. हंगामाच्या दिवसातील शेतकऱ्याच्या कष्टाचे व आनंदाचे वर्णन करून शेवटी खेळाकडे जरी मनाचा कल असला तरी शिकणे आणि सुवर्तन धरणे हा हंगाम आहे. म्हणून हे बाळा तू व्यसनात व्यर्थ शिरू नकोस "हंगामशीर जपता सुख होय फार, हंगाम तो दवडिता असुखा न पार" असा बोध पित्याने या काव्यात केला आहे.

सीमारेषेवरील दोन कवी :

इ. स. १९२० पूर्व व नंतर अशा सीमारेषेवर काही कवींनी काव्य लेखन केले आहे. त्यात ग्रामीण कवितेच्या दृष्टीने कवी चंद्रशेखर आणि भा. रा. तांबे हे दोन महत्त्वाचे कवी होत.

चंद्रशेखर :

चंद्रशेखरांनी लिहिलेल्या काव्यामध्ये ग्रामीण जीवनावर आधारित खंडकाव्ये आणि स्फुट कविता पुढीलप्रमाणे आहेत.

खंडकाव्ये : 'काय हो चमत्कार !' (१९११), 'उगडं गुपित्' (१९३३), 'किस्मतपूरचा जमीनदार' (१९३६).

स्फुट कविता : 'धनगर आणि तत्त्ववेत्ता', 'घनाभिनंदन', 'काल तर मोठा कठीण आला', 'हिंद वंदना'.

खंडकाव्ये :

चंद्रशेखरांचे 'काय हो चमत्कार !' हे खंडकाव्य मिल्टनच्या 'Suffolk Miracle' या इंग्रजी काव्याचे रूपांतर आहे. मूळ काव्य इंग्रजी असले तरी चंद्रशेखरांनी आपल्या काव्याला ग्रामीण मराठी साज चढविला असल्याने ते स्वतंत्र मराठी काव्यच वाटावे अशा रीतीने आविष्कृत झाले आहे."......... वातावरणाचा परकीयपणा रूपांतरात त्यांनी सहसा सलू दिला नाही...... 'काय हो चमत्कार !' म्हणजे यशस्वी रूपांतराचा केवळ आदर्श आहे" असे उद्‌गार आधुनिक मराठी वाङ्मयाच्या इतिहासात रा. श्री. जोग यांनी काढले आहेत. (खंड ५ म. सा. प. पुणे प्रका. पृ.३०२)

ओढे गावच्या धनाजी पाटलाची मुलगी जिऊ आणि त्याचा कारभारी शिवबा घायाळ यांची प्रेमकथा या काव्यात आहे. जिऊ-शिवबा यांचे प्रेम जुळणे - ते धनाजी पाटलाला कळणे - त्याने जिऊची रवानगी तिच्या मामाकडे करणे - इकडे

जिऊसाठी शिवबा वेडा होऊन त्यात त्याचा अंत होणे - एक महिन्यानंतर मामाकडे रात्रीच्या वेळी ''जिऊ जिऊ'' अशी आरोळी - शिवबा घ्यायला येणे - रस्त्याने त्याचे डोके दुखत असल्याने त्याच्या डोक्याला जिऊची चोळी बांधणे - घरी आल्यावर शिवबा अदृश्य होणे - वडिलांनी शिवबाचे प्रेत उकरणे - प्रेताच्या डोक्याला जिऊची चोळी बांधलेली असणे - शिवबाच्या ध्यासाने जिऊ आजारी पडणे आणि त्यातच तिचा अंत होणे, असे या काव्याचे कथानक आहे.

या कथेतील घटना अद्‌भुत आणि चमत्कृतिपूर्ण आहेत. मात्र चंद्रशेखरांनी या काव्यासाठी निवडलेली ग्रामीण पार्श्वभूमी, शिवबा आणि जिऊ यांच्यातील ग्रामीण बोलीत झालेला संवाद, शिवबा, जिऊ, धनाजी यांसारखी व्यक्तिवर्णने, शिवबा - जिऊ यांच्या धनाजीच्या शेतातील प्रेमाची तसेच जिऊ आणि शिवबा गाडीने परततानाची प्रसंगवर्णने, कथानकाचे सहजपद्धतीने केलेले निवेदन हे विशेष या काव्यात जाणवतात.

मात्र असे असले तरी या कथानकात वास्तवापेक्षा चमत्कृतीचाच भाग अधिक जाणवतो. किंबहुना चमत्कृतिपूर्ण रचना - हेच खरे या काव्याचे वैशिष्ट्य आहे. तसेच ग्रामीण बोलीचा वापर कवीने केला असला तरी उच्चारानुसार लेखन करण्याच्या मोहापायी रात्वोरात, इक्ता, क्येला, च्वोळी, म्हंगालं, ड्वोकं अशी विचित्र शब्दरूपे या काव्याच्या भाषेला विकृत बनवितात. कथानकाला सजविण्याचे सफाईदार कौशल्य कवीजवळ असले तरी मूळ आशयच अद्‌भुत घटनांवर आधारित असल्याने या काव्यास मर्यादा पडलेल्या आहेत.

'किस्मतपूरचा जमीनदार' हे खंडकाव्य चंद्रशेखरांनी बडोदा संस्थानच्या हीरक महोत्सवाच्या (३ जानेवारी १९३६) निमित्ताने लिहिले आहे.

काव्याच्या सुरुवातीलाच कवीने स्वत: या काव्याचे स्वरूप आणि वैशिष्ट्ये सांगितलेली आहेत - ''हे काव्य लघुकथेच्या स्वरूपाचे आहे. त्याची स्वकपोलकल्पित रूपरेखा, साधेच पण मनोरम कथानक, ऐतिहासिक छटा, विविध भूमिका व त्यांचे स्वभाव, प्रसंगोपात्त नानाविध संभाषणे, ग्रामोद्धाराची योजना (Village uplift scheme) सामाजिक सुधारणा, सहकार्यादी बाबतींची सजावट करवेल तितकी सरस व रमणीय करण्याचा प्रयत्न केलेला आहे.'' ('किस्मतपूरचा जमीनदार', मुखोद्‌गार)

या काव्याचे दोन विभाग आहेत. आर्यावृत्तातील पूर्वार्धात सज्जन या नायकाला त्याची सावत्र आई रागावते. तो दुखावून रानात जातो. झोपेत त्याला आईचा दृष्टांत मिळतो.''तू मोठा होशील. तुझा उदय होण्यासाठी चौहानाची कन्या कुलीन नवरी म्हणून तुला देते'' इ. ती सांगते. तो दुर्लभ या मित्राकडे येऊन सारे कथन करतो. तोही त्याला मदत करतो. एक माळ त्याला शेतीसाठी विकत घेऊन देतो. सोईनुसार पैसे दे, अशी सवलत देतो. जमीन खरेदीसाठी दोघे कार्यालयात जातात

तेथे मोघे नावाचे अधिकारी त्यांना शेतीच्या प्रगतीसाठी सोबत इंजिनिअर देतात. बडोद्यास कृषिकर्माचा वर्ग निघाला असून सज्जनला तेथे जाण्यास सांगतात. इंजिनिअर ऋषिवर बनून त्याच्या शेतात रहायला येतात.

उत्तरार्धात त्याचे बडोद्याला जाणे, विश्वास या मित्राच्या बहिणीशी-प्रमिलेशी प्रेम जुळणे, दोघांचे लग्न होणे, शेतीचे शिक्षण घेऊन प्रमिलेसह किस्मतपूरला येणे इ. घडते. इथे त्याच्या शेतात ऋषिवर व दुर्लभ यांनी तयार केलेली अद्ययावत वसाहत दिसते. सज्जन 'किस्मतपूरचा जमीनदार' बनतो.

ग्रामोद्धार, सहकार, सुधारणा हे हेतू डोळ्यांसमोर ठेवून या काव्याची कथा रचली गेली असल्याने या कथानकास बऱ्याच मर्यादा पडल्या आहेत. कसलाच विरोध किंवा संघर्ष या कथेत नाही. साऱ्या गोष्टी सहजासहजी आपोआप घडून आल्यासारख्या वाटतात. सज्जन आणि प्रमिला यांचे प्रेम आणि विवाह दोन्हीही निर्विरोध पार पडतात. दुर्लभ हा सहकाराचा मूर्तिमंत पुतळा असल्याने स्वत:चा काहीही विचार न करता आपल्या मित्रासाठी तो आपले द्रव्य, वेळ आणि श्रम सर्व काही खर्च करतो. इंजिनिअर उर्फ ऋषिवर यांच्यात तर ग्रामोद्धार आणि सुधारणा या दोन्ही गोष्टींचा मिलाफ झाला आहे. आपली नोकरी न करता ते किस्मतपूरची नवी वसाहत स्थापन करतात. कीर्तन करून लोकांचे प्रबोधन करतात. नाही म्हणायला सज्जनची सावत्र आई सज्जनला टाकून बोलते (एवढा संघर्ष दिसतो - त्यातूनच सज्जन दुखावून रानात जातो व त्यास स्वप्नात आईचा दृष्टांत होतो. हा दृष्टांत पुरा करण्यासाठी पुढे सारी काव्य - कथा घडते.) हीच सावत्र आई मात्र सज्जनने परस्पर (प्रेम) विवाह केल्याचे कळल्यावरही काहीही न रागावता तिला सज्जन- प्रमिलेबद्दल प्रेमाचा उमाळा येतो.

गुजरातच्या ग्रामीण पार्श्वभूमीवर विशिष्ट हेतू मनात ठेवून लिहिलेले 'किस्मतपूरचा जमीनदार' हे एक बोधवादी काव्य आहे. रसिकांना बोध करणे ही भूमिका असल्यामुळे की काय, पण काव्याची भाषा अत्यंत सुबोध आहे. काही ठिकाणी प्रासयुक्त रचना, नर्मविनोद, गुजराती बोलीतील संवाद इ. ची कवीच्या शब्दांत सांगावयाचे झाल्यास ''सजावट करवेल तितकी सुरस व रमणीय करण्याचा प्रयत्न'' या काव्यात केलेला आहे.

''उगडं गुपित' हे चंद्रशेखरांचे खंडकाव्य 'सुगी' या ग. ल. ठोकळ संपादित प्रातिनिधिक जानपदगीत संग्रहात प्रारंभीच समाविष्ट केलेले आहे.

भांगरवाडीचा पाटील संताजी शेलार याची प्रथम पत्नी वारलेली आहे. त्याचे मोहतूर आशेगावच्या एका गतभर्तृकेशी-रंगूशी-त्याची मैत्रीण सखू घडवून आणते. आणि रंगू त्याची घरधनीण बनते. असं एक सरळ आणि लहानसं कथानक या काव्याला आहे.

'किस्मतपूरचा जमीनदार' या काव्याप्रमाणेच 'उगडं गुपित' या काव्याची कथाही सहज पुढे सरकत जाते. काव्याच्या प्रारंभी दिलेल्या गोषवाऱ्यातील सुरुवात आणि शेवट यांचा सांधा जुळवून आणण्यासाठीच की काय, कवीने साऱ्या घटना अगदी सहज घडवून आणल्या सारख्या वाटतात. विशेषत: रंगूशी बोलताना आपलं वैभव संताजी सांगतो व हे वैभव लक्ष्मीवाचून सुनं आहे असं म्हणून व्याकुळ होऊन खाली बसतो. रंगू पाणी शिंपून त्याला हुशार करते; हा प्रसंग आणि मोहतुरानंतर रात्रीच्या वेळी गतपत्नीचे मेजावरचे चित्र पाहून तिच्या आठवणीने अश्रुमलिन होऊन संताजी रंगूच्या गळ्यात पडतो हे प्रसंग अत्यंत कृत्रिम वाटतात.

संताजी, रंगू आणि सखू या तीनही पात्रांचे स्वभावदर्शन त्यांच्या संवादांतून घडते. ग्रामीण बोलीत हे संपूर्ण काव्य लिहिलेले आहे हा या काव्याचा खास विशेष, मात्र 'काय हो चमत्कार !' आणि 'किस्मतपूरचा जमीनदार' या दोनही काव्यांतील दोष याही काव्यात दिसून येतात. अत्यंत भावविवश प्रसंग, विरोध - संघर्षाचा अभाव, हेत्वु, लकृश्मी, येत्ये, जात्ये, वैन्स अशी शब्दरूपांची मोडतोड इ. गोष्टी वाचकांच्या सहज लक्षात याव्यात इतक्या सहजपणे या काव्यात प्रतिबिंबित होतात.

स्फुट कविता :

चंद्रशेखरांची 'धनगर आणि तत्त्ववेत्ता' (लेखन काळ १८९७) ही कविता इंग्रजी कवी गे (र्डेब) याच्या एका काव्यसंग्रहास असलेल्या प्रस्तावनेचे रूपांतर आहे. एक मेंढपाळ आणि तत्त्ववेत्ता यांच्यातील प्रश्नोत्तररूपी संवाद या कवितेत आहे. मानवी तत्त्वज्ञानापेक्षा सृष्टी व सृष्टीनियमच श्रेष्ठ असून सृष्टीतील सूक्ष्म अशा गोष्टींमध्येही तत्त्वज्ञान कसे भरून राहिले आहे हे या कवितेत सांगितले आहे. चंद्रशेखरांच्या इतर कवितांप्रमाणेच याही कवितेत सुभाषितवजा ओळींची पखरण दिसून येते.

चंद्रशेखरांनी दुष्काळावर 'घनाभिनंदन' आणि 'काळ तर मोठा कठीण आला' या दोन कविता लिहिल्या

इ. स. १८९९ - १९०० साली गुजरात काठेवाड प्रांतात भीषण दुष्काळ पडला होता. या वर्षाच्या अखेरीस तेथे पर्जन्यकाल आला त्या वेळी चंद्रशेखरांनी 'घनाभिनंदन' (१० जून १९००) ही कविता लिहिली. (या कवितेची तळटीप) या काव्याच्या शिखरिणी वृत्तात लिहिलेल्या पहिल्या भागात पावसाअभावी निसर्ग, शेती आणि मानव यांची झालेली दुर्दशा सविस्तर वर्णिलेली आहे. तर पृथ्वी वृत्तातील दुसऱ्या भागात पाऊस आल्यामुळे पृथ्वीवर होणाऱ्या आनंदाचे, परिवर्तनाचे वर्णन आले आहे.

महाराष्ट्राच्या दक्षिण भागात इ. स. १८९६ - ९७ साली पडलेल्या दुष्काळात होरपळलेल्या धायगुडे कुटुंबाची कथा हरिभाऊ आपटे यांनी 'काळ तर मोठा कठीण आला' या शीर्षकाने 'करमणूक' मासिकात लिहिली होती. चंद्रशेखरांनी याच

शीर्षकाची कविता नोव्हें. १९०१ साली लिहून हरिभाऊंच्या लेखनगुणांचा गौरव या कवितेतून केला.

'हिंदवंदना' या कवितेत हिंदुस्थानातील इतर वैभवाबरोबरच येथील अरण्ये, कळप, खिल्लारे, शेती, खळी, जिराईत, बागाईत, पार, आंबराई, खेडी इ. ग्रामीण वैभवाचीही दखल घेतली आहे.

चंद्रशेखरांची खंडकाव्ये काय किंवा स्फुट काव्ये काय, सर्वच काव्याची निर्मिती रूपांतराच्या किंवा एखाद्या प्रसंगाच्या निमित्ताने झालेली दिसून येते. त्यांच्या खंडकाव्यांमध्ये 'काय हो चमत्कार !' हे रूपांतरित आहे, तर 'किस्मतपूरचा जमीनदार' हे बडोदा संस्थानच्या हीरक महोत्सवाच्या निमित्ताने आणि 'उगडं गुपित' हे 'सुगी' काव्यसंग्रहाच्या संग्राहकांच्या विनंतीवरून लिहिले आहे. (''उन्हाळ्याच्या दिवसांत आणि तेही प्रकृती चांगली नसतांनासुद्धा राजकवी चंद्रशेखर यांनी मी शब्द टाकताच मला 'उगडं गुपित्' लिहून दिले'' असे संग्राहक ग. ल. ठोकळ यांनीच 'सुगी'च्या 'अगोदर' सांगितले आहे.) स्फुट कवितांच्या बाबतीतही हीच स्थिती दिसते. 'धनगर आणि तत्त्ववेत्ता' ही रूपांतरातून झालेली निर्मिती आहे तर 'घनाभिनंदन', 'काळ तर मोठा कठीण आला' इ. प्रसंगनिष्ठ निर्मिती आहे.

मात्र इथे एक गोष्ट लक्षात घेणे आवश्यक आहे. ती म्हणजे चंद्रशेखरांची कविप्रकृती भावकाव्ये लिहिण्याची नसून कथनकाव्ये लिहिण्याची होती. त्यामुळे त्यांच्या काव्याची निर्मिती ही रूपांतर, प्रसंगानुरोधाने झालेली असली तरी चंद्रशेखरांनी आपल्या या कवितांना स्वत:च्या शैलीत सजविण्याचा प्रयत्न केला आहे. त्यामुळे त्यांच्या 'काय हो चमत्कार !' सारख्या कविता निदान त्या काळी तरी लोकप्रिय झाल्या. डआबालवृद्ध मराठी भाषकांचे 'काय हो चमत्कार !' हे अत्यंत आवडते खंडकाव्य आहे. कवी परगावी गेले असताना निरनिराळ्या ठिकाणी त्यांचे काव्यवाचनाचे कार्यक्रम होत. त्यात कविमुखाने हे काव्य ऐकावे अशी श्रोत्यांची फार इच्छा असे. १९३४ साली कवी कराचीस असता तेथील महाराष्ट्रीय समाजात या काव्याचे आठ कार्यक्रम झाले. यावरून परप्रांतात वसणाऱ्या महाराष्ट्रीय बांधवांतही याची लोकप्रियता किती होती हे स्पष्ट होईल. -'कुंजकूजन' काव्यविवरणात्मक टीपांमधील 'काय हो चमत्कार' काव्यावरील टीप पृ. क्र. १८०.

चंद्रशेखरांच्या काव्यप्रेरणेसंदर्भात रा. श्री. जोग यांनी लिहिले आहे, ''..... त्यांच्या कित्येक कवितांच्या निर्मितीची प्रेरणा काही ना काही प्रसंगानुरोधाने झालेली दिसते. कित्येक वेळा त्या प्रसंगाला साजेल अशी कविता लिहिण्याची मागणीही झालेली असे - अपूर्ववस्तुनिर्मिती करण्याचे सामर्थ्य चंद्रशेखरांच्या प्रतिभेत नसले तरी दुसरीकडून विषय मिळाल्यास त्याची सजावट करून तो रसिकापुढे ठेवण्याचे कसब त्यांच्या अंगी भरपूर होते. त्यामुळे दोन गोष्टी साधल्या. पहिली अशी की ज्या

प्रासंगिक स्वरूपाच्या कविता त्यांनी लिहिल्या, त्या कविताही त्यांनी आपल्या वैदग्ध्याने, अभिजात रसिकतेने आणि रचनाविषयक कारागिरीने रंगवून दाखविल्या आणि काव्यमय केल्या. त्यांचा प्रासंगिकपणा शक्यतो झाकून टाकला. प्रासंगिक खरी पण ती कविता झाली. केवळ पद्यरूप गद्य उतरले नाही. दुसरी गोष्ट अशी की मूळ इंग्रजी कवितांची रूपांतरे वा अनुवाद यशस्वी झाले आहेत.''[२]

चंद्रशेखरांच्या कवितेचे स्वरूप लक्षात घेतल्यावर ग्रामीण काव्याच्या संदर्भात त्यांच्या कवितेचा विचार केला असता काही गोष्टी लक्षात येतात त्या अशा -

अ)पांढरपेशा जीवनाभोवती मर्यादित झालेल्या मराठी कवितेला ग्रामीण जीवनाचा नवा आशय देण्याचा प्रयत्न चंद्रशेखरांनी केला.

ब)महाराष्ट्र आणि गुजरात या दोन राज्यांतील ग्रामीण परिसराला आपल्या काव्यातून शब्दबद्ध केले.

क)मराठी कवितेत ग्रामीण बोलीचा वापर करण्याचा प्रयोग चंद्रशेखरांनीच प्रथम केला.

ड)दुष्काळासारख्या विषयावर 'घनाभिनंदन', 'काळ तर मोठा कठीण आला' यासारख्या कविता लिहून आपल्या काळातील ग्रामजीवनाचे प्रतिबिंब त्यांनी काव्यातून उमटविले.

प्रासंगिकता, वस्तुनिष्ठता, अनुवाद/रूपांतर, अद्‌भुतरम्यता, कारागिरी अशा काही मर्यादा चंद्रशेखरांच्या काव्यात स्पष्टपणे दिसत असल्या तरी ग्रामीण कवितेच्या संदर्भात चंद्रशेखरांच्या कवितेतील उपरोक्त वैशिष्ट्यांकडे दुर्लक्ष करता येणार नाही. चंद्रशेखरांनी जरी ग्रामीण किंवा जानपद कविता लिहिण्याच्या हेतूने काव्यरचना केल्या नसल्या तरी त्यांनी केलेले प्रयोग नंतरच्या कवींना निश्चितच उपयुक्त ठरले आहेत. 'सुगी' या पहिल्या प्रातिनिधिक जानपद काव्यसंग्रहात चंद्रशेखरांचे खंडकाव्य अग्रक्रमाने छापले आहे, ते त्यांच्या या कार्यामुळेच.

भा. रा. तांबे :

ग्रामीण कविता म्हटली म्हणजे तांब्यांच्या 'गुराख्याचे गाणे' (मे १९०७) या कवितेचा आवर्जून उल्लेख केला जातो. वास्तविक तांब्यांच्या या कवितेतील गुराखी हा केवळ रम्य कल्पना करणारा आहे. तो आनंदाने पावा फुंकीत रान भारून टाकणारा, रानातून, दऱ्या-खोऱ्यातून मौज करणारा आहे.

> उन्हाची भीती कवणाला ?
> पाऊस काय करिल मजला ?
> भितो मी कोठे थंडीला ?

असं म्हणणाऱ्या या कवितेतील गुराख्याला ऊन, पाऊस, थंडी यांचा काहीही त्रास होत नाही. त्याला खायला कांदा भाकरही 'यथेच्छ' मिळते. धनिकांच्या पक्वान्नात त्याला गोडी वाटत नसून तो थकून आल्यावर सुखाने जेवतो. रानामध्ये त्याला जणू समाधानाचा परिसच लाभला आहे. तांब्यांच्या कवितेतला हा गुराखी असा वास्तवापासून दूर गेला आहे. त्याचं दारिद्र्य, उपासमार यांचा कवितेत कुठेही मागमूस नाही. उलट तो सुखी, समाधानी, तृप्त असाच चित्रित केला आहे. म्हणूनच की काय, वा. गो. मायदेवांनी तांबे यांची कविता संपादित केली, तेव्हा या कवितेच्या शेवटी ''गुराख्याच्या तोंडी हे गाणे घातले म्हणजे प्रत्येक गुराख्याच्या मनात हे विचार येतात असे नव्हे. कल्पनेच्या साम्राज्यात व अप्रत्यक्षाच्या वातावरणात निसर्गाला धरून असा विहार करता येतो'' अशी तळटीप त्यांना द्यावी लागली.

तांबे यांच्या 'दुष्काळानंतरचा सुकाळ' या कवितेतही दुष्काळापेक्षा त्यानंतरचा सुकाळच त्यांना आकर्षित करतो आहे, हे लक्षात घेण्यासारखे आहे.

विषयाच्या दृष्टीने ग्रामीण पण प्रत्यक्षात केवळ कल्पनारम्य अशा तांबे यांच्या या दोन कविता. याबरोबरच 'रासमंडळ गोपीचंदन', 'ते दूध तुझ्या त्या घटातले', 'घट तिचा रिकामा', 'निष्ठूर किती पुरुषाची जात' इ. कवितांतून निसर्ग, ओढा, झरा, गुरे, शेते या साऱ्यांचा पार्श्वभूमी म्हणून उपयोग केलेला दिसतो.

विषय कुठलाही असला तरी तांब्यांची सौंदर्यवादी भूमिका कायम राहिलेली दिसते. यामुळे 'गुराख्याचे गाणे', 'दुष्काळानंतरचा सुकाळ' यांसारख्या ग्रामीण विषयांवर त्यांनी कविता लिहिल्या असल्या तरी ग्रामीण वास्तवापासून तांबे यांची कविता दूरच राहिलेली दिसते.

समारोप :

आधुनिक मराठी कवितेच्या प्रारंभापासून इ. स. १९२० पूर्वीच्या कवितेतील ग्रामीण जीवनचित्रणाचा आलेख आपण पाहिला. अर्थातच जानपद कविता म्हणून जी कविता लिहिली गेली तिच्या अगोदरचा साधारण तीस पस्तीस वर्षांचा हा कालखंड. भावगीतपरता, आत्माविष्कार, रोमँटिक वृत्ती अशी या १९२० पूर्व कवितेची काही ठळक वैशिष्ट्ये होती. ग्रामीण वातावरणाचा आपल्या काव्यासाठी विषय किंवा पार्श्वभूमी म्हणून निवड करणाऱ्या ज्या कवींचा आपण या प्रकरणात विचार केला त्या सर्वांवरच केशवसुतांचा प्रभाव होता असे नाही. विशेषतः चंद्रशेखर, तांबे या कवींची कविता या प्रवाहापासून अलगच राहिलेली दिसते. तरीही या काय किंवा केशवसुत परंपरेतील काय, उपरोक्त कालखंडातील साऱ्याच कवींची कविता ग्रामीण वास्तवापासून दूरच राहिलेली दिसते. खेड्यातील जीवनापासून अलिप्त राहून

खेड्याविषयीच्या स्वत:च्या स्वप्नरम्य कल्पनांना काव्यबद्ध करण्याचा प्रयत्न या कवितांतून दिसतो. माधवानुजांसारखा एखादाच कवी विषयाच्या दृष्टीने वास्तवाच्या जवळ गेला आहे. (पण माधवानुजांनी केलेले ग्रामजीवनाचे चित्रणही सखोलता किंवा चिंतनशीलतेच्या अभावी वरवरचे आणि ढोबळ असेच चित्रित झालेले दिसून येते.) शेतकरी, दुष्काळ, निसर्ग यांचे चित्रण कधी प्रत्यक्ष विषय म्हणून तर कधी पार्श्वभूमी म्हणून या काळातील कवितांत आलेले असले तरी ग्रामीण कवितेच्या संदर्भात खास लक्ष वेधून घेणारा कोणताही कवी या कालखंडात दिसत नाही. तथापि चंद्रशेखरांसारख्या विपुल काव्यलेखन करणाऱ्या कवीने खंडकाव्यासाठी ग्रामजीवनाची केलेली निवड, ग्रामीण बोलीचा संवादासाठी केलेला वापर या ठळक गोष्टींचा नंतरच्या काळातील कवींनी स्वीकार केलेला दिसून येतो.

जानपद कविता या नावाने लिहिल्या गेलेल्या ग्रामीण कवितेपूर्वी मराठी कवींची दृष्टी कोणत्या प्रकारची होती, हे जीवन या काळातील कवितांमध्ये कशा प्रकारे चित्रित झाले आहे, हे लक्षात घेण्यासाठी या कालखंडातील मराठी कवितेचे अवलोकन आपण या प्रकरणात केले.

संदर्भ :

१. यादव आनंद'ग्रामीण साहित्य : स्वरूप आणि समस्या' दु.आ.
पुणे: मेहता पब्लिशिंग हाऊस १९९४ प्रस्ता.पृ.चार

२. गोऱ्हे, (संपा.) भास्कर चंद्रशेखर 'कुंजकूजन' पु.मु.१९६५
पुणे: व्हीनस प्रकाशन प्रस्ता. पृ. १०,११,१२

भाग दुसरा

जानपद कवितेचा काल

(१९२० ते १९६०)

२

'सुगी'तील कविता तसेच गिरीश, यशवंतांची कविता

'सुगी' हा जानपद गीतांचा पहिला प्रातिनिधिक संग्रह १९३३ मध्ये प्रसिद्ध झाला. तथापि इ. स. १८८७ पासूनच तुरळक का होईना पण, ग्रामीण जीवनावर काव्यलेखन होऊ लागले होते हे आपण मागील प्रकरणात पाहिले - विशेषत : १९११ साली चंद्रशेखरांनी लिहिलेल्या 'काय हो चमत्कार !' या खंडकाव्यापासून या प्रकारच्या काव्यलेखनाला अधिक गती मिळालेली दिसते. चंद्रशेखरांसह अनेक कवींच्या कवितांचा समावेश असलेला 'सुगी' हा प्रातिनिधिक काव्यसंग्रह त्याचेच फलस्वरूप म्हणता येईल.

माधवानुज, चंद्रशेखरांनंतर गिरीश, यशवंतांनी संख्येच्या दृष्टीने लक्षणीय स्वरूपात ग्रामजीवनावर आधारित काव्यलेखन केले. म्हणून या प्रकरणात आपण

प्रथम 'सुगी' या तत्कालीन सर्वसमावेशक प्रातिनिधिक संग्रहाचा विचार करून त्यानंतर गिरीश, यशवंत यांच्या ग्रामीण जीवनावरील काव्याचा विचार करणार आहोत.

'सुगी'

हा केवळ जानपदगीतांचा समावेश असलेला पहिला प्रातिनिधिक संग्रह ग. ल. ठोकळ यांनी संपादित करून स्वत:च बडोदे येथून १९३३ साली प्रसिद्ध केला. या संग्रहात एकूण पस्तीस कवींच्या चव्वेचाळीस कवितांचा समावेश आहे. दोन भागांत कवितांची विभागणी केलेली असून पहिल्या भागात वर्णनपर व दुसऱ्या भागात ग्रामीण बोलीतील कवितांचा समावेश आहे. चंद्रशेखरांचे 'उगडं गुपित' हे खंडकाव्य पहिल्या भागाच्या सुरुवातीला आलेले आहे. पहिल्या प्रकरणामध्ये आपण चंद्रशेखरांच्या इतर काव्यलेखनाबरोबर या काव्याचा विचार केला आहेच. या संग्रहातील कवितांची चर्चा वर्णन व विषय-आशयानुसार पुढीलप्रमाणे विभागणी करून करता येईल.

भाग पहिला

यामध्ये खेडेगावाचे वर्णन, शेतांचे वर्णन, ग्रामीण स्त्री चित्रे, जाती-जमाती व इतर विषयांचे वर्णन येते.

खेडेगावाचे वर्णन करणाऱ्या कविता :

'सुगी'तील 'सुखाचे क्षण' (बा. भ. बोरकर), 'खेड्यातील घराकडे' (वा. भा. पाठक), 'खेडेगावातील सकाळ' (द. ग. जयवंत), 'हिंगणी एक ओसाड खेडे' (ग. ह. पाटील) या कवितांमध्ये प्रामुख्याने खेडेगावातील वर्णन आलेले आहे.

यांपैकी 'हिंगणी एक ओसाड खेडे' या ग. ह. पाटील यांच्या कवितेचा अपवाद

वगळता इतर कवितांमधील खेड्याचे वर्णन हे केशवसुतांच्या 'एक खेडे' किंवा 'गोष्टी घराकडिल मी वदता गड्या रे' या कवितांपेक्षा वेगळे नाही. कोकणातील खेड्यात कसे सुख भरलेले आहे याचे वर्णन बोरकरांच्या 'सुखाचे क्षण' या कवितेत येते; तर 'खेड्यातील घराकडे' या कवितेची पार्श्वभूमीच मुळी 'मोठ्या उत्सुकतेने शहरवासी विद्यार्थी आपल्या खेड्यातील घराकडे जात असताना' आपल्या गावच्या ज्या गोड आठवणी त्याच्या मनात येत आहेत त्याचे चित्रण करण्याची आहे. गावाकडे जाताना सुरुवातीला दिसणारी देशमुखांची सुंदर हिरवी शेते, देवीचे देऊळ, वृक्षावली, गुरे - गुराखी, ताई-भाऊ, घर, परसातला चाफा, आई या सर्वांचे वर्णन या कवितेत आहे.

'खेडेगावीताल सकाळ' या कवितेत खेड्यातल्या सकाळच्या घडामोडींचे वर्णन आहे. सकाळी शेतकरी, त्याची स्त्री व मुले कामाला कशी आनंदाने लागतात ते सांगितले आहे. केवळ रंजक पद्धतीने केलेल्या या वर्णनात कापणीच्या वेळीच

गहू, जोंधळा पिकलेला दाखविलेला आहे. शेतकऱ्याचे हे सारे रम्य वाटणारे उद्योग आणि निसर्ग पाहून -

> ''खेड्यांतिल हे वैभव पाहुनि विचार येतो मनी
> नको ती शहरातिल राहणी'' ('सुगी' पृ. २४)

असे कवीला वाटते.

'हिंगणी एक ओसाड खेडे' या कवितेतील खेड्याचे चित्र काल्पनिक नाही. या कवितेतले खेडे 'रम्य' नसून 'ओसाड' आहे.

> ओसाड पडिक त्या खेड्यांतुन हिंडलो
> पाहुन अवदशा मनी फार कष्टलो
> भंगली वेस अन् गावकूस कोसळे
> जाहली ओस राउळे, घरे, देवळे ('सुगी' पृ. २५)

कवितेचे हे पहिले कडवे वाचकाचे लक्ष वेधून घेते. या गावाचे संस्थानिक पवार यांचा अद्याप भक्कम असलेला वाडा पूर्व वैभवाची जाणीव करून देतो. शिवकाळात पराक्रम केलेल्या सरदारांची स्मारके, बावडी, दुर्ग, देवळे, हवेल्या, गढी यांच्या रूपाने उभी असली तरी मराठेशाहीचा भास्कर मावळून आता त्या वैभवावर पूर्ण अंधार पसरला आहे. पूर्वीच्या काळी वैभवसंपन्न असलेला हा गाव आता जनवसतीवाचून भकास झालेला आहे. कारण पोटासाठी इथले जन देशोधडीला लागलेले आहेत. सुसंस्कृत नागर मनास खेड्याची पूर्वस्थिती रमणीय वाटत असली तरी आजची स्थिती पाहून -

> दर्शने तिच्या गहिवरून येइल मन
> स्मृतिचित्रे मागिल पाहतील लोचन ('सुगी', पृ. २७)

अशी कवीच्या मनाची स्थिती झाली आहे.

शेतांचे वर्णन करणाऱ्या कविता :

'कापसाचे शेत' (किशोर चव्हाण), 'भाताच्या मळ्यात' (वि. स. खांडेकर), 'उसाच्या मळ्यात' (भ. श्री. पंडित), 'मळ्यांत जातांना' (सोपानदेव चौधरी) या कवितांमध्ये शेताचे वर्णन आलेले आहे. या कवितांतील संस्कृतप्रचुर शब्दयोजना, पीक-पाणी, शेतीकामाविषयीचे अज्ञान इ. दोषांमुळे या कविताही अवास्तव वाटू लागतात.

'कापसाचे शेत' कवितेत क्षीराब्दी, शुभांगी, सुप्रभाती असे तत्सम शब्द कापसाच्या शेताच्या वर्णनात येतात. शेतकऱ्याच्या तोंडी हे शब्द आल्याने कृत्रिमता

आणि बोजडपणा या काव्यात येतो. 'भाताच्या मळ्यात' मध्येही भाताच्या तुऱ्यांना मोत्याची उपमा अनाठायी वाटते. 'वास्तविक मोत्याच्या आकारावरून ज्वारी किंवा जोंधळ्याला ही उपमा दिली जाते. 'मळ्यात जातांना' मधील घरधन्याची न्याहरी घेऊन जाणाऱ्या मंजुळेच्या डोक्यावर पाटी असूनही ती खुरपे कमरेला खोचते, न्याहरीच्या वेळी सूर्य डोक्यावर आल्याचे दाखविले आहे. (वास्तविक न्याहरीची वेळ सकाळची असते.) असे घोटाळे या कवितांत जागोजागी दिसतात.

ग्रामीण स्त्री चित्रे :

'कुणब्यांची राणी' (कुमार गायकवाड), 'शेवंती' (ग. ह. पाटील) 'मंजुळा' (काव्यविहारी), 'ही कोण' (वि. भि. कोलते), 'इरलेवाली' '(वा. गो. मायदेव), 'सुंदरी' (राजस), 'गुराखीण' (आनंद), 'पाटीवाली' (वा. जि. सबनीस) या कवितांमध्ये वेगवेगळ्या ग्रामीण स्त्रियांची चित्रे रेखाटलेली दिसतात.

पैकी 'कुणब्याची राणी' मधे झोपडीमधल्या 'दुःखी हृदयी' कुणब्याच्या राणीचे गाणे आणि वर्णन मात्र 'मधुर' आहे. ग. ह. पाटलांच्या कवितेतील शेवंती मराठमोळी - खेडवळ असली तरी, एखादी शहरातील तरुणीच वाटावी असे तिचे वर्णन आहे. पिवळी नाजुक अंगकांती, गालाला पडणारी खळी, मंद चरणगती असे वर्णन खेड्यातील स्त्रीऐवजी शहरातील नाजुक तरुणीच वाचकाच्या डोळ्यासमोर उभे करते. त्यापेक्षा काव्यविहारींच्या कवितेतील मंजुळा अधिक वास्तव वाटते. कुणबी जातीतली ही पोरगी बांध्याने नीटस आणि काळीसावळी आहे. जरतारी पातळ, वेणीवर फुलांचा गजरा, केतकीसारखा वर्ण हे सारे तिच्याजवळ नसले तरी निर्व्याज खुलेपण हीच तिची माधुरी आहे.

याशिवाय 'ही कोण ?' मध्ये गोफणवाली, 'इरलेवाली' मध्ये लावणीच्या वेळी पतीची वाट पाहणारी नाजुक बाला, 'सुंदरी' मध्ये पाणवठ्यावर हंडा शिरावर चढवून देणाऱ्याला मोल देऊन टाकणारी सुंदरी, अशीच 'मोटेवरील दुसरी एक सुंदरी' अशी रोमँटिक स्त्रीवर्णने या कवितांत येतात.

'गुराखीण' कवितेतील गुराखिणीचे चित्र मात्र वेगळ्या प्रकारचे आहे. लावणीच्या ढंगात लिहिलेल्या या कवितेतील गुराखीण वादळी पावसात सापडते. पावसानंतर घरी परतते. पूर आलेला ओढा गुरांबरोबर ओलांडताना ती तीराला लागत नाही. दुसऱ्या दिवशी काय घडले ते -

उजाडले - ! पण खडकावर काय ते दिसे ? कावळा असे
गिधाड दुरुनी झाप घेत येऊनी बसे, हालवी पिसे
पुढती गावू कसे ? ('सुगी', पृ. ४६)

अशा सूचकतेने कवीने सांगितलेले आहे.

असेच एक हृदय चित्र 'पाटीवाली' या कवितेत पहावयास मिळते. दिवसभर कष्ट करून ही पाटीवाली तीन आणे मिळवून आणते. त्यातून पीठ, तेल, मीठ आणि बाळासाठी वाटीभर दूध आणण्याचा बेत रचते. पण झिंगलेला तिचा दारुड्या पती तिच्याजवळचे पैसे हिसकावून घेऊन तिला मारहाण करतो.

राबे सर्व दिन
नाही ऊन तान,
बाळमुखामध्ये लावी शुष्क स्तन ('सुगी', पृ. ४७)

अशा साध्याच पण मोजक्या शब्दांतील हे वर्णन एका गरीब स्त्रीचे खरे चित्र डोळ्यापुढे उभे करते.

जात-जमात :

'गोपाळ' (आनंद) आणि 'आजचा मराठा' (अज्ञातवासी) या दोन कवितांत अनुक्रमे गोपाळ जमातीचे आणि मराठा जातीचे वर्णन आले आहे.

गोपाळ किंवा भोरपी ही एक भटकी जमात. मासे व गुरे ढोरे विकणे हा त्यांचा व्यवसाय. आठ महिने कोकणात राहणारी ही जमात पावसाळ्यातील चार महिने मात्र भटकत असते. या भटकंतीचे चित्र खरे तर त्यांच्या दारिद्र्य, दुःख हलाखीचे वर्णन करणारे झाले असते. पण गरीब ग्रामस्थ हा गरिबीतही आनंदी असणारा व सारा निसर्ग जणू या गरिबाच्या जीवनात भर घालणारा आहे; अशी या काळातील कवींची रमणीय समजूत होती. या कवितेतल्या गोपाळाच्या घराला चंद्र-सूर्याचे जडाव आहेत. आंब्याचा फुलोर त्याच्या महालाला सुगंध देतो. वृक्षांची पालवी त्याच्या खिडक्याच्या झालरी आहेत असा कल्पनाविलास या कवितेत आहे.

त्यापेक्षा 'आजचा मराठा' कवितेतील तत्कालीन मराठा जातीचे वर्णन बरेचसे यथार्थ आहे. एकेकाळी गावचा राजा असलेल्या या जातीच्या वाट्याला आलेले आजचे कष्टमय जीवन, वारंवार पडणारे दुष्काळासारखे सावट, त्यामुळे होणारी त्यांची स्थिती -

ना मिती
खपावे किती
सतत शेतात
दे पीक न धरणीमाय उभ्या वर्षात ('सुगी', पृ. ५७)

अशी झाली आहे. याव्यतिरिक्त पहिल्या विभागातील 'लेजिम' (श्री. बा. रानडे) या कवितेत 'सुगी'च्या दिवसातील रात्रीच्या आनंदाचे चित्रण आहे तर 'संध्याकाळी' (अविनाशचंद्र) मध्ये शहरी कृत्रिम जीवनाचा वीट येऊन कवी रम्य अशा खेड्याकडे फेरफटका मारून येत आहे. 'विरोध' (अविनाशचंद्र) मध्ये गरिबी आणि वैभव यांतील विरोध चित्रित केला आहे.

भाग दुसरा :

ग्रामीण बोलीत खेड्यातील पात्रांच्या तोंडून कथन केलेल्या कवितांचा समावेश दुसऱ्या विभागात आहे. स्वाभाविकच या भागात खेड्यातील व्यक्तींचे स्वभावदर्शन त्या त्या कवितेतून घडविण्याचा प्रयत्न दिसतो. चर्चेच्या सोयीसाठी - शेतकऱ्याची आनंदी समाधानी वृत्ती, आगोट ते इर्जिक, शेतातील कामगार, शेतीची स्थिती आणि आचार-विचार, वेगवेगळ्या प्रदेशातील शेतकरी, प्रणयभाव, विवाहासाठी मागणी आणि विवाहोत्तर स्त्री दशा, ग्रामीण भागातील समजुती - अंधश्रद्धा अशी या विभागातील कवितांची विभागणी करता येईल.

शेतकऱ्याची आनंदी/समाधानी वृत्ती :

शेतकरी वर्गाच्या आनंदी/समाधानी वृत्तीचे चित्रण 'सुगी'तील कवितांत अनेक ठिकाणी पाहावयास मिळते. काही कविता तर केवळ शेतकरी कसा आनंदी/ समाधानी राहतो हेच दाखविण्यासाठी लिहिलेल्या आहेत असे वाटते.

ना. घ. देशपांडे यांच्या 'सुगी'या कवितेतील नायिका या वर्षी धनधान्य चांगलं आलं म्हणून आनंदी झाली आहे. तर सुरेश यांच्या 'सुगी' कवितेतील निवेदक शेतकरी साल रग्गड आल्याने आपल्या कारभारणीजवळ आनंद व्यक्त करतो. नेटकी मांडणी हे ना. घं. च्या कवितेचे वैशिष्ट्य त्याबरोबरच मर्यादाही ठरली आहे. सुगीचे पुरेपूर वर्णन ही कविता करू शकली नाही. फळं-फुलं- ज्वारी एवढ्याच पिकांची सुगी ना. घं. च्या कवितेत दिसते. उलट सुरेश यांच्या कवितेतील तपशील सविस्तर आहे. परंतु गद्यमय भाषेमुळे ही कविता पाल्हाळिक झाली आहे.

'सुखी जीव' (राजा बढे), 'समाधान' (ना. घ. देशपांडे), 'आम्ही तर जंगलची पाखरे (पां. श्रा. गोरे) या कवितांच्या शीर्षकावरूनच शेतकऱ्याच्या जीवनातील सुख, समाधान आणि आनंदाच्या या कविता असल्याची कल्पना येते. 'सुखी जीव' मधील शेतकरी फुकटात मिळणाऱ्या लाखांपेक्षा कष्टार्जित एक भाकरी मला पुरे असल्याचे सांगतो. शेताची राखण करणाऱ्या आपल्या घरधनिणीच्या हातची रोटी खाऊन तो ढेकर देतो. 'समाधान' मधला शेतकरीही कोरडी भाकर मागतो. त्याला झोपायला वाकळीचीही गरज भासत नाही. 'आम्ही तर जंगलची पाखरे' मध्ये आम्ही

जंगलातील पाखरे असल्याने आम्हांला कशाची कमी नाही. शेत ही माऊली, आम्ही तिची लेकरे आहोत असे सांगून या शेतात मिळणारी तूर, वाणीचा हुरडा, चवदार हरभरा, मूग-चवळीच्या शेंगा, बोरे, मध, फळे अशा जंगलच्या मेव्याची माधुरी वर्णिली आहे. याशिवाय बाजरीची गोड शिळी भाकरी, पिण्यास झऱ्याचे पाणी, पोहण्यास डोह, आंब्याच्या सावलीत लोळून पावा वाजवणे ही सारी सुखे कोणाही धनवंताला मिळू शकत नाहीत. जंगलच्या पाखरांप्रमाणे आम्हांला हे सारे रान मोकळे आहे असे सारे रम्य वर्णन आहे. वास्तविक या साऱ्या शेतमालावर मालकाचे वर्चस्व असते. शेतकरी-शेतमजूर यांच्या कामावर व विश्रांतीवरही त्याचे नियंत्रण असते. पण उपरोक्त कवितांमध्ये शेतकऱ्याचे जीवन फारच सुखी, समाधानी आणि आनंदी असते, हेच दाखविण्याचा प्रयत्न आहे. शिवाय शेतकऱ्यावर येणाऱ्या नैसर्गिक, कौटुंबिक आणि सामाजिक आपत्ती यांचा कुठेही मागमूस नाही.

आगोट ते इर्जिक :

आगोट म्हणजे पावसाळ्याच्या सुरुवातीची, पेरणीपूर्वीची वेळ आणि इर्जिक म्हणजे सर्व गाव मिळून अडलेल्या शेतकऱ्याच्या शेतावर करावयाची नांगरणी. पेरणीपूर्व मशागतीपासून इर्जिकपर्यंतच्या सर्व शेतकामांचे वर्णन वेगवेगळ्या कवितांतून आले आहे. या कामांच्या वेळचा शेतकऱ्यांमधील उत्साह, सहकार्य भावना इ. चे दर्शन घडविण्याचा प्रयत्न त्या त्या कवितेतून दिसतो. यामध्ये 'आगोट' (वि. म. घुले), 'पावसाचं गीत' (आनंद), 'पेरणीसाठी' (वि. भि. कोलते), 'पेरनीचा होका' (सोपानदेव चौधरी), 'निंदणी' (भ. श्री. पंडित), भलंरी (गिरीश), इर्जिक (वि. म. घुले) या कवितांचा समावेश होतो.

'आगोट' कवितेत वळवाचा पाऊस पडून गेला आहे. त्यामुळे तापलेली जमीन पाणी पिऊन गार झाली आहे. अगोदर राहिलेली नांगरणी आटोपणे नंतर पेरणी; असा शेतकऱ्यांचा बेत रचणे चालू आहे. हिरवा चारा दिसू लागल्याने शेतकरीवर्गात आनंदाचे वातावरण निर्माण झाले आहे.

त्यानंतर येतो पाऊस आणि 'पावसाचं गीत.' या कवितेत पावसामुळे होणाऱ्या पिकांच्या वाढीचे वर्णन कवीने लोकगीताच्या ढंगाने केले आहे. प्रत्येक महिना, किंवा सणाच्या आधारे एक कडवे घेऊन पिकांची स्थिती आणि विकास चित्रित केला आहे.

'नागपंचमीचे पाची बोटं सवस आले रोटं सा ऽ जने बाई
या रोटानं लावला डोया सवस आला पोया सा ऽ जने बाई'

अशी रचना असलेले सणांचे वर्णन करणारे एक लोकगीत खानदेशात म्हटले

जाते. या कवितेतील कडव्यांच्या सुरुवातीच्या ओळी अशा आहेत.

"आला आला सरावण - शेत वाढे तण तण"
"आला आला गौरीसण - दाणा भरे मण मण"
"उजाडला आशवीण - पन वेल झाली जून"
"सप सप चालू द्या वीळा / दसऱ्याचा चंदन टीळा"

या सर्व कडव्यांतील शेत - पिकाच्या वर्णनानंतर शेवटच्या तीन ओळी शेतकऱ्याच्या वास्तव स्थितीवर टाकतात-

"आला आला मंगशीर - भात झालं खळाभर
करता सरकारी भर
शेत्याच्या नयनी नीर !!" ('सुगी', पृ ६९)

'पेरणीसाठी' कवितेतील शेतकऱ्याची स्त्री पेरणी करायला येणाऱ्या स्त्रियांना लवकर लवकर निघण्यासंबंधी, जाताना सोबत घ्यायच्या वस्तूंसंबंधी सांगते आहे. पेरणीसाठी लागणाऱ्या सर्व साधनांचे तपशील या कवितेत येतात. याच प्रसंगावर 'पेरणीचा होका' ही कविता आहे. सोनाबाई या स्त्रीला शेतकऱ्याची बायको पेरणीचा होका घेण्यासाठी विनवते आहे.

पुढच्या 'निंदणी' शीर्षकाच्या कवितेत तीन चरणांच्या प्रत्येक कडव्यातील मांडणीत सफाईदारपणा असला तरी शेतकामाच्या माहितीत मात्र चुका दिसतात. या कवितेतील निंदणाऱ्या स्त्रिया निंदताना गवत कापून आणतात ते विकून दाम मिळवितात. त्यांना निंदणीची मजुरी वगैरे मिळत असल्याचे कवितेत दाखविलेले नाही. गवत कापून आणून विकणे आणि निंदणी करणे या दोन स्वतंत्र कामांची गल्लत येथे झालेली दिसते.

'भलंरी' हे काढणीच्या वेळचे समूहगीत. सुगीच्या दिवसांतल्या शेतकऱ्याच्या आनंदाला या कवितेत शब्दरूप लाभले आहे. ग्रामीण बोली, लोकगीताची लय यामुळे या गीताच्या रचनेला संगीतमयता प्राप्त झालेली दिसते.

काढणीनंतरचे शेतातले काम नांगरणी. 'इर्जिक' कवितेत गावच्या पाटलाची नांगरणी करायची म्हणून त्यानं इर्जिक घातली आहे. त्यासाठी एक शेतकरी इतरांना इर्जिकला येण्यासंबंधी आवाहन करतो आहे. नांगरणीबरोबरच त्या प्रसंगी मिळणारी न्याहरी, नंतरचे पाटलाच्या माडीवरचे जेवण, पाटलाचा स्वभाव यांचे वर्णन तो करतो. शेतकऱ्यांमधील परस्पर सहकार्याची भावना या कवितेत येते.

शेतकीतील कामकरी :

'गोफणवाला' (सुरेश), 'मोटकरी' (ना. घ. देशपांडे) 'मोळीवाला' (सुरेश) या कवितांतून शेतीतील कामकऱ्यांचे वर्णन त्यांच्याच शब्दांत केलेले आहे. त्यातील गोफणवाल्याचं वर्णन पाल्हाळिक व मोटकऱ्याचं गाणं लयबद्ध असं आहे. मात्र या मोटकऱ्याला विहिरीच्या पाण्यात भोवरे येऊन गरगर फिरणारा फेस दिसतो आहे. वास्तविक पाण्यातील भोवरे हे नदी किंवा ओढ्याच्या पाण्यातच पाहावयास मिळतात. मोळीवाला स्वत:च्या दारिद्र्य-दु:खाचं वर्णन करतो पण, ''पाठीवर मारा दोन खेटरं कसं। पन मारू नका पोटाला गरीबाच्या नाना असं'' (सुगी' पृ. ८०) अशा सांकेतिक ओळींमुळे कवितेची रचना गद्यासारखी सरधोपट वाटायला लागते.

शेतीची स्थिती आणि शेतकऱ्याचे आचार विचार :

'फेरफटका' (सुरेश) या कवितेत शेतकऱ्याच्या घरी आलेल्या पाहुण्यांचा आदर सत्कार, त्यांना पिकांची, शेतीची माहिती देणे इ. येते तर 'गरिबीचा पाहुणचार' (ग. ल. ठोकळ) मध्ये साधंच पण आग्रहाचं जेवण पाहुण्यांना मिळतं. शेतकऱ्याच्या स्वागतशील, मोकळ्या मनोवृत्तीचं दर्शन या कवितांतून घडतं.

कोकणचा शेतकरी आणि कुळवडी :

कोकणच्या शेतकऱ्याचे कष्टमय जीवन 'कोकणचा शेतकरी' (आनंद) या कवितेत येते. ''कोकणचा शेती। नुस्ता नावांत। पिकते ते सारे। खोताचे भात'' ('सुगी' पृ. ८८) अशी कोकणच्या शेतकऱ्याची स्थिती आहे. त्याने कष्टून मिळविलेला भात तो खोताच्या घरी पोचता करतो. खोताचे अपशब्द त्याला ऐकावे लागतात. 'कोकणचा कुळवडी' (चक्रवाक) या कवितेत नणंद भावजयीच्या संवादातून या कुळवड्याच्या माडीच्या व्यसनावर प्रकाश टाकला आहे.

प्रणयभाव :

इतर प्रकारच्या कवितांपेक्षा प्रेमविषयक कवितांची संख्या 'सुगी'त अधिक आहे. त्यांतील काही प्रियकर-प्रेयसी प्रेमाच्या तर काही पती-पत्नी प्रेमाच्या आहेत.

'उद्या येदाळा' (साधुदास) या कवितेत प्रियकर प्रेयसीशी संवाद साधतो आहे. वेगवेगळ्या ठिकाणचे प्रेयसीचे चित्र हृद्य असले तरी कवितेतील ग्रामीण बोलीमध्ये 'करवी', 'वक्षावरी' असे प्रमाण भाषेतील शब्द खटकतात. याशिवाय या कवितेतील प्रेयसी पिकला आंबा आंबराईत खाते. त्यानंतर उन्हाळ्याचे दिवस असूनही लगेच सरीवर सरी पाऊस पडतो आणि परवा पोळा सण येणार असल्याचे सांगितले जाते.

'गरिबीचा सौंसार' (ग. ल. ठोकळ) कवितेतील नायक आपल्या गरिबीचं वर्णन

करून 'संसार करायला तयार होतेस का ?' असे विचारतो. त्याच्या घरी कणग्या पोती भरत नसल्या तरी पोटापुरती जमीन आहे. पोटापुरती जमीन, चार बैल ज्याच्याकडे आहेत त्याला पांघरायला असणार नाही असं होणार नाही परंतु - 'घट्ट मिठीच्या उबाऱ्यामधी हीव कसं शिरणार ?' -ही रोमँटिक कल्पना काव्यात आणण्यासाठी जणू त्याने पांघरायला नसल्याचे सांगितले असावे असे वाटते.

याशिवाय 'भिंगरी' (ना. घ. देशपांडे), 'गुजगोष्टी करूं कानात' (कुमार कमलाग्रज) 'शीळ' (ना.घ. देशपांडे), 'विनवणी' (शंकरलाल अगरवाल), रावणी (भ. श्री. पंडित) इत्यादी प्रियकर-प्रेयसी प्रेमाच्या कविता 'सुगी'त आहेत.

पती-पत्नी प्रेमाच्या कवितांपैकी 'लक्ष्मी', 'जात्यावरलं गाणं', 'घरधनी' या ग. ल. ठोकळांच्या तीन कविता आहेत. 'लक्ष्मी' या काव्यात 'ती' घरात आल्यापासून कशी सुबत्ता आली आहे हे सांगितले आहे. तर 'जात्यावरलं गाणं' गाणारी घरधनीण आपल्या दूरदेशी गेलेल्या पतीचं गुणगान करते आहे.

राया डोळ्यामंदी तुझ्या मोतीयाचं पाणी
राया तुझा रंग जवसाच्या फुलावाणी
तुझ्या डोईवर अक्षी पागूटं कुसुंबी
तुझं वठ बाई जशी फुलली डाळिंबी

असे त्याचे तिने केलेले वर्णन केवळ वर्णनच नाही तर

तुझ्या बिगरे मला घासही जाईना
तुझ्या बिगरे मला पाणीही घोटना ('सुगी', पृ १०३)

अशी त्याच्या विरहातली तिची स्थितीही चित्रित झालेली दिसते. पारंपरिक जात्यावरल्या ओव्यांच्या लयीत लिहिलेलं हे खास ग्रामीण प्रेमगीत म्हणता येईल.

'घरधनी' कवितेत झांझड पडली असली तरी घरधनी घरी आलेला नाही. त्याची वाट पाहणाऱ्या घरधनिणीचे भाव या कवितेत चित्रित झाले आहेत. रानातून गाई परतल्या, बाजारातील लोक घरी परतले पण अद्याप घरधनी आला नाही. आता

येईल घरधनी भुकेजून तेथुन
जेवण्यास त्याला दुधभाकर वाढीन
मग देईन कांबळ खाटेवर टाकून
दूर करीन मी शिणभाग तिकडचा हातपाय चेपुनी ('सुगी', पृ. १०७)

अशी त्याची सेवा ती करणार आहे. आपल्या पतीला राया-सजणा वगैरे न म्हणता ती 'घरधनी' म्हणते. त्यांचा किंवा त्याचा (शीण) न म्हणता पारंपरिक संकेतानुसार 'तिकडचा' म्हणते.

याशिवाय यशवंतांचे 'न्याहरीचे गाणे' पां. श्रा. गोरे यांची 'खोळंबा', शांतादेवी परदेशी यांची 'आठवण' अशा इतर काही पती-पत्नी प्रेमाच्या कवितांचा समावेश 'सुगी'त आहे.

अशा प्रकारच्या ग्रामीण परिसरातील वेगवेगळ्या विषयांचं वर्णन करणाऱ्या 'सुगी'तल्या या कविता आहेत. मात्र ढोबळ वर्णनापलीकडे त्या गेलेल्या नाहीत. या वर्णनातही बऱ्याच ठिकाणी तपशिलाचे घोटाळे आहेत. या कवितांमधून ग्रामीण जीवन सुखी, समाधानी आनंदी असते असा जवळ जवळ सर्वच कवींचा समज झालेला आहे. सुरेश, ग. ह. पाटील, पां. श्रा. गोरे अशा काही कवींच्या मोजक्याच कविता वास्तवदर्शी आहेत. त्यातही सुरेश यांची कविता वर्णनाचा तपशील देता देता बरीच गद्यप्राय झालेली दिसते. पां. श्रा. गोरे यांचीही 'आम्ही तर जंगलची पाखरे' ही कविता शेतकऱ्याच्या स्वच्छंदी जीवनाचेच चित्र रेखाटते. बाकी इतर कवींच्या कवितांना बऱ्याच मर्यादा आहेत. खेड्यातील रम्य जीवनावर अनेकांनी आपल्या रोमँटिक काव्याचे कलम केल्यासारखे वाटते. ना. घ. देशपांडे यांच्या 'सुगी' कवितेमधील, गेयता, रचनेतील सफाई पटकन लक्ष वेधून घेत असली तरी या कवितेतील आशय पाहिला म्हणजे तिच्यातील अपूर्ण आणि चुकीच्या माहितीमुळे या कवितांचा फोलपणा लगेच जाणवतो.

भाषेच्या बाबतीतही ग्रामीण आणि नागर अशा बोलींचे मिश्रण बऱ्याच कवितांत दिसते. ग्रामीण बोलीत कविता लिहिताना काही कवींनी प्रमाण मराठी शब्दांचा त्यात समावेश करून संमिश्र भाषा वापरली आहे. सुरेश, ग. ह. पाटील, पां. श्रा. गोरे, ग. ल. ठोकळ यांच्या कवितांचा अपवाद वगळता इतर कवींच्या कवितांत कमी अधिक प्रमाणात हीच स्थिती दिसते.

या मर्यादा लक्षात घेऊनही ग्रामीण कवितांचा पहिला संग्रह म्हणून 'सुगी'चे मराठी ग्रामीण कवितेच्या संदर्भातले महत्त्व केव्हाही नाकारता येण्यासारखे नाही. 'सुगी'पूर्व मराठी कवितेतील ग्रामचित्रणावर प्रकाश टाकताना वि. द. साळगावकरांनी म्हटले आहे, "... जानपद गीत अगर ग्रामगीत हा मराठीतील अगदी नवा काव्यप्रकार आहे, असे म्हणावयास हरकत नाही. आजपर्यंत होऊन गेलेल्या महाराष्ट्र कवींचा खेड्याशी अगर ग्रामजीवनाशी फारसा संबंध नसल्यामुळे अगर ग्रामजीवन हा काव्यविषय नाही अशी काहींची चुकीची समजूत असल्यामुळे मराठी काव्य कितीही वैभवशाली असले तरी त्यात फारशी ग्रामगीते नव्हती आणि जरी केशवसुतांसारख्या एखाद्या कवीने 'नैर्ऋत्येकडील वारा' अगर 'एक खेडे' या

सारख्या कवितेत नागर जीवनाकडून आपल्या कोकणाकडे दृष्टी वळविली तरी केवळ पार्श्वभूमीपलीकडे अगर नागर जीवन हे कृत्रिम कसे आहे, हे दाखविण्यापलीकडे, अस्सल ग्रामगीतांचे कार्य त्यांच्याकडून झालेले नव्हते.''[१]

या पार्श्वभूमीवर 'सुगी'या पहिल्या प्रातिनिधिक जानपदगीत संग्रहाचे महत्त्व अनन्यसाधारण आहे. तथापि या संग्रहातील कवितांचे स्वरूप लक्षात घेता या कवी-कवितांपेक्षा संपादकाचेच कार्य अधिक मोलाचे आहे असे म्हणावे लागेल. 'सुगी'चे संपादक ग. ल. ठोकळ यांच्या या कार्याचा गौरव करताना आनंद यादव यांनी म्हटले आहे, ''...... त्यातील ('सुगी'तील) कवींपेक्षा तिचे संपादन करून प्रकाशन करावे एवढी ती महत्त्वाची आहे, असे वाटणाऱ्या ग. ल. ठोकळ यांना तिचे श्रेय अधिक द्यावे लागते. कवींनी एक प्रकार म्हणून जानपदगीते रचली आणि त्या गीतांत एका वेगळ्याच सामर्थ्याची शक्यता आहे हे प्रथम ओळखून तिचा प्रातिनिधिक संग्रह काढण्याची कल्पना सुचणे ही घटना मराठी साहित्याच्या संदर्भात अर्थपूर्ण वाटणारी आहे.''[२] ग्रामीण जीवनावर त्या काळात लिहिल्या जाणाऱ्या खऱ्या-कृतक, वास्तव - रम्य अशा कवितांना एकत्र आणून त्यांचे संपादन ठोकळांनी केले.

ग्रामीण जीवनावर काव्य लिहिले जाऊ शकते, नव्हे काव्यनिर्मितीची ताकद आणि वास्तवजीवनाचा अनुभव या गोष्टी असल्या म्हणजे ग्रामीण जीवनावर 'चांगली' कविताही लिहिली जाऊ शकते, हे जसे या संग्रहाने दाखविले तसेच वास्तव जीवनानुभवाच्या अभावी केवळ कल्पनाशक्तीच्या जोरावर लिहिलेले काव्य कसे कृतक असते हेही या संग्रहातून सिद्ध झाले.

या शिवाय 'सुगी' या प्रातिनिधिक जानपद काव्यसंग्रहाचे ग्रामीण काव्याच्या संदर्भात ऐतिहासिक महत्त्व आहे ते असे - केवळ ग्रामीण किंवा जानपद गीतांच्या संग्रहाचा हा पहिला प्रयत्न होता. हा संग्रह प्रसिद्ध झाल्यानंतर त्याचे अनेक मान्यवरांकडून मोठ्या प्रमाणावर स्वागत झाले. या संग्रहाला असलेल्या वि. स. खांडेकरांच्या महत्त्वपूर्ण प्रस्तावनेवरून तसेच तत्कालीन नियतकालिकांत प्रसिद्ध झालेल्या या संग्रहाच्या परीक्षण आणि जानपद काव्यावर लिहिल्या गेलेल्या लेखांवरून याची कल्पना येते. हा संग्रह इ. स. १९४८ मध्ये बी. ए. च्या अभ्यासक्रमात नेमला गेला होता, अशी नोंद 'हिंद' मासिकाच्या नोव्हें. १९४८ च्या अंकात सापडते. (पा. ना. कुळकर्णी यांच्या 'सुगी च्या निमित्ताने' या लेखावरील संपादकीय टिपण पृ. क्र. ४१) या संग्रहांनंतर संपादक ग. ल. ठोकळांप्रमाणेच ग. ह. पाटील, पां. श्रा. गोरे, के. नारखेडे यांचे ग्रामीण जीवनावरील काव्याला प्राधान्य देणारे काव्यसंग्रह नंतर प्रसिद्ध झाले आणि ग्रामीण काव्याचे एक नवे दालनच मराठी काव्यात या संग्रहापासून सुरू झाले.

गिरीशांची ग्रामीण काव्यरचना :

गिरीशांच्या खंडकाव्यांमध्ये 'आंबराई' हे ग्रामीण जीवनावरील खंडकाव्य आहे. तसेच त्यांच्या असंख्य स्फुट कवितांपैकी ग्रामीण जीवनावरील कविता आणि त्यांचा लेखनकाल पुढीलप्रमाणे आहे. 'सुखी संसार' (३१ मे १९४२), 'बियाणा' (२५ एप्रिल १९३७), 'सुंदर हिरवे माळ' (२६ जुलै १९३३), 'वारे पाऊस' (२३ मे १९२६) 'भलरी' (१४ नोव्हें. १९३४), 'दौल्याची दिवाळी' (२ ऑक्टो. १९४०), 'शांतिस्थान' (२५ ऑक्टो. १९२३), 'काढणी' (१२ जुलै १९२८), 'सहकार' (१५ ऑक्टो. १९३८). या सर्व स्फुट कविता त्यांच्या 'कांचनमेघ' या निवडक कवितांच्या संग्रहात समाविष्ट झालेल्या आहेत.

आंबराई :

या खंडकाव्याचे कथानक थोडक्यात असे : सगुणा ही शिलोजीची एकुलती एक मुलगी. आई लहानपणी वारलेली. मानाजी या शिलोजीच्या मित्राकडे तिचे संगोपन होते. अंभेरी गावच्या रावबा पाटलाचा मुलगा मुरार व सगुणा लहानपणचे सवंगडी - पुढे त्यांचा विवाह होतो. चोळी बांगडीसाठी शिलोजी मुरारला आपली आंबराई देतो. पुढे आपल्या कुमित्रांच्या सहवासात मुरार स्वैरपणे वागू लागतो. जत्रा, तमाशे, कुस्त्या इ. मध्ये पैशांची उधळपट्टी करतो. मुरारने व्यापार करून पैसा कमवावा अशी त्याच्या वडिलांची इच्छा. -मुरार मुंबईस जातो. तेथेही घोड्यांच्या शर्यतीत पैसा उधळतो. परत येतो. अंभेरीला तापसरीच्या साथीत त्याच्या आईवडिलांचा मृत्यू होतो. पुन्हा उधळपट्टी करतो. शिलोजीही आजारी पडून मृत्यू पावतो. उधळपट्टीत मुरार सर्व काही विकतो. मुलांना जगवण्यासाठी होणारे सगुणेचे हाल पाहून त्याला पश्चात्ताप होतो. सगुणेच्या आईचे डोरले मोडून मुंबईला येतो. गिरणीत कामावर लागतो. गिरणीत कामावरून कमी केला जातो. हमाली करतो. आजारी पडतो. सगुणा - मानाजी मुंबईला येतात. दवाखान्यात सगुणा मुरारची शुश्रूषा करते. मुरारला पश्चात्ताप होतो. दोघे अंभेरीला परत येऊन कष्ट करू लागतात. मानाजी आपल्या मित्राच्या प्रेमाखातर आंबराई परत मिळवून मुरारच्या मुलाच्या-हिरूच्या नावे करून देतो. सर्व वैभवात नांदू लागतात.

अल्पवयात हाती संपत्ती आली आणि कुसंगत लागली म्हणजे माणूस कसा वाहवत जातो, ते या कथेत सांगितले आहे. त्याबरोबरच 'उत्तम शेती, मध्यम व्यापार, कनिष्ठ नोकरी' या उक्तीप्रमाणे व्यापारापेक्षा शेती आणि शहरी राहणीपेक्षा खेडवळ राहणी कशी श्रेष्ठ आहे हेही सांगण्याचा प्रयत्न केलेला आहे.

"नग रहानं हतं, नरक ह्यो, किडे मानसं त्येत,
नग नग ही मुमई, जाऊ परतुन अंम्भेरीत,
"परतुन जाऊ अम्भेरीच्या राबूं रानामन्दी
गरीबीत मङ्ग करूं दैवाची अपुल्या तेजी मन्दी"
('आम्बराई', पृ. १३०)

"नवशक्तीच्या पोटी धरिला नवाङ्कुराने जोम,
मुरार निन्दी शहरी रहाणी आणि तियेचे स्तोम"
('आम्बराई', पृ. १३४)

या ओळींवरून हेच स्पष्ट होते.

गिरीशांच्या या हेतूबद्दल टीका करताना ग. त्र्यं. माडखोलकर यांनी म्हटले आहे, "..... शेती आणि शेतकरी यांच्याविषयी त्यांनी स्वीकारलेली दृष्टी अगदी ठरीव आहे. रम्य ते बाळपण म्हणून जसे बाळपणाचे गोडवे गावयाचे, तसेच उत्तम शेती म्हणून शेतीचे गोडवे गावयाचे - शेतकरी हा आपल्या जमिनीचा बिनशर्त मालक आहे आणि त्याच्या कुटुंबाचा चरितार्थ उत्तम चालेल इतकी त्याची जमीन आहे, या दोन गोष्टी गृहीत धरून त्यांनी आपल्या काव्यांतील शेतीच्या उत्तमतेचे एकांगी चित्र रेखाटले आहे. त्यांच्या काव्याचा नायक मुरार हा आपल्या बापाचा एकुलता एक मुलगा आणि सासऱ्याचा एकुलता एक जावई असल्यामुळे दोनही घरची शेतीवाडी त्याला मिळून, त्याची चैन होते. शिवाय आपत्काळी त्याच्या हाकेला ओ देऊन, आंबराई सोडवायला मानाजीसारखा एकनिष्ठ हितचिंतकही सज्ज असतो. त्यामुळे त्याचा संसार सहजासहजी ढासळतो, तसाच कवीची लहर लागताच पुन्हा सहजासहजी सावरतोही. इतके भाग्य इतर सामान्य शेतकऱ्यांचे कुठून असणार."[३]

मुरार, सगुणा, शिलोजी, मानाजी ही प्रमुख पात्रे या काव्यात आहेत. पैकी कुमित्रांच्या सहवासात पैशांची उधळपट्टी करणारा नंतर पश्चाताप होऊन सन्मार्गी लागणारा, दारू पिणारा पण पत्नीशी एकनिष्ठ राहणारा मुरार या काव्याचा नायक आहे. नायिका सगुणा ही साध्वी हिंदू स्त्रीचा केवळ आदर्श आहे. मुरार मुंबईला गेल्यावर सासू, सासरे, वडील यांचा कुणाचाही आधार नसताना (वडिलांचा मित्र मानाजी हाही या वेळी देव देव करण्यास गेलेला असतो.) ती मुलांचं संगोपन करते. दुसरा मुलगा वारल्यानंतरही त्याचं दुःख दाबून पतीची मुंबईच्या रुग्णालयात सेवा करते. शिलोजी हा सगुणेचा बाप आपल्या लाडक्या मुलीवर जिवापाड प्रेम करतो. पत्नी मेल्यानंतरही दुसरे लग्न न करता आम्बराईत राहण्यास जातो. मानाजी हा

शिलोजीचा मित्र तर मित्रप्रेमाचा साक्षात आदर्श आहे, सगुणेची आई वारल्यानंतर बालपणी तिचा तो सांभाळ करतो. शिलोजीला मरतेसमयी दिलेले वचन पाळण्यासाठी विकलेली आंबराई सगुणा-मुररला परत मिळवून देतो. याशिवाय सगुणेची सासू, सासरा (रावबा पाटील), मुले - हिरू आणि केरू, अशी गौण पात्रं या काव्यात येतात.

सहेतुक निर्मिती ही जशी या काव्याची मर्यादा आहे. त्याचप्रमाणे घटनांचा योगायोग आणि पात्रांचे आदर्शीकरण या दोन गोष्टीही या काव्याच्या कृत्रिमतेत भर घालतात. मुरारच्या आई (नंतर) वडिलांचा तापसरीच्या साथीने आणि मुरारच्या मुलाचा खल रोगाने झालेला मृत्यू या घटना आकस्मिक वाटतात.

या तिघांच्या मृत्यूला निदान साथीच्या आजाराचा आधार तरी आहे, पण चसगुणाचा बाप शिलोजी तर अचानक आजारी पडून मरतो - नेमक्या सगुणेवर कोसळणाऱ्या आपत्तीच्या वेळी. मानाजी देवदेव करायला गेल्याचे दाखविले आहे. या घटनांबरोबरच पत्नीशी एकनिष्ठ राहणारा मुरार केवळ घोडे शर्यतीत व मित्रांच्या उधळपट्टीत सारी इस्टेट विकून टाकतो. एवढी संकटं येऊनही ज्याच्यामुळे ही स्थिती प्राप्त होते त्या मुरारबद्दल सगुणा जरासुद्धा चीड किंवा संताप व्यक्त करत नाही. मानाजी शेवटी केवळ मित्राला दिलेले वचन पाळण्यासाठी म्हणून आंबराई मुरार - सगुणेच्या मुलाच्या- हिरूच्या - नावे करून देतो. त्याऐवजी त्याला मूलबाळ नव्हते म्हणून हिरू सगुणा - मुरार यांपैकी कोणासही दत्तक घेऊन आंबराई त्याला दिल्याचे दाखविले असते तर ते अधिक स्वाभाविक वाटले असते. पण मित्रप्रेमाचा आदर्श म्हणून मानाजीचे चित्र रेखाटावयाचे असल्याने या पद्धतीने आम्बराई देऊ केल्याचे कवीने दाखविले असावे असे वाटते. याशिवाय यमक जुळविण्यासाठी केलेली शब्दांची ओढाताण (उदा. सर्वे - धर्वे, गोण्डा-ओण्डा इ.), प्रत्येक बहाराच्या शेवटी ओढून ताणून आणलेला कमंडलू ओढ्याचा उल्लेख या काही गोष्टी काव्याची परिणामकारकता घालवतात.

ग्रामीण काव्याच्या संदर्भात 'आम्बराई' खंडकाव्याची काही वैशिष्ट्ये अशी - अस्सल ग्रामीण विधी, उत्सव, प्रसंगांचा कथेच्या विकासासाठी उपयोग करण्यात आला आहे. उदा. देवदेव करणे, नागपंचमी, चोळी-बांगडी, बासन बांधणे इ. संवादांसाठी केलेला ग्रामीण बोलीचा वापर या काव्याला जिवंतपणा आणण्यास उपकारक ठरला आहे. विशेषतः लागीर होणे, झपाटणे, मोगड, बुचाड, आरं, डोरलं अशा खास ग्रामीण शब्दांचा वापर काव्यातील ग्रामीण वातावरण निर्मितीस उपयोगी ठरला आहे. त्याशिवाय एकनाथांचं पद, दारूची लावणी, पैशावरील गज्जल, यशवंतांचे न्याहरीचे गाणे, विरह व प्रीतीचे गाणे इ. नी काव्यात विविधता साधली जाते.

या काव्याच्या मर्यादा मान्य करून ग्रामीण जीवनचित्रणाच्या बाबतीत चंद्रशेखरांच्या खंडकाव्यानंतरचे पुढचे पाऊल या खंडकाव्याने टाकले आहे असे म्हणावे लागेल. चंद्रशेखरांच्या अद्‌भुतरम्य, भावविवश कथानक आणि पात्रे असलेल्या खंडकाव्यापेक्षा गिरीशांची खंडकाव्ये तुलनेने अधिक स्वाभाविक वाटतात. चंद्रशेखरांच्या खंडकाव्यात ग्रामीण बोलीतील शब्दांची मोडतोड झालेली दिसते, तशी गिरीशांच्या खंडकाव्यात झालेली नाही. आणि मुख्य म्हणजे चंद्रशेखरांच्या खंडकाव्याची प्रेरणा परावलंबी आहे (अनुवाद - रूपांतर - प्रासंगिक इ.) तशी गिरीशांची नाही. एकंदरीत पात्रांचे आदर्शीकरण, घटना-प्रसंगातील योगायोग या मर्यादा असलेले 'आंबराई' हे खंडकाव्य स्वतंत्र कथानक, बोलीभाषेचा वापर इ. बाबतींत चंद्रशेखरांच्या खंडकाव्यापेक्षा अधिक सहज आणि वास्तविकतेच्या जवळ जाऊ पाहणारे आहे.

गिरीशांची स्फुट कविता :

खेड्यातील शेतकऱ्याचे जीवन सुखाचे, आनंदाचे असते असा समज गिरीशांच्या अनेक कवितांतून चित्रित झालेला दिसतो. 'सुखी संसार' या कवितेत गरिबीतल्या सुखी संसाराचे वर्णन पती आपल्या पत्नीजवळ करतो आहे.

गरीबीचा थाट, समाधान, दाट
शिळी कोरडी भाकर, पाणी, मीठ !
कोरड्यास ओठाच्या ग, फोडी, ग

('कांचनमेघ', पृ. ५१)

याप्रमाणे शेतकऱ्याचं जीवन गरिबीचं असलं तरी खूप समाधानाचं असतं असं तो सांगतो.

'सुंदर हिरवे माळ' या कवितेत वर्षाऋतूच्या सरींनी बहराला आलेल्या सुंदर माळाचे वर्णन आहे. "..... माळाचे सौंदर्य, डोंगर व सुखी शेतकरी पाहण्यासाठी मन आसावते. हीच या कवितेची भूमिका" असे या कवितेच्या सुरुवातीला म्हटले आहे. या कवितेबरोबरच कवीची जानपद जीवनाकडे पाहण्याची दृष्टीही या भूमिकेतून स्पष्ट होते.

'वारे पाऊस' या कवितेतही तिसऱ्या प्रहरच्या वादळी 'वारे पाऊसा'नंतर शेतकऱ्याला होणारा आनंद चित्रित केलेला आहे.

'भलंरी' या गीतातही सुगीच्या दिवसांतील आनंदाचे वर्णन आहे. ग्रामीण ढंगात लिहिलेले हे काढणीचे समूहगीत त्या काळात खूप लोकप्रिय झाले होते. 'सुगी' या संग्रहात त्याचा समावेश आहे.

नाही म्हणायला 'दौल्याची दिवाळी' या कवितेत दुष्काळाच्या भीतीने घाबरलेल्या दौल्याला दिवाळी कशी साजरी करावी असा पेच पडतो. मात्र हस्ताचा धो धो पाऊस कोसळून त्याला आनंद झाल्याचे दाखवून कवीने हे जीवन आनंदीच कसे असते ते येथेही दाखवून दिले आहे.

याशिवाय 'शांतिस्थान' या गावाकडील एका 'संसारतापाने तापलेल्याला विश्रांती देणाऱ्या' शांतिस्थानाचे वर्णन आहे. तर 'बियाणा' हे माणसाच्या कृतघ्न वृत्तीवर प्रकाश टाकणारे कथाकाव्य ग्रामीण जीवनाचे चित्रण करते.

'रम्य ते खेडे' हाच भाव गिरीशांच्या ग्रामीण जीवन चित्रण करणाऱ्या उपरोक्त कवितांतून आलेला दिसतो. त्यांच्या कवितेतील खेडे हे तापलेल्या मनाला विश्रांती आणि समाधान मिळवून देणारे आहे. दुष्काळ असला तरी शेतकऱ्याची काळजी दूर करण्याकरिता येथे अचानक हस्ताचा धो धो पाऊस येतो. हा शेतकरी कधी एकटा तर कधी सामूहिकरीत्या गाणं म्हणून आपला आनंद व्यक्त करतो. रविकिरण मंडळाच्या कवितेतील रंजकतेची एक सांकेतिक दृष्टी गिरीशांच्या या कवितांतूनही दिसते. कवीला खेड्यातील दुःख, दारिद्र्य, दुष्काळ इ. वास्तवाचे दर्शन न होता, तेथे आनंद, वैभव आणि गरिबी असली तरी समाधानी वृत्ती यांचे दर्शन घडते. रविकिरणमंडळाच्या सदस्यांत तुलनेने गिरीशांनी ग्रामीण जीवनाकडे आपली दृष्टी अधिक वळविली एवढेच काय ते त्यांच्या कवितांच्या संदर्भात म्हणता येईल. मात्र ग्रामीण खंडकाव्यांमध्ये लक्ष वेधून घेणारे खंडकाव्य म्हणून त्यांच्या 'आंबराई' या खंडकाव्याचा उल्लेख करावा लागेल.

यशवंत :

गिरीशांप्रमाणेच रविकिरण मंडळातील एक ज्येष्ठ कवी यशवंतांनीही ग्रामजीवनावर काही कविता लिहिल्या आहेत. त्यात 'नांगरखुटी' (२९.४.२५), 'शेतकीतील सुख' (१२.१२.२३), 'घात' (२.१२.२८), 'प्रेमाची दौलत' (१.९.२३), 'न्याहरीचे गाणे' (७.९.२५) 'घर' (१२.६.२८) आणि 'झाल्या तिन्हीसांजा' (१६.४.३३) या कवितांचा समावेश करता येईल.

'नांगरखुंटी' या कवितेत शेतकऱ्याच्या वास्तव स्थितीवर प्रकाश टाकण्याचा कवीचा यत्न आहे. रविकिरण मंडळाच्या कालखंडातील कवींचा ग्रामजीवनाकडे पाहण्याचा दृष्टिकोन लक्षात घेता ही कविता लक्षणीय वाटते. हलधराच्या नांगराला सोन्याची खुंटी आणि बैलाला मोत्याचे वेसण - असे वर्णन करणाऱ्या कवीला उद्देशून यशवंतानी म्हटले आहे, "हे अज्ञात कवे ! हे अलोट वैभव तुला केव्हा पाहावयास मिळाले ? आम्ही पाहतो ते मात्र याप्रमाणे"–

आम्ही साम्प्रत पाहतो कृषिक हा अर्धाच पोटी जगे
वस्त्राला कुठला घरात अडका ? कर्जात शेती रस्ते
फेडाया वर व्याज जात विकले ते बैल तो नांगर
रस्ता मुंबईचा धरून मरणा देतोच आमंत्रण

कवितेच्या शेवटच्या दोन ओळींत इच्छा प्रदर्शित केली आहे ती अशी–

पाहाया मिळणार का न वरच्या गीतातले वैभव ?
जे केले मनुजे करू नच शके का ते पुन्हा मानव ?
('यशोधन', पृ. ४८)

'नांगरखुंटी'त शेतकऱ्याच्या वास्तव जीवनाचे चित्रण करण्याचा प्रयत्न असला तरी यशवंतांच्या इतर कवितांत मात्र वास्तव ग्रामजीवनाचा प्रत्यय येत नाही. 'शेतकीतील सुख' या कवितेत गावाकडच्या शेतकऱ्याचे जीवन सुखाचे असल्याचे चितारले आहे.

भूक लागता चटणी किंवा कांदा अन् भाकर
खाऊनी द्यावी वर ढेकर

या आणि

लाखपटींनी हे न सुखद का कृषिकर्मी राबणे
नको ते परवशतेचे जिणे
('यशोधन', पृ. ४९)

या ओळींवरून यशवंतांच्या या 'शेतकींतल्या सुखा'त आणि गिरीशांच्या 'सुखी संसार' या कवितेतील शेतकऱ्याच्या सुखात काहीही फरक नाही हे स्पष्ट होते.

आहे त्या परिस्थितीत शेतकरी समाधान मानून घेतो (आणि त्यामुळेच तो सुखी असतो) हे सांगण्याचा प्रयत्न 'घर' या कवितेत दिसतो. वरपक्ष आणि वधूपक्षाचा संवाद या कवितेत आहे. वरपक्षाकडील मंडळी, आमच्याकडील कणगी - पोत्यांत 'मोती' असून दावणीचे गायी-बैल आम्हास 'हिरे' अन् 'लाल' आहेत, दर साल पीक देणारे शेत ही 'सोन्याची खाण' आहे- अशा पद्धतीने हे समाधान व्यक्त करतात.

'न्याहरीचे गाणे' ही यशवंतांची प्रसिद्धी पावलेली कविता. न्याहरी घेऊन जाणारी घरधनीण बरोबरच्या मैत्रिणीस, उशीर होऊ नये म्हणून बिगीबिगी चालण्यास

सांगते आहे. नायिकेच्या मनातील आपल्या धन्याबद्दलचे भाव या कवितेत येतात. मात्र न्याहरीची वेळ नांगरसुटीची म्हणजे सूर्य डोक्यावर आल्यावरची दाखविल्याने सारेच औचित्य नष्ट झाले आहे.

'घात' म्हणजे वापसा. पाऊस पडून गेल्यावर घात आली म्हणजे शेतकरी पेरणी करतो. या वेळेला कृषिजीवनात अनन्यसाधारण महत्त्व आहे. या वेळेची महती 'घात' या कवितेत आहे. 'प्रेमाची दौलत' मध्ये आपल्या होणाऱ्या मुलासाठी दिवंगत पतीच्या वस्तू सांभाळून ठेवणारी पत्नी आहे.

'झाल्या तिन्ही सांजा' या कवितेत पतीची प्रतीक्षा करणारी कारभारीण आणि तिच्या मनातील भावांदोलने चित्रित केलेली आहेत. तिन्हीसांजा झाल्या, रातकिडे किरकिर करू लागले पण पती अद्याप घरी आला नाही याची काळजी ती करते आहे; आतुरतेने आपल्या घरधन्याची वाट पाहते आहे. भारतीय संस्कृती- परंपरेनुसार आपल्या पतीचे नाव न घेता त्याऐवजी त्याच्या बैलांच्या नावांचा उल्लेख करते. तिन्ही सांजा झाल्या, रातकिडे किरकिरू लागले पण परधान्या - राजा अजून कसे येत नाहीत ? शालू - हिरा या कालवडी दूध काढायला उशीर झाला म्हणून हुंकारा देत आहेत; पान्दीतील वाट सरळ नाही; रात्र अंधारी आहे आणि बैल कुठल्याही आवाजाला बुजणारे आहेत; मुलींमधली मधु (बाबांच्याच) 'पुढ्यात मी जेवणार' म्हणून हट्ट धरून रुंजी घालते आहे, तर मंजी पेंगुळलेली असली तरी झोपत नाही; दोघीही सारख्या आत-बाहेर ये-जा करताहेत; हुरड्याच्या उसळीला निवल्यानंतर गोडी येणार नाही, (हे) मोट लवकर का सोडीत नाहीत? माझा जीव अधिकाधिक वर खाली होतो आहे; काल तो पिसाळ (शत्रू) काही गुरगुरला होता, त्याला लाज कशी ती नाहीच; तरीही अष्टभुजा देवी पाठीराखी आहे, ती (पतीची) राखण करील- असे विचार आणि तदानुषंगिक भाव या स्त्रीच्या मनात येतात.

ग्रामीण स्त्रीच्या मनातील भावनांची आंदोलने स्वगतरूपाने या कवितेत येतात. परंतु 'झाल्या तिन्ही सांजा' असे या कवितेचे शीर्षक असले तरी वर्णन मात्र अंधाऱ्या रात्रीचे आहे. त्यामुळे 'न्याहरीचे गाणे' या कवितेप्रमाणे येथेही समय औचित्य नष्ट झाले आहे.

यशवंताच्या ग्रामीण जीवनावरील कवितांत कृषिजीवन जगणारे लोक, आहे त्या स्थितीत समाधान मानणारे आहेत, हा भाव जसा दिसतो तसे तपशिलातील घोटाळ्यांमुळेही या कवितेतील कृत्रिमता सहज डोळ्यात भरते.

गिरीश, यशवंत हे रविकिरण मंडळातील कवींपैकी दोन प्रमुख कवी होत. माधव ज्यूलियन - गिरीश-यशवंतांच्या काव्याचा प्रभाव तत्कालीन मराठी कवितेवर मोठ्या प्रमाणावर दिसून येतो. रविकिरणमंडळातील कवींवर जसा हा प्रभाव दिसतो तसा समकालीन इतर कवी आणि ग्रामीण जीवनावर कविता लिहिणारे कवी

यांच्यावरही दिसतो. म्हणून जानपद जीवनावर कविता लिहिणाऱ्या कवींपैकी एक - दोघांच्या काही कवितांचा अपवाद वगळता तत्कालीन जानपद कविता रविकिरणमंडळाच्या प्रभावातच वावरताना दिसते. 'सुगी' या प्रातिनिधिक संग्रहातून जसा याचा प्रत्यय येतो तसा स्वतंत्र काव्यसंग्रहांतूनही येतो.

संदर्भ

१. साळगावकर, वि. द. : 'सुगी' (पु.प.), प्रतिभा २ फेब्रु. १९३४, वर्ष २ अंक ३, पृ. २१ ते २४

२. यादव, आनंद : 'ग्रामीण साहित्य : स्वरूप आणि समस्या', दु. आ. मेहता पब्लिशिंग हाऊस पुणे १९८४, पृ. ४०

३. माडखोलकर, ग. त्र्यं. : 'आंबराई' (पु. प.), अरुण, डिसें. १९२८, पृ. २७

***

३

गोरे, बी. रघुनाथ, पाटील आणि ठोकळ यांची कविता

पांडुरंग श्रावण गोरे :

पां. श्रा. गोरे यांचा ‘बोबडे बोल’ हा काव्यसंग्रह इ. स. १९३२ साली प्रसिद्ध झाला. त्यानंतर ‘वाणीचा हुरडा’ आणि ‘बोरकूट’ हे त्यांचे दोन काव्यसंग्रह प्रसिद्ध झाले आहेत.

एकूण तीस कविता असलेल्या ‘बोबडे बोल’ या संग्रहात ग्रामीण जीवनावरील मोजक्याच कवितांचा समावेश आहे. या कविता संख्येने कमी असल्यातरी लक्षवेधक आहेत. या संग्रहानंतर गोरे यांनी ज्या बहुसंख्य ग्रामीण कविता लिहिल्या त्यांची सुरुवात या दृष्टीने या संग्रहातील या मोजक्या कविता विचारात घेण्यासारख्या आहेत. ‘आम्ही तर जंगलची पाखरे,’ ‘तूच ना जिवलग माझा हुडा !’ ‘नाही आस्था

पुरली देवा !', 'भारेवाली', 'रडगाणे !', 'शेतकऱ्याचे गाणे !' 'हृद्गत' इ. कवितांमधून ग्रामीण जीवनचित्रण आलेले दिसून येते. पैकी 'आम्ही तर जंगलची पाखरे' ही कविता 'सुगी'त येऊन गेलेली आहे.

'भारेवाली' या कवितेत गवताचा भारा विकणाऱ्या गरीब स्त्रीचे हृदयस्पर्शी चित्रण आहे. आपली दैन्यस्थिती कथन करून ही भारेवाली लोकांना भारा विकत घ्या म्हणून विनविते आहे.

हा भारा रोज विकावा
मग त्यावरी गुजर करावा
कळणा कधि कोंडा खावा
गोजिरवाणे लहानसे पिरावे । ते कसेतरी पखवावे

असे या भारेवालीचे दैनंदिन जीवन आहे, तर -

अन्नान्नदशा बघवेना
गहिवरती अंत:करणा
किती रोज सहावी दैना
शिरी ओढवला कहर दु:खाचा । घ्या दुवा दीन दुबळ्यांचा

असे तिचे दारिद्र्य आहे. दिवस मावळतो तरी तिचा भारा कोणी घेत नाही. शेवटच्या कडव्यात तिने आपल्या संसाराची कारुण्यपूर्ण स्थिती सांगितली आहे-

रवि हा कलला झाली संध्याकाळ । जाहले लाल आभाळ
असतिल थकली वाट पाहुनी बाळे । आशेने ती लडिवाळे
अनशापोटी असतिल प्याली पाणी । अन्न अन्न दिनभरी करूनी
झोपडीत उघड्या वास
नच तेल सांजवातेत
अंधारी रात उदास
कधि पाहिन धीर न मुळि या डोळा । जरी भाला मनी बसला
('बोबडे बोल', पृ. ३१, ३२)

एका गरीब भारेवालीचे करुण चित्र या कवितेत हुबेहूब साकार होते.

'नाही आस्था पुरली देवा !' या कवितेत आर्थिकदृष्ट्या संपन्न पण जिचा भोग्या नवरा कोण्या गावाला फिरतो आहे अशा एका खेड्यातल्या स्त्रीचे चित्र रेखाटले आहे. होनाजी बाळाच्या एका रचनेच्या चालीवर लिहिलेली ही कविता आहे.

कवितेचे मुद्रणही सरळरेषेत झालेले आहे त्यामुळे ही कविता एखाद्या गद्यकाव्यासारखी वाटू लागते.

ग्रामीण जीवनातील सुखाने आनंदून जाण्यापेक्षा कवीला त्यातील दु:खच अधिक व्याकुळ करताना दिसते. म्हणूनच गोरे यांच्या आनंदी जीवनचित्रण करणाऱ्या इतर कवितांपेक्षा ग्रामीण जीवनाचे दु:ख चित्रित करणाऱ्या कविताच अधिक परिणामकारक वाटतात.

'रडगाणे' या कवितेत मोटेवरचे गाणे, जात्यावरचे गाणे, भुंग्याचा पिंगा, वाऱ्याचे धावणे, वाघाचे ओरडणे, नागाचा फुत्कार हे सारे कवीला आनंदी किंवा रोमँटिक न वाटता अनुक्रमे मोटेवर (कोर भाकरीसाठी) हेल काढणारे मोटकरी, जात्यावर पोट जाळण्यासाठी रडणाऱ्या तरुणी, वेलीभोवती (मधुवरासाठी) स्फुंदणारे भुंगे, फुलातील गंधासाठी उतावीळपणे धावणारा वारा, करुण स्वरात किंकाळी फोडणारे केसरी, सुस्कारे सोडणारे लालमणी (नाग) असे सर्व सृष्टीत श्रमपरिहार आणि दु:खसांत्वनासाठी रडगाणे चालू असल्याचे दिसते.

'शेतकऱ्याचे गाणे' या कवितेतही शेतकऱ्याच्या कष्टमय जीवनाचे चित्रण कवीने केले आहे.

> किती सोसावा जुलूम हा देवा । सुखलेश न जन्मी ठावा
> या हाडाची करून निशिदिनी काडे । पोटाचे भरती न खाडे
>
> ('बोबडे बोल', पृ. ४०)

अशी साध्या पण समर्पक शब्दांत कवितेची सुरुवात असून शेतकऱ्याला डोक्यास मुंडासे, अंगाला कपडा, पोटाला अन्न, रहायला घर, झोपायला अंथरूण या साध्या मानवी गरजाही भागविता येत नाहीत. कष्ट मात्र त्याला जिवापाड करावे लागतात हे सांगितले आहे.

'हृद्‌गत' ही कवीची आत्मलक्षी कविता. स्वत:च्या हीन दीन जीवनाचे वर्णन कवीने या कवितेत केलेले आहे.

> *गवताचे खोपट पडके*
> *मातीचे ढोबर फुटके*
> *कवितेचे सडक्या पुडके*
> *धन दौलत इमला सारा । का विचारता नावाला ?*
> *कधि करून मोलमजुरी । पाडितो पसामुळ पदरी*
> *बुरसल्या शिळ्या भाकरिचे । हे तुकडे मम आहारी*
> *पोटाला ओढुनि काचा । बांधावी कंबर वेळी !*

अशी दैन्यावस्था आहे. त्यामुळेच -

या अखंड चिंतारोगे । वार्धक्य अकाली आले
बोळके मुखाचे बनले । शिरिं केस पांढरे झाले
बारिकले पिचके डोळे । वानमुखी सारा बदले
दिड तुटकी पायिं वहाण
दंडाचे धोतर तीन
अंगार मळके हीन !
घेती न कुणी मम वारा । का विचारता नावाला ।

('बोबडे बोल', पृ. ४६)

असे हे जीवन कवीच्या वाट्याला आलेले आहे. आपल्या परिस्थितीचे, त्या परिस्थितीने बनलेल्या व्यक्तिमत्त्वाचे, या दोघांमुळे लोकांकडून मिळणाऱ्या वागणुकीचे यथास्थित चित्रण या कवितेत येते.

कवी पां. श्रा. गोरे यांच्या 'बोबडे बोल' या संग्रहातील या मोजक्याच कविता या कालखंडातील इतर मराठी ग्रामीण कवितेपेक्षा आपले वेगळेपण सांगून जातात. इतर समकालीन कवींपेक्षा गोरे हे वास्तवाच्या अधिक जवळ गेलेले दिसतात. सजविलेली कृतक कविता लिहिण्यापेक्षा जसे आहे तसे वास्तव किंवा जसाच्या तसा अनुभव चित्रित करण्यावर त्यांचा भर दिसतो. अर्थात 'आम्ही तर जंगलची पाखरे' यासारख्या अपवादात्मक कवितांवर समकालीनांची छाप पडलेली दिसते. पण त्यांच्या 'रडगाणे', 'शेतकऱ्याचे गाणे', 'भारेवाली' इ. कवितांतून वास्तवतेचे नेटके भान या कवीला आहे याची साक्ष पटते. म्हणून "शेतकऱ्याच्या आयुष्यक्रमाची त्यांनी काढलेली चित्रे अधिक जिव्हाळ्याची वाटतात" हे गोरे यांच्या संदर्भात वि. भि. कोलते यांनी काढलेले उद्‌गार शब्दशः खरे ठरतात. ('बोबडे बोल' प्रस्ता. पृ. ४)

'बोरकूट' हा पां. श्रा. गोरे यांच्या एकूण १०५ कवितांचा तिसरा काव्यसंग्रह आहे. 'बोबडे बोल', 'वाणीचा हुरडा' (२ रा संग्रह) यांतल्या आणि नंतरच्या बहुसंख्य कवितांचा समावेश या संग्रहात आहे. या कवितांमध्ये ग्रामीण जीवनावर आधारलेल्या कवितांची संख्या मोठ्या प्रमाणात आहे. ग्रामीण जीवनावरील या कवितांतही सामाजिक आणि प्रेम-शृंगारविषयक कवितांची संख्या अधिक आहे. त्याबरोबर काही शब्दचित्रे, कवीचे आत्मभाव प्रकट करणाऱ्या कविता यांचाही समावेश आहे.

गोरे यांच्या ग्रामीण कवितेचे वेगळेपण जाणवते ते त्यांच्या सामाजिक कवितांमधून. कवी स्वतः एका गरीब कुटुंबात जन्मलेला जातिवंत शेतकरी आहे. त्यामुळे त्याच्या

कवितेतील सामाजिक आशय समकालीन ग्रामीण कवींच्या कवितांमधील चित्रणाप्रमाणे केवळ वरवरचा न राहता तो वास्तवरूपाने प्रकट झाला आहे.

'गुराख्याचे गाणे' या कवितेवरून वरील विधानाची सत्यता लक्षात येते. केवळ स्वैर मौज मारणारा गुराखी गोऱ्यांनी चित्रित केला नाही.

मग उठून गुंडाळोनी - गोधडी
करि काठी तशी उचलोनी - घोंगडी
ना ऊन पाहता पाणी - वा झडी
ओलांडुनी पांधण शिवेपलिकडे रानी
चाराया नेतो गाई हिरव्या कुरणी

अशी त्याच्या प्रत्येक दिवसाची कष्टमय सुरुवात आहे. अर्थात कष्टातही सुख मानणारा हा गुराखी संध्याकाळी गुरे घरी नेताना मजेत पाव्याच्या ताना काढताना दिसतो.

गुराखी, पोळा, दिवाळी हे तत्कालीन ग्रामीण कवींच्या कवितांचे आवडते विषय. समकालीन कवींच्या कवितांच्या पार्श्वभूमीवर गोरे यांच्या 'पोळ्याच्या दिवशी' आणि 'दिवाळी' या कविताही कवीला असलेल्या सामाजिक वास्तवाच्या भानाची कल्पना आणून देण्यास उपयुक्त आहेत.

'पोळ्याच्या दिवशी' या कवितेत पोळ्याच्या आनंदाचे वर्णन आहे. पण कवितेचे निवेदन करणाऱ्या स्त्रीच्या डोळ्याला मात्र धारा लागलेल्या आहेत कारण तिचा पती एक महिन्यापूर्वीच दिवंगत झाला आहे, त्यामुळे तिच्या नांद्याला (बैल) मिरवायला आज कुणी नाही.

'दिवाळी' या कवितेत दुष्काळातील एका गरीब कुटुंबाच्या दारिद्र्याच्या स्थितीचे वर्णन आहे. दिवाळीचा दिवस असूनही या शेतकऱ्याच्या खिशात चवली नाही. पत्नीस चोळी, बाळी, मुलांना फटाके तर नाहीतच, पण खायला अन्नही नाही. म्हणूनच -

कर घालुनी गळ्यात
रडता न ये निवांत
बाळे समोर बसली । सण आज दिवाळी ।
घरी बंद आज चूल
विझला दिवा न तेल
ही गर्द रात काळी । सण आज हा दिवाळी ।('बोरकूट', पृ.११८)

दिवाळीच्या दिवशी घरातील चूल विझलेली, दिव्याला तेल नाही त्यामुळे त्याच्या कुटुंबासाठी दिवाळीची असली तरी ती रात्र गर्द काळी आहे. अशा प्रकारे या कवितेत विरोधातून दारिद्र्याचे चित्रण झालेले दिसते. 'पोळ्याच्या दिवशी' या कवितेतील स्त्रीचे दुःख हे एखाद्या विशिष्ट स्त्रीचे दुःख आहे, पण 'दिवाळी' मधील दारिद्र्याचे चित्रण हे जवळपास प्रत्येक गरीब कुटुंबातील असल्याने ते प्रातिनिधिक झाले आहे.

'मराठमोळा', 'आजच्या मराठ्यास', 'पोकळ डौल' या कवितांतून शिवकालीन मराठ्यांचा पराक्रम, वैभव व समकालीन मराठ्यांचा पोकळ डौल, हांजी हांजी करण्याची वृत्ती यांचे वर्णन येते.

'बलिदान' मध्ये पावसाअभावी पिकांची, जनावरांची, पक्ष्यांची आणि मानवजातीची झालेली दैना चित्रित केलेली आहे-

गर्भातचि कणसे अजुनी
सोडला जीव धांड्यांनी
किंवा
पाखरे चोच वासोनी
झाडती पाय तडफडुनी

पीक आणि पाखरांच्या दुष्काळातील स्थितीचे वर्णन अशा ओळींतून अल्प शब्दांत यथार्थपणे व्यक्त होते. या दुष्काळातील माणसांची दैना तर मनाला चटका लावून जाते.

किती कहर दुकाळी सांगता न ये हाय
पोटचा विकाया गोळा धजली माय !
गोवली कसाबा दावण लावुनि गाय !
घेति जहर डोळे मिटुनी
जवळ विहीर करती कोणी

('बोरकूट', पृ. ८८ व ८९)

अशी सर्व दुष्काळग्रस्तांची स्थिती या कवितेत येते.

'वणवा' या कवितेतही भडकलेल्या दुष्काळाचे वर्णन नेमक्या शब्दांत आलेले आहे. दुष्काळामुळे गाव सोडून आलेल्या शेतकऱ्याच्या मन:स्थितीचे चित्रण या कवितेत आहे.

गाव ना गोत
काळीवर शेत
एकला जीव मोकाट

असा गाव आणि शेत सोडून आलेला हा एकटा जीव आहे. दुष्काळामुळे मुलं-बाळं-भाऊबंद यांचे बंध तोडून आल्याने डोळ्यांत अश्रू आणि पोटात दुःख अशी त्याची स्थिती झालेली आहे. म्हणूनच -

भडकला वणवा
नसे ओलावा
हा कसा अपाप विझावा ।

अशा शब्दांत हा दुष्काळी वणवा व्यक्त होतो.

भिकाऱ्याची दैन्यावस्था 'भिकेची भाकर' मध्ये, तर अस्पृश्याची व्यथा 'दाद' या कवितेत येते.

केवळ कृषिउद्योगावर आधारित अशा काही खास कविता गोरे यांनी लिहिल्या आहेत. त्यांमध्ये 'पाटीचे गाणे', 'सत्कार', 'व्यर्थ', 'दळण', 'जागल', 'शेवटी', 'प्रोत्साहन', 'भाग्यवान' इ. कवितांचा समावेश होतो.

पैकी 'पाटीचे गाणे' मध्ये उपणणीचे, 'संस्कार' मध्ये शेतकऱ्याच्या आतिथ्यशीलतेचे 'व्यर्थ' मध्ये पावसाअभावी ओस पडलेल्या गावाचे, शेतकऱ्याच्या कष्टाचे, तर 'जागल' मध्ये शेताच्या राखणीचे वर्णन येते.

'दळण' कवितेतील स्त्री जात्यावरल्या गाण्यातून आपली दैन्यावस्था मांडते.

धन्याला बाई रोज - मजुरी आणे बारा
संसार त्यात सारा ।
पोटाला पालू माझ्या - बांधते आवळून
पेटते जरी रान ।
दुःख न माझे मला - उपाशी परी बाळे
अंतरी कळवळे ।

('बोरकूट', पृ. १४३)

दारिद्र्यामुळे अन्न-वस्त्राविना होणारे हाल लोकलयीत नेमक्या शब्दांत साकार होतात. पोटात अन्न नाही म्हणून भूक दाबण्यासाठी पोटाला पालू (भाकरी बांधण्याचे

फडके) आवळणे ही कल्पना सूचक आहे.

'भाग्यवान' ही राजकारणी लोकांवर लिहिलेली एकमेव कविता. सभेमध्ये जाहीर भाषणांत गरिबांच्या गोष्टी करणारा पुढारी आपल्या दारी गरीब आला म्हणजे शिव्यांची वृष्टी करतो. लोककल्याणाच्या बाता मारून लोकांना लुबाडतो. स्वैर मोटारीत धावणारा, कायद्याचा आपल्यासाठी वापर करणारा असा हा नेता. त्याच्याकडे -

मालकीची शेते हजारो एकर
पाहिले न याने एक डोळाभर
कसते जमीन कष्टून जे कूळ
फेकी उपटून त्याचे हा मूळ

('बोरकूट', पृ. १३३)

अशी हजारो एकर जमीन बाळगणारा पण त्याच्या शेतांवर कष्टणाऱ्या कुळांचे मूळ उपटून टाकणारा हा भाग्यवान एवढ्यावरच थांबत नाही, तर दारुबंदीची घोषणा देत स्वत: दारूचे पेले रिकामे करतो. नीतीच्या गप्पा मारून बायका नाचवतो. कवीने अशा भाग्यवानाला 'बगळा लफंग' म्हटले आहे. हा गरिबांचे रक्त आटवत असला तरी त्याला मानाचे तक्त मिळते. याला कोणी काही म्हणत असले तरी त्याच्यापुढे वित्त आणि मान लीन होऊन येतात. म्हणून तोच खरा भाग्यवान आहे अशी ही पुढाऱ्यांच्या भोंदूगिरीवर प्रकाश टाकणारी एक व्यंग कविता आहे.

'विटंबना' या कवितेमध्ये माणूस मेल्यानंतर या स्वार्थी जगाचे त्याच्याशी होणारे व्यवहार कसे विसंगत असतात ते सांगितले आहे. 'मेल्यावर मला का रे लाजवता' ही धृपदाची ओळ असून प्रत्येक कडव्यात, माणूस जिवंत असताना जगाने त्याच्याशी केलेल्या व्यवहाराच्या अगदी उलट तो मेल्यानंतर होणाऱ्या विधींचे वर्णन आहे. उदा. आयुष्यभर जो उपाशी होता त्याच्या तोंडात साखरेचे पाणी का टाकता ? जन्मभर उघडा असताना आता कोरा कपडा का पांघरता ? आयुष्यभर ज्याला कोणाचं प्रेम मिळालं नाही त्याला न्हाताना आता दूध का पाजता ? शेवटपर्यंत वर आकाश आणि खाली धरित्री अशा स्थितीत राहिलेल्यासाठी आता घोंगडी का अंथरता ? ज्याचे पाय अडखळत होते त्याला खांद्यावर मिरवत का नेता ? असे प्रश्न विचारून -

होता या कुडीत जोवर हा ज़ीव
केली न तोवर त्याची कोणी कीव ! ?
जित्यापणी गोडी मनात नसता
मेल्यावर का रे बंधन तोडता ?

('बोरकूट', पृ. १६८)

असा कवितेचा शेवट केलेला आहे. एकेक प्रश्न विचारून माणसाच्या विसंगत वृत्तीचे दर्शन या कवितेतून घडविलेले आहे.

गोरे यांच्या या सामाजिक कविता वाचताना त्यातील साध्या पद्धतीने व्यक्त होणारे वास्तवानुभव, शेतकऱ्याच्या दैन्य-दुःखाचे जिव्हाळ्याने केलेले चित्रण या गोष्टी या कवितांचे वेगळेपण सांगून जातात. याशिवाय काही कवितांमधून मानवी स्वभावाचे, माणसाच्या विसंगत वृत्तीचे दर्शनही गोरे घडवतात. समकालीन कवीपेक्षा या कवितेच्या वेगळेपणाचे कारण म्हणजे गोरे स्वत: एका खेड्यातील गरीब कुटुंबातील जातिवंत शेतकरी आहेत ('बोरकूट' - प्रस्ता. पृ. ४). त्यांनी अनुभवलेले, स्वत: जवळून पाहिलेले अनुभवच त्यांच्या कवितेतून आलेले आहेत. शिवाय विदर्भातील एका खेड्यात राहणाऱ्या या कवीचा पुण्या-मुंबईसारख्या शहरांशी (पर्यायाने शहरी कवींच्या नटव्या कवितेशी) संबंध आला नसावा. त्यामुळे शहरी भागात लिहिल्या जाणाऱ्या व काव्यगायनादी कार्यक्रमात हमखास दाद मिळविणाऱ्या कृत्रिम ग्रामीण कवितेचा फारसा प्रभाव या कवितेवर पडला नाही.

कवी गोरे यांच्या प्रेमकवितांची संख्याही सामाजिक कवितेच्या संख्येच्या खालोखाल भरेल. प्रेमकवितांमध्ये अर्थातच प्रियकर-प्रेयसी प्रेमापेक्षा पती-पत्नी प्रेमावर लिहिलेल्या कविता अधिक आहेत.

आपल्या वाट्याला आलेल्या प्रचंड कामाच्या रगाड्यात खरे तर शेतकऱ्याला रूढ अर्थाने प्रचलित प्रेम वगैरे गोष्टींसाठी फारशी फुरसतच नसते. तरीही हे सर्व काम आटोपून जे काही क्षण मिळतील ते तो आपल्या पत्नीच्या, मुलाबाळांच्या सहवासात घालवत असतो. पती घरी येण्याच्या वेळी कारभारणीने वाट पाहणे, न्याहरीची वेळ, शेतात बरोबर काम करताना, दोघांपैकी एक बाहेरगावी गेल्यानंतर - येणाऱ्या आठवणी-असे काही प्रेमाचे क्षण शेतकऱ्याच्या जीवनात असतात. त्यांचा आधार घेऊन ग्रामीण जीवनावर कविता लिहिणाऱ्या कवींनी आपल्या प्रेमकविता लिहिल्या आहेत.

'ओढ' या कवितेतील शेतकरी, संध्याकाळ संपून अंधार होऊ लागला आहे पण अजून घरी आलेला नाही.

पावसाची पिर पीर
अंधार हा काळाभोर
लवे वीज खालवर
सखा माझा कोठे दूर ?

('बोरकूट', पृ. ८१)

या पहिल्याच कडव्यात आपल्या पतीची वाट पाहणाऱ्या कारभारणीच्या मनाची अवस्था सूचित होते. काळाभोर अंधार आणि खालवर होणारी वीज या दोन्ही गोष्टी तिच्या मनातील भीती आणि शंका यांचे सूचन करतात. पुढच्या कडव्यात तिचा 'थाऱ्यावर नसलेला जीव' मोजक्या शब्दांत चित्रित झालेला दिसतो. आपल्या सख्याकडे तिचे डोळे आणि कान लागलेले आहेत. पण तान्हे लेकरू असल्याने ती रान धुंडायला जाऊ शकत नाही. म्हणूनच अंबेआईला तिचा 'महादेव' सुखी ठेवण्यासाठी ती प्रार्थना करते.

'पाठीराखी' या कवितेतील शेतकरी आपल्या कारभारणीची सोबत आपल्याला प्रत्येक कामी कशी मिळते याचे वर्णन करतो. पावसाळ्यात वाही झाल्यावर निंदणीला पुढे राहणारी, कापूस वेचणारी, गोठ्यातील वासराचे चारापाणी करणारी, रोजी आणल्यावर स्वयंपाक करणारी, त्याची तहानभूक जाणणारी अशी त्याची कारभारीण आहे. म्हणूनच-

संसाराच्या जंजाळात
माझी सखी पाठराखी
म्हणून ही ठाकुरकी

('बोरकूट', पृ. ९१)

असे तो म्हणतो. पत्नी निधनाची 'धग' याच शीर्षकाच्या कवितेत आठवणींच्या साहाय्याने चित्रित झाली आहे.

या उलट स्थिती आहे 'जिवलगा' कवितेत. या कवितेतील शेतकरी आपल्या पत्नीला घरी ठेवून परमुलुखात सुगी करण्यासाठी जात आहे. त्याला निरोप देताना तिचे नेत्र भरून येताहेत. ती एकटी राहील यापेक्षा तो परमुलुखात जातो याचे दुःख तिला अधिक आहे. म्हणून 'परमुलुखात जाण्यापेक्षा तू आपल्या शेतीवरच रहा. ती आपल्याला पोटाला देईल, तुझी साऊली असली तर पीठ पायली मिळवून आपण सांज धकवू. नशिबाचे पारडे फिरले तरी जे मिळेल ते गोड मानून खाऊ. कोठेही गेलास तरी मजुरी चुकणार नाही. तेव्हा हे दुःख आपण एकमेकांच्या सहवासातच

सहन करू,' असे ती त्याला विनविते आहे. पोटासाठी कामाच्या आशेने सुगीच्या दिवसांत शेतमजुराला व त्याच्या गृहिणीलाही तेवढा काळ परस्पर सान्निध्याला मुकावे लागते. या काळातील तिच्या भावना या कवितेत ती मांडते.

अल्पाक्षरत्व हा गोरे यांच्या काही कवितांच्या रचनेचा विशेष जाणवतो. 'उणीव' ही अशा प्रकारची कविता आहे. या कवितेतील प्रत्येक कडवे तीन चरणांचे आहे. कवितेची निवेदक एक स्त्री आहे. प्रत्येक कडव्यात एका गोष्टीचे अस्तित्व आहे, पण संबंधित गोष्टीचा उपभोग घेणारा तेथे नाही. जसे पाण्यात नाद भरला आहे पण घोटभर पाणी पिताना वासरू दिसत नाही. ती अंगणात दाणे फेकते पण पारवा येत नाही. जागोजागी मूठ साखर झोकते पण मुंग्या येत नाहीत. गोठ्यात गाईविना खुंटा सुना असल्याने ती भाकर कोणासाठी लावणार ? हिरव्या गवताची गंजी डोलते पण खाण्यासाठी (बैलजोडी) नाही. झाडाखाली पिकले बोर गळते आहे पण राघूचा खोज नाही. घरात कोनाडे ठाकठीक आहेत पण एक दिवा जळत नाही. या कवितेत एक गंमत आहे. नायिकेच्या मनात ज्याची उणीव आहे त्याची जाणीव वाचकाला कविता वाचताना होऊ लागते. चौथ्या कडव्यातून ती अधिक स्पष्ट होत जाते.

गोठ्यात गाईविना
पडे हा खुंटा सुना
भाकर लावू कोणा ?

गोठ्यात खुंटा सुना आहे. म्हणजेच गाय घरी नाही. ती घरी नाही अर्थात कोणी तरी नेली आहे. नेणारा अर्थात पतीच असावा (पण तसं कवितेत सांगितलेलं नाही.) पाचव्या कडव्यात हिरव्या गवताची गंजी उभी आहे पण सानगोजी (बैलजोडी) नाही. गायीसारखीच त्यांची परिस्थिती. मग आपल्या गाय-बैलांना घेऊन तो कोठे गेला असेल ? चारायला किंवा शेतात म्हटले तर संध्याकाळी परत येईल. मग

घरात कोनोकोनी
कोनाडे ठाकठीक
जळे न दिवा एक

हे सातवे कडवे आले नसते.

उपान्त्य सहाव्या कडव्यात त्याची म्हणजे पतीचीच उणीव नक्की होते. कारण -

गळते झाडाखाली
पिकले बोर रोज
राघुचा नाही खोज

('बोरकुट', पृ. १३५)

पती घरी नाही हे नक्की पण तो कोठे गेला हे मात्र निश्चित सांगितलेले नाही. तो नसण्याची जाणीव तिला प्रकर्षाने होत आहे. ही जाणीवच कवीला इथे मांडावयाची आहे. कवीचा हेतू पूर्णपणे साध्य झाला आहे.

'वाट' कवितेमधील घरधनीही एक आठवडा घराबाहेर गेला आहे. पतीच्या भेटीसाठी अधीर झालेल्या विरही पत्नीच्या मनाची व्याकुळता या कवितेत वर्णन केली आहे. तर 'याद' कवितेतील नायिका आपल्या पतीची एक एक आठवण आपल्या सखीला सांगते आहे.

'आगेकूच' मधील नायक मधुचंद्राच्या रात्री दारातून आत येणाऱ्या आपल्या नववधूचे वर्णन करून तिला मीलनासाठी आवाहन करतो आहे. तिच्या कानातील चमचमणाऱ्या कुड्या, हातातील हिरवा चुडा, गळ्यातील साज, बुट्ट्यांचा हिरवा शालू, नाकाताल पिंडीची नथ, लसणाच्या गाभ्यासारखी मुखावरील पिवळी कांती अशा तिच्या पोषाखाच्या आणि सौंदर्याच्या वर्णनाबरोबरच तो तिच्या हालचालींचे वर्णन करतो.

मारि चमक जर सुंदर
टाच कशी भिडून पदर
करि लवलव कशि कंबर
चोरून कशि अंग उभी - भयकातर जणु हरिणी
थरथरती ओठ किती - न्ह्याळिशी लाजुनि धरणी
पाय पुढे का न पडे - जड झाले का तोडे ?
कंप सुटे सर्वांगा - धड धड का ऊर उडे

अशी मीलनाची ओढ असली तरी भयभीत झालेली तिची स्थिती. म्हणूनच -

उजळ लोचनी महाल
पसर गोड इंद्रजाल
पाहिल वाट रंगलाल
खुळखुळवी पायजिबा, बसलिस का धरुनि दबा ?

नेत्र - शरा, सोड - जरा, ठार मार त्यास उभा
('बोरकूट', पृ. १४७)

असे आवाहन तो तिला करतो.

या कवितेतील तिच्या कपडे - दागिन्यांच्या वर्णनातून वाचकाच्या डोळ्यांसमोर एक नवविवाहित ग्रामीण तरुणी उभी राहते. तिच्या मुखाच्या पिवळ्या कांतीला दिलेली लसणाच्या गाभ्याची उपमा, 'न्ह्याळिशी' सारख्या ग्रामीण शब्दाची योजना इ. ग्रामीण वातावरण निर्माण करतात. नेत्र-शरा, इंद्रजाल यासारखे प्रमाण भाषेतील शब्दही या वातावरणामुळे कवितेच्या आशयाशी एकरूप होऊन जातात.

हंगामाच्या दिवसांत गव्हाच्या पिकाकडे पाहून 'हंगामात' या कवितेतील कारभारीण आपल्या धन्याच्या कष्टाचं कौतुक करते. पीक डोलताना पाहून तिचे मन आनंदाने भरून येते. गहू पिवळा होऊन तयार झाल्यावर त्याला माझ्या हाताने मी संगवीन व माझ्या धन्याला त्याचे अनेक प्रकार करून खाऊ घालीन असे स्वप्न ती रंगवते.

पती-पत्नी प्रेमाबरोबरच प्रियकर - प्रेयसी प्रेमाच्या काही कविता गोरे यांनी लिहिलेल्या आहेत. त्यामध्ये 'पैलतिरी', 'विनवणी', 'अकाल','-स', 'विसर', 'तो प्रसंग', 'मृत्यूस', 'अकारण' यांचा समावेश होतो. या कवितांमध्येही कवीचा वास्तवाच्या अधिक जवळ जाण्याचा प्रयत्न लक्षणीय आहे.

कवी गोरे यांच्या स्वविषयक कविता त्यांचे व्यक्तिमत्त्व जाणून घेण्याच्या दृष्टीने उपयुक्त आहेत. 'जा-पळा', 'मातेस' 'आव्हान', 'आवाहन', 'कवितेस' या कवितांमधून आपणास कवीच्या मनाचा, त्याला सभोवतालच्या जगात आलेल्या अनुभवांचा परिचय होतो.

'जा-पळा' कवितेत कवी स्वत:बद्दल, स्वत:च्या दु:खाबद्दल हताश झालेला दिसतो. म्हणून तो रसिकांना आपल्यापासून दूर जाण्यास सांगतो आहे.

मज पासून जा - व्हा दूर - मी दुर्मुख वेडा पीर।
जरि चढवीन कर्कश सूर - ती तुटेल सहज सतार
गाळाल अश्रुंचा पूर - क्षण रहाल मजसमोर
चिरनिराश मम रडगाणी
भेदितील अंत:करणी
राहु नका जवळी कोणी
कधी चुकून पडली कानी - स्थळी विराल पडुनी गार।
('बोरकूट', पृ. २८)

कवी स्वत:ला 'दुर्मुख वेडापीर' म्हणवून घेतो. उदासीनता आणि निराशेमुळे आपले सूर त्याला कर्कश वाटताहेत. माझ्या बेसूर गाण्यातील कारुण्य तुम्हां रसिकांना असह्य होईल म्हणून तुम्ही माझ्यापासून दूर पळा असे कवी म्हणतो. कवीच्या वाट्याला आलेले दु:खमय जीवन, त्यातून त्याला आलेले नैराश्य या कवितेत येते.

'मातेस' या कवितेत कवीने मातावियोगाचे दु:ख वर्णिले आहे.

'मरताना' ही 'विटंबना' या कवितेसारखीच एक उपहासगर्भ कविता आहे. ''जन्म सर्व गेला रडता - परि हसेन मरता मरता'' असे धृपद आळवीत या जीवनात भोगलेल्या दु:खापासून मुक्त होताना मी हसेन असे प्रत्येक कडव्यात कवी सांगतो. जीवनभर वीतभर पोटासाठी लोकांच्या विनवण्या कराव्या लागल्या ते विटंबन आता मरणाने टळणार आहे. ज्या पत्नीने मुक्या गायीसारखे दारिद्र्य सोसले तिने अखेरच्या वेळी मांडी देताना मी हसेन. गरिबीमुळे ज्यांना माझी शिसारी येत होती ते आप्त शेवटी माझ्या दारी उभे राहतील, मला आपल्या हाताने उचलून न्हाऊ घालतील, तिरडीवर निजवतील, खांद्यावर घेऊन जातील हे पाहून मी मरतानांही हसेन. जिच्या कटीखांदी मी वाढलो जिने माझ्यावर कोटीगणती उपकार केले ती मायभूमी

गंगेसम परि निष्पाप
माऊली मनाची साफ
अपराध करूनी मम माफ
पोटात ठेव ती देता- मी हसेन मरता मरता।

('बोरकूट', पृ. १३०)

अशाप्रकारे शेवटी मातृभूमीच्या पोटी ठाव मिळाल्यावर मी समाधानाने हसेन असे कवीने म्हटले आहे. धनिकांकडून आप्तेष्टांकडून आयुष्यभर झालेली अवहेलना, कवीबरोबरच त्याच्या पत्नीने सोसलेले हाल आणि शेवटी मातृभूमीबद्दलची कृतज्ञता या गोष्टींचे दर्शन या कवितेत घडते.

'आव्हान' या सुनीतामध्ये 'मी भिकारी असलो तरी आपल्या मनाचा राजा आहे. मी कुणाचा मिंधा नाही. कारण कुणी माझ्या गरजा भागवत नाही किंवा कुणाच्या जिवावर मी मौजा करत नाही. मला पाहून शिरावर आठ्या पाडणाऱ्यांच्या गमजा मी कशा सहन करणार ? कोसळणाऱ्या पावसात मला कोणी ओसरी दिली नाही की बाज. किंवा कोणी मला पाणी देऊन माझा कलिजा शांत केला नाही. रस्त्याने ठेचाळून पडताना कुणी उचलायला तयार न होता निर्लज्जपणे हसतात' याप्रमाणे पहिल्या बारा ओळींत आपण भिकारी असलो तरी स्वत:च्या मनाचे राजे आहोत असे

म्हणणारा निवेदक शेवटच्या दोन ओळीत मात्र आक्रमक पवित्रा घेताना दिसतो.

न देता हात, जग उठते शिरी सरसावुनी पंजा
तयाच्या मोजण्या दाढा उभा मी बांधुनी पैजा

('बोरकूट', पृ. १४२)

पहिल्या बारा ओळींत स्वार्थी व लबाड जगात धडपडणाऱ्या मनाचे चित्रण येते तर नंतरच्या दोन ओळींत अशा जगाविरुद्ध बंड करून उठणाऱ्या मनाचे चित्रण येते. या उत्कृष्ट कलाटणीने हे सुनीत बहारदार बनते.

'आवाहन' या कवितेत कवीची लेखणी अधिक विद्रोही झालेली दिसते.

चांदण्या वा चांद - न यात आनंद
माझ्या भावनांनो । सोडा यांचा छंद

असे म्हणत समाजात जे जे ढोंग आहे त्याविरुद्ध कवीचे मन चेतून उठते आहे. अशा गोष्टींविरुद्ध कवी आपल्या भावनांना विद्रोह पुकारण्यास सांगतो. त्यांना वरपांगी भक्तीचा ढंग दाखविणारा मृदंग फेकण्यास, नागडा निसंग व मदांध अनंगाचा संग टाळण्यास, बहरले बाग जाळून आग ओकण्यास, प्रासाद - प्राकार - पार यांवर शिळंधार ओतण्यास तसेच

प्राशी जे नि:शक्त अनाथांचे रक्त
माझ्या भावनांनो तुडवा ते तक्त

('बोरकूट', पृ. १६०)

असे अनाथांचे रक्त शोषणारे तक्त तुडवण्यास सांगतो. त्याबरोबरच शेवटी आपल्या भावनांना पवित्र अशा मानव्याचा मंत्रही जागवण्यास सांगतो.

कवितेला उद्देशून लिहिलेल्या 'कवितेस' या काव्यात कवी आपल्या कवितेला प्रश्न विचारतो आहे- तुझ्यापुढे हिरकण्यासुद्धा फिक्या आहेत. असे असताना सात खणांची माडी सोडून तू माझ्या उघड्या झोपडीत पायी चालत का आलीस ? तुला राणी करण्यासाठी दुनियेचा राजा तुझ्या घरी पाणी भरील. इथे मात्र चिंध्या लोंबताहेत. इथे तुला साखरसोजी ऐवजी सात दिवसांच्या कण्या मिळतील. माझ्या मुखात आता एकही दात उरला नाही. तुझ्या ज्वानीचा तोरा नवीन आहे. अशाही स्थितीत तू या दिवाळखोरावर का भाळलीस ?– असे प्रश्न तो आपल्या काव्यप्रेयसीला विचारतो.

पांडुरंग श्रावण गोरे यांच्या या सर्व ग्रामीण कवितांचे काही विशेष जाणवतात ते असे - गोरे यांनी ग्रामीण परिसरातील सर्वसामान्य जनतेची दुःखं चित्रित केली आहेत. 'आम्ही तर जंगलची पाखरे' सारख्या अपवादात्मक कविता सोडल्या तर खेड्यातील शेतकऱ्याच्या, कामकऱ्याच्या जीवनात शिगोशिग भरलेले दारिद्र्य आणि दुःख त्यांना आकर्षून घेते. त्यांच्या 'भारेवाली', 'शेतकऱ्याचे गाणे', 'रडगाणे', 'गुराख्याचे गाणे', 'दिवाळी', 'बलिदान', 'भिकेची भाकर', 'वाणीचा हुरडा' यांसारख्या कवितांमधून शेतकऱ्याच्या शेतमजुराच्या दारिद्र्य-दुःखाचे चित्रण झालेले दिसते. हे दुःख कोणाचा खोटा कैवार घ्यावा या दृष्टीने चित्रित झालेले नसून कवी स्वतः त्याबद्दल जिव्हाळ्याने बोलताना दिसतो. 'पाटीचे गाणे', 'सत्कार', 'व्यर्थ', 'जळण', 'जागल' या कवितांमधून शेतकऱ्याच्या कुटुंबात नित्य चाललेल्या कामांच्या निमित्ताने त्यांचे जीवनचित्रण करण्याचा कवीचा प्रयत्न दिसतो. शेतीकामाच्या वेळी त्यांची होणारी धावपळ, शेतकऱ्याची आतिथ्यशीलता, दुष्काळात होणारी शोचनीय स्थिती, त्याचे दैनंदिन दुःख याचे प्रतिबिंब या कवितांमधून उमटलेले दिसते.

'तेच ते','याद', 'भाग्यवान' अशा काही कवितांमधून गरीब - श्रीमंत, स्पृश्य-अस्पृश्य अशा आर्थिक आणि सामाजिक विषमतेचे चित्रण येते. तर 'भाग्यवान' सारखी एखादी कविता पुढाऱ्यांच्या भोंदूगिरीवर प्रकाश टाकताना दिसते.

'विटंबना', 'मरताना' यांमधून माणसाच्या विसंगत वृत्तीचे दर्शन घडते.

प्रेमविषयक कवितांत प्रामुख्याने शेतकरी कुटुंबातील पती - पत्नी प्रेमाचे चित्रण येते. 'ओढ' 'पाठीराखी', 'धग', 'जिवलगा' या कविता शेतकरी आणि त्याची पत्नी यांच्यातील सहयोग, गरिबी - दुष्काळ यांमुळे ताटातूट झाली असता त्यांच्या एकमेकांत गुंतलेल्या मनाची होणारी ओढाताण यांचे चित्रण करतात.

गोरे यांच्या कविता वास्तवाला धरून सर्वसामान्यांच्या जीवनातील दुःखांना शब्दरूप देताना दिसतात. सर्वसाधारण शेतकरी, शेतमजूर, गरीब, भिकारी, गुराखी, अस्पृश्य यांच्या जीवनातील कारुण्य कवीला आकर्षित करते. त्यांच्याबद्दल कवी अकृत्रिम जिव्हाळ्याने बोलतो. किंबहुना दारिद्र्य आणि दुःख हाच गोरे यांच्या कवितेचा आत्मा आहे, असे म्हणता येईल. याचे कारण त्यांच्या मोजक्या आत्मलक्षी कवितांमध्ये सापडते. 'हृद्गत', 'जा पळा', 'कवितेस' या कविता या दृष्टीने लक्षात घेण्यासारख्या आहेत. कवीचे स्वतःचे दारिद्र्य, विरूप व्यक्तिमत्त्व, यामुळे त्याला आलेले वैफल्य या कवितांमधून जिवंतपणे साकार झालेले दिसते. या दारिद्र्य-दुःखामुळे कवीचे व्यक्तिमत्त्व अत्यंत मवाळ, सोशिक बनले आहे. यामुळे दारिद्र्य दुःखाबद्दल त्याच्या लेखणीत विलक्षण जिव्हाळा निर्माण झाला आहे. 'आव्हान' आणि 'आवाहन' या दोनच कवितांमधून कवीचे मन विद्रोही बनून परिस्थितीविरुद्ध बंड करताना दिसते.

गोरे यांनी लिहिलेल्या सर्व कविता प्रमाण भाषेत आहेत. असे असले तरी ही भाषा सहज वाटते. संस्कृतप्रचुर पंडिती शब्दांचा वापर तिच्यात सहसा आढळत नाही. ग्रामीण शब्दही या कवितेत प्रमाण भाषेशी एकरूप होऊन आलेले आहेत. मुळातच या कवितेसाठी वापरलेली भाषा अत्यंत साधी आहे. आनंद यादव यांनी पां. श्रा. गोरे यांच्या कवितेविषयी आणि भाषेविषयी यथार्थ भाष्य केले आहे. ते म्हणतात, ''पांडुरंग श्रावण गोरे यांच्या 'सुगी'तील व 'बोबडे बोल' या १९३२ साली प्रसिद्ध झालेल्या त्यांच्या संग्रहातील ग्रामीण कवितांचे विशेष महत्त्व वाटते. संख्येने कमी असल्या तरी त्या तत्कालीन इतर कोणत्याही ग्रामीण कवितेपेक्षा अधिक वस्तुस्थितिनिदर्शक आहेत. ग्रामीण जीवनातील दारिद्र्य आणि असहायता हा त्यांच्या सर्वच ग्रामीण कवितांचा स्थायीभाव आहे. भाषा ग्रामीण नसली तरी अधून मधून ग्रामीण शब्द येतात. या भाषेचे वैशिष्ट्य असे की तिचा सूर (रिंग) ग्रामीण आहे. ग्रामीण भाषेच्या ठेवणीचा स्पर्श तिला आहे. तिच्यातील वाक्ये, शब्द, विशेषणे, क्रियाविशेषणे, शब्दप्रयोग, शब्दांची क्रमशीलता ही नागरी भाषेपेक्षा ग्रामीण भाषेच्या पोताला अधिक जवळची आहे. तिची आंतरिक शक्ती ग्रामीणच आहे. फक्त तिचे उच्चारण व लेखन नागर भाषेच्या वळणाने केलेले आहे. 'भारेवाली', 'शेतकऱ्याचे गाणे' ('बोबडे बोल') 'खोळंबा' ('सुगी') यांसारख्या कवितांतील त्यांची भाषा या दृष्टीने पाहण्यासारखी आहे. ग्रामीण बोलीचा आत्मा तिने बरोबर पकडलेला आहे. त्यामुळे तिचे लेखन प्रमाणभाषेच्या लेखनपद्धतीनुसार झाले तरी, ग्रामीण कवितेच्या संदर्भात ती शेतकऱ्याच्या तोंडीही खटकत नाही. सरळपणे भावना व्यक्त करीत जाते.

''शहरी व्यक्तिमत्त्व या कवितेत मिसळलेले नाही. त्यामुळे शहरी व्यक्तिमत्त्वातील प्रेमभावना, कल्पना, काल्पनिक निसर्गवर्णने, अद्भुत व नाटकी प्रसंग इत्यादींपासून ती अलिप्त आहे. वस्तुनिष्ठ राहून स्वतःच्या कुवतीनुसार विषयाशी तादात्म्य पावणारी त्यांची कविता आहे. काव्यात्म कल्पनांचा, खोट्या विचारांचा, उपमादि अलकांरांचा रिकामा व कोरडा विहार तिच्यात नाही. सगळे लक्ष परिस्थिती पकडण्याकडे, जाणवलेले सरळपणे परिणामकारकतेने व्यक्त करण्याकडे आहे. त्यामुळे ती अधिक प्रामाणिक वाटते. एक टूम म्हणून ती लिहिली आहे असे वाटत नाही.''[१]

वास्तवता, वर्ण्य विषयासंबंधी जिव्हाळा, अनुरूप भाषाशैली इ. वैशिष्ट्ये असलेली कवी गोरे यांची कविता अलक्षित राहिली याचे कारण तत्कालीन परिस्थिती आणि समीक्षकांचा एकूणच ग्रामीण कवितेकडे पाहण्याचा दृष्टिकोन यामध्ये सापडते. एक तर गोरे यांनी काव्यलेखन केले तो काळ रविकिरण मंडळाच्या प्रभावाचा काळ होता. नटवी आणि सफाईदार रचना असलेली कविता काव्यगायन आणि काव्यवाचनातून रसिकांच्या टाळ्या मिळवत होती. अशा स्थितीत गोरेंसारख्या कवींची कविता

रसिकांपर्यंत पोहोचणेच कठीण, आणि पोहोचली तरी अशी दारिद्र्य - दुःखानुभवाची कविता ऐकणार कोण? समीक्षा क्षेत्रातही 'मराठी कवितेत निर्माण झालेली एक टूम' याच दृष्टीने ग्रामीण कवितेकडे पाहिले जात होते. त्यामुळे तत्कालीन समीक्षकांनी ग्रामीण कवींच्या कवितांकडे दुर्लक्ष केले. त्या काळातील आणि नंतरच्या काळातील समीक्षकांपैकी (आनंद यादवांचा अपवाद वगळता) गोरे यांचेकडे कोणाचेच लक्ष गेलेले दिसत नाही. वाङ्मयेतिहासकारांनीही मराठी कवितेत 'जानपद कविता' या नावाने सुरू झालेला एक प्रकार या दृष्टीनेच ग्रामीण कवितेकडे पाहिले. जानपद कवितेचा वरवर परिचय फक्त त्यांनी करून दिला. त्यात गिरीश, यशवंत, ग. ल. ठोकळ, के. नारखेडे या ठळक कवींच्या नावांचा उल्लेख त्यांनी केला. त्यांच्याही लेखनात पां. श्रा. गोरे यांची कविता दुर्लक्षितच राहिली.

बी. रघुनाथ :

बी. रघुनाथ यांचा जन्म १५ ऑगस्ट १९१३ ला झाला. मराठवाड्यातल्या परभणी जिल्ह्यातील सातोना हे त्यांचे मूळ गाव. इ. स. १९३० ते १९५३ या काळात त्यांनी काव्यलेखन केले. त्यांचा 'आलाप आणि विलाप' हा काव्यसंग्रह १९४१ ला प्रसिद्ध झाला तर 'पुन्हा नभाच्या लाल कडा' हा संग्रह त्यांच्या मरणोत्तर - दुसऱ्या स्मृतिदिनी - १९५५ ला प्रकाशित झाला. पां. श्रा. गोरे यांच्याप्रमाणे बी. रघुनाथही तसे पुणे - मुंबईपासून लांब मराठवाडा प्रांतातले. तथापि प्रारंभीच्या काळात तरी त्यांची कविता प्रमुख मराठी काव्याच्या प्रभावापासून अलिप्त राहू शकली नाही. रविकिरण मंडळ तसेच बालकवी, ना. घ. देशपांडे आदी कवींचा प्रभाव त्यांच्या सुरुवातीच्या कवितांवर जाणवतो. कवीने भगवंतराव देशमुख यांना लिहिलेल्या पत्रात स्वतःच सांगितले आहे की, 'धन्य माउली' आणि 'मालविलास दिवा' या दोन कविता त्यांना बोरकरांच्या 'आकाश माउलीस' आणि 'लाव दिवा ग लाव दिवा' या दोन कवितांवरून सुचल्या आहेत.[२] तसेच 'पडली बघ झाकड-','दारावरची टिचकी' या दोन कवितांचे ना. घ. देशपांडे यांच्या कवितेशी असलेले साम्य इंद्रजित भालेराव यांनी साधार दाखविले आहे.[३] याशिवाय 'निर्झर' आणि 'नेस नवी साडी' या कवितांचे अनुक्रमे बालकवी आणि तांबे यांच्या कवितेशी असलेले साम्य चटकन लक्षात येण्यासारखे आहे. बी. रघुनाथांच्या कवितेतील रानवेलींच्या माला स्वीकारून प्रवासाला निघालेला निर्झर, त्याला भेटलेले अंतरीचे दुःख सांगणारे तरू, निष्प्रेम जीवनाचे दुःख साहणारे पाषाणकानगी, भुरभुरत येणारी पाखरे या प्रतिमा, तसेच शेवटी कवीने निर्झराला विचारलेला प्रश्न, निसर्गप्रतिमांचे मानवीकरण इ. गोष्टी बालकवींचा प्रभाव स्पष्ट करतात. 'नेस नवी साडी-' ही पत्नीला उद्देशून लिहिलेली कविता तांबे यांच्या सौंदर्यदृष्टीची आणि मांडणीच्या

पद्धतीची आठवण करून देते. साडीच्या घड्या उकलून - अर्धे कवाड लोटून साडी नेसताना डोळ्यांच्या जुन्या खोडी उकलण्यास सांगणे, पुन्हा तिच्या सर्वच कृतींनी त्याच्या संवेदनवृत्ती जाग्या करणे; याबरोबरच शेवटचे कडवे 'मंदिरीच्या मूर्तीनो / सुभग सुखद पूर्तीनो / घ्या तुमचे बघुनि रूप / आणि अंग मोडी/' ही रचना तांबे यांच्या 'हे माझे भाग्य बघून / जळफळतील देवही ते' या ओळींचे स्मरण करून देते. 'विहंग माला' ही कविताही तिच्यातील निसर्ग प्रतिमा, अनुप्रास, नादानुकारी शब्द, अरुण- उषेचे मीलन इ. वरून बालकवींच्या 'फुलराणी' कवितेशी असलेले आपले साम्य सांगून जाते.

असे असले तरी पुढे परंपरेचा प्रभाव बी. रघुनाथांच्या कवितेने पचवला आणि आपला स्वतंत्र ठसा उमटवला. इतका की ना. धों. महानोरांसारख्या नंतरच्या कवींच्या कवितेवर तो स्पष्टपणे दिसून येतो. हा प्रभावही भालेरावांनी सोदाहरण दाखवून दिला आहे.[४]

हे झाले बी. रघुनाथांच्या सौंदर्य कवितांच्या संदर्भात. या कवितांपेक्षा ग्रामीण जीवनावरील कवितांमधल्या वास्तव जीवनचित्रणात त्यांच्या कवितेचे वेगळेपण अधिक स्पष्टपणे जाणवते.

समकालीन जानपदकवितेपेक्षा बी. रघुनाथांची कविता ग्रामीण जीवनातील वास्तवाला अधिक जवळून स्पर्श करते. त्यांच्या 'ज्वार', 'अन्नदेवा', 'दुपार', 'हा ऋतू निराळा', 'एक गरजते ढगाड', 'धन्य माऊली,' 'गरिबांचा संसार', 'बाभळी आणि अमृतवृक्ष' या कवितांचा विचार या दृष्टीने महत्त्वाचा ठरतो.

'ज्वार' या कवितेत धनी आपल्या पत्नीला ज्वारीविषयी सांगतो आहे- ही ज्वार म्हणजे माझ्या श्रमाला लागलेला सुमनसंभार असून त्यावर तुझ्या गुणांचा रसमय संस्कार व्हावा, अशी इच्छा तो व्यक्त करतो. अर्थात हा संस्कार पाखडणे, निवडणे, दळणे, भाजणे इ. क्रियांतून व्हावा, त्यावर रुचकर प्राण धारणाधार धर. ते सेवून आपण आपला सहकार (संसार) अमृतमय करू. त्यामुळेच आपला दिवसाचा प्रकाश आणि अंधारही रत्नखचित होणार आहे- ज्वारी आणि श्रमाचे इतके नितांत सुंदर वर्णन मराठी कवितेत क्वचितच पहावयास मिळेल.

'अन्नदेवा' ही कविता ग्रामवास्तवाचे चित्र नेमक्या शब्दात मांडते. 'अन्नदेवा'ला उद्देशून कवी म्हणतो- आषाढाने दसरा नि दिवाळी शोभवली. हिरवी कोवळी जमीन पौषाने पाहिली, मात्र हा सारा सुगीचा भरवसा शासनाने नेला. तुम्हांला (शेतकऱ्यांच्या) पेव कणग्यांची आठवण झाली नाही. (सावकाराच्या) गोदामातल्या छदामाची छनछन तुम्हांला मोहवून गेली. अंधाराकडे (कष्टणाऱ्या दारिद्र्याकडे) डोळेझाक करून तुम्ही धुलाऊ चलाऊ (सावकार - व्यापारी) यांचा खिसा भरलात. त्याने कष्टणाऱ्यांचा जीवनक्रम नियंत्रित झाला. तो दुकानाकडे धावू लागला. त्याच्यासाठी

मात्र तुम्ही पसापसाच लाभलात ! त्यांच्या अन्नपूर्णा घरी भुसा पाखडून मेल्या ! या कवितेतील कष्टणारा शेतकरी, ऐन सुगीच्या दिवसात त्याला लुटणारे शासन आणि सावकार - व्यापारी यांचे वास्तवदर्शी चित्र उमटलेलं दिसतं. सावकार - व्यापाऱ्यांसाठी इथं वापरलेली धुलाऊ - चलाऊची प्रतिमा लक्षणीय आहे. तसेच 'मात्र अन्नपूर्णा घरी मेल्या पाखडून भुसा !' ही शेवटची ओळ या कवितेचा उत्कर्षबिंदू आहे.

'दुपार' या कवितेत दुपारच्या वेळेतील परस्परविरोधी भीषण चित्रे रेखाटली आहेत. कवितेच्या पहिल्या अर्ध्या भागात दुपारचे वर्णन आहे. तिसऱ्या कडव्यातल्या

पाणवठा करुनि निकट
ठाके वट अचल विकट
चाटाया ओठ लवे विहिरीचा काठ

('समग्र बी रघुनाथ', खंड १ पृ. ५४)

या विहिरीचा ओठ चाटण्यासाठी काठाकडे अचल विकट वडाच्या प्रतिमेतून साकारलेल्या पार्श्वभूमीवर ही परस्पर विरोधी चित्रे येतात- उन्हात उघड्या रस्त्यावर खडी फोडून श्रमिक कोणासाठी तरी मोत्याचा हार गुंफतो आहे. तर वाळ्याच्या पडद्याआड धनिक थंड रुचिर पेयांनी गणिकांच्या सुरतीचा विचार करताहेत- कष्टकरी आणि धनिक यांच्यातील विसंगती या कवितेत येते.

'दुपार' मध्ये प्रखर अशा दुपारचे वर्णन जसे बी. रघुनाथ करतात तसे वात्सल्यमयी सायंकाळचेही वर्णन ते 'सांज' या काव्यात करतात. गाउलीच्या पावलांत घरा येणारी, तुंबलेल्या आचळांत भरा येणारी अशी सांज आतुरल्या हंबराचा कान होते, माऊलीच्या वातीतून तेज ल्याते, गीतातून भाव पिते, तिच्या अंकावरचे फूल होते, फुलासाठी निदसुरी भूल होते, वहिनीच्या हातातून सुधा होते. तिच्या हातासाठी क्षुधा होते, तिच्या सुखासाठी चंद्र - मंद्र होते. ग्रामीण परिप्रेक्षातील 'सांजे'चं नितांत रमणीय असे चित्र या लयबद्ध काव्यातून बी. रघुनाथांनी उभं केलेलं दिसतं.

'हा ऋतु निराळा' या काव्यात दुष्काळचित्र येते. या ऋतूचा एक हात खड्गबद्ध आहे तर दुसरा हृदयस्थित शांती सुचविणारा आहे. एक डोळा अश्रुभरित असून दुसऱ्यात ज्वाला आहेत. ठायी ठायी गर्जणारे ढग - त्यांना तालरीत नाही. जणू कंठातून अंतराळी रुद्धगीत ते गाताहेत. त्यामुळे गाव ओस झाले आहे. दुःखरुधिर पिऊन ते हसते आहे. त्यावर कवट्यांची मस्त नव्हाळी दिसते आहे. अक्राळविक्राळ तसा शांतिसूचक मानवी रूप घेऊन आलेला ऋतू, अंतराळी रुद्धगीत गाणारे ढग, ओस पडलेले - कवट्या पसरलेले - दुःखरुधिर पिऊन हसणारे गाव, आगीवर चुळा टाकणारा पावसाळा- या साऱ्यांतून भयावह दुष्काळाचे रूपक साकार होते.

दुष्काळाचे भीषण दृश्य साकारणारी आणखी एक कविता आहे 'एक गरजते ढगाड.' या कवितेतील दुष्काळातली उद्ध्वस्तता तिच्यातल्या चित्रप्रतिमांनी अधिक उठावदार होते. एकही ढोर-पोर नसलेल्या गावचे आखर, अर्धे हाड चघळून घराकडे जाणारा श्वान, चंचीमधली चुटकी फाकणारी कुंटीण, रस्त्यात भरदिवसा बडबडणारा पिदाड. या उलट प्राण गुदामी लावणारा, पावसातले घबाड तोलून धरणारा तुदिलतनु वणिक- या साऱ्या प्रतिमा दुष्काळातल्या खेड्याचे चित्र अर्थपूर्ण बनवतात.

दारिद्र्यातली माऊली भेटते 'धन्य माउली !' मध्ये. तिच्या कपाळी साधे कुंकू नाही. अंगावरचे वसनही अपुरे आहे. मात्र मुखावरचा भाव असा की, जणू राउळात नंदादीप उजळतो आहे. ग्रहगोलांनाही तिचे धुरकट पडके धुराड दिसले नाही. तिच्या पदराची सावली मात्र संतांचेही रक्षण करणारी आहे.

काचोळीविन निर्भर काळा
सुटे एक स्तन तिचा मोकळा,
टकमक बघती कुणी भुकेले
धार दुधाची नच ज्या लाभली

('समग्र बी. रघुनाथ', खंड १ पृ. ८१)

या शेवटच्या कडव्यातून दारिद्र्य वात्सल्याचे कारुण्यपूर्ण चित्र उभे राहते.

बी. रघुनाथांच्या या वास्तवदर्शी कविता त्यांच्या समकालीन कृतक ग्रामीण चित्रण करणाऱ्या जानपद कवितेच्या पार्श्वभूमीवर आपल्या वेगळेपणाने उठून दिसतात. असे असले तरी क्वचित गरिबीचे चित्रण करताना समकालीन जानपद कवितेत येणारी अतिशयोक्ती बी. रघुनाथांच्या 'गरिबांचा संसार' सारख्या कवितेत येते. ग. ल. ठोकळांच्या 'मजूर' - या कवितेत गरीब मजुराच्या दुःखाचे वर्णन

कचुराई काही नसता बोलणी तडातड मिळती
पेकाटात बसती लाथा चाबूक फडाफड उठती
लागून उन्हाच्या झळया रक्ताचे ओघळ सुकती

('मीठ भाकर', पृ. ४९)

अशा शब्दांत येते. बी. रघुनाथांच्या 'गरिबाचा संसार' मध्येही अशीच भावविवशता आढळते.

शिरी धनिकांची बसे सदा लाथ
दिवस मासहि जातात उपासांत
मृत्यू, तडफड वा कधी बंदिशाळा -
असा गरिबांचा जन्म सार्थ झाला !

('समग्र बी रघुनाथ, खंड १ पृ. १०५)

'गरिबांचा संसार' सारख्या अपवादात्मक कविता सोडल्या तर समकालीन काव्यापेक्षा जाणवणारा वेगळेपणा बी. रघुनाथांच्या शृंगारकाव्यातूनही प्रकट झालेला दिसतो. 'पडली बघ झाकड' ही या दृष्टीने लक्षणीय कविता म्हणता येईल. या कवितेत झाकड पडली असल्याने निवेदकाला घराची ओढ लागलेली आहे. त्याची मैना एकटीच घरी आहे. तिला माझी सय आली असेल, खिनभर उशीर झाला तर तिचं तोंड गोरंमोरं होईल, असे म्हणून तो शेवटच्या कडव्यात आपले मनोरथ पूर्ण करतो.

साधल औंदा जर सुगी
सावकाराची निवल धुगधुगी
सकू मग सजळ बावन नगी
ती धुऱ्याजवळ गुळभेंडि रानीला
कवळी कवळी खुड

('समग्र बी. रघुनाथ', खं. १ पृ. १०५)

शृंगारभावनेतही सावकाराच्या धुगधुगीचा विसर निवेदकाला पडत नाही ही गोष्ट कवीच्या वास्तवाभिमुखतेची साक्ष देते.

'उन्हात बसली न्हात' ही तर ग्रामीण शृंगार काव्याचा एक सुंदर नमुना ठरावा अशी कविता म्हणता येईल. या कवितेतली नायिका दुपारच्या एकांतात, उघड्या आडोशात न्हाते आहे. तिचे न्हाणे पाहून झोपडीची वाकडी सावली भुईवर थबकली आहे. अनिमिष डोळ्यांनी ती जलवेषातील चित्र पाहत थांबली आहे. बारमाशी फुलमाळीण जणू अंगांगात पिवळ्या शेवंतीची नव्हाळी ताजी फुले घेऊन थबकली आहे. कोंग्याचा एक थवा बाभळीवर थांबून मंगलगाणे गातो आहे. सरत्या हेमंतातले गार-ऊन अन् जरा बावरे असे वारे म्हणजे सुगीच्या कणसावर दवांत जणू स्वप्न लहरते आहे. जणू वसंताचे बिंब दिवसाच्या ऐन्यात झळकते आहे. ग्राम-निसर्गावरील चेतनगुणोक्ती व उत्प्रेक्षांनी युक्त असं हे शृंगारकाव्य मुळातूनच वाचण्यासारखं आहे.

याशिवाय 'कशाला मुखी तांबुल पुन्हा', 'राव अधिकारी झाले', 'धुराड', 'आज कुणाला गावे' अशा सामाजिक कवितांमधून बी. रघुनाथांनी गणिका, कुळवंतीण, भ्रष्टाचार, गिरणीश्रमिक यांसारखे विषय हाताळलेले दिसतात.

'पानझड', 'हे आकाश', 'निर्झर', 'पाखरा', 'कुरण', 'समीरा', 'माझी चिमणी', 'सूर्याच्या किरणासवे', 'विहंगमाला' या कवितांमधून निसर्गवर्णन येते.

'रे ओल्या काष्टा' या कवितेतील गृहिणी न जळणाऱ्या लाकडांना उद्देशून बोलत आहे.

> द्यावी तुज करि किती चेतने
> तुझे सरेना परि धुसफुसणे
> हे का जळणे ? धुराड भरणे
> ये न पुरविता तुजला केवळ पोट जाळिचे नेट
>
> ('समग्र बी. रघुनाथ', खंड १ पृ.४०)

असं म्हणणाऱ्या या नायिकेची आणि

> पेट पेट धुक्कयेला
> किती घेसी माझा जीव
> आरे इस्तवाच्या धन्या !
> कसं आलं तुले हीव !
>
> ('बहिणाबाईची गाणी', आ. ५ पृ. ९५)

असं म्हणणाऱ्या बहिणाबाई चौधरी यांची जातकुळी एकच आहे.

'घन गरजे' सारख्या कवितेतून बी. रघुनाथांनी लावणीसारख्या लोकलयीचा यशस्वी प्रयोग केला. लयबद्धता हा त्यांच्या काव्यरचनेचा ठळक विशेष आहे. बहुसंख्य रचनेत प्रथम एक किंवा दोन ओळींत धृपदसादृश्यता व पुढील कडव्यात त्यातील आशयाचा विस्तार येतो. यमक - अनुप्रासाची पेरणी जवळपास प्रत्येक रचनेत आढळते. बी. रघुनाथांच्या एकूण कवितेच्या भाषेचा विचार करता या काव्याची भाषा निखळ ग्रामीण बोली नसली तरी के. नारखेडेंसारख्या कवींच्या काव्यात आढळणारी संस्कृतप्रचुरता तिच्यात सहसा नाही. (क्वचित लाकडासाठी 'काष्ट जळणे' पेटविणे- साठी 'चेतने' असे काही शब्द येतात पण ते अपवादानेच. एरवी तिची भाषा प्रमाणच पण ग्राम अनुभवांना साजेल अशी साधी, सरळ व मराठमोळी आहे. पां. श्रा. गोरे यांच्या कवितेशी आणि काव्यभाषेशी बी. रघुनाथांच्या कवितेचं आणि काव्यभाषेचं नातं अधिक जुळणारं आहे. आणि अगोदर सांगितल्याप्रमाणे

प्रमुख मराठी काव्यप्रवाहाचे केंद्र असलेल्या पुणे - मुंबई शहरांपासून लांब अशा वऱ्हाड, मराठवाडा या ग्रामीण भागातले हे कवी आहेत. त्यामुळे (सुरुवातीच्या काही कवितांचा अपवाद वगळता) दोघांचीही कविता रविकिरणमंडळाच्या काव्याच्या प्रभावापासून अलग राहिली आहे. आणि दोघांचीही कविता मराठी वाङ्मयप्रांतात बराच काळ अलक्षित राहिली आहे.

ग. ह. पाटील :

ग. ह. पाटील यांचा 'रानजाई' हा काव्यसंग्रह १९३४ साली प्रसिद्ध झाला. त्यानंतरचा त्यांचा 'लिंबोळ्या' हा काव्यसंग्रह १९६१ ला प्रसिद्ध झाला.

'रानजाई' मधल्या पहिल्याच 'नव्या युगाचा कवि' या कवितेच्या

दे ठराविकाच्या मर्यादा सोडुनी
ती अनुकरणाची सोड मोहिनी
शहराची सोडुनि शीव शिवारातली
कवितेस तुझ्या खाऊ दे हवा मोकळी

('रानजाई', पृ. १)

या ओळींवरून सुरुवातीपासूनच पाटलांची काव्यदृष्टी 'ठराविकाची मर्यादा' आणि 'अनुकरणाची मोहिनी' सोडून 'शिवाराकडे' वळलेली दिसते.

पाटलांच्या उपरोक्त दोन्ही काव्यसंग्रहांतल्या ग्रामजीवनविषयक कवितांचा एकत्रितपणे विचार केला असता प्रथमदर्शनीच काही ठळक वैशिष्ट्ये जाणवतात ती अशी -कवीला आपल्या वैभवशाली भूतकाळाचा अभिमान आहे आणि ग्रामजीवनाबद्दल आपुलकी आहे. खेड्यातली दयनीय अशी सद्य:स्थिती पाहून कवीचे मन हळहळते. ग्रामीण अनुभव केवळ लांबून पाहून पाटलांनी त्याचे चित्रीकरण केले नाही; तर ते अनुभव त्यांनी स्वत: अनुभवले आहेत. त्यामुळे अनुभवाचा सच्चेपणा या कवितेत दिसतो. त्यांच्या कवितेवर नव्या किंवा जुन्या कवींच्या काव्याचा फारसा प्रभाव नाही. कुठल्याही संप्रदायात ही कविता बसत नाही. ती स्वतंत्र आहे. साधी, सुबोध शैली हे या स्वतंत्र कवितेचं वैशिष्ट्य आहे. मात्र स्थूलवर्णन आणि मनोविश्लेषणाचा अभाव या मर्यादा या कवितेत जाणवतात.

'पाटील' या कवितेत एकेकाळी गावचा धनी/कारभारी असलेल्या पाटलाचा -

रमत गमत वेशीत गावच्या शिरतो मग पाटील
मंडळी यथामती तेथील

'जी जी' करिती मुजरे, हुजरे सदरे जणू वेस्कर
खालती लववुनी अपुले शीर

असा दरारा होता पण याच पाटलाची सद्य:स्थिती मात्र

सरकारी अधिकारी यांची मर्जी सांभाळून
कसे तरी घालवितो ते दिन

अशी झालेली आहे. म्हणून कवी या पाटील मंडळींना साक्षर आणि अधिकारक्षम होण्यास सांगतो कारण -

मीही याच वंशातिल, होते वाडवडिल पाटिल
म्हणुन या जिवाची तळमळ.

अशी त्याची आपल्या जातीबद्दलची तळमळ आहे.

'हिंगणी एक ओसाड खेडे' या कवितेतील हिंगणी या एकेकाळी वैभवसंपन्न असलेल्या गावाची दुर्दशा झालेली पाहून कवीचे मन हळहळते. कारण -

खेड्यातून आलो आपण सारे जण
सुत आपण त्यांचे मागे ठेवुन ऋण
फेडल्यावाचुनी ते न कुणा सद्‌गती
अवलोका भेटून त्याची स्थिती

हा कृतज्ञताभाव त्या पाठीमागे आहे.

'रानजाई' चे परीक्षण करताना रा. श्री. जोग यांनी म्हटले आहे. "...... श्री. पाटील यांची दृष्टी मराठेशाहीच्या कालाकडे लागलेली दिसते. जुन्या पाटीलवर्गाबद्दल त्यांना अभिमान आहे. त्याचप्रमाणे स्वत: नागरिक असून खेड्याकडे त्यांचा फार ओढा दिसतो. खेड्यातील साध्या अकृत्रिम व निसर्गाच्या सान्निध्यातील अशा जीवनाचे त्यांना फार आकर्षण वाटते. यामुळे निसर्गाची वर्णने या संग्रहात पुष्कळच आढळतात. श्री. पाटील यांचे काव्याचे विषय हे साधे असतात. बाह्य भपका त्यांना वर्ज्य वाटतो. मानव वर्गातही उपरिनिर्दिष्ट खालच्या वर्गातलेच लोक त्यांच्या काव्याचे विषय झाले आहेत. श्रीमंती किंवा बाह्यांग सौंदर्य त्यांना तितकेसे प्रिय नाही. खालच्या वर्गातील दोन समाजांविषयी मात्र अत्यंत सहृदयतेने व सहानुभूतिपूर्वक ते

लिहितात, व हे केवळ फॅशन म्हणून न करिता जिव्हाळ्याने करितात हे विशेष.''[५]

ग्रामजीवनाबद्दलची आपल्या मातृभूमीची ओढ आणि पूज्यभाव पाटलांच्या अनेक कवितांमधून प्रकट झाला आहे.

अगे धुलि, तुझे
करितो लेपन
होऊ दे पावन
भाळ माझे

('लिंबोळ्या', पृ. ११७)

जे का हीन दीन
त्यांची ही माउली
शिर हे पाउली
हिच्या नम्र

('लिंबोळ्या', पृ. ११८)

असा अभंग छंदातून मातृभूमीचा पूज्यभाव व्यक्त होतो. तर ''आजोळी'' सारख्या बालगीतातून नातेसंबंधातील जिव्हाळा व्यक्त झालेला दिसतो.

कोण कानोसा घेऊन पाही हो
कोण लगबग धावून येई हो
गहिवरून धरून पोटी हो
माझे चुंबन घेती हो
लेक एकुलती
नातू एकुलता
किती कौतुक कौतुक होई हो

('लिंबोळ्या', पृ. ३०).

अशा साध्या शब्दांतून आजोळीचा जिव्हाळ्याचे वर्णन येते.

ग.ह. पाटील यांच्या कवितेतील निसर्ग, समाज आणि स्वानुभव याबद्दल रा. भा. साने यांनी लिहिले आहे, ''...... स्वतः लहानपणापासून त्यांनी जे काही अनुभवले, ज्या प्रसंगांनी त्यांना जिव्हाळ्याने विचार करावयास लावले, ज्या समाजात ते वावरत असता, ज्या समाजात ते लहानपणापासून हिंडत असता, त्यांना

जे बरे वाईट क्षण चिरस्मरणीय वाटले, त्या बहुतेकांचे प्रतिबिंब साध्या सोप्या भाषेत त्यांच्या काव्यात पडलेले दिसून येते.''[६]

मांडणीतला साधेपणा आणि स्वानुभवाला प्राधान्य या गोष्टी कवीला आकर्षित करतात. 'बा काही तरी गा नवीन' या कवितेत -

शब्दांचे चढवुनि साज नुसते का वांच्छिती वाहवा ?
वाहे स्वानुभवामधून असला तेथे जिव्हाळा हवा ।
झाली प्राप्त कवीत केशवसुता का एरव्ही थोरवी ?
काव्यी दाखवुनी प्रदेश नव, तो झाला कवींचा कवी ।

('रानजाई', पृ. ६२)

असा केशवसुतांच्या स्वानुभूत काव्याचा गौरव पाटलांनी केला आहे. तथापि शब्दांतील भडकता आणि जुने टाळून एकदम परिवर्तन किंवा क्रांती त्यांना अभिप्रेत नाही. 'जुनेच देईल तुज तांब्यादोरी' या अभंगात -

''जाऊ द्या जुने ते
मरणालागुनी ।''
कृतघ्न ही वाणी
बोलसी का ?

असा सवाल करून ते म्हणतात -

जुनेच देईल
तुज तांब्या दोरी
घेऊन शिदोरी
पुढे चाल

कारण

होशील एकदा
तूही जीर्ण पर्ण
ठेव आठवण
निरंतर

('लिंबोळ्या' पृ. ११८)

अशी त्यांची जुन्यावरची श्रद्धा आहे.

साध्या, सुबोध भाषाशैलीप्रमाणेच स्वतंत्र काव्यरचना हे पाटलांच्या कवितेचे वैशिष्ट्य आहे. या कवितेवर कुठल्याही कवीचा प्रभाव जाणवत नाही. आपल्या साध्या वळणाने ती साकार झाली आहे. या संदर्भात "श्री. पाटील यांचे काव्य अगदी स्वतंत्र आहे. त्यावर आधुनिक किंवा प्राचीन कवीची छाया बिलकूल पडलेली नाही. हा त्यांचा एक स्पृहणीय विशेष आहे. त्यांची भाषा, शैली, विचार किंवा वृत्तयोजना सर्वस्वी त्यांचीच आहे. ते कोणाचेही चेले नाहीत किंवा कोणत्याही संप्रदायातील नव्हेत."[७] असे रा. श्री. जोग यांनी म्हटले आहे.

स्वानुभवावर आधारित, साध्या सरळ पद्धतीने साकार होणारी, स्वतंत्र अशी ग. ह. पाटील यांची कविता आहे. या कवितेतील ग्रामीण जीवन हे स्वानुभवावर आधारित असल्याने त्यांच्या समकालीन अन्य कवींप्रमाणे ते नटवे, फसवे नाही. या कवितेची निर्मितीही उत्स्फूर्तपणे झालेली आहे. वेगळा प्रयोग, टूम म्हणूनही ती लिहिली गेली नाही. ग्रामीण जीवनाचा सहज - उत्स्फूर्त आविष्कार या कवितेत दिसतो.

अशी साध्यासरळ पद्धतीने साकार होणारी, आपल्या वैभवशाली भूतकाळाचा, मातृभूमीचा अभिमान बाळगणारी, हलाखीच्या सद्य:स्थितीबद्दल हळहळणारी ग. ह. पाटील यांची स्वतंत्र ग्रामीण कविता आहे. जिव्हाळा आणि अभिमान हे भाव या कवितेत पुरेपूर असले तरी ही कविता स्थूल वर्णनापलीकडे जात नाही. मनाचा ठाव घेण्याचे सामर्थ्य या कवितेत नसल्याने ती कायम स्मरणात रहात नाही. साधेपणा या कवितेत इतका जाणवतो की या कवितेचा गुण वाटण्याऐवजी बऱ्याचदा तो मर्यादा वाटू लागतो.

तथापि, ग्रामीण जीवनाचे चित्रण पाटलांनी जिव्हाळ्याने, तळमळीने चितारण्याचा प्रामाणिक प्रयत्न केला. बहुतांश वास्तव ग्रामीण जीवनचित्रण केले असे मात्र निश्चितपणे म्हणावे लागेल.

ग. ल. ठोकळ :

'सुगी' चे संपादक ग. ल. ठोकळ यांचा स्वतंत्र काव्यसंग्रह १९३८ साली प्रसिद्ध झाला. प्रामुख्याने ग्रामीण गीते असलेल्या त्यांच्या संग्रहाचे नाव पहिल्या आवृत्तीच्या वेळी 'मीठभाकरी ' असे होते. पण प्रमाणभाषेतील 'मीठभाकरी' या शब्दाऐवजी ग्रामीणभाषेला अनुरूप असे 'मीठ-भाकर' हे शीर्षक ठोकळांनी आपल्या मित्रांच्या सूचनेवरून दुसऱ्या आवृत्तीपासून दिले. १९७९ पर्यंत या संग्रहाच्या पाच आवृत्त्या प्रसिद्ध झाल्या. १९२८ ते १९६५ या काळात लिहिलेल्या एकूण ४१ ग्रामीण कविता पाचव्या आवृत्तीत समाविष्ट केलेल्या आहेत. या पाचव्या आवृत्तीला आनंद यादव यांनी लिहिलेली 'मराठी ग्रामीण कविता आणि ठोकळ' ही विवेचक

प्रस्तावना 'सुगी' या संग्रहाला वि. स. खांडेकरांनी लिहिलेल्या प्रस्तावनेइतकीच महत्त्वपूर्ण आहे.

ग. ह. पाटील यांच्याप्रमाणेच ग्रामीण जीवनाचा जवळून अनुभव असलेल्या ग. ल. ठोकळांच्या काव्यातही अनुभवाचा सच्चेपणा आहे. मात्र रोमँटिकतेच्या दृष्टीने ठोकळांची कविता रविकिरणमंडळाच्या कवितेला अधिक जवळची वाटते. शेतकरी, खेड्यातील पती-पत्नी व प्रियकर-प्रेयसी प्रेम, खेडे-शहर तुलना, खेडेगावाचे वर्णन, सांस्कृतिक विशेष, खेड्यातील जाती-जमाती हेच समकालीन ग्रामीण कवींच्या कवितेत आलेले विषय ठोकळांच्या कवितेत दिसतात. मात्र या विषयांतही ठोकळांच्या कवितेचं वेगळेपण असं की, त्यांच्या कवितेत ग्रामीण जीवनाबद्दलचं अवास्तव बेगडी वर्णन नाही किंवा माहिती आणि तपशिलाच्या बाबतीत पटकन नजरेत भरतील असे दोष सहसा नाहीत. बहुजनसमाजात जन्माला आलेल्या या कवीचा ग्रामीण जीवनाशी जवळचा परिचय दिसतो. आपल्या बहुसंख्य कवितांतून ठोकळांनी शेतकरी जीवनाचा परिचय करून दिला आहे. कष्ट करणारा, आपली स्वतंत्रता जपणारा शेतकरी शक्तिशाली असला तरी त्याला खायला कळणाकोंडा आणि त्याच्या अंगावर चिंध्याच आहेत. अशा शेतकऱ्याची महती पुढील शब्दांत येते-

ठेवलेस जर तू औत तुझे बाजुला
घेतलीस जर तू उसंत यंदा तुला
मग मिळेल जेव्हा कण न कुणा खायला
बसेल चिमटा, येइल तेव्हा सगळ्यांना समजुन
की देशाला तरुणोपाय न शेतकऱ्यावाचुन।

('मीठभाकर', पृ. २)

'कांदाभाकर' कवितेत शेतकऱ्याच्या न्याहरीचे वर्णन आहे, तर 'गुराख्याचा पोर' मध्ये कवीने लहानपणी पाहिलेल्या गुराख्याचे चित्र रेखाटले आहे. 'खळ्यावर' कवितेत सुगीच्या दिवसात खळ्यावर चालणाऱ्या कामांची माहिती आहे.

उपरोक्त वर्णनपर कवितांबरोबर 'मोटेवरलं गाणं', 'गरिबीचा पाहुणचार', 'पावसा', 'सावकारी पाश' या शेतकऱ्याच्या मनातील भाव व्यक्त करणाऱ्या कविता लक्षणीय आहेत.

'मोटेवरलं गाणं' मधून मोट हाकणाऱ्या शेतकऱ्याच्या मनमोकळ्या आणि स्वागतशील वृत्तीचे दर्शन घडते. यापेक्षा भिन्न भाव 'पावसा' आणि 'सावकारी पाश' या कवितांतून व्यक्त होतात. शेतकरी बऱ्याच दिवसांपासून न आलेल्या पावसाला येण्यासाठी विनवतो आहे.

जर यंदाबी पुरं न पडलं पाणी
सावकार लादिल गोणी
लावून हात कर्माला
मग रोजगार करण्याला
लागंल जावं ममईला
ऱ्हाईल इठं एकलीच घरवाली

('मीठभाकर', पृ. ४५)

पाऊस आला नाही तर अशी त्याची स्थिती होणार आहे.

'सावकारी पाश' मध्ये वाण्याने देशोधडीला लावलेल्या शेतकऱ्याचे व्यथित मनोगत वाचावयास मिळते.

वर्णनपर कविता लिहिताना ठोकळांनी प्रमाणभाषेचा वापर केला असला तरी शेतकऱ्याच्या तोंडून त्याचे भाव व्यक्त करताना ते ग्रामीण बोलीचा वापर योग्य प्रकारे करताना दिसतात. तथापि शेतकरी आणि मजुरांच्या दु:खाबद्दल बोलताना ठोकळ भावनेच्या आहारी जातात. अशा वेळी घटनांमधील अतिरेक कवितेत कृत्रिमता निर्माण करतो.

कचुराई काही नसता बोलणी तडातड मिळती
पेकाटात बसती लाथा चाबूक फडाफड उठती
लागून उन्हाच्या झळ्या रक्ताचे ओघळ सुकती

('मीठ भाकर', पृ. ४९)

असे शब्दबंबाळ चित्रण अवास्तवता आणते.

प्रणयपर कवितांतील त्यांच्या पती-पत्नी प्रेमाबद्दलच्या कविता मात्र वास्तवपूर्ण वाटतात. एक तर खेड्यात प्रियकर-प्रेयसी प्रेमापेक्षा पती-पत्नी प्रेमच प्रामुख्याने आढळते. खेड्यातील संस्कार म्हणा, किंवा मुलामुलींचे (निदान त्या काळी) लहान वयात होणारे विवाह म्हणा, कशामुळे का होईना पण प्रियकर - प्रेयसी प्रेमाचे दर्शन शहराच्या तुलनेने फारच कमी किंबहुना क्वचितच आढळते. इथे प्रेमभावना व्यक्त होते ती पती-पत्नी संबंधातूनच. कदाचित याच कारणामुळे असेल पण या काळात ग्रामीण जीवनावर लिहिलेली इतरांची प्रेमगीतं ही व्याज आणि बेगडी वाटू लागतात. ठोकळांच्या कवितेतील पती-पत्नी प्रेम कधी काही निमित्ताने तर कधी एखाद्या वस्तूच्या माध्यमाच्या आधाराने संयमशील रीतीने व्यक्त होताना दिसते. या दृष्टीने त्यांच्या 'जात्यावरलं गाणं' 'घरधनी', 'तुझ्याबिगर' या कविता उल्लेखनीय आहेत.

कालपरवापर्यंत (पिठाच्या गिरणीच्या आगमनापूर्वी) खेड्यातील गृहिणी आपल्या मनातील भाव व्यक्त करताना जात्यावरल्या ओवीचा आधार घेत होती. लोकगीताची ही प्रदीर्घ परंपरा लक्षात घेतली म्हणजे या जात्यावरल्या ओवीचे महत्त्व पटकन लक्षात येते. ठोकळांनीही या ओवी छंदाचा उपयोग आपल्या कवितांतून केला. 'जात्यावरल्या गाण्या'तील स्त्री आपल्या दूर देशी गेलेल्या धन्याला उद्देशून गाते आहे.

अवंदाचं साल नाही आलं पीक पाणी
दूर देशी गेला मला एकली टाकून

('मीठ भाकर', पृ. ४६)

असं पावसाअभावी कामधंदा शोधण्यासाठी त्याला पत्नीस एकटी सोडून जावं लागलं. आपल्याला एकटी टाकून घरधनी गेला याचं दुःख तिला नाही तर ''तिठं न्हाई त्येला जीव लावायला कोण'' म्हणून काळजी लागून राहिली आहे. अशा आपल्या आवडत्या धन्याचं वर्णन ती एकेका ओवीतून करत जाते. आपला धनी म्हणजे तिला 'कुडीतला जीव' आणि 'देवाचाबी देव' वाटतो. 'सुगी'त येऊन गेलेले हे एक चांगले ग्रामीण प्रेमकाव्य म्हणता येईल.

'तुझ्याबिगर' कवितेत माहेरी गेलेल्या पत्नीची पतीला आठवण होते आहे. या कवितेतली - तुझ्याशिवाय शेतात चटणी भाकर घेऊन कोण येईल, तुझ्या गोड बोलण्याने शीणभाग हरून जायला कोणी नाही- ही विरहार्तता योग्य वाटते पण ''शेतावरून जवा/घरी यावं तवा/कोण म्हणून दाविल गाणी'' ('मीठ भाकर', पृ. ४४) हे मात्र अवास्तव वाटते. पती शेतातून आल्यावर कुठलीही खेड्यातली स्त्री गाणं म्हणून त्याचं रंजन करीत नाही. तसं वातावरण आणि सवडही तेथे नसते.

'घरधनी' या 'सुगी' त आलेल्या कवितेत पतीची प्रतीक्षा करणारी घरधनीण, तर 'शेतावर जाण्यापूर्वी' मध्ये पती आपल्या पत्नीचा पायगुण चांगला निघाल्याने घरी सुबत्ता आल्याचे सांगतो.

'गरिबीचा संसार' मधला नायक प्रेयसीजवळ आपल्या गरिबीचे रोमँटिक वर्णन करतो. या कवितेच्या तुलनेत 'आंब्याच्या झाडाखाली' व्यक्त झालेले प्रणयभाव अकृत्रिम वाटतात. शेतात भाकरी घेऊन आलेल्या पत्नीस या कवितेचा निवेदक पती थांबण्यास सांगतो. ''येथे आपण न्याहरी करून आंब्याखाली विश्रांती घेऊ. आपल्याशिवाय येथे दुसरं कोणी नाही. मोत्या (कुत्रा) आल्यागेल्यावर भुंकून राखण करील'' असे तो तिला म्हणतो.

'नदिपल्याड' ही कविता ना. घ. देशपांडे यांच्या रचनासौष्ठवाची केवळ आठवण करून देते.

खेडे आणि खेड्यातील सकाळ, दुपार, संध्याकाळचे वर्णन ठोकळांच्या 'माझे गाव', 'गढी', 'सकाळ', 'साज' यांसारख्या काही कवितांमधून येते.

ग्रामीण संस्कृती आणि समाजजीवनाचे दर्शन 'जत्रा', 'गारोडी', 'वाघ्या-मुरळी' 'कोळ्याचे गाणे', 'भिकारीण', 'मुठभर दाणे', 'शिलंगण', 'भिल्लांचे जग', 'लमाणांचा तांडा' इ. कवितांतून घडते. पैकी 'जत्रा', 'वाघ्यामुरळी', 'शिलंगण' मधून लोकउत्सव, सण, लोककला इ. येतात. तर 'गारोडी', 'जंगलचा कातकरी', 'कोळ्याचे गाणे', 'मुठभर दाणे' (मांग-महार), 'भिल्लांचे जग', 'लमाणांचा तांडा' या कवितांतून त्या त्या जात- जमतीचे समाजातील स्थान, दैन्य-दारिद्र्य यांचे दर्शन घडते.

खेड्यात जन्मलेल्या व वाढलेल्या पण पुढे शिक्षण घेऊन नोकरी-आदीच्या निमित्ताने शहरामध्ये गेलेल्या 'मी' ची आपल्या खेड्याकडे असलेली मनाची ओढ ही पुढे ग्रामीण साहित्याची एक प्रमुख प्रेरणा ठरलेली आहे. सुरुवातीच्या काळात ही प्रेरणा विशेषकरून दिसत नाही. कारण या कालखंडातील ग्रामीण जीवनावर कविता लिहिणारे कवी हे पांढरपेशा समाजात - शहरात जन्मलेले - वाढलेले होते. एक वेगळ्या प्रकारची कविता म्हणून केवळ ते जानपद कविता लिहीत होते. पण पुढे ग्रामीण जीवन मुळातून अनुभवलेले आणि नंतर शहरी जीवनात स्थिर झालेले कवी ग्रामीण काव्यलेखन करू लागले. शहराच्या कृत्रिम यांत्रिक जीवनापेक्षा आपल्या स्वाभाविक व निसर्गसुंदर ग्रामीण जीवनाची ओढ असूनही नोकरी-पेशामुळे परत खेड्याकडे जाता येत नाही, म्हणून होणारी मनाची ओढाताण ही पुढे या साहित्यनिर्मितीची प्रेरणा ठरली.

याच प्रेरणेतून ठोकळांनी काही कविता लिहिल्या. 'मीठभाकर' मधील या प्रकारच्या कविता लक्षणीय म्हणाव्या लागतील. ठोकळ हे खेड्यातल्या एका बहुजन समाजात जन्माला आलेले. त्यांचं बालपण खेड्यातच गेलं. पण पुढे त्यांना शिक्षण आणि नोकरीपेशाच्या निमित्ताने शहरात यावे लागले. स्वाभाविकच त्यांच्या मनाची ओढ खेड्याकडे लागलेली. अशा स्थितीत होणारी मनाची घालमेल या प्रकारच्या त्यांच्या कवितातून चित्रित होते. एका अर्थाने या प्रकारच्या कविता म्हणजे त्यांच्या आत्मपर कवितांच होत. म्हणूनच त्यांच्या इतर कवितांच्या तुलनेत या कवितांमधील भाव अधिक सच्चा आणि जिवंत वाटतो. 'माझे गाव', 'घरी', 'मायघर' या त्या कविता होत.

कसेही असले गाव, तरी ते माझे मजला प्यार
स्मरण तयाचे होता उठती हृदयी कोमल भाव।

या ‘माझे गाव’ कवितेतल्या ओळी किंवा शहरात शिकायला आलेल्या मुलाला येणाऱ्या ‘घरी’ कवितेतल्या आठवणी, तसेच शिकून नोकरी व्यवसायाला शहरात राहणाऱ्यांचे कधी तरी खेड्यातल्या मोकळ्या जिव्हाळ्याच्या वातावरणात जाणे आणि लगेच परतावे लागणे यामुळे त्यांच्या मनाची

> ‘‘जाईल भराभर अशी सुटी संपुनी
> नोकरी मान पकडोनी नेईल परत ओढोनी ।’’

अशी होणारी अवस्था, हे सारेच भाव खरे आहेत आणि ते साध्या शब्दांत पण जिवंतपणे चित्रित झाले आहेत.

निसर्ग हा ग्रामीण जीवनाचं एक अपरिहार्य अंग आहे. खेड्यातल्या पहाट, सकाळ, संध्याकाळचं वर्णन त्यांच्या ‘पहाट’, ‘सकाळ’, ‘सांज’ कवितांतून येतं. प्रत्यक्ष वर्णनाबरोबरच पार्श्वभूमी म्हणूनही निसर्गचित्रणाचा उपयोग ठोकळ करताना दिसतात. ‘गुराख्याच्या पोरा’चं वर्णन असो नाही तर ‘मोटेवरलं गाणं’ असो, निसर्ग तिथे या गुराख्याच्या, शेतकऱ्याच्या किंवा खेडुतांच्या जीवनाशी एकरूप झालेला दिसतो. याशिवाय निसर्गवस्तूंचा उपमादी अलंकारांसाठी उपयोग केलेला दिसतो. उदा. खेडवळ फूल (‘खेडवळ फूल’), चंदराची कोर, सागाचा सोगडा (‘पाटलाची लेक’) नवसाच्या फुलावाणी रंग, कुसुंबी पागुटं, डाळिंबी वठ, धुतल्या तांदळासारखे दात, कुडीतला जीव, देवाचा देव (‘जात्यावरलं गाणं) इत्यादी. आनंदी प्रसन्न वातावरणातील निसर्गाचं वर्णन जसं ठोकळांनी केलं तसंच ओस झालेल्या निसर्ग-शेतकऱ्याचं चित्रणही केलं.

‘सुगी’ संग्रहातील विविध कवितांमधून आलेल्या विषयांवरच ठोकळांनी कविता लिहिल्या. मात्र ‘सुगी’तल्या अनेक कृतक-वर्णनपर कवितांपेक्षा ठोकळांच्या कवितेत येणारे ग्रामीण जीवन तुलनेने अधिक वास्तव आहे. पण ते वर्णनच आहे. सखोल चिंतनशीलता, सूक्ष्मता यांचा अभाव ठोकळांच्या कवितेत जाणवतो. ठोकळांची कविता ग्रामीण जीवनाचा केवळ परिचय करून देते, अनुभूती देत नाही. याशिवाय ठोकळांच्या कवितेबद्दल आणखी एक गोष्ट प्रकर्षाने जाणवते. रोमँटिकता आणि भावविवशतेमुळे या कवितेतील अनुभव अनेकदा अवास्तव बनतो किंवा कृत्रिम तरी होतो. (उदा. ‘गरिबीचा सौंसार’, ‘मजूर’ इ. कविता) अशा कवितांवर समकालीन रविकिरणमंडळाच्या कवितेचा प्रभाव जाणवतो.

या साऱ्या मर्यादा लक्षात घेऊनही ठोकळांच्या काव्यलेखनाचे मराठी ग्रामीण काव्यातील स्थान महत्त्वाचे आहे हे मान्य करावे लागते. ग्रामजीवनाचा प्रत्यक्षानुभव, पती-पत्नी प्रेमभावाचे चित्रण, खेड्याकडे असलेला मनाचा कल, निसर्गाचा समर्पक

वापर इ. बरोबरच या कवितेची भाषाशैली हाही या कवितेचा उल्लेखनीय विशेष आहे.

ठोकळांची बहुतेक ग्रामीण कविता नाट्यात्मक आहे. ग्रामीण पात्रांच्या तोंडून बऱ्याचशा कवितांचे निवेदन होत असल्याने ते ग्रामीण बोलीतूनच होते. स्वत: कवी खेड्यातून आलेला असल्याने या पात्रांच्या तोंडी येणारी ग्रामीण भाषा ही निखळ ग्रामीण आहे. ग्रामीण अधिक प्रमाणभाषा किंवा ग्रामीण अधिक संस्कृत असे तिचे स्वरूप भेसळयुक्त नाही. याशिवाय त्यांच्या प्रमाणभाषेतील इतर ग्रामीण कवितांची भाषाही ग्रामीण जीवनाला अनुरूप अशीच आहे.

ठोकळांनी 'सुगी'हा जानपदगीतांचा प्रातिनिधिक संग्रह काढून मराठी कवितेत ग्रामीण काव्याला विशिष्ट स्थान मिळवून दिले. स्वत:चा 'मीठभाकर' हा संग्रह तर काढलाच पण इतर समकालीन ग्रामीण कवींच्या पुस्तकप्रकाशनालाही हातभार लावला. एक प्रकारे ग्रामीण कवितेला प्रतिष्ठेचं स्थान मिळवून देण्यात ठोकळांचा सिंहाचा वाटा आहे. या कार्याबरोबरच श्रेष्ठ दर्जाची ग्रामीण कविता ठोकळांच्या हातून लिहिली गेली असती तर त्यांना ग्रामीण काव्येतिहासात अधिक मानाचे स्थान प्राप्त झाले असते. तत्कालीन इतर कवींप्रमाणेच त्यांचीही कविता रविकिरण मंडळाच्या परिघाबरोबरच फिरत राहिली. अशा दोन्ही दृष्टिकोनांतून ठोकळांच्या कार्याचे महत्त्व आणि मर्यादा ग्रामीण काव्याच्या संदर्भात लक्षात घेणे आवश्यक ठरते.

संदर्भ :

१. यादव आनंद : 'ग्रामीण साहित्य : स्वरूप आणि समस्या' - दु. आ. मेहता पब्लिशिंग हाऊस, पुणे : १९८४ पृ. ४७

२. भालेराव इंद्रजित/उमरीकर श्रीकांत (संपा.): 'समग्र बी. रघुनाथ खंड १' प. आ. गणेश वाचनालय, परभणी. पृ. १५४

३. उपरोक्त पृ. ११,१२

४. उपरोक्त पृ. १२,१३

५. जोग रा. श्री. : 'रानजाई' (पु. प.) महाराष्ट्र साहित्य पत्रिका, ऑक्टो. १९३५, वर्ष ८ अंक ३, पृ. २२-२३

६. साने रा. भा. : ''रानजाई'चे रम्यावलोकन'' (पु.प.) 'सहविचार', वर्ष १३, अंक ४, पृ. १९८ ते २०७

७. जोग रा. श्री. : 'रानजाई' (पु. प.) उ. नि.

***

४

के. नारखेडे, सोपानदेव चौधरी, बहिणाबाई चौधरी यांची कविता

के. नारखेडे :

के. नारखेडे यांचा 'शिवार' हा काव्यसंग्रह १९४१ साली प्रसिद्ध झाला. यामधील कवितांचे रचनेच्या दृष्टीने ठळक तीन प्रकार दिसतात. १) स्फुट कविता २) घटना/कथाप्रधान कविता ३) एक खंडकाव्य.

स्फुट कवितांमध्ये शेतकरी जीवन, प्रेमकविता आणि शेतकरी स्त्री हे विषय आलेले आहेत. 'काळजाचा तुकडा' या पहिल्याच कवितेत पीक-शेती-पाऊस यांकडे पाहून संतुष्ट होणाऱ्या शेतकऱ्याच्या मनाची समाधानी वृत्ती चित्रित केलेली आहे.

घामाने शिंपुनि मळा,
पेरतो कधी जोंधळा,
मोत्यांची खुलते कळा
ते अन्न-ब्रह्म वितरिते

('शिवार', पृ. १)

अशा रचनेतून कृतकवर्णन आणि संस्कृतप्रचुर भाषेचा सोस जाणवतो. आनंद यादव यांनी 'रविकिरणमंडळ कालीन ग्रामीण कविता' या लेखात याच ओळींचा संदर्भ देऊन या रचनेच्या मर्यादा स्पष्ट केल्या आहेत. ते म्हणतात, ''या कवितेत सगळीच काव्यात्मता कृतक कशी आहे हे या कडव्याच्या नमुन्यावरून दिसून येते. कारण 'घाम शिंपण्यापेक्षा' शेतकऱ्यास 'घाम गाळावा' लागतो. शिंपण्यामध्ये सुखद संवेदना आहेत. त्या 'गाळण्या'मध्ये नाहीत. उलट कष्टाच्या, पराकाष्ठेच्या प्रयत्नांच्या अर्थसंवेदना 'घाम गाळणे' या शब्दप्रयोगात सूचित होतात. दुसऱ्या चरणात 'कधी' हा शब्द पादपूरणार्थ आलेला असला तरी अर्थाची हानी करणारा आहे. जोंधळा 'कधी तरी' पेरायचा नसतो. तो नेमाने प्रत्येक वर्षी पाऊस लागल्यावर घात साधून वेळच्या वेळीच पेरायचा असतो. कारण त्यावर सर्व सालाची भाकरी अवलंबून असते. नंतर मग मोत्याची कळा खुलल्याची अनुभूती आलेली आहे. 'पेरणी' ते 'मोती देणारी' मळणी अशी उडी मारलेली आहे. मधले ढोरकष्ट मात्र गाळून टाकलेले आहेत. त्यामुळेच 'मोत्यांची खुलते कळा' हा सुखद अनुभव व्यक्त होऊन मधले वास्तव हरवले आहे. शेवटचा चरण तर संपूर्ण नागर आहे. अग्रामीण आहे. अन्न-ब्रह्माची कल्पना शेतकऱ्याच्या हयातीत त्याला कधी ठाऊक नसते. त्यामुळे सगळे कडवेच गायला चांगले वाटत असले तरी प्रत्ययकारी नाही. वस्तुस्थितीशी भावावस्थाच विसंगत असेल तर प्रत्यय येणार तरी कसा ?''[१] नंतरची रचनाही केवळ रम्य कल्पनेतील आहे.

अन् पीक काढल्यावर
मी फिरवुनिया नांगर
करि तयार जों वावर
            ताटीच साफ वाटते
जणु अंथरले कांबळ,
वाढले दिसे मोहळ,
पसरले जसे काजळ,
            काळोख थिजे जणु इथे

('शिवार', पृ. २)

पीक काढल्यावर नांगर फिरवून साफ झालेले शेत अंथरलेल्या कांबळासारखे, वाढलेल्या मोहळासारखे, काजळ पसरल्यासारखे दिसते. 'नांगर फिरवणे' म्हणजे एखादी 'सडा टाकण्यासारखी' सुखद क्रिया असल्याचा भास या रचनेतून होतो. नांगरट करताना सुखापेक्षा कष्टाचाच अनुभव पुरेपूर असतो. त्या कष्टाची जाणीव इथे मुळीच होत नाही.

'काय उणे मज' या कवितेतही शेतकऱ्याच्या पुरेपूर आनंदी वृत्तीचेच केवळ दर्शन आहे. आपले पीक, शेतातील लहानसे झोपडे, बैलाची जोडी, गुरे हे सर्व आपले कुटुंब आणि त्या कुटुंबात आपण खूप संतुष्ट आहोत असं या कवितेतला शेतकरी म्हणतो.

मेघराज गे, हसुनि अंबरी
सुधा स्वर्गिची वर्षि भूवरी
काय सुखाला उणे तोवरी
स्वर्ग कशाला
हवा आम्हांला ?
वैकुंठच हे साक्षात

('शिवार', पृ. ३)

या ओळींमधून केवळ पाऊस पडला म्हणजे स्वर्गच पृथ्वीवर अवतरतो असे सांगितले आहे. शेतकऱ्याला पाऊस पडण्यापूर्वी आणि पाऊस पडल्यापासून ते पीक हाती येईपर्यंत करावे लागणारे कष्ट, त्याचे दारिद्र्य, सावकार - व्यापाऱ्यांकडून होणारी फसवणूक याबद्दल या कवितेतला शेतकरी काहीच बोलत नाही. किंबहुना या सर्व गोष्टी नसल्यामुळेच तो समाधानी आहे. म्हणूनच तो 'काय उणे मज ?' असे म्हणतो आहे. खेडे आणि खेड्यातल्या शेतकऱ्याचे जीवन सुखी, समाधानी आणि आनंदी असते ही तत्कालीन मराठी कवींची दृष्टी या कवितेतून दिसते. शहरात राहून जानपद जीवनावर कल्पनारम्य कविता करणाऱ्या कवींचे अनुकरण नारखेडेंसारख्या ग्रामीण भागातील कवीने केलेले दिसते.

'नाचू लागे तेही तसे' या कवितेत निसर्ग आणि निसर्गामुळे होणाऱ्या आनंदाचे वर्णन येते. तर 'बांधावर' या कवितेतल्या शेतमालकाचे बांधावर उभा राहून पिकांकडे पाहताना भान हरपून जाते. कोपऱ्यातल्या खोपटातून वनदेवी (त्याची पत्नी) येते. तिचे सौंदर्यवर्णन तो करतो. नंतर शिवाराची शोभा तुझ्या रूपाने माझे झोपडे नटविते म्हणून -

समृद्धि देवी अशी नांदते ज्याच्या सदनातुनी
तुच्छ तो राजपदाला गणी !

('शिवार', पृ. २१)

असा विचार तो मांडतो. रम्यतेत रंगून आपल्या दुःखदारिद्र्याचा विसर पडण्याचाच भाग या कवितेत येतो.

'त्या शेतकऱ्याची दिवाळी' या कवितेत दिवाळीच्या सुमारास शेतकऱ्याची पिके येतात आणि नेमकी ती संधी साधून सावकार त्यांच्या घरावर जप्ती आणतो. ही पार्श्वभूमी घेऊन एका शेतकऱ्याच्या स्थितीचे वर्णन या कवितेत कवीने केलेले आहे. सावकार खळ्यातले धान्य जप्ती आणून घेऊन जातो. त्यानंतर दिवाळी आणि त्या शेतकऱ्याच्या मनाची स्थिती कवितेत पुढील शब्दांत मांडली जाते.

दीपमाळांनी खुले अवसरात
अवस त्याच्या परि भरे अंतरात
भरे अश्रूंनी दृष्टि, अंध होई
कोण त्याला आधार - हात देई ?

('शिवार', पृ. ३४)

'पेरणी' या कवितेतही पेरणीच्या वेळची गरीब शेतकऱ्याची स्थिती आणि सावकाराची व्यावहारिक दृष्टी यांचे वर्णन आहे.

'मजूर' ही एका मजुराची करुण कथा सांगणारी कविता. या काळातील कवी हे कारुण्य दुःखावर कविता लिहिताना अतिशय भावविवश होतात आणि या भावविवशतेतच वास्तवता हरवून जाते. ग.ल. ठोकळ यांच्या 'मजूर' कवितेप्रमाणेच ('मीठभाकर', पृ. ३३) नारखेडेंच्या 'मजूर' कवितेतील मजुराचे वर्णन आहे.

तडफडे प्राण - हो व्याकुळ अन्नावीण
जीर्ण फाटकी वस्त्रे भिजली
घर्मबिंदु टपटपती खाली
जमीन तळची ओली झाली
श्रमे, परि - प्राण - हो व्याकुळ अन्नावीण

('शिवार', पृ. ३७)

'जीर्ण फाटकी वस्त्रे' मजुराच्या अंगावर असणे हे वस्तुस्थितीला धरून आहे.

पण येथे ही वस्त्रे घामाने 'ओली' न होता 'भिजली' आहेत. यापेक्षाही पुढचे चरण जास्तच अवास्तव आहेत. घामाचे बिंदू खाली टपटपून तळची जमीन ओली झालेली आहे. एवढा घाम माणसालाच काय, कुठल्याही प्राण्याला येणे शक्य नाही. मजुराच्या कष्टाचे वर्णन केवळ भावविवश होऊन झालेले आहे. आपले चिमुकले शेत सोडून गिरणीत कामाला आलेल्या या मजुराला तेथेही भलताच अनुभव येतो.

बसे जरा जो जीव भागला
येई झणि साहेब त्या स्थळा
लाथ बुटाची हाणी, पडला -
झोक जाऊन - हो व्याकुळ अन्नावीण

('शिवार', पृ.३६)

गिरणीतला हा अनुभवही अतिरंजित आहे.

'जाऊ नको रे लांबून' ही शहरी ग्रंथ- पंडितांना उद्देशून लिहिलेली कविता

कुरूप, ओंगळ कळकट दुबळे
शरीर, घामट, सुरकुतलेले
भेसुर खांचा दिसती डोळे
ध्यान पाहुनी, तोंड फिरवुनी जाऊ नको रे लांबून

अशा शेतकऱ्याला टाकून पुढे जाऊ नकोस असे कवी म्हणतो. धनधान्याचे मळे पिकवून हा शेतकरी जगाचे पोषण करतो, पण स्वत:चे दीड वितीचे पोट कसे भरावे हा त्याला प्रश्न पडलेला आहे. उभ्या जगाला झाकण्यासाठी तो कापूस पिकवतो, पण स्वत:ची लाज झाकण्यासाठी त्याला लक्तरे गुंडाळावी लागतात. त्याच्या दुधाळ गायी-म्हशी दूध देत असल्या तरी त्याच्या मुलांना ताकाचे पाणी मिळते. आजारी मुलासाठी त्याला डॉक्टर आणता येत नाही. ग्रंथ-पंडितांच्या कल्पनेतला शेतकरी थोर असला तरी वास्तवातला शेतकरी दीन-दु:खी आहे. तथापि हे दु:ख पाहून त्याच्याबद्दल खोटा कैवार घेणेही कवीला पसंत नाही. म्हणूनच -

''आणि चित्र ते पाहुनि असले
जाहले न जर डोळे ओले
गर्जु नको तू घेउनि त्याचा कधीही खोटा कैवार''

('शिवार', पृ. ९९)

असेही ग्रंथ-पंडितास कवी सांगतो.

'गुराखी' ही के. नारखेडे यांची कविता ग्रामीण काव्य प्रवाहातील बदलाच्या दृष्टीने एक लक्षणीय कविता आहे. मे १९०२ मध्ये तांब्यांनी 'गुराख्याचे गाणे' लिहिले. के. नारखेडेंच्या 'गुराखी' कवितेखाली लेखनाची तारीख दिलेली नाही. तथापि 'शिवार' हा संग्रह १९४१ साली प्रसिद्ध झाला. 'सुगी' (१९३३) मध्ये या कवितेचा समावेश नाही. तेव्हा १९३५ ते १९४१ च्या दरम्यान ही कविता लिहिली गेली असावी. एवढ्या तीस-पस्तीस वर्षांच्या काळात मराठी कवींच्या ग्रामीण जीवनाकडे पाहण्याच्या दृष्टिकोनात झालेला बदल लक्षात घेण्यासारखा आहे. (मध्यंतरी २६ जून १९२८ रोजी ग. ल. ठोकळांनी 'गुराख्याचा पोर' ही कविता लिहिली पण ही कविता केवळ बाळपणीच्या आठवणींच्या स्वरूपात लिहिलेली आहे आणि तांब्यांच्या कवितेपेक्षा या कवितेत फार काही वेगळे आहे असे म्हणता येत नाही. गोरे यांची 'आम्ही तर जंगलची पाखरे' ही कविताही याला अपवाद नाही. मात्र गोरे यांचीच 'गुराख्याचे गाणे' आणि 'सुगी'तील आनंद यांची 'गुराखीण' या कविता गुराख्याचे खोटे जीवन चित्रित करीत नाहीत.) तांब्यांच्या कवितेतला गुराखी केवळ रम्य कल्पनेने चितारलेला आहे, तर नारखेडेंच्या कवितेतला गुराखी आपल्या दारिद्र्य आणि दु:खाने कष्टी झालेला आहे. गुराख्याचे वर्णन करणाऱ्या या दोन्ही कवितांतील सुरुवातीच्या काही ओळी पाहिल्या तरी हा फरक लक्षात येण्यासारखा आहे. तांब्यांच्या कवितेची सुरुवात अशी आहे -

कुरणावरती वडाखालती गाई वळत बैसतो
स्फटिकापरि निर्मळ हा खळखळ झरा जवळ वाहतो ।।धृ.।।
पावा फुंकुनि मंजुळ नादें रान भरुनि टाकितो,
आनंदाने डोळे भरता प्रभुजीला प्रार्थितो,
गाईमागे रानोमाळी शीळ भरत हिंडतो,
दऱ्या दऱ्यातुनि रान-ओहोळावरी. मौज मारितो

('गुराख्याचे गाणे')

तर नारखेडेंच्या कवितेची सुरुवात याप्रमाणे आहे-

उठुनि सकाळी, काठी घेऊनि, दारोदारी फिरे
जमवितो गोठाणावर गुरे
जीर्ण लक्तरांतुनी तयाची कृष्ण जीर्ण तनु दिसे
जरी तो झाकाया झटतसे

शिळी भाकरी असेल तितुकी बांधुनिया घेतसे
घेऊनि गुरे वनी जातसे
ओढाळ गुरेही स्वैर धावती वनी
तो वळवी धावुनि कुंपण - काट्यांतुनी
हो व्याकुळ, येती अश्रु डोळयांतुनी

('शिवार', पृ. ५८)

तांब्यांच्या कवितेतील गुराखी गायी वळत वडाखाली 'बसलेला' आहे. तर नारखेडेंच्या कवितेतील गुराखी दारोदार फिरून गोठाणावर गुरं जमवतो - स्वैर धावणाऱ्या गुरांमागे 'धावतो' आहे. तांब्यांच्या कवितेतला गुराखी आनंदाने मंजुळ पावा फुंकतो आणि दऱ्यामधून, रान - ओहोळावर 'मौज मारतो', तर नारखेडेंच्या कवितेतील गुराखी गुरांमागे, 'कुंपण, काट्यांमधून' धावतो, त्याच्या पायात काटा बोचतो. त्याला ठेच लागते आहे.

एकंदरीत तांब्यांच्या कवितेतला गुराखी आनंदामध्ये मग्न झालेला आहे तर नारखेडेंच्या कवितेतला गुराखी गुरांमागे धावून कष्टी झालेला आहे. त्याशिवाय त्याला शेतमालक आणि गुरांच्या मालकाचे बोलणेही ऐकावे लागते. अर्थात तांब्यांपासून नारखेडेपर्यंतच्या जानपद काव्यात झालेला हा बदल या उदाहरणावरून स्पष्ट होत असला तरी एवढ्यावरून नारखेडेंची कविता ही परिपूर्ण ग्रामीण कविता आहे असे म्हणता येत नाही.

"बोचुनि काटा पायी अथवा केव्हा ठेचाळुनी
लाल हो पाउल रक्ताळुनी"
"स्वैर उधळिता गुरे, वळवितो ओरडुनी सारखा
येतसे फेस तयाच्या मुखा"
"भिजवून आसवासवे सुकी भाकरी
हा बसे खावया, दृष्टि गुरांवर तरी"

('शिवार', पृ. ५८, ५९)

अशा काही ओळींतून भावविवश आणि रंजित वर्णन दिसून येते. काटा बोचला किंवा ठेच लागली म्हणजे पाय रक्ताळून लाल होणे, गुरे वळताना ओरडण्याने तोंडाला फेस येणे, सुकी भाकर आसवात भिजवून खाणे ही उदाहरणे भावविवशता व रंजकतेचीच द्योतक होत. या मर्यादा लक्षात घेऊनही जानपद जीवनाचे वर्णन या काळात बरेच वास्तवतेकडे प्रवास करताना दिसते एवढे मात्र निश्चितपणे म्हणता येते.

‘पोळा’ आणि ‘दसरा’ हे शेतकऱ्याचे महत्त्वाचे सण. त्यावर नारखेडेंनी अनुक्रमे ‘शेतकऱ्याचे दैवत’ आणि ‘दसऱ्याचे सोने’ या दोन कविता लिहिल्या आहेत.

शेतकऱ्याबरोबर त्याच्या शेतात कष्ट करणाऱ्या त्याच्या बैलांना कृषिजीवनात अनन्यसाधारण महत्त्व आहे. शेतकऱ्याबरोबर त्याचे बैलही वर्षभर रात्रंदिवस कष्ट करीत असतात. त्यांच्या सन्मानार्थ पोळ्याचा एक दिवस सण म्हणून साजरा करायचा. बैलांना अंघोळी घालायच्या, सजवायचे, मिरवायचे, त्यांची पूजा करायची आणि पोटभर खाऊं पिऊं घालायचे. त्या दिवशी त्यांना कुठल्याही कामाला जुंपायचे नाही, अशी या सणाची रीत असते. ‘शेतकऱ्याचे दैवत’ या कवितेच्या पहिल्या भागात पोळा या सणाचे महत्त्व कवीने अवघ्या सहा ओळींत वर्णन केले आहे -

पहा सजविले कसे देव हे परधान्या राजा
करावयाची आज तयांची सर्वांनी पूजा
राबराबले रात्रंदिन ते अपुल्या शेतात
दिवस सुखाचे त्यांच्या योगे अपणा मिळतात
आनंदाचा सण हा त्यांचा आज असे पोळा
विश्रांतीचा त्यांना एक दिन वर्षामधला

(‘शिवार’, पृ. ५१)

आपल्या बैलांना आपल्या कृषिराज्याचे प्रधान आणि राजा कल्पून शेतकऱ्याने त्यांना परधान्या आणि राजा ही नावे दिलेली आहेत. आज पोळ्याच्या दिवशी त्यांना देव मानून त्यांची पूजा करायची, कारण रात्रंदिवस आपल्या शेतात ते राबराबले आहेत. त्यांच्यामुळेच आपल्याला सुखाचे दिवस पाहायला मिळतात. म्हणून या आनंदाच्या सणाच्या दिवशी त्यांना पूर्ण विश्रांती द्यायची - अशी शेतकऱ्यांची श्रद्धा आहे. वर्षातून एकदा तरी श्रमाला प्रतिष्ठा देऊन शेतकरी त्यांची मनोभावे पूजा करीत असतो. कवितेच्या नंतरच्या भागात बैलांना कसे सजवले जाते याचे वर्णन आहे. शिंगांना हिंगूळ लावणे, बेगडी चिकटवणे, बाशिंग बांधणे, माथ्यावर माथोटी, पायी पैंजण, गळ्यात घुंगुर घंटा, कवड्यांच्या गेठा, पाठीवर झूल, माथ्यावर रुई फुलांच्या माळा या साऱ्या सजावटीचे वर्णन आहे. त्यांची पूजा करून त्यांना पक्वान्ने का खाऊ घालायची ते कवीने उत्तरार्धात सांगितले आहे.

पाय धुवुनिया करा तयांची पूजा प्रेमाने
खाऊ घाला आज तयांना सारी पक्वान्ने
लहान मोठे सर्व येऊनी नमन करां त्यांस

त्यांच्यावाचुन मिळायचे नच अन्न आपणास
हेच एवढे शेतकऱ्याचे दैवत प्रेमाचे
आज पुजुनिया उपकाराचे रिण फेडायाचे
सेवा करिती सतत आमुची ऊन पावसात
पूजा करुनी एक दिवस का होऊ ऋणमुक्त ?

('शिवार', पृ. ५२)

ऊन, पावसात रात्रंदिवस कष्ट करणाऱ्या या बैलांमुळेच शेतकऱ्याला अन्न मिळत असते. म्हणून हेच खरे शेतकऱ्याचे दैवत आहे. एक दिवस पूजा करून त्यांचे ऋण फिटणार नाही. तरीही त्यांचा हा एक दिवसाचा प्रातिनिधिक सन्मान करायचा ही भावना शेतकऱ्यांत आहे. मात्र पोळ्याची शेतकरी जीवनात असलेली आदर्श कल्पनाच या कवितेत आली आहे. बैलांना सजवून या दिवशी त्यांची मिरवणूक काढली जाते. मिरवणुकीबरोबरच बैलांच्या धावण्याच्या स्पर्धा होतात, तेव्हा बैलांना पळवले जाते. त्यामुळे त्यांना विश्रांती देण्याऐवजी दमछाक होईपर्यंत त्यांची पळवणूक केली जाते. अशा वास्तव गोष्टींकडे ही कविता वळलेली दिसत नाही.

'दसऱ्याचे सोने' या कवितेत मात्र कवीने सद्य:स्थितीवर प्रकाश टाकला आहे. दसऱ्याच्या दिवशी पूर्वजांनी पराक्रम केला त्या पराक्रमाचे स्मरण म्हणून हा सण साजरा करायचा. या दिवशी सोने (आपट्याची पाने) लुटून आणण्याची पद्धत आहे. आपट्याच्या पानांबरोबरच ज्वारीची धाटंही शेतातून उपटून आणली जातात. त्यामुळे शेतकऱ्यांचे नुकसान होत असते. 'दसऱ्याचे सोने' या कवितेत एक गरीब शेतकरी आपल्या शेताची राखण करतो. कडब्याची धाटं तोडणारांना तो विनवून, धाक दाखवून, रागावून विरोध करतो. पण त्याचे कोणीही ऐकत नाही. अशा या दसरा सणाबद्दल आणि सद्य:स्थितीबद्दल शेवटच्या कडव्यात कवीने भाष्य केले आहे ते असे.

पूर्वी दसऱ्याला वीर पूर्वजांनी
भव्य रिपुनगरें आणिली लुटोनी
आज आम्ही दिग्विजय परि करोनी
दीन-दुबळा रडवितो बंधु कोणी

('शिवार', पृ. ५६)

'शिवार' मधील स्फुट कवितेत 'आम्हाला काम सुचेना गडे', 'माझी देवी', 'अपुरे स्मित' या प्रेमकविता आहेत. शहरी संवेदनेने ग्रामीण जीवनावर लिहिलेल्या प्रेमकविता असेच या कवितांचे स्वरूप आहे.

'शेतकरी स्त्री- जीवनावर लिहिलेल्या कविता' हा नारखेडेंच्या या संग्रहाचा आगळा विशेष मानावा लागेल. या संग्रहातील 'कारभारीण', 'घरधनीण', 'घरोघरी', 'लक्ष्मी', 'पयोदान', 'संजीवन' अशा काही निवडक कविता जानपद स्त्रियांवर आहेत.

'नयन' मासिकातील 'आधुनिक मराठी कविता आणि जानपद स्त्रिया' या लेखात नीळकंठ म्हात्रे यांनी शेतकऱ्याच्या कारभारणीचे वर्णन असे केले आहे, "जानपद स्त्रियांमध्ये कारभारणीचा अग्रपूजेचा मान आहे, ती कृषिजीवनातील अनेक व्यवसायांत व्यग्र झालेली दिसते. कधी मोट हाकताना, कधी शेत राखताना, कधी लावणी करताना, कधी घरधन्याला न्याहरी नेताना, कधी पतीची सेवा करताना तर केव्हा पहाटे जात्यावर दळताना - अशा नानाविध व्यवसायांत मग्न झालेली आपण तिला पाहतो. त्याचप्रमाणे निर्व्याज मनाने खेळणारी बाला, मुग्ध प्रणयचेष्टा करणारी नवोढा आणि मुलाबाळांची चिंता वाहणारी प्रौढा अशा विविध स्वरूपांतही ती मराठी काव्यात दिसते."[२] म्हात्रे यांनी वर्णन केलेली शेतकरी स्त्रीची ही अनेक रूपे के. नारखेडेंच्या कवितेत आलेली आहेत.

'कारभारीण' कवितेत सकाळी लवकर उठणारी, निंदणाऱ्या बायकांमागे काम पाहणारी, त्यांना कामाचा मोबदला देणारी, गुरांचा चारापाणी पाहणारी, पीक पेरणीची योजना करणारी, आठवड्याची मजुरी वाटणारी, सासू, सासरे, धनी, दीर या सर्वांची काळजी वाहणारी अशी वेगवेगळ्या कडव्यांत तिची वेगवेगळी रूपे चित्रित झाली आहेत.

'कारभारीण' प्रमाणेच गृहिणीचे चित्र 'घरोघरी' कवितेत आले आहे. प्रहर रात्रीला उठून दळण दळणारी, नंतर पाणवठ्यावरून पाणी भरणारी, स्वयंपाक करून घरधन्याला न्याहरी बांधून देणारी, स्वतः शेतात जाऊन कष्ट करणारी, सायंकाळी शेतातून परतल्यावर स्वयंपाक करणारी, सर्वांना जेवू घालून मग जेवणारी, अंथरूण घालणारी, रात्री कुणाचं दुखलं खुपलं ते पाहणारी- अशी अनेक कामे करणारी गृहिणी या कवितेत चित्ररूप झाली आहे.

'घरधनीण' या कवितेत मात्र शेतकरी स्त्रीचे आत्यंतिक सोशिक असे चित्र रेखाटले आहे. शेतकऱ्याची स्त्री म्हणजे गरिबीतही आनंदी राहणारी, कष्टाने जीवन जगावे लागले तरी त्याची खंत न बाळगणारी अशी तत्कालीन कवींची समजूत झालेली दिसते. 'घरधनीण' या कवितेतही याचा प्रत्यय येतो.

थंडी - वारा - पाउस उनही अडवाया तिज कधी
शक्त ना असता कामामधी-
हे जाड सुताडे खुपे न अंगावरी
कोरडी अडे ना घशांत कधि भाकरी
नच कुठे न फुटका अंगावरी मणि जरी

'नाजुक पाउल' तुडवी माती - दगड - खडे जरि सदा
येइना रक्त तयाला कदा

('शिवार', पृ. ४४)

गृहिणीचे असे अवास्तव चित्र या कवितेत रेखाटले आहे.

गृहिणी म्हणजे घरची लक्ष्मी असते हा भाव 'लक्ष्मी' मध्ये येतो. 'संजीवन' कवितेत थकून आलेल्या पतीला प्रेमाचा आधार देणारी आणि 'पयोदान' मध्ये रोपांना पाणी देऊन त्यांना मुलाप्रमाणे जगविणारी ग्रामीण स्त्री दिसते.

घटनाप्रधान प्रेमकविता या संग्रहात संख्येने बऱ्याच आहेत. त्यामध्ये 'काटा', 'मीलन', 'न्याहरी', 'कळणार कधी', 'चिमुकले जग', 'जीवितपूर्ति', 'युगत', 'केळीच्या बागेत', 'ओळख', 'हासुनि युवक वळे', 'आधार' या कवितांचा समावेश करता येईल. शेतात न्याहरी नेताना, न्याहरी करताना, कामे करीत असताना, केळीच्या बागेत अशा विविध प्रसंगी होणाऱ्या प्रणयाचे चित्र या कवितांमध्ये दिसते. काव्यापेक्षा घटना-प्रसंगांचेच चित्रण या प्रकारच्या कवितांमध्ये विशेषत्वाने येते.

याशिवाय 'अमरवेल', 'शिवबा', 'राणूचे शेत', 'वेडी', 'अंजनीच्या झाडाकाठी' ही कथाकाव्ये 'शिवार' मध्ये आहेत.

'अमरवेल' या काव्यात एका आम्रवृक्षावर वाढणाऱ्या अमरवेलाची कथा आहे. आंब्याचा जीवनरस शोषून हा अमरवेल वाढतो. आंबा शुष्क होतो. एका दिवशी उन्मळून पडतो आणि त्यानंतर अन्नाविण अमरवेलही मरून पडतो.

'शिवबा' काव्यात पेरणीच्या दिवसांत शिवबाचे मूल तापाने फणफणलेले असते. लोकांची पेरणी सुरू होऊन चार दिवस होतात तरी शिवबा पेरणी करू शकत नाही. शेवटी आपले मन आवरून तो पत्नीला ''पेरणी झाली नाही तर वर्षभर आपल्या डोळ्यांना दाणा दिसणार नाही'' असे सांगतो. तेव्हा शेतात जाऊन पेरणी आटोपून लवकर परत यावे असे ती सांगते. तो दगडाची छाती करून पेरणी करून परततो. वेशीत गाडी येते तेव्हा गावचा पाटील त्याला अडवतो व साहेबाला पोहोचवून ये म्हणून सांगतो. तो त्याला आपला मुलगा तापाने आजारी असल्याचे सांगतो. पण 'दोन चार घंट्यांत पोर काय मरून जाणार ?' असे पाटील त्याला सांगून बळजबरीने साहेबास पोहोचविण्यास पाठवितो. तो साहेबास पोचवून परत येतो तेव्हा त्याचा मुलगा मेलेला असतो.

या छोट्या कथेत शिवबा, त्याची पत्नी, आजारी मूल आणि शिरजोर पाटील या पात्रांमध्ये ही करुण कथा घडते. काव्याची भाषा साधी-सरळ, कथेला पुढे नेणारी आहे. आणि शिबवा साहेबाला सोडून आल्यावरचा मुलाचा झालेला मृत्यू, तो दिसताच पत्नीने शोकाकुल होऊन फोडलेला हंबरडा या प्रसंगाने झालेला शेवटही

परिणामकारक आहे.

'राणूचे शेत' या नऊ पृष्ठांच्या कथाकाव्याचे दोन भाग आहेत. सातपुड्याच्या पायथ्याशी एका खेड्यात राहणारा राणू हा एक गरीब शेतकरी. एक लहानसे घर आणि चार बिघ्यांची शेती त्याच्याकडे असते. आपल्या शेतात कष्ट करून तो जगतो. गावातल्या धनमल शेटच्या मळ्याला लागून त्याचे शेत असते, म्हणून ते विकत घ्यावे अशी शेटजींस इच्छा होते. तो पाटलाला आपला विचार बोलून दाखवितो. दुसऱ्या दिवशी पाटील आणि इतर चार लोक मिळून धनमलच्या घरी येतात. राणूला बोलावतात. शेटजींना शेत विकत द्यावे अशी विनंती राणूला करतात. त्या शेताऐवजी तेवढीच काळीभोर जमीन ते तुला देतील असे सांगतात. पण राणू शेत विकण्यास नकार देतो. तेव्हा त्याच्या दसपट काळीचे शेत, गोऱ्ह्याची जोडी, नवा बांधलेला वाडा शेट त्याला देऊ करतात. तरीही राणू नकार देतो.

दुसऱ्या विभागात राणू शेत तयार करून पेरणी करतो. पावसाळा चांगला होतो. पीक डोलू लागते. एका दिवशी धनमलचे बैल राणूच्या शेतातील नाजूक पीक तुडवून जातात. हे पाहून राणू रडत ओरडत पाटलांकडे येतो. पाटील त्याला शेटजीकडे घेऊन जातो. शेटजी नोकरांवर खोटेच ओरडतो. त्याला बिजवाईसाठी दाणे वगैरे देतो. राणू पुन्हा पेरणी करतो. पण उशीरा पेरणी झाल्याने पीक नीट येत नाही. दुसरं वर्षही कसंतरी जातं. पुढच्या वर्षी ज्वारी पेरतो. खळ्यात कणसं असतानाच खळ्याला आग लागते. अशा घटना घडून दोन चार वर्षांतच राणूचे हाल हाल होतात. शेवटी तो धनमलला मिळेल तेवढ्या पैशात शेत विकून टाकतो. आणि गाव सोडून कुठेतरी निघून जातो. अशी ही कथा आहे.

राणू, शेट, पाटील, शेटचे नोकर यांच्यात घडणारी ही कथा व्यक्तिचित्रे हुबेहूब रेखाटते. पण काही घटना मुद्दाम भडक करण्याचा प्रयत्न दिसतो. चार बिघ्यांच्या मोबदल्यात कुठलाही शेट दसपट शेत, गोऱ्ह्याची जोडी आणि नवा बांधलेला वाडा देणार नाही. कथेच्या शेवटी राणू शेत विकून गाव सोडून कुठेतरी निघून जातो. सर्व गाव त्याला विसरते. पण धनमल मात्र झोपेमध्ये 'राणू' म्हणून दचकून उठतो. त्याच्या डोळ्यांसमोर राणूची मूर्ती उभी राहते. धनमलला झोपेतून दचकून उठवण्यासाठीच राणूला 'कुठेतरी' पाठवले असावे असे वाटते. मात्र कुठे कुठे -

हळूच सारुन भूमातेचा पडदा नाजुक रोप
अस्फुट मिटली पाने उघडित संपवून ये झोप

('शिवार', पृ. ७२)

अशा तुरळक ओळींमधून कल्पनेची लहानशी झलक पाहावयास मिळते.

एकंदरीत भडकपणा आणि अद्‌भुततेतच ही कथा रमलेली दिसते.

'वेडी' या काव्यात पर्वत आणि रैना हे एक गरीब जोडपे आहे. लग्न होऊन सात वर्षांनी त्यांना मूल होते. रैना रानात बाळंतीण होते. तिला घरी आणले जाते. रैना गरोदर असतानाच तिचा पती आजारी पडलेला असतो. ती बाळंत झाल्यावर तिसऱ्या दिवसापासूनच कामावर जाते. पुढे पती आजारात मरतो. विधवा रैना बाळाला कष्ट करून वाढविते. गावात काम मिळत नाही तेव्हा जंगलात अंजनपाला आणण्यास जाते. शिपाई तिला पकडतो. हवालदाराकडे नेतो. हवालदार तिच्यावर खेकसतो. सव्वा रुपया दंड करतो. 'माझ्याजवळ एक पैसाही नाही. मला सोडून द्या' अशी विनवणी करून ती हवालदाराच्या पाया पडते. हवालदार तिला 'मर तर रांडे' असं म्हणून लोटून देतो. ती झोक जाऊन पडते. अंगाखाली मूल सापडून ते तेथेच मरते. ती मूल मेलेले पाहून वेडी होते. 'शिपाईदादा नका नका हो !' म्हणत ओरडत फिरते. शिपाईदादा या आरोळीने झोपेतून दचकून उठतो. अंथरुणावर तळमळतो. शेवटी स्वत:ची बदली करून घेतो.

या काव्यातही अद्‌भुततेपलीकडे काहीच नाही. रैनाचा पती आजाराने मरणे, केवळ अंगाखाली सापडून मूल मरणे या घटना सहज घडलेल्या दिसतात. रैना बाळंत झाल्यावर एवढे कष्ट करते पण तिला काहीच होत नाही. उलट आजारी पती मरून जातो. मुलाचे मरणही क्षणार्धात झालेले आहे. 'राणूचे शेत' मधील शेटजी प्रमाणे या काव्यातील शिपाईही दचकून उठताना दिसतो.

'अंजनीच्या काठी' या काव्यात दु:खी कष्टी लोकांना दिलासा देणारे, दुष्काळात लोकांना धान्याचे कोठार उघडून देणारे देशमुख आहेत. कायद्यामुळे त्यांची जमीनदारी नष्ट होते. वैभवाबरोबरच सर्व लोक त्यांना सोडून जातात आणि सारा कारभार संपतो. पुढे त्यांच्या मृत्यूनंतर त्यांचे कलेवर वाड्यात फिरते. या काव्यात देशमुखाच्या वाड्याजवळच्या वटवृक्षाचा रूपकात्मक वापर कवीने केला आहे. गावावर पहारा करणाऱ्या या वटवृक्षावर, त्याच्या छायेखाली अनेक दुर्भागी जीव शांत होतात. पक्षी आश्रयासाठी येतात. पण एका दिवशी अकस्मात कल्लोळ होऊन आकाशातून आगीचा लोळ येतो आणि वटवृक्ष जळून जातो. खोड भुतासारखे उभे राहते. देशमुखावरील हे रूपक मूळ कथेप्रमाणेच अद्‌भुत आणि न पटणारे आहे. नवीन कायद्याने जमीन गेली म्हणून कोणी मृत्युमुखी पडत नाही. तसंच या रूपकातही आगीचा कल्लोळ येऊन झाड जळून खोड शिल्लक रहात नाही, तर संपूर्ण झाडच मुळासकट जळून कोसळून पडते. अद्‌भुतता हा के. नारखेडेंच्या सर्वच काव्याचा प्रमुख आधार वाटतो.

'शिवार' या संग्रहाच्या शेवटी 'संगम' शीर्षकाचे एक खंडकाव्य आहे. यामध्ये सांगवी गावचे राघोराणा आणि हरबा भोळे हे दोन मित्र असतात. राघोची मुलगी राधा

आणि हरबाचा मुलगा कृष्णा हे बालपणीचे सवंगडी, पुढे राधेचे लग्न अमोद्याच्या राणे घराण्यातील माधव या मुलाशी होते. थोड्या दिवसांतच राधेचा बाप राघो तापाने मरतो. तिचा पती माधवही विहिरीचे खोदकाम चालू असताना वरचा वाता (मोटेचे चाक) डोक्यावर पडून मरतो. विधवा राधा आपल्या आईकडे येते. तिथे तिला कृष्णा लग्नाबद्दल विचारतो तेव्हा तो संबंध तिला पटत नाही. म्हणून ती परत सांगवीला येते. तिथे धना झांबरा हा अंगबैल्या (स्वत:च्या बैलजोडीसह जमीनदाराकडे राबणारा) असतो. तो पित्याप्रमाणे राधेची काळजी घेतो. पण गावातल्या महाजनाच्या मुलाची तिच्यावर नजर जाते. तो धना झांबरेला 'तुझी मुलगी जळाली' असा खोटा निरोप देण्याची व्यवस्था करतो. धना त्या निरोपानुसार वड्री या आपल्या गावी जातो. तेवढ्या काळात महाजनचा मुलगा राधेवर बलात्कार करतो. धना परत आल्यावर सर्व काही त्याच्या लक्षात येते. तो परत राधेला तिच्या आईकडे सांगवीला आणून सोडतो. पुढे कृष्णा आणि राधा यांचे गंधर्व जुळून येते. असे या खंडकाव्याचे कथानक आहे.

कथाप्रधान रचना असली तरी मुळातच या कथेत काही दोष आढळतात. राधेचा बाप आणि पती यांचे मृत्यू एका पाठोपाठ एक घडवून आणले आहेत. विधवा राधा सांगवीला जाताना एकटीच जाते. वास्तविक तिची आई असताना आपल्या तरुण विधवा मुलीला तिने एकटी पाठविणे शक्य नव्हते. निदान तिच्याबरोबर ती स्वत: गेली असती. शेवटी राधा आणि कृष्णाचे गंधर्व जुळते त्यातही तिचा (आईचा) काहीच सहभाग दाखविलेला नाही. धना झांबरेच केवळ तिथे मध्यस्थी करताना दिसतो. कृष्णाच्या आई बापाचे काय झाले, तेही सांगितलेले नाही. मात्र या कथेतील राधा, कृष्णा, महाजनचा मुलगा, धना झांबरा ही स्वभावचित्रे जिवंतपणे चित्रित झाली आहेत.

काका मुलगी तुझीच, नातू राम बाळ मानुनी
माया ठेवी तूच, यापुढे करी पीक-पेरणी

किंवा महाजनाच्या मुलाने अतिप्रसंग केल्यावर -

दोघांना विष पुरेसे दे काका आणुनी
जगावयाची क्षणभर आता इच्छा नाही मनी
('शिवार', पृ. ११२ व ११७)

अशी धना झांबरेस विनवणारी राधा जशी अगतिक आहे तशी समजदारही आहे. कृष्णाशी गंधर्व जुळवताना ती सर्व गोष्टींचा विचार करते.

ताईबाई, असेल देही जीव - रक्त तोवरी
करीन रक्षण तुझे, कशाची चिंता नच तू करी
('शिवार', पृ. ११४)

असे राधेला आश्वासन देणारा जाणकार व दक्ष धना झांबरा आहे. तितकाच खलवृत्तीचा महाजनाचा मुलगा माधव आहे.

"डिवचताच मी उफाळलेल्या खेळविल्या नागिणी
आणि नमविल्या पायापाशी क्रुद्ध मस्त वाघिणी"
('शिवार', पृ. ११३)

या त्याच्या बोलण्यातून त्याच्या मस्तवालपणाचे दर्शन घडते. याशिवाय कृष्णा हा राधेचा खराखुरा सवंगडी शोभतो. तो तिच्यावर गंधर्वाची किंवा प्रेमाचीही सक्ती करीत नाही. ऐन संकटसमयी तिला आधार देतो.

कथानकाला पुढे नेणारी साधी सरळ भाषा असल्याने हे खंडकाव्य कंटाळवाणे होत नाही. तथापि चंद्रशेखर - गिरीशांच्या नंतरच्या काळात लिहिलेले हे खंडकाव्य त्यांच्या खंडकाव्यांपेक्षा फार काही वेगळे आहे असे म्हणता येत नाही. ग्रामीण खंडकाव्यांमध्ये या काव्याने एकाने भर घातली एवढेच या खंडकाव्याबद्दल म्हणता येईल.

के. नारखेडेंच्या प्रमाण भाषेतील कविता वाचताना प्रथमदर्शनीच जाणवतो तो त्यांचा प्रमाण भाषेबद्दलचा आग्रह. त्यांनी लिहिलेल्या या संग्रहातील सर्वच कविता जानपदजीवनावर असल्या तरी त्यासाठी त्यांनी कटाक्षाने प्रमाण भाषेचा वापर केला आहे. प्रमाण भाषेचा आग्रह धरताना त्यांनी त्याचे समर्थनही केले आहे.

नारखेडे प्रमाण भाषेचा आग्रह धरताना बोलीभाषेचा वापरातील अडचणींचा निर्देश करतात. त्यांच्या मते, "महाराष्ट्रात एक मोठी अडचण आहे. महाराष्ट्रातील बहुजन समाज शेतकरी असला तरी त्या सर्वांची भाषा एक नाही. घाटावरच्या शेतकऱ्यांची भाषा निराळी, वऱ्हाडातील भाषा निराळी, असे त्या भाषेत अनेक प्रकार आहेत. नुसत्या पूर्व खानदेशातच शेतकऱ्यांमध्ये दोन-तीन भाषा प्रचलित आहेत. अशी स्थिती असता बहुजन समाजाची भाषा कोणती समजायची? खानदेशातील लेवा पाटीदारांची भाषा कोकणात कळणार नाही, की कोकणची भाषा देशावर उमगणार नाही. महाराष्ट्रात या परिस्थितीतून मार्ग कसा काढायचा ?"

प्रमाण भाषेच्या समर्थनार्थ त्यांनी तुकारामाचे अभंग, लावण्यापोवाडे, कथा-कीर्तनाचा आधार दिला आहे. मात्र प्रमाण भाषेचा आग्रह धरताना ती भाषा सोपी, साधी व सरळ असली पाहिजे असे त्यांचे मत आहे. ते म्हणतात, "बहुजन समाज

समरस होईल इतकी सोपी, साधी व सरळ रचना असली तर नागर भाषासुद्धा त्यांच्या हृदयाला हात घालू शकते.'' पुढच्या परिच्छेदात ते म्हणतात "जानपदगीताची भाषा नागर असली तरी ती सोपी व साधी असली तर बहुजन समाजाच्या हृदयाचा नि:संशय ठाव घेईल व त्याच वेळेस पांढरपेशा समाजाला बहुजन समाजाची नीट ओळख करून देईल.''[३]

वरील वाक्यांवरून प्रमाणभाषेचा आग्रह धरताना त्यांच्या डोळ्यासमोर पांढरपेक्षा समाजातील वाचक वर्ग होता हे स्पष्टपणे दिसते. तसेच कवितेतील नागरभाषा, सोपी, साधी व सरळ असली पाहिजे असे ते म्हणत असले तरी प्रत्यक्षात मात्र 'ते अन्नब्रह्म वितरिते'' या सारख्या संस्कृतप्रचुर रचनांचा वापरही करताना दिसतात.

संस्कृतप्रचुर शब्दांचा वापरामुळे जानपद जीवनाचे चित्रण करताना नारखेडेंच्या कवितेत बऱ्याचदा जानपदांना न पेलणारी भाषा येते. त्यामुळे ती कृतक वाटू लागते. पांढरपेशा कल्पना ग्रामीण पात्रांच्या तोंडून केल्या जातात, ते विसंगत वाटते. (उदा. 'अपुरे स्मित' पृ. १००-१०१ इ.) कवितेतील अनुभव जिवंतपणे चित्रित करण्यापेक्षा कवितेच्या सजावटीकडेच कवीचा कल दिसून येतो.

के. नारखेडे यांची भाषा माध्यमाच्या बाबतीत एक गोंधळलेली अवस्था निर्माण झाली आहे.

१) प्रत्येक प्रमाणभाषेलाही तिची प्रादेशिक मर्यादा असते. त्या प्रदेशाबाहेर ती वाचली वा बोलली जाऊ शकत नाही- हे त्यांच्या ध्यानात आले नाही.

२) प्रादेशिक वा ग्रामीण बोलीचे बलस्थानही त्यांच्या लक्षात आले नाही. प्रत्येक बोली ही त्या त्या प्रादेशिक संस्कृतीचे एक अंग असते. ती अंगावरच्या त्वचेसारखी असते. ती सोलून काढता येत नाही, किंवा त्या संस्कृतीपासून ती अलग करता येत नाही.

३) प्रमाणभाषेच्या तुलनेत बोलीचे क्षेत्र लहान असते ही गोष्ट खरीच. म्हणून ती वाङ्मयबाह्य ठेवणे किंवा तिला वाङ्मयक्षेत्राच्या दृष्टीने अस्पृश्य मानणे, हा तिजवरचा उपाय नव्हे.

४) वाङ्मयात भाषा एक माध्यम म्हणून स्वीकारली जाते. त्या भाषेचे क्षेत्र किती व्यापक वा संकुचित आहे, यावरून माध्यमाचा विचार करावयाचा नसतो. तर आपण जो अनुभव व्यक्त करीत आहोत, त्या अनुभवाची भाषा कोणती, यावर माध्यम भाषेचे स्वरूप अवलंबून ठेवावे लागते. अर्थात पुष्कळ अनुभवांचे स्वरूप गुंतागुंतीचे असते. जे व्यक्तिमत्त्व अनुभव घेते, ते व्यक्तिमत्त्व आपल्या व्यक्तिमत्त्वाच्या कोणत्या अंगाने, कोणत्या अग्राने अनुभव घेते यावरही अनुभवाचे स्वरूप आणि तो अनुभव व्यक्त करावयाच्या भाषेचे स्वरूप अवलंबून असते.

५) शिवाय कवितेची भाषा म्हणजे व्यावहारिक जीवनातील भाषेचे प्रतिबिंब

नव्हे. कवितेची भाषा ही व्यावहारिक भाषेचा मूलद्रव्यासारखा जरूर वापर करते. त्या मूलद्रव्याच्या आधारेच आपली अशी खास (कवितेची) भाषा घडविते, याचेही भान कवींना असावे लागते.

६) ग्रामीण जीवनाचा अनुभव ग्रामीण कवितेत मांडणाऱ्या कवीचे व्यक्तिमत्त्व हे त्या ग्रामीण विभागातील एखाद्या शेतकऱ्याचेही व्यक्तिमत्त्व नसते, किंवा शहरातील एखाद्या पांढरपेशा कवीच्या व्यक्तिमत्त्वासारखे केवळ नागरजीवी, तिथेच वाढलेले, विकसित झालेले व्यक्तिमत्त्वही नसते. ते मुळात ग्रामीण असते व त्यावर नागरी संस्कार झालेले असतात. अशा व्यक्तिमत्त्वातून ग्रामीण कविता आकारत असते आणि तिचे स्वरूपही आकाराला येत असते.

हे स्वरूप लक्षात घेऊनच ग्रामीण कवितेच्या भाषेचा विचार त्या त्या कवीने गंभीरतापूर्वक करावयाचा असतो. आणि निर्माण झालेल्या ग्रामीण कवितेच्या भाषेसंबंधी समीक्षकानेही विवेचन करावयाचे असते. असा विचार आणि विवेचन नारखेडेंच्या लेखात नाही.

याशिवाय त्यांच्या बऱ्याचशा कविता कथाप्रधान आहेत. या कथांतही अद्‌भुततेला प्राधान्य आहे. जिवंत स्वभावचित्रणाचे कौशल्य त्यांच्याजवळ असले तरी अद्‌भुतता आणि सहजासहजी घडणाऱ्या घटनांमुळे त्यांच्या कथाकविताही एकसंध अनुभव देत नाहीत.

मात्र के. नारखेडे यांनी शेतकरी स्त्री जीवनावर आपल्या कवितांमधून विविध अंगांनी प्रकाश टाकला. तिची विविध रूपे त्यांनी चित्रित केली. जानपद कवितेवर (त्यांच्या दृष्टिकोनातून) विस्तृत चर्चा केली, या त्यांच्या जमेच्या बाजू नाकारता येणार नाहीत.

सोपानदेव चौधरी :

सोपानदेव चौधरी यांचा 'काव्यकेतकी' हा पहिला काव्यसंग्रह १९३२ साली, 'अनुपमा' हा दुसरा काव्यसंग्रह १९५० साली आणि 'सोपानदेवी' हा त्यांच्या समग्र कवितांचा संग्रह ठोकळ प्रकाशन पुणे तर्फे प्रसिद्ध झाला (या संग्रहात प्रकाशन काळाचा उल्लेख कुठेही आढळत नाही.) सोपानदेवांनी लिहिलेल्या विपुल कवितांमध्ये ग्रामीण जीवनावर लिहिलेल्या कविता संख्येने फारच कमी आहेत. पैकी 'मळ्यात जाताना', 'पेरणीचा होका', 'पाह्यलं ग दारी' या कवितांचा 'सुगी' या संग्रहात समावेश आहे. राहिलेल्या ग्रामीण कवितांमध्ये 'रहाटा' 'माळी-फुलमाळीण', 'माझी नवलाची होडी', 'मोऱ्याची बल्हारी', 'माझे बालपण गाते' 'तुझा एक एक शब्द', 'आल्या पावसाच्या सरी', 'नाविकगीत' 'लोक-काव्याची अलौकिकता', 'पाऊस काही पडेना', 'जाते', 'चक्की', 'इशारा' अशा मोजक्या कवितांचा समावेश करता

येईल. सोपानदेवांच्या बहुसंख्य कवितांतून शब्दचमत्कृतीतून विनोद निर्माण केलेला दिसतो. ग्रामीण समाजवास्तवापेक्षा रसिकांकडून दाद कशी मिळविता येईल याकडेच कवीचे लक्ष लागलेले दिसते.

सोपानदेव चौधरी हे आपल्या काव्यगायनाने महाराष्ट्राला परिचित होते. या काव्यगायनप्रसंगी त्यांच्यासमोर श्रोता म्हणून नेहमी शहरी वर्ग असायचा. या कार्यक्रमांत लोकांचा प्रतिसाद, हशा आणि टाळ्या कशा मिळविता येतील हाच दृष्टिकोन सोपानदेव चौधरींच्या ग्रामीण जीवनावरील काव्यलेखनातही दिसून येतो. यामुळेच शब्दचमत्कृतीतून विनोद निर्माण करणे त्यांना आवश्यक वाटले असावे. मात्र हा विनोद निर्माण करता करताच त्यांची कविता वास्तवता हरवून बसलेली दिसते. अर्थात रविकिरणमंडळाच्या या काळात काव्यगायनाच्या कार्यक्रमांना आलेले महत्त्व आणि त्यामुळे निर्माण होणारी नटवी कविता - या गोष्टींचा परिणाम सोपानदेव चौधरींच्या कवितेवर होणे सहज शक्य होते.

सोपानदेव चौधरींनी ग्रामीण जीवनावर तुरळक कविता लिहिली. त्यापेक्षाही त्यांचे मोलाचे कार्य म्हणजे त्यांनी आपली आई कवयित्री बहिणाबाई चौधरी यांच्या कविता वेळोवेळी उतरवून घेतल्या आणि १९५२ साली आचार्य अत्र्यांच्या सहकार्याने या कविता पुस्तकरूपाने प्रसिद्ध करून त्यांचा मराठी जनांना परिचय घडवून दिला. त्यांचे हे कार्य ग्रामीण कवितेच्या दृष्टीने अधिक मोलाचे आहे. बहिणाबाईंची ग्रामीण कविता ही अगोदरच्या ग्रामीण कवितेपेक्षा आमूलाग्र वेगळी आहे. अशा या आपल्या आईच्या कवितेला वाट पुसत सोपानदेवांनी कविता लिहिली असती तर त्यांच्या कवितेचे स्वरूप आहे त्यापेक्षा निश्चित वेगळे झाले असते. पण आपल्या आईच्या कवितेपेक्षा समकालीन कवी आणि सभोवतालची परिस्थिती यांचा प्रभाव त्यांच्या कवितांवर विशेष जाणवतो.

बहिणाबाई चौधरी :

'बहिणाबाईची गाणी' हा कै. बहिणाबाई चौधरी यांच्या कवितांचा संग्रह इ. स. १९५२ साली प्रसिद्ध झाला. आपल्या अशिक्षित आईच्या कविता सोपानदेवांनी उतरवून घेतल्या आणि आचार्य अत्रे यांच्या प्रेरणेने बहिणाबाईंच्या मृत्यूनंतर (मृत्यू दि. १ डिसें. १९५१) दुसऱ्या वर्षी म्हणजे इ. स. १९५२ साली पुस्तकरूपाने प्रसिद्ध केल्या. या कवितांच्या लेखनकालाचा प्रत्यक्ष उल्लेख या पुस्तकात आढळत नाही. तथापि डिसेंबर १९२६ मध्ये सोपानदेवांनी शिक्षणासाठी जळगाव सोडले. त्यानंतर १९३१ साली ग्वाल्हेरला ते आले. त्या कालावधीत आईच्या ओव्या कुठे तरी गहाळ झाल्याचे त्यांनी सांगितले आहे.[४] यावरून या कवितांचे लेखन १९२६ पूर्वीच झालेले आहे हे निश्चित ठरविता येते. आनंद यादव यांनी ''बहिणाबाईंचा जन्म

(नागपंचमी १८८०) लक्षात घेता १९१५ च्या आसपास तिच्या मुखातून तिची कविता बाहेर पडली असली पाहिजे'' (ग्रामीणता : साहित्य आणि वास्तव, पृ. १३१) असा अंदाज व्यक्त केला आहे.

'सुगी' हा मराठीतील जानपद कवितांचा पहिला संग्रह इ. स. १९३३ मध्ये प्रसिद्ध झाला. गिरीश, यशवंत व 'सुगी' तील सर्व कवींच्या जानपद कवितांचे लेखन या संग्रहाच्या अगोदर-अगोदर सुरू झाले होते. लेखनकालदृष्ट्या पाहिले तर जानपद कविता या नावाने मराठीमध्ये ग्रामीण जीवनावर काव्यलेखन होण्याअगोदर ग्रामीण भाषेत एका अशिक्षित ग्रामीण स्त्रीच्या कवितेची निर्मिती झालेली आहे. ही घटना ग्रामीण कवितेच्या दृष्टीने विशेष लक्षणीय आहे.

बहिणाबाईंचे अनुभवविश्व :

बहिणाबाईंचा जन्म खानदेशात जळगाव जवळील असोदा या लहानशा गावी एका महाजन कुटुंबात झाला. जळगाव हे त्यांचं सासर. त्यांचं सारं आयुष्य असोदा आणि जळगाव या दोन गावांत गेलं. लौकिकदृष्ट्या बहिणाबाई कुठल्याही शाळेत शिकायला गेल्या नाहीत. मात्र आपल्या सभोवतालचा निसर्ग, शेती, कुटुंब, माणसं आणि समाज यापासून त्या खूप काही शिकल्या. लोकगीतांच्या आधारेच त्यांनी आपल्याला आलेले अनुभव, आपल्याला गवसलेले सत्य हे सारे आपल्या गीतांतून शब्दबद्ध केले. अर्थात काव्यलेखन करावे या हेतूने त्यांनी या रचना केल्या नाहीत तर सहज आणि उत्स्फूर्त अशी ही निर्मिती झाली आहे.

बहिणाबाईंच्या काव्यातील निसर्ग आणि मातीप्रेम :

निसर्ग हा बहिणाबाईंच्या कवितेचा अविभाज्य घटक आहे. निसर्गाशी त्या एकरूप होऊन जात. निसर्गाशी जवळचं नातं असलेल्या या कवयित्रीचं काळ्या मातीवर उत्कट प्रेम होतं. त्यांच्या जवळ जवळ सर्वच कवितांमध्ये अलंकार - प्रतिमा अशा कोणत्या ना कोणत्या रूपाने निसर्ग येत असताना दिसतो. 'माझी माय सरसोती', 'देव अजब गारोडी', 'धरित्रीले दंडवत' या कविता निसर्ग आणि मातीबद्दलचे बहिणाबाईचे प्रेम या दृष्टीने पाहण्यासारख्या आहेत.

आपल्या जीवनाचं सार - धर्मग्रंथ- कवयित्रीला पावसात आणि मातीमध्ये सामावलेले वाटतात. सूर्यदेव त्यांना अरूपाचे रूप दाखवितो. त्या म्हणतात-

माझ्यासाठी पांडुरंगा
तुझं गीता भागवत
पावसात समावतं

माटीमधी उगवतं
अरे देवाचं दर्शन
झालं झालं आपसुक
हिरीदात सूर्यबापा
दाये अरूपाचं रूप

('बहिणाबाईची गाणी', पृ. ३)

देवाच्या पायाची चाहूल तिला पानापानामध्ये लागते. त्याचं येणं जाणं वारा तिला कानामध्ये सांगत असतो.

''माझी माय सरसोती माले शिकवते बोली'' हे सांगत असतानाच गाण्याच्या निर्मितीची प्रक्रिया कवियित्रीच्या मनात कशी चालते ते तिने शेवटच्या कडव्यात सांगितले आहे.

धर्तीमधल्या रसानं
जीभ माझी सवादते
तव्हा तोंडातली चव
पिंडामधी ठाव घेते

('बहिणाबाईची गाणी', पृ. ४)

'देव अजब गारोडी' या कवितेत, पेरलेली बी-बियाणं जणू निजली असून त्यावर पसरलेली माती म्हणजे शाल पांघरली आहे. नंतर उगवून आलेल्या कोंबाची दोन पानं आबादानी होण्यासाठी आपल्या दोन्ही हातांच्या टाळ्या वाजवून देवाचे भजन करताहेत. गाडी गाडी दान देणारा हा देव अजब गारोडीच आहे असे कवयित्री म्हणते.

आपल्या पिकांना गोंजारणारा कवयित्रीचा भाऊ त्याच्या शेताची माती कपाळी लावून धरित्रीला दंडवत घालतो. हे सांगून कवयित्री मायेचे वर्णन पुढीलप्रमाणे करते-

अशी धरत्रीची माया
अरे, तीले नही सीमा
दुनियाचे सर्वे पोटं
तिच्यामधी झाले जमा

('बहिणाबाईची गाणी', पृ. १९३)

कृषिजीवन :

धरत्रीला माता मानणारी बहिणाबाई ही जातिवंत कृषिकन्या आहे. शेती आणि शेती कामासंबंधीच्या तिच्या कवितांतून शेतकऱ्याच्या संपूर्ण कृषिकार्याचे वर्णन आलेले आहे. 'शेतीची साधने', 'आला पाऊस', 'पेरनी', 'देव अजब गारोडी', 'कापनी', 'रगडनी', 'उपननी', 'गाडी जोडी', 'पोया', 'काय घडे आवगत', 'सावकारासंबंधीची स्फुट ओवी', 'धरित्रीले दंडवत' या कवितांमधून शेती आणि शेतकरी जीवनाचा सारा पटच आपल्या डोळ्यांसमोर उभा राहतो.

'शेतीची साधने' मध्ये शेतीकामासाठी लागणाऱ्या सरत, मोघडा, पांभर, कोयपं, आऊत, तीफन, चाहूर, वखर, नांगर या सर्व साधनांची उपयुक्तता सांगितली आहे. पहिल्या ओळीत या साधननामांची पुनरावृत्ती करून नंतरच्या ओळीत त्यांची उपयुक्तता यमक साधून अत्यल्प शब्दात वर्णिली आहे.

उदा. १) सरत सरत
करे पेरत पेरत
२) कोयप कोयप
निंदाईले सोप सोप

('बहिणाबाईची गाणी', पृ. २९)

पावसामुळे बहिणाबाईंना होणाऱ्या आनंदाचं स्वरूप वर्णन करताना सोपानदेवांनी म्हटलं आहे, ''मृगाच्या आगळ्याच मुहूर्तावर पाण्याचं मातीशी लगीन लागलं की आईचा आनंद गगनात मावत नसे. पावसाच्या सरींनी तिचं मन भरून जात असे.'' ('बहिणाबाईची गाणी', परिशिष्ट पृ. १३) 'शिपडली भुई सारी/धरत्रीचा परमय/माझं मन गेलं भरी' ('बहिणाबाईची गाणी', पृ. ३०) असं पाऊस आल्यावर आपल्याला होणाऱ्या समाधानाबद्दल सांगून पावसामुळे होणाऱ्या परिवर्तनाचे वर्णन कवयित्री 'आला पाऊस' या कवितेत करते. पावसानंतर होते 'पेरनी'. अर्थात पेरणी ही केवळ शेतकऱ्यासाठी नसून साऱ्या जगासाठी आहे. हे पेरणीमाहात्म्यही कवयित्री सांगून जाते.

पेरनी पेरनी
अवघ्या जगाच्या कारनी
ढोराची चारनी
कोटी पोटाची भरनी

('बहिणाबाईची गाणी', पृ. ३३)

पेरणीनंतर थोड्याच दिवसांत उगवून येणाऱ्या पिकांच्या कोंबाचं अप्रतिम वर्णन 'देव अजब गारोडी' या कवितेत येतं. कोंबापासून रोप - रोपाचे पीक बनते. या पिकातून येणाऱ्या दाण्यांनी शेतकऱ्याचे नशीब उघडते.

शेतकऱ्याच्या घरात धान्य येईपर्यंत अजून काही कामं त्याला करावी लागतात. ती आहेत कापणी, मळणी, उफणणी. या कामांचे वर्णन याच शीर्षकांच्या कवितांतून येते.

या सर्व शेतीकामांमध्ये शेतकऱ्याला सदैव साथ देणारा प्राणी म्हणजे बैल. आपल्या बैलजोडीचे वर्णन कवयित्रीने 'गाडी जोडी' या कवितेत केले आहे. या शिवाय बैलाच्या सणाचे वर्णन करणारी 'पोया' ही बहिणाबाईची कविता आहे. या दिवशी होणाऱ्या सजावटीचे वर्णन तर या कवितेत आहेच पण त्याबरोबरच शेतकऱ्याच्या बरोबर राबणाऱ्या बैलांच्या अपार कष्टांबद्दल कृतज्ञताही व्यक्त केलेली आहे.

वढे नागर वखर
नही कष्टाले गनती
पीक शेतकऱ्या हाती
याच्या जीवावर शेती

असे असूनही

उभे कामाचे ढिगारे
बैल कामदार बंदा
याले कहिनाथे झूल
दान चाऱ्याचाज मिंधा

उभ्या कामाचे ढिगारे उपसणारा हा बंदा कामदार फक्त दानचाऱ्याचा मिंधा असतो. म्हणून आज पोळ्याच्या दिवशी त्याला पुरणपोळ्या खाऊ घालून त्याचा सन्मान करायचा. केवळ सन्मानच नव्हे तर या दिवशी त्याला संपूर्ण विश्रांती मिळावी अशीही अपेक्षा या सणामागे आहे. पण प्रत्यक्षात या दिवशी बैलांच्या धावण्याच्या स्पर्धा लावून त्याला पळवण्याची वाईट प्रथा पडलेली आहे. यावर कवयित्री म्हणते -

नका हेंडालू बैलाले
माझं ऐका रे जरासं
व्हते आपली हाऊस
आन बैलाले तरास

आज पुंजा रे बैलाले
फेडा उपकाराचं देनं
बैला खरा तुझा सन
शेतकऱ्या तुझं रीन

('बहिणाबाईची गाणी', पृ. ५६)

बैलाच्या उपकाराचं ऋण फेडण्यासाठी एक दिवस त्याची पूजा करायची.

शेतकऱ्याच्या शेतमळ्यात - घरात त्याला सदैव साथ देते त्याची पत्नी. तिलाही बैलाप्रमाणेच कष्ट उपसावे लागतात. या कष्टाचे वर्णन 'सासुरवाशीण' कवितेत येते. मध्यरात्री उठून घरोट्यावर दळण दळणे, रामप्रहरी कोंबडा बांग देण्या अगोदर घडा डोईवर घेऊन पाणी भरणे, सूर्योदयाअगोदर चुल्हा पेटविणे इ. काबाडकष्ट आणि वरून सासूचे कातावणे - हे सर्व पाहून तिच्याबद्दल कणव व्यक्त करताना कवयित्री म्हणते,

उठ सासुरवाशीण बाई
सुरू झाली वटवट
कातवली वो सासू
पूस डोयामधले आसू

('बहिणाबाईची गाणी', पृ. ५१)

असा सासुरवास होत असतानाही तू वाद घालू नको, तर ते विसरण्यासाठी माहेराची आठवण कर- अशा प्रकारे सोशिक गृहिणीचे चित्रण या कवितेत येते.

'योगी आणि सासुरवाशीण' या कवितेत योगी आणि सासुरवाशिणीचा संवाद आहे. सदैव माहेराचं गाणं गाणाऱ्या गृहिणीला (कवयित्रीला?) "तू सासरी आलीय कशाला ?" असे योगी विचारतो. त्यावर सासुरवाशिणीनं दिलेलं उत्तर मोठं मार्मिक आहे. ती म्हणते, "मला डोहाळे लागले असून माझ्या पोटी लेक येणार आहे आणि लेकीच्या माहेरासाठी तर माय सासरी नांदत असते."

ग्रामव्यवस्था :

बहिणाबाईंनी स्वत:च्या माहेराचे, माहेरच्या वाटेचे घरापासून मळ्यापर्यंत लागणाऱ्या वेगवेगळ्या घरांचे/वस्त्यांचे वर्णन अनुक्रमे 'माहेर', 'माहेराची वाट', 'घरापासून मळ्याकडे' या कवितांमध्ये केलेले आहे. हे वर्णन वाचताना महाराष्ट्रातील एक प्रातिनिधिक खेडेच वाचकाच्या डोळ्यासमोर उभे राहते.

बहिणाबाईचे माहेर, महाजन बाप, त्याची हवेली, आई भिमाई, भाऊ घना आणि गना, बहिणी सीता, तुयसा यांबरोबरच माहेरच्या रस्त्याचे, लौकी नदीचे वर्णन 'माहेर' या कवितेत आले आहे.

माहेराच्या वाटेवर लागणाऱ्या पानाच्या तांड्यांचे, रेल्वेच्या फाटकाचे, पिवळ्या चिकन खारी (माती)चे, बोरी-बाभळीचे, धान्याने भरलेल्या बैलगाड्यांचे वर्णन 'माहेराची वाट' या कवितेत येते.

'घरापासून मळ्याकडे' या कवितेच्या एकेका तुकड्यात एकेका वस्तीचे दर्शन घडते. प्रथम लागतो तो महारवाडा. या महारवाड्याच्या दैन्यावस्थेचे चित्रण बहिणाबाई अशा शब्दांत करतात -

देखा महारवाड्यात
कशी मानसाची दैना
पोटामधी उठे आग
चुल्हा पेटता पेटेना

('बहिणाबाईची गाणी', पृ. ५७)

पाटलांच्या हुकुमाचे ताबेदार अशा या महारवस्तीनंतर लागते दारूची भट्टी. दारूच्या व्यसनाकडे पाहण्याचा बहिणाबाईंचा दृष्टिकोनही आगळा आहे. खेड्यातले लोक शोक चैन म्हणून दारू पीत नसतात तर,

काम करीसन भागे
संकटात गांजे कोनी
दुख इसऱ्याच्या साठी
करती रे नशा पानी

('बहिणाबाईची गाणी', पृ. ५८)

दु:ख, संकटं विसरण्यासाठी हे लोक दारू पीत असले तरी, दारू हा दु:ख संकटावरील उपाय नाही, हेही त्या जाणून आहेत. म्हणून पैशापरी पैसा जातो आणि

ही माणसं तोंडाच्या चिलमा करून (शरीराचा नाश करून) भूतामध्ये जमा होतात. हे सांगण्यासही त्या विसरत नाहीत.

नंतर बदक कोंबड्या पाळणारा नारखावाडा व पुढे चुनीलाल मारवाड्याची पेढी येते. या निमित्ताने चुनीलाल मारवाडी आणि अप्पामहाराज यांची तुलना त्या करतात. मारवाड्याच्या वाट्याला दाम आला तर अप्पाजीच्या वाट्याला राम आला असे त्या सांगतात.

जळगावमध्ये 'काव्यरत्नावली' कार नानासो. फडणीस यांचा एकमेव छापखाना त्या वेळी होता. या छापखान्यामध्ये बहिणाबाईंचे मन रमत असे.

मानसापरी मानूस
राहतो रे येडजाना
अरे होतो छापीसन
कोरा कागद शहाना

('बहिणाबाईची गाणी', पृ. ६०)

असं छापखान्याकडे पाहून त्या म्हणतात. 'भूताची हवेली' च्या निमित्ताने "मानसाचं भूत मानसानं घडवलं" असा अंधश्रद्धेबद्दलचा विचार त्या मांडतात.

पुढे भाटणीच्या घरानंतर मारवाड्याचा बालाजी आणि शेतकऱ्याचा विठोबा या दोन देवळांतील दोन देवांचं वर्णन त्या करतात.

सोन्या रुप्यानं मढला
मारवाड्याचा बालाजी
शेतकऱ्याचा इठोबा
पानाफुलामधी राजी
अरे बालाजी - इठोबा
दोन्ही एकज रे देव
सम्रीतीनं गरीबीनं
केला केला दुजाभाव

('बहिणाबाईची गाणी', पृ. ६१)

खरं म्हणजे बालाजी - इठोबा हे दोन्ही एकच देव पण गरीबी-श्रीमंतीनं त्यांच्यातही भेद निर्माण केला.

याबरोबरच रंगीत हवेली, शनिदेवाचं मंदिर, दालवाल्याचा फड यांचं वर्णन या कवितेत येतं.

महाराष्ट्रातील एका संपूर्ण खेड्याचं विविधांगी प्रातिनिधिक दर्शन या कवितांमधून घडतं. गावातील शेतकरी, महाजन, मारवाडी, महार अशा जाती- जमातींबरोबरच दारूची भट्टी, नारखावाडा, भूताची हवेली, बालाजी, विठोबा शनिदेव इ. देवांची देवळं या साऱ्यांचं वर्णन तत्कालीन ग्रामव्यवस्थेचं चित्रं उभं करतं. बहिणाबाईंच्या या कवितेचं वैशिष्ट्य असं की त्या गावाचं, वस्तीचं, व्यक्तीचं केवळ वर्णन न करता त्याबरोबरच एखादा विचार, एखादं सामाजिक सत्यही त्या सांगून जातात.

प्रादेशिकता :

जळगाव - असोद्याच्या पंचक्रोशीत बहिणाबाईंचे जीवन गेले. खानदेशातील या परिसराचे काही प्रादेशिक विशेषही त्यांच्या कवितेशी एकरूप झालेले दिसून येतात.

शिरसोली - असोदा - जळगाव या गावांच्या परिसरात विड्याच्या पानांचे मळे आहेत. प्रामुख्याने या परिसरात राहणारा बारी समाज या पानमळ्यांचे पीक घेतो. या परिसरातील पानं खानदेशात प्रसिद्ध आहेत.

माझ्या माहेराच्या वाटे
तांडे पानाचे लागले
पानं कतरतो बारी
लागे बारीन येच्याले

('बहिणाबाईची, गाणी', पृ. ७)

बहिणाबाईच्या कवितेतील हे चित्र आजही या परिसरात पाहावयास मिळतं.

या रस्त्यानंच पिव्वी (पिवळी) चिकनास खारी (विशिष्ट प्रकारची माती) लागते. या मातीमध्ये पाणी पाझरू न देण्याचा गुणधर्म असतो. खानदेशातील खेड्यात प्रामुख्याने धाब्याच्या घरांची वस्ती आहे. ही धाबी पावसाळ्यात गळू नयेत म्हणून खानदेशातील लोक आपापल्या धाब्यावर पावसाळ्यापूर्वी ही माती टाकीत असतात.

माझ्या माहेराच्या वाटे
पिव्वी चिकनास खारी
पानी पावसाया आधी
जाते धाब्या धाब्यावरी

('बहिणाबाईची, गाणी' पृ. ८)

गुढी पाडवा ('गुढी उभारनी'), अक्षयतृतीया ('आखाजी') या महाराष्ट्रातील

इतर भागांत होणाऱ्या सणांबरोबरच खानदेशाचं वैशिष्ट्य असलेल्या पोळा ('पोया') आणि कानबाई ('खरा देवामधी देव') या सणांचं चित्रण बहिणाबाईच्या कवितांमधून आलेलं आहे.

पैकी 'पोया' कवितेचे विवेचन आपण या प्रकरणात केले आहे. पोळ्याप्रमाणेच कानबाईचा सण खानदेशाचं खास वैशिष्ट्य मानलं जातं. 'खरा देवामधी देव' या कवितेत या सणाचा उल्लेख आलेला आहे. श्रावण महिन्यात नागपंचमी नंतर येणाऱ्या रविवारी कानबाईची स्थापना होते. शिंगणापूरच्या कन्हेराची कानबाई ही नवरी असून श्रावणात ती माहेराला येते, अशी आख्यायिका आहे. चौरंगावर एक तांब्याचा कलश, त्यावर नारळ, खण आणि अनेक प्रकारचे दागिने अशी या कानबाईची मांडणी असते. या उत्सवात स्थापना दिनाच्या रात्री वह्या (खानदेशातील वैशिष्ट्यपूर्ण लोकगीते) म्हटल्या जातात. दुसऱ्या दिवशी वह्या आणि गाण्यांच्या साथीनं कानबाईची बोळवण केली जाते.

माय कानोड कानोड
मानसाची जमे थाप
देख वाजयी वाजयी
सर्वे फुटले रे डफ

या कडव्यावरून डफावर म्हटल्या जाणाऱ्या वह्यांचा बोध होतो तर -

अरे कानोड कानोड
सदा रुसते फुगते
अंगावरती लेयाले
सर्वे डागीने मांगते

('बहिणाबाईची गाणी', पृ. ८८)

यातून कानबाईचा शिणगार व्यक्त होतो. तसेच "अशी कशी नितातेल / तिले गानं गाती रोज" या ओळींतून तिला म्हटली जाणारी गाणी सूचित होतात.

या काव्यात बहिणाबाईंनी कानोड (कानबाई) आणि पंढरीच्या पांडुरंगाची तुलना केली आहे. गाण्या-दागिन्यांत दंग असणाऱ्या कानोडपेक्षा एकनाथासाठी चंदन घासणारा, दामाजीबरोबर पहारा करणारा, जनाईबरोबर दळण दळणारा असा भक्तांच्या कामी येणारा (क्रियाशील) विठोबा हाच खरा देव आहे असा विचार बहिणाबाई या काव्यात मांडतात. तथापि कानबाई या उत्सवाचं त्याच्या वैशिष्ट्यासह वर्णन या

काव्यात आलेलं दिसतं.

खानदेशातील श्रद्धा आणि अंधश्रद्धांचं प्रतिबिंबही बहिणाबाईंच्या कवितेत उमटलेलं दिसतं. त्यात लोकांना विनामूल्य जडी बुट्या देणारा गोसावी ('गोसाई'), एका मुंजाला सर्पदंशापासून वाचवणारा जयरामबुवा ('जयरामबुवाचा मान'), सर्व गावचा खोकला घालवणारी खोकली माय ('खोकली माय') यांचा समावेश होतो.

खानदेशातील दंतकथा - आख्यायिकांवर आधारित अशा या कवितांचं कथानक जरी अद्‌भुतरम्य असलं तरी समाजासाठी काहीतरी सत्कार्य करणारी पात्रे आणि कथांचीच निवड बहिणाबाईंनी केली आहे. केवळ रंजन करणे हा हेतू येथे निश्चितच नाही.

बहिणाबाईंचे आध्यात्मिक विचार :

ईश्वरावर पूर्ण श्रद्धा असलेलं बहिणाबाईंचं व्यक्तिमत्त्व होतं. त्यांच्या प्रत्येक कवितेत निसर्ग जसा कोणत्या ना कोणत्या रूपानं येतो. तसा ईश्वराबद्दलचा पूज्यभावही बहुसंख्य कवितांमधून व्यक्त झालेला दिसतो. प्रामुख्याने 'अप्पा महाराज', 'माझी मुक्ताई', 'आली पंढरीची दिंडी', 'विठ्ठल मंदिर', 'खरा देवामधी देव', 'देव दिसला देव कुठे?' 'पर्सुराम बेलदारा' या कवितांमधून त्यांचे अध्यात्मविषयक विचार मांडलेले दिसतात.

'आप्पा महाराज' हे जळगावला होऊन गेलेले एक साधुपुरुष. त्यांच्या निधनाच्या निमित्ताने 'आप्पा महाराज' ही कविता बहिणाबाईंनी लिहिली. रामदास, सीतामाई-सारखे लोकांवर प्रेम करणारे आप्पा महाराज तुकाराम, मुक्ताबाई, जनाबाईसारखे अमर झाले. राम - लक्ष्मण - सीतेचे मंदिर बांधून आप्पामहाराजांनी आयुष्यभर नामसंकीर्तन केले. या आप्पामहाराजांच्या पुण्याईने जळगावला दरवर्षी दहा दिवसांचा धार्मिक उत्सव होऊन कार्तिकी एकादशीला रथ फिरतो. या रथयात्रेत आप्पामहाराजांच्या काळापासून हिंदू मुस्लिम एकत्र येतात.

ज्यांनी केली कार्तिकीले
'जयगावची' पंढरी
आप्पा महाराज गेले
गेले म्हनू कसं तरी

('बहिणाबाईची गाणी', पृ. ८१)

अशा जळगावला पंढरी बनविणाऱ्या आप्पा महाराज या साधुपुरुषाचे गुणगान या कवितेत आहे.

तुटक ओव्या उपलब्ध झालेली 'माझी मुक्ताई' ही बहिणाबाईंची कविता म्हणजे जणू मुक्ताबाईचे स्तोत्रच आहे.

माझी मुक्ताई मुक्ताई
दहा वर्साचं लेकरू
चांगदेव योगीयानं
तिले मानला रे गुरू

अशी मुक्ताई. तिच्यासाठी-

देखा ग्यानियाचा राजा
आदिमाया पान्हावली
सर्व्या आधी रे मुक्ताई
पान्हा पीयीसन गेली

ताटीच्या अंभंगाच्या रचनेचा प्रसंग काही ओव्यांतून येतो. ज्ञानदेव ताटी लावून बसले तेव्हाची स्थिती -

उबगले ग्यानदेव
घडे असंगाशी संग
कयवयली मुक्ताई
बोले ताटीचे अभंग

अशी ताटीच्या अभंगाची निर्मिती आणि -

घेती हिरीदाचा ठाव
ऐका ताटीचे अभंग
एका एका अभंगात
उभा केला पांडुरंग

('बहिणाबाईची गाणी', पृ. ८३)

असे ताटीच्या अभंगांचे सामर्थ्य बहिणाबाईंनी ओवी रूपाने चित्रित केले आहे. 'आली पंढरीची वारी' मध्ये पंढरपूरला जाणाऱ्या दिंडीचं वर्णन तर 'विठ्ठल

मंदिर' कवितेत विठ्ठल मंदिराच्या वर्णनाबरोबरच आध्यात्मिक शिकवण येते.

तुम्ही करा रे भजन
ऐका रे कीर्तन
नका होऊ रे राकेस
सुद्ध ठेवा मन

मन शुद्ध ठेवण्यासाठीच भजन - कीर्तन करायचे. नाही तरी घाम गाळून कष्ट करण्याशिवाय केवळ हरीनाम घेणे एवढेच शेतकऱ्याच्या हाती आहे.

शेतामधी गये घाम
हाडं मोडीसनी
आता घ्यारे हरीनाम
टाया पीटीसनी

('बहिणाबाईची गाणी', पृ. ८६, ८७)

'देव दिसला देव कुठे ?' या कवितेत तर बहिणाबाईंच्या आध्यात्मिक विचारांचे संपूर्ण सार आहे. देव कुठे असतो आणि कुठे दिसतो याबद्दलचे आपले विचार कवियित्री या कवितेत मांडते.

सदा जगाच्या कारनी
चंदनाच्या परी घसला
अरे सोतामधी त्याले
देव दिसला दिसला

जगासाठी स्वत: चंदनासारखं झिजणाऱ्याला आपल्यातच देव दिसतो. देवपण येण्यासाठी दगडाला टाकीचे घाव सोसावे लागतात.

डोये मीटले मीटले
सोतालेबी इसरला
अरे अंधाऱ्यात त्याले
देव दिसला दिसला

हे भक्ताच्या साधकावस्थेचे चित्रण आणि

देव कुठे देव कुठे
तुझ्या बुबुयामझार
देव कुठे देव कुठे
आभायाच्या आरपार

('बहिणाबाईची गाणी', पृ. ९०)

असं देवाचं सूक्ष्म आणि विराटरूप. या रूपाची जाणीव साधनेनेच होत असते.

दरवर्षी पंढरपूरच्या वारीला जाण्याचं पुढे ढकलणाऱ्या गावच्या पर्सुराम बेलदाराला उद्देशून लिहिलेली 'पर्सुराम बेलदारा' ही व्यक्तिचित्रणात्मक कविता.

भट्टीतल्या इटांवरी
तुझ्या संसाराचा रंग
तठी एका इटेवरी
देख उभा पांडुरंग

('बहिणाबाईची गाणी', पृ. १२२)

भट्टीतल्या विटांवर ज्याचा संसार उभा आहे अशा पर्सुरामाला कवयित्री एका विटेवर उभा असलेल्या पांडुरंगाचं दर्शन घेण्यासाठी जावयास सांगते.

मानवी मनाचं सूक्ष्म दर्शन :

जीवन जगता जगता माणसांचे विविध नमुने बहिणाबाईंनी पाहिले. माणसांच्या वृत्ती-प्रवृत्ती पाहिल्या. त्यांचे सूक्ष्म दर्शन त्यांनी आपल्या कवितांमधून घडविले आहे. 'मन', 'मानूस' आणि 'मी कोन ?' या कविता या दृष्टीने पाहण्यासारख्या आहेत.

मन वढाय वढाय
उभ्या पिकातलं ढोर
किती हाकला हाकला
फिरी येतं पिकावर

असं ओढाळ जनावरासारखं माणसाचं मन. या स्वैर मनाला पाण्यावरच्या लाटांप्रमाणे अनेक लाटा असतात. वादळासारखं उडणारं हे मन माणसाच्या हाती लागत नाही. तसंच -

मन जह्यरी जह्यरी
याचं न्यारं रे तंतर
अरे, इचू, साप बरा
त्याले उतारे मंतर

('बहिणाबाईची गाणी', पृ. २१)

असं विंचू सापापेक्षा विषारी, पाखरासारखं उच्छृंखल, विजेसारखं चंचल मन असतं. ते केव्हा खाकस (खसखस) च्या दाण्याएवढं लहान तर केव्हा आभाळापेक्षा मोठंही असू शकतं. मानवी मन म्हणजे देवाला जागेपणी पडलेलं एक स्वप्न आहे. हापापलेल्या माणसाची नीती इतकी वाईट असते की, त्याच्यापेक्षा गोठ्यातलं जनावर बरं. गायी-म्हशी चारा खाल्ल्यावर दूध तरी देतात पण माणूस स्वार्थ साधल्यावर सारं काही विसरून जातो. कुत्रा 'इमानासाठी' शेपटी हलवतो तर मानूस 'स्वार्थासाठी' मान डोलावतो. अशा अनेक दुर्गुणांनी युक्त माणसाला कवयित्री विचारते,

मानसा मानसा
कधी व्हशीन मानूस
लाभासाठी झाला
मानसाचा रे कानूस

('बहिणाबाईची गाणी', पृ. ९१)

इतर वाईट गुणांप्रमाणेच अहंकार हाही माणसाचा एक मोठा दुर्गुण. हा अहंकार अंगात शिरला की माझ्यापेक्षा या दुनियेत कोण मोठा आहे ? असे त्याला वाटू लागते. अशा अहंकारी माणसाला बहिणाबाई त्याच्या मर्यादांची आठवण करून देतात. भूक लागल्यावर घास, ठसका लागल्यावर श्वास त्याला (माणसाला) विचारतात, 'तू कोण !' अन्न, पाणी आणि श्वास या माणसाच्या आवश्यक गरजा. तिथे माणसाचा अहंकार दुबळा ठरतो. दुनियेचा राजा असला तरी त्याच्या मीपणालाही शेवटी स्मशानातच जावे लागते.

आत्मभाव प्रकट करणाऱ्या कविता :

बहिणाबाईंच्या स्वत:च्या जीवनाशी संबंधित अशा मोजक्याच कविता आहेत. वयाची तिशी उलटण्याच्या आतच त्यांच्यावर वैधव्याचा आघात झाला. पती तर अकस्मात निवर्तलेच, पण त्यानंतर आलेल्या प्लेगच्या साथीत त्यांच्या मोठ्या

मुलाचा एक डोळा गेला आणि किंचितशी अपंगता त्यास आली. या संकटांमुळे संसाराचा सारा भार बहिणाबाईंवर पडला. शेती बटाईने द्यावी लागली. बटाईदार देईल ते घ्यायचे. थोड्याशा आवकमुळे सारा संसार गरिबीचा झाला. त्यातही पतीच्या हातचे (त्या काळातले) चारशे रुपयांचे कर्ज. या कर्जाच्या वसुलीसाठी गोंडगावचा सावकार यायचा आणि वेळोवेळी त्याचे व्याज घेऊन जायचा. ('बहिणाबाईची गाणी', परिशिष्ट पृ. चार) अशाही स्थितीत

अरे संसार संसार
नही रडणं कुढणं
येड्या गयातला हार
म्हणू नको रे लोढनं

('बहिणाबाईची गाणी', पृ. १३)

असं म्हणणारी ही कवयित्री ताठ मानेनं उभी राहिली. तिच्यावर आलेल्या या आपत्तीचं कारुण्यपूर्ण दर्शन 'लपे करमाची रेखा', 'आता माझा माले जीव', सावकारासंबंधीची स्फुट ओवी यांतून घडतं.

लपे करमाची रेखा
माझ्या कुंकवाच्या खाली
पुशीसन गेलं कुकू
रेखा उघडी पडली

('बहिणाबाईची गाणी', पृ.२३)

या ओळी पतिनिधनाची घटना सूचित करतात. 'धन रेखाच्या चऱ्यानं/तय हात रे फाटला'' या ओळीत वापरलेली धनरेषा आणि तळहात या प्रतिमा दुःखाचा रंग अधिक गडद करतात. बहिणाबाई देवावर पूर्ण श्रद्धा ठेवणाऱ्या असल्या तरी पंचांग ज्योतिष यावर त्यांचा विश्वास नव्हता.

नको नको रे ज्योतिषा
नको हात माझा पाहू
माझं दैव माले कये
माझ्या घरी नको येऊ

राहो दोन लाल सुखी
हेच देवाले मागनं
त्यात आलं रे नशीब
काय सांगे पंचांगन

('बहिणाबाईची गाणी', पृ २३,२४)

दुःखाच्या अत्युच्च क्षणीही बहिणाबाईची आस्तिक्यबुद्धी डोळस होती हेच त्यांचे 'लपे करमाची रेखा' या सारख्या कवितांमधून प्रत्ययास येतं.

अकाली आलेल्या वैधव्याने बहिणाबाईचे मन दुःखाकुल झाले. पण या दुःखाने डगमगून न जाता त्यांनी लगेच आपल्या मनाला सावरले. 'आता माझा माले जीव' या कवितेत त्या म्हणतात-

सांग सांग धर्तीमाता
अशी कशी जादू केली
झाड गेलं निघीसनी
माघे सावली उरली

झाड (पती) निघून गेलं तरी त्याची सावली (दोन मुलं) मागे राहिली. हे दोन लाल आपल्या जिवाचा ठेवा आहेत. आपल्या मनाला समजावता समजावता बहिणाबाई संसाराचं तत्त्व बोलून जातात-

रडू हासव रे जरा
त्यात संसाराची चव

या तत्त्वामुळेच दुःखाच्या क्षणीही हे कणखर व्यक्तिमत्त्व खंबीरपणे उभं राहिलं.

जरी फुटल्या बांगड्या
मनगटी करतूत
तुटे मंगळसुतर
उरे गयाची शपथ

('बहिणाबाईची गाणी', पृ. २१,२६)

बहिणाबाईच्या दुःखाबद्दल हळहळणाऱ्या बायकांना बहिणाबाई ''तुम्ही माझी कीव करू नका'' असं म्हणतात. कारण यापुढे आपला जीव आपल्यालाच

सांभाळावा लागणार आहे हे त्यांना माहीत आहे.

पतीच्या हातच्या कर्जाची वसुली करण्यासाठी येणाऱ्या सावकाराच्या मनाचं आणि पोटाचं वर्णन त्या करतात-

सावकारा, तुझं मन
मन मोहरीएवढं
तुझं राकेसाचं डाचं
तुझं पोट रे केवढं ?

देवाचं घर आणि संसार यांतला फरक त्या मोठ्या खुबीनं सांगतात. 'घेणे आणि जन्मणे' हे देवाच्या घरी संपत नाही तर 'देणं आणि मरणं' हे संसारात सुटत नाही. सावकाराच्या तगाद्यामुळे त्यांना देवळात जाता येत नसे ('बहिणाबाईची गाणी' परिशिष्ट पृ. पंधरा) अशा वेळी त्या देवाला म्हणतात,

अरे पांडुरंगा तुझी
कशी भक्ती करू सांग
तुझ्या रूपापुढे येते
आड सावकाराचं सोंग

('बहिणाबाईची गाणी', पृ.१०६)

जीवनविषयक तत्त्वज्ञान :

जीवन जगता-जगताच सभोवतालचा निसर्ग, समाज-समाजातील विविध रंगाढंगाची माणसं यांचं सूक्ष्म निरीक्षण बहिणाबाईंनी केलं. या अनुभवातून, निरीक्षणातून त्यांचं जीवनविषयक तत्त्वज्ञान तयार झालं. 'कशाले काय म्हनू नही', 'संसार', 'माझ्या जीवा', 'हिरीदाचं देनं घेनं', 'वाटंच्या वाटसरा', 'मोट हाकलतो एक' या कवितांमधून बहिणाबाईचं जीवनाविषयक तत्त्वज्ञान प्रकट झालेलं दिसतं.

'कशाले काय म्हनू नही' या कवितेत आपापली सत्कृत्ये न करणाऱ्या शरीर अवयव, नातेसंबंध, भक्ती आणि शक्ती यांना त्या त्या नामाने संबोधू नये असे त्या म्हणतात. हरीनामाशिवाय बोलणाऱ्याला तोंड, हरीनाम न ऐकणाऱ्याला कान, देवाचं दर्शन न घेणाऱ्याला डोळा, दानासाठी आखडणाऱ्याला हात, धावा ऐकून अडणाऱ्याला पाय, स्वत:चीच भरती करणाऱ्याला पोट, तसेच माया नाही तिला माय, पोटच्या पोरीला विकणाऱ्याला बाप, जन्मदात्याला भोवणाऱ्याला लेक अणि भाव नसेल तिला भक्ती व चेव नसेल तिला शक्ती म्हणू नये. मानवी सत्कृत्यांची

सूत्रबद्ध अशी सूचीच या काव्यात पाहायला मिळते. एकेक गोष्टीचे सत्कार्य सांगताना बहिणाबाई निसर्गातील घटनेचे अनुरूप असे दाखले देतात.

उदा.

बिना कपाशीनं उले
त्याले बोंड म्हनू नही
हरीनामा ईना बोले
त्याले तोंड म्हनू नही

('बहिणाबाईची गाणी', पृ.११)

त्यामुळे प्रत्येक कडवे एखाद्या सुभाषितासारखे वाटायला लागते. 'संसार' ही कविता तर संसाराचं मर्म सांगणारं एक सुंदर सूक्तच आहे.

अरे संसार संसार
जसा तवा चुल्ह्यावर
आधी हाताले चटके
तव्हा मियते भाकर

कष्टाशिवाय संसारात सुख मिळत नाही. राऊळाच्या कळसाला लोटा म्हणू नये कारण कळसाप्रमाणे संसारही पवित्र आहे. संसार म्हटला म्हणजे सुखदुःख आलंच. तरीही सदैव रडणं कुढणं नको. गळ्यातल्या हाराला लोढणं म्हणून कसं चालेल ? संसार वरवर दुःखमय, कष्टमय वाटत असला तरी त्यात माधुर्य, जिव्हाळा आहे. अशा या संसाराला कवयित्री वरून विरूप पण आत गोड असणाऱ्या खिरा, भिलावा, शेंगा यांची उपमा देते. संसार संसार म्हणजे काय ? तर

ऐका संसार संसार
दोन्ही जीवाचा इचार
देतो दुःखाले होकार
अन् सुखाले नकार
देखा, संसार संसार
दोन्ही जीवाचा सुधार
कधी नगद उधार
सुख दुःखाचा बेपार

('बहिणाबाईची गाणी', पृ.१४)

सुखदुःखाचा एकत्रीकरणातून दोन्ही जिवांचा सुधार होत असतो.

माणसाचा जीव आणि त्याचं जीवन याबद्दलचं बहिणाबाईचं भाष्य 'माझ्या जीवा' या कवितेत येतं.

जीव देवानं धाडला
जल्म म्हने 'आला आला'
जव्हा आलं बोलावनं
मौत म्हने 'गेला गेला'

देवानं पाठविलेल्या जीवाचं अस्तित्व जन्म आणि मृत्यू यांमधून त्याच्या येण्या आणि जाण्यानं कळतं. माणसाचं जीवन म्हणजे या येणे (जन्म) आणि जाणे (मृत्यू) यांच्यातील मुक्काम आहे.

नही सरलं सरलं
जीवा तुझं येनं जानं
जसा घडला मुक्काम
त्याले म्हनती रे जीनं

('बहिणाबाईची गाणी', पृ.१५)

अशा या मुक्कामात (जीवनात) तू अमाप काम कर, कामात देवाचं रूप पहा, पीडलेल्याचं कण्हणं ऐक, दुर्मुखलेला न राहता संसाराचा झाल झेंडा घेऊन नाच, इडा-पीडा-संकटांच्या तोंडावर काळं फासून हसत रहा असं त्या आपल्या जीवाला बजावतात. जीवन जगावं कसं ते बहिणाबाई सांगतात -

जग जग माझ्या जीवा
असं जगनं तोलाचं
उच्च गगनासारखं
धरत्रीच्या रे मोलाचं

('बहिणाबाईची गाणी', पृ.१६)

'हिरीताचं देनं घेनं' या कवितेत कवयित्रीने 'स्वार्थाच्या मागे लागू नये' अशी आपल्या जीवाला शिकवण दिली आहे. हृदयाचं देणं घेणं हे पोटासाठी नसतं म्हणून माणसानं सदैव मतलबाच्या (स्वार्थाच्या) मागे लागू नये. त्यासाठी त्या निसर्गाचा दृष्टान्त देतात.

उभे शेतामधी पिकं
ऊन वारा खात खात
तरसती 'कव्हा जाऊ
देवा, भुकेल्या पोटात'

शेतातली ऊन-वारा खात उभी असलेली पिकं भुकेल्या पोटात जाण्यासाठी आतुर असतात. पण अशा पिकाच्या शेताभोवती कुपाटी लावाव्या लागतात. लोकांचे हे खोटेनोटे व्यवहार पाहून बोरी बाभळीच्या अंगावर काटे येतात. कनगा कितीही भरला (संचय केला) तरी तो रिकामा होतोच. हृदयाचं देणं घेणं मात्र पोटासाठी नसतं. शेवटी देही (आत्मा) निघून जातो आणि मागे राहते ते फक्त नाव (शरीर). त्यासाठी एवढा स्वार्थाच्या मागे लागू नको अशी कवयित्री जीवाला बजावते.

जीवनाच्या प्रवासाचा माणूस हा एक वाटसरू आहे. त्याची वाट कशी बिकट आहे ते 'वाटंच्या वाटसरा' या कवितेत सांगितलं आहे- या वाटेने काटे-कुटे, ठेच, ऊन असे अडथळे आहेत. तथापि हे वाटसरा, तुला लोकांसाठी जावेच लागेल. दिवस ढळतो आहे. तुझ्या लाभाची गोष्ट असो अगर नसो, सुखदुःखात मन रमवून चालत रहा. माझे भाऊबंद मदतीसाठी धावून येतील अशी आशा बाळगू नकोस. तुझी नाव तुलाच पार करायची आहे. तुझ्या मार्गात अनेक अडथळे येतील पण त्यांनी तू डगमगू नकोस.

या कवितेतील मानवी जीवनावर केलेलं वाट वाटसरूचं रूपक मानवी जीवनातील वास्तव सत्यावर प्रकाश तर टाकतंच पण त्याबरोबर जीवनात येणाऱ्या संकटांना धीरानं तोंड कसं द्यावं हेही शिकवून जातं.

'मोट हाकलतो एक' या कवितेतही एक खुबीदार रूपक आहे. विहिरीत दोन मोटा असल्या तरी त्यात पाणी एक असते. कणा आणि चाक दोन असले तरी त्यांच्यात गती एक असते. नाडा समींदर दोन पण त्यांच्यात झीज एक असते. (मोट) ओढणारे बैल दोन पण दोघांची ओढ एक असते. त्याप्रमाणे -

मोट हाकलतो एक
जीव पोसतो कितीक ?

मोट हाकणारा एक असला तरी तो अनंत जीव पोसत असतो. कवितेच्या शेवटच्या दोन ओळींत रचनेची खुबी सामावलेली आहे.

मोट हाकलतो एक
पीक पोसतो कितीक ?

असे न म्हणता कवयित्रीने 'पीक' या शब्दाऐवजी 'जीव' या शब्दाची योजना केलेली आहे. म्हणजे मोटकरी ज्याप्रमाणे अनेक पिकांना पोसतो त्याप्रमाणे कुणीतरी (अर्थात ईश्वर) अनंत जीवांना पोसतो हे सूचित केले आहे. जीव-मानवी जीव किंवा पिकांचा जीव असा श्लेष मानला तरी हाच भाव या काव्यात ध्वनित होतो. कवितेच्या शेवटी असणारे प्रश्नचिन्हही विचार करायला लावणारे आहे. या प्रश्नाचा अर्थच असा की हे जीव पोसणारा कोण ? तर ईश्वरच. बहिणाबाईंची कल्पकता अशा खुबीदार रचनांमधून प्रत्ययाला येते.

बहिणाबाईंच्या कवितेची भाषा :

एका अशिक्षित स्त्रीने आपल्या खानदेशी बोलीत लोकगीतांच्या ढंगानं केलेली रचना म्हणजे बहिणाबाईंची रचना होय. बहिणाबाई अशिक्षित असल्याने कुठल्याही लिखित कवितेचा संस्कार त्यांच्या मनावर झालेला नव्हता. मात्र ज्या समाजात त्या वाढल्या त्या समाजातील लोकगीतांचा पुरेपूर परिचय त्यांना होता. स्वाभाविकच त्यांच्या तोंडून ज्या रचना बाहेर पडल्या त्या लोकगीतांच्या लयीत तयार झाल्या. लोकगीतसदृश पण कवयित्रीचा स्वत:चा विचार घेऊन आलेली रचना या संग्रहात मोठ्या प्रमाणावर पाहायला मिळते. उदाहरणादाखल 'आखजी' या कवितेची रचना पाहिली तर या कवितेतील प्रत्येक ओळीच्या शेवटी येणारा 'जी' स्त्री लोकगीतांची आठवण करून देतो "परंपरेने चालत आलेल्या लोकगीतांऐवजी बहिणाबाई स्वत:चीच गीते म्हणत असत" असे सोपानदेवांनी सांगितले आहे.

बहिणाबाईंच्या कविता वाचताना प्रामुख्याने लक्ष वेधून घेतो तो अष्टाक्षरी छंद. त्यांची बहुसंख्य कविता अष्टाक्षरी ओवी छंदात लिहिलेली दिसून येते. लोकगीताच्या लयीत ही कविता लिहिलेली असली तरी या कवितेतील शब्दांचा क्रम, शब्दसंख्या, मात्रा यांत जरा सुद्धा फरक आढळत नाही. ओवी छंदाव्यतिरिक्त ज्या रचना आहेत. तेथेही शब्दक्रम व शब्द संख्या यांत सुसूत्रता आढळते.

उदा.

सरत सरत
करे पेरत पेरत
मोघडा मोघडा
पेरनीचा चवघडा

('बहिणाबाईची गाणी', पृ.२९)

'शेतीची साधने' कवितेतील या ओळी. यात पहिल्या ओळीत सहा आणि दुसऱ्या ओळीत आठ हा शब्द संख्याक्रम कायम दिसतो. याप्रमाणे अनेक उदाहरणे सांगता येतील.

खानदेशी बोली हे तर या कवितेचं अविभाज्य असं अंग आहे. बहिणाबाई अशिक्षित असल्याने त्यांची कविता बोलीभाषेत व्यक्त होणं स्वाभाविक असलं तरी त्यांना प्रमाण भाषेचा मुळीच परिचय नव्हता असे म्हणता येणार नाही. कारण नाशिकला सोपानदेवांकडे बहिणाबाईंचं नेहमी येणं जाणं असे. तेथे लक्ष्मीबाई टिळकांसारख्या सुसंस्कृत स्त्रियांबरोबर त्यांचा नेहमी सहवास असायचा (तिथं नाही म्हटलं तरी थोडाफार का होईना प्रमाण भाषेशी त्यांचा संबंध येत असायचा). तथापि प्रमाण भाषेचा जरासाही प्रभाव त्यांच्या कवितेवर जाणवत नाही. प्रमाण मराठीतील एखादा शब्द चुकूनही या कवितेत आलेला नाही. अर्थात खास बोली भाषेत कविता करायची अशी पोज घेऊन या कवितेची निर्मिती झालेली नाही. जात्यातून पीठ पडावं तशी या कवितेची बोलीभाषाही या कवितेबरोबर सहजपणे अवतरते.

सुभाषिते, वाक्प्रचार, म्हणीवजा वाक्यरचना करणे हे बहिणाबाईंच्या रचनेचं वैशिष्ट्यही अनेक ठिकाणी प्रत्ययाला येतं. 'कशाले काय म्हनू नही' ही कविता या दृष्टीने पाहण्यासारखी आहे. या कवितेतील प्रत्येक दोन ओळी म्हणजे एक एक सुभाषितच आहे. याशिवाय ''मतलबाच्यासाठी मान मानूस डोलये, इमानाच्यासाठी कुत्रा शेपूट हालये'' अशा म्हणी, वाक्प्रचारसदृश ओळींची पखरण तर या कवितांमध्ये जागोजाग आढळते. (बहिणाबाईंनी केलेल्या स्वतंत्र म्हणीही या संग्रहात आहेत.) सुभाषिते, म्हणी, वाक्प्रचार या प्रमाणेच शब्दसंधी आणि शब्दचमत्कृतीही बहिणाबाईंच्या भाषेत पुरेपूर दिसते-

आसू नही ती सासू कशाची ?
आसरा नही तो सासरा कशाचा ?

('बहिणाबाईची गाणी' पृ. १२६)

या म्हणीतील आसू-सासू, आसरा-सासरा त्याप्रमाणेच 'शेतीची साधने' या कवितेतील सरत-पेरत, मोघडा-चवघडा, तीफन-मापन, चाहूर-काहूर, वखर-पाखर, नागर-आगर अशा शब्दजोड्या बहिणाबाईंच्या कवितेत कितीतरी आढळतील. बहिणाबाईंच्या कवितेत यमक, उपमा, अनुप्रास, रूपक या बहुसंख्य ठिकाणी येणाऱ्या अलंकारांप्रमाणेच श्लेष, उत्प्रेक्षा, अपन्हुती असे अन्य अलंकारही येतात.

उदा. श्लेष -
सनी बापा सनी बापा
घेरे तेलाचं बुधलं
तुले तेलात न्हानते
नको काढू माझं तेल

('बहिणाबाईची गाणी', पृ. ६२)

उत्प्रेक्षा -
हिरवे हिरवे पानं
लाल फय जशी चोच
लाल वडाच्या झाडाले
जसं पीक पोपटाचं

('बहिणाबाईची गाणी', पृ. १०१)

अपन्हुती-
पयसाचे लाल फुलं
हिर्वे पानं गेले झडी
इसरले लाल चोची
मिठू गेले कुठे उडी

('बहिणाबाईची गाणी', पृ. १०१)

उच्चारानुसार मानवी नाते-संबंधाचे वर्णन करणाऱ्या बहिणाबाईंच्या ओव्या जणू काही ''एखाद्या भाषाशास्त्रज्ञाने लिहिल्या असाव्यात'' असा अभिप्राय प्र. के. अत्रे यांनी दिला आहे. ('बहिणाबाईची गाणी', प्रस्तावना पृ. अठ्ठावीस) या ओव्यांत नातेदर्शक शब्द आणि त्याच्या उच्चारणाच्या वेळची उच्चारण अवयवांची स्थिती तसेच उच्चारण प्रयत्न यांवरून त्या नात्यातील प्रेम, जिव्हाळ्याचे स्वरूप बहिणाबाईंनी स्पष्ट केले आहे. त्या ओव्या अशा -

माय म्हनता म्हनता
होट होटा लागी भिडे
आत्या म्हनता म्हनता
केवढं अंतर पडे

ताता म्हनता म्हनता
दातामधी जीभ अडे

काका म्हनता म्हनता
कशी मांघे मांघे दडे

जी जी म्हनता म्हनता
झाला जीभले निवारा
सासू म्हनता म्हनता
गेला तोंडातून वारा

('बहिणाबाईची गाणी', पृ. १०९,११०)

बोलीभाषेतील सुंदर शब्दांचा पुरेपूर उपयोग तर बहिणाबाईंनी केलाच, पण त्याचबरोबर त्यांनी काही नवीन शब्दही तयार केले - सुचविले आहेत. उदा. 'जातं' या शब्दासाठी 'घरोटं' (ज्याच्यातून पीठ 'येतं' त्याला जातं' म्हणू नये - म्हणून). 'गुढी पाडवा' या शब्दासाठी 'गुढी उभारनी' (कारण पडी जातो तो 'पाडवा'. आपण गुढी 'उभारतो' म्हणून त्याला 'गुढी उभारनी' म्हणायचे). खानदेशात लहान नदीला 'लेंडी' म्हटले जाते. मेहरूणच्या अशाच लहान नदीला बहिणाबाई 'मेहरूनी' (मेहरूणची नदी ती मेहरुनी) असं नवीन नाव सुचवितात.

बहिणाबाईंच्या स्वाभाविक सर्जनशील भाषेला विनोदाचीही जोड मिळालेली दिसते. प्रामुख्याने माणसाच्या ढोंगीपणावर, त्याच्या स्वार्थी वृत्तीवर भाष्य करताना बहिणाबाईंच्या भाषेला उपहासाची किंवा विनोदाची सय येते. क्वचित विसंगतीचे वर्णन करतानाही त्या विनोद करून जातात. त्यांच्या स्फुट ओव्या (पृ. ९९ ते ११०), काही व्यक्तिचित्रे (पृ. १११ ते १२४) व म्हणी (पृ. १२५ते १२७) या स्फुटरचनेत त्यांच्या विनोदी शैलीचे पुरेपूर दर्शन घडते.

अशा प्रकारे निसर्ग, शेती, ग्रामीण समाजव्यवस्था, प्रादेशिकता, अध्यात्म, जीवनविषयक तत्त्वज्ञान, मानवी मनाचं सूक्ष्म अवलोकन, सहज आणि सर्जनशील भाषाशैली इ. वैशिष्ट्यांनी युक्त अशी बहिणाबाईंची कविता म्हणजे मराठी ग्रामीण कवितेचा परिपूर्ण असा आविष्कार आहे. या कवितेचं मराठी ग्रामीण कवितेच्या इतिहासाच्या दृष्टीने वैशिष्ट्य असं की, जानपद कविता या नावाने उपऱ्या प्रेरणेने लिहिल्या गेलेल्या कृतक ग्रामीण कवितेच्या अगोदर ही कविता लिहिली गेली आणि जानपद कवितेचा काळ ओसरल्यावर म्हणजे इ. स. १९५२ साली पुस्तकरूपाने मराठी वाचकांसमोर आली. "…. या काळात म्हणजे इ. स. १९१५ ते १९३५ च्या काळात तिची (बहिणाबाईची) कविता होईल तशी प्रसिद्ध होत गेली असती तर एकूणच जानपद किंवा ग्रामीण मराठी कवितेला अतिशय वेगळे वळण लागण्याची शक्यता होती. तिला वाट पुसत (१९२५ नंतर जन्माला आलेल्या) रविकिरण

मंडळ कवितेला जावे लागले असते. अन्यथा ती जगू शकली नसती''[५] असे आनंद यादव यांनी म्हटले आहे, ते योग्यच आहे. तथापि उशीरा का होईना पण बहिणाबाईंची कविता पुस्तकरूपाने प्रसिद्ध झाली. त्यामुळे या कवितेचा परिचय मराठी वाचकांना झाला. या परिचयाने बहिणाबाईंच्या काव्याचे स्वरूप तर सर्वांना कळलेच पण त्याबरोबरच ग्रामीण जीवनावर लिहिल्या जाणाऱ्या काव्याचे सामर्थ्यही प्रत्ययाला आले.

संदर्भ :

१. यादव आनंद:'ग्रामीण साहित्य : स्वरूप आणि समस्या' दु. आ. मेहता पब्लिशिंग हाऊस, पुणे. १९८४. पृ. ४५ व ४६.

२. म्हात्रे नीळकंठ:''आधुनिक मराठी कविता आणि जानपद स्त्रिया'' नयन, सप्टें. १९४०, वर्ष २ अंक १ पृ. ४५ ते ४७.

३. नारखेडे के.:'काव्यकलेचे अंतरंग पुणे : द. र. कोपर्डेकर, १९४३,पृ. ११७, १२०, १२१.

४. चौधरी बहिणाबाई:'बहिणाबाईची गाणी', च. आ. मुंबई- ज्योति पिरिऑडिकल्स, १९८२, पृ. तीस.

५. यादव आनंद:'ग्रामीणता : साहित्य आणि वास्तव : मेहता पब्लिशिंग हाऊस, पुणे १९८१, पृ. १३० - १३१.

***

भाग तिसरा

साठोत्तरी ग्रामीण कविता
(१९६० ते १९९०)

५

आनंद यादव यांची कविता

आनंद यादव यांच्या कवितेचे कालक्रमानुसार तीन भाग पडतात. इ. स. १९५४ ते १९६० या काळात लिहिलेली कविता ('हिरवे जग' १९६०), इ. स. १९६२ ते १९७० या काळात लिहिलेली कविता ('मळ्याची माती' मधील उत्तरार्धातील कविता- १९७८) आणि जानेवारी १९८९ मध्ये प्रसिद्ध झालेले 'मायलेकरं' हे प्रदीर्घ संवादकाव्य.

आनंद यादव यांच्या कवितेकडे वळण्यापूर्वी प्रथम या कालखंडातील प्रमुख मराठी काव्यप्रवाह विचारात घेऊन पूर्वकालीन जानपद कवितेच्या पार्श्वभूमीवर या कवितेचा विचार करणे अधिक योग्य होईल.

१९३९ साली माधव जूलियन यांचे निधन झाले. त्यानंतर मराठी कवितेवरील

रविकिरणमंडळाचा प्रभाव हळूहळू कमी होत गेला. रविकिरणमंडळातील या प्रमुख कवी (रवी) चे माधव जूलियन यांचे निधन झाल्यानंतर या मंडळातील इतर कवी काव्यलेखन करीत राहिले तरी अनिल-कुसुमाग्रज-बोरकर यांच्या काव्यापुढे हा प्रवाह अत्यंत दुबळा ठरला.

१९४५ नंतर मर्ढेकर, मुक्तिबोध, रेगे यांच्या कवितांनी मराठी कवितेत अमूलाग्र बदल घडवून आणला. कवितेचा आशय, भाषा, स्वरूप या सर्वच बाबतींत मर्ढेकरांची कविता क्रांतिकारक परिवर्तन घडविणारी ठरली. दुसऱ्या महायुद्धोत्तर काळात मानवी जीवनाच्या क्षुद्रतेची झालेली जाणीव या कवितेत उमटू लागली. यंत्रयुगामुळे भावनाशून्य, यांत्रिक बनलेले मानवी जीवन, साम्राज्यवाद - भांडवलशाहीने निर्माण झालेला अन्याय, पिळवणूक, मानवी मूल्यांचा ऱ्हास, सामान्य माणसांची अगतिकता, निराशा, वैफल्य, हे विषय प्रामुख्याने मर्ढेकरांच्या कवितेत आले.

मर्ढेकरांच्या कवितेत विषमता, समाजक्रांतीवर विश्वास, वर्गविग्रह, परिवर्तनाबद्दल आशावाद इ. प्रकट झाले. मुक्तिबोधांची कविता निराशेपेक्षा आशावादाला, वैफल्यापेक्षा परिवर्तनाला मानणारी होती. त्यामुळे मर्ढेकर आणि मुक्तिबोध या दोन्ही कवींची कविता समाजातील विषमता, विद्रूपता यांविरुद्ध विद्रोह करणारी असली तरी या कवींची प्रकृती भिन्न होती.

'रती' हा स्थायीभाव असलेली रेगे यांची अल्पाक्षरी कविता ही सौंदर्यलक्ष्यी कविता आहे.

मर्ढेकर, मुक्तिबोध, रेगे यांच्या कवितेने मराठी कवितेत आशयाबरोबरच कवितेची भाषा आणि स्वरूप यांतही अमूलाग्र बदल झाला. ढोबळ अलंकारांऐवजी व्यामिश्र प्रतिमा, स्वप्नरंजनाऐवजी वास्तवता चित्रित करण्याची या कवींना आवश्यकता वाटली. "कवीची अनुभूती म्हणजे भावनानिष्ठ समतानतांची (Emotional equivalence) प्रस्थापना, कवीच्या प्रतिभेचे कार्य म्हणजे विश्वातल्या निरनिराळ्या घटकांतून अशा तऱ्हेची भावनानिष्ठ समतानता (Emotional equivalences) निर्माण करणे."[१] अशी मर्ढेकरांची नवकवितेची नवी व्याख्या प्रस्थापित झाली. व्यामिश्र प्रतिमा, शब्दांची मोडतोड, अवास्तव शब्दांचा संकोच, या सर्वांमुळे ही कविता दुर्बोध झाली. दुर्बोध झाली तरी सभोवतालच्या भीषण वास्तवाला शब्दबद्ध करण्यासाठी या कवींना ती दुर्बोधता आवश्यक वाटली.

उपरोक्त कवींच्या कवितेत रविकिरण मंडळकालीन कवितेतील अर्थशून्य शब्दांचा सोस, व्याज कवित्व, सांकेतिक पद्धतीची आलंकारिकता, निसर्ग जीवनासंबंधीचे पारंपरिक संकेत इ. दोष आपोआप बाद झाले. त्यामुळे सभोवतालचे वास्तव जीवन चित्रित करण्यास ही कविता समर्थ ठरली.

रविकिरणमंडळकाळाच्या अगोदर लिहिली गेलेली बहिणाबाई चौधरी यांची

कविता १९५२ साली 'बहिणाबाईची गाणी' या शीर्षकाने प्रसिद्ध झाली. समकालीन मुख्य प्रवाहाच्या कवितेपासून या कवयित्रीचे जीवन अलिप्त असल्याने व खेड्यातच शेतकरी कुटुंब-समाजात आयुष्य गेलेले असल्याने या तिच्या कविता खेड्यातील जीवन- मातीचा कस घेऊन आल्या. आविष्कारासाठी तिने लोकगीताची लय अनुसरली. कवयित्रीची स्वत:ची भाषा ग्रामीण असल्याने संपूर्ण ग्रामीण बोलीत ही कविता आविष्कृत झाली. स्वाभाविकच रविकिरणमंडळ कालीन ग्रामीण - जानपद कवितेतील दोषांपासून तर ही कविता मुक्त राहिलीच, पण त्याचबरोबर ग्रामीण बोलीत लोकजीवनाचा गाभा घेऊन आलेली कविताही सच्ची कविता होऊ शकते हे बहिणाबाईंच्या कवितेने साऱ्या महाराष्ट्राच्या लक्षात आणून दिले.

आनंद यादवांचे काव्यलेखन १९५४ पासून सुरू झाले. ते स्वत: महाराष्ट्रातील एका शेतकरी कुटुंबात जन्मलेले होते. शिवाय लहानपणापासून शेतकरी जीवनाच्या अनुभवाबरोबरच शालेय जीवनातील क्रमिक पुस्तकांमधल्या कवितांनी त्यांच्यात काव्यप्रतिभा अंकुरत राहिली. विशेषत: कविता गाऊन म्हणण्याच्या त्यांच्या बालमनाच्या आवडीतून त्यांच्या स्वत:च्या रचनांचा जन्म होत गेला. या काळातील यशवंत - गिरीशांची ग्रामीण कविता वाचून आविष्काराची ओढ त्यांच्यात निर्माण झाली. पुढे 'सुगी' हा संग्रह त्यांच्या वाचनात येऊ लागला. वय आणि समज वाढत गेली, तसतशी या कवितेतील व्याज अनुभव, नाटकी, कृत्रिम आविष्कारशैली त्यांच्या लक्षात येऊ लागली. स्वत: एक कष्टकरी शेतकरी कुटुंबात जन्मलेले असल्याने यादवांनी ग्रामीण जीवनाचे अनुभव पुरेपूर घेतलेले होते. आपण भोगलेले अनुभव आणि या कवितेतील ग्रामीण जीवनानुभव यांच्यात खूपच अंतर आहे, किंबहुना या कवितेतील ग्रामीण जीवन कृतक, खोटे आहे, या अनुभवांना साकार करणारी भाषाही खरी नाही हे त्यांच्या लक्षात येऊ लागले. "काही काव्यमय जाणवले, तसे निर्माण करावे असे वाटले ते दहावीमध्ये असताना. वयाच्या अठरा-एकोणिसाव्या वर्षी..... ठोकळ, यशवंत, गिरीश, चंद्रशेखर यांच्या ग्रामीण म्हटल्या जाणाऱ्या कविता क्रमिक पुस्तकांतून वाचत होतो. त्यांच्यावरील शिक्षकांचे रम्य (!) भाष्य ऐकत होतो. आणि मनात चिडत होतो. कारण सगळेच अज्ञान. हे सगळे जीवन खोटे आहे, विपर्यस्त आहे. अशा भावना कधी आपल्या जीवनात येतच नाहीत अशी त्याच वेळी खात्री पटली आणि माझ्याकडून ग्रामीण कविता लिहिली गेली. म्हणजे या कवितांनी आकर्षून घेण्यापेक्षा माझ्या मनात तीव्र प्रतिक्रिया निर्माण केली - आणि मीही त्या काळात सरधोपटपणे कविता लिहिली, पुढे लिहीतच राहिलो." स्वत: आनंद यादवांनी मांडलेल्या त्यांच्या कवितेविषयीच्या भूमिकेवरून या गोष्टी सिद्ध होतात.

पुढे शालेय महाविद्यालयीन जीवनामध्ये शिकत असताना अनिल, मुक्तिबोध यांच्या कविता ते वाचू लागले. या बदलत्या प्रवाहाने नवी जाण त्यांच्यात निर्माण

झाली. या संदर्भात यादव म्हणतात, "…. मर्ढेकरांच्या काही कविता वाचल्या पण 'नवी मळवाट' ह्या वेळी जवळची वाटली. मी अनुभवलेल्या कडवट जीवनाला आणि उपभोगलेल्या निसर्गविषयक अनुभवांना मुक्तिबोध आणि पाडगावकर (काही प्रमाणात मर्ढेकर-भावे) या कवींनी साद दिली. म्हणून त्यांची कविता त्या काळात मला जवळची वाटत होती. पण दहावीत असतानाच ग्रामीण कवितेला मिळालेली प्रेरणा माझ्या कवितेला विकसित करीत चाललेली दिसते. त्या कवितेवर या कवींच्या (Form च्या) जाणिवेचा जो काही परिणाम झाला असेल तेवढाच खरा असे मला वाटते."[२]

आपण अनुभवलेले ग्रामीण जीवन समकालीन कवितेच्या आविष्कार पद्धतीने वृत्तमात्रादिकांच्या बंधनाशिवाय सच्चा ग्रामीण बोलीत मांडले पाहिजे, या उर्मीतून त्यांचे ग्रामीण काव्यलेखन सुरू झाले. हीच त्यांच्या ग्रामीण काव्यलेखनामागची मूळ प्रेरणा दिसून येते.

अर्थात "ग्रामीण भाषेच्या माध्यमाच्या बाबतीत यादवांची भूमिका मूलत: वाङ्मयीन असली तरी, तिला समाजशास्त्रीय संदर्भही होता." शिवाय समकालीन साहित्य-विचारांच्या वाचनाने "ते पूर्वसूरींपेक्षा अधिक खोलात, अधिक सूक्ष्मात जाऊन ग्रामीण वाङ्मयाविषयी विचार करू शकत होते. त्यामुळे ग्रामीण भाषेचा माध्यम म्हणून त्यांनी (पूर्वसूरींपेक्षा) काही वेगळा विचार केलेला दिसतो."[३]

शेतकरी आणि त्याच्या सभोवतालचे ग्रामीण विश्व यांच्याभोवती यादवांची कविता केंद्रित झालेली दिसते. शेती, तेथील शेतकरी, त्याचे दारिद्र्य, त्याचे कौटुंबिक जीवन, त्याच्या सभोवतालचा निसर्ग, पती-पत्नीमधील प्रेमभाव इ. विषय प्रामुख्याने या कवितेत आलेले आहेत.

यादवांच्या कवितेतला शेतकरी गरीब, कष्टाळू जीवन जगणारा आहे. शेतीवर राबणारा आहे. या शेतीसाठी पावसाच्या आगमनाची तो आतुरतेने वाट पाहतो. "'ये पावसा' या कवितेत अन्नदाता म्हणून पावसाचा गौरव करून सोसाट्याच्या वाऱ्यासोबत पाल्याची खोपटं उडवत, वडं-वघळी भरत तू ये. मग वाटल्यास ढोरा-पोरांचा बळी घेतलास तरी चालेल, कारण तुझ्या येण्याने सगळीच अन्नपाण्यावाचून वाटेला लागली आहेत," अशी वास्तवाची जाणीव तो शेतकरी या कवितेतून व्यक्त करतो. या उलट 'कळ' या कवितेत, पावसाच्या झडीमुळे काम मिळत नाही, त्यामुळे होणाऱ्या शेतमजुराच्या मनाच्या कुचंबणेच्या व्यथेचं चित्रण आहे. रात्रंदिवस पाऊस, गारठा, अंधारात घरात बसून राहावं लागतं. त्यामुळे कामही मिळत नाही. पोटात भूक आहे. हात काम मागताहेत पण काम न मिळाल्याने चूल पेटलेली नाही. तवा तापलेला नाही. जणू या शेतमजुराप्रमाणेच त्यालाही काम नाही. अशा परिस्थितीत तो म्हणतो-

मातीला आता शिरावी ऊब
दिसाच्या पोटाला लागावी कळ
ढगांनीबी आता आभाळ सोडावं
इळ्या खुरप्यास्नी यावं बळ

('मळ्याची माती', पृ. ६५)

विळ्या खुरप्यांना काम मिळाल्याच त्याला खायला मिळणार आहे.

या कवितेतील शेतकरीजीवन असं पुरेपूर दारिद्र्य भोगणाऱ्या शेतकऱ्याचं आहे. या कवितेचा निवेदक 'पेरणीच्या दिसां'त खायला मिळत नाही म्हणून वाराचं (उपवास) सोंग करतो. पेरणीसाठी टोकायला आणलेल्या दाण्यातील ईतभर दाणे तो घेतो. (वाराचे सांगितल्यावर शेतकरीही मुभा देतो.) घरी भाकरीचा तुकडा नसल्याने ओटीमध्येही तो बळंच दाणे उरवून नेतो. दारिद्र्यात जगणारी त्याची कारभारीण 'गौरीचा सण' साजरा करण्यासाठी गवत विकून, मासोळ्या मोडून फास बनवू पाहते. जवळचा आणा-रुपया गोळा करून दंडाला चोळी घेऊन सण साजरा करते.

आपली मुलं शिकावीत असं या दरिद्री आई-बापांनाही खूप वाटतं. पण त्यांच्यामागे सदैव पोटापाण्याचं पिसं लागलेलं असतं. मुलं लहानाची मोठी करतानाच त्यांचा राम आटतो. मग कुठलं शिक्षण? कसेतरी दिवस ढकलत नेणाऱ्या या मजुराच्या नशिबी कष्टच असतात ('लई वाटतंय').

'पुढला' मधील गरीब शेतकऱ्याची कारभारीण येत्या वर्षी मुलाचं लग्न करायचं आहे, म्हणून काय पेरायचं, मशागत कशी करायची ते सांगते. त्याबरोबर कर्ज ('बोजा') काढण्यापेक्षा माझ्याच अंगावरचे दागिने सुनेला घालून तिला घरात सुखानं फिरताना मी बघेन, असं म्हणते.

'गाडी' या कवितेत शेतकरी आणि त्याचे बैल यांचे कष्ट आणि नशीब यांचे दर्शन अल्पाक्षरांत घडते. गचकत, कचकचत, कलंडू पाहणारी गाडी आणि हातात कचरणारं कासरं (असं दोघांचं नशीब). तरीही गाडी पुढे दबवायची आणि एवढे करूनही

ढोराच्या नशिबात कडबा
आमच्या नशिबात घराट-घोट-गाणं
..... चल बैला ऽ वड बापा ऽ

('मळ्याची माती', पृ. ७१)

अशी अगतिकता या कवितेत नेमक्या शब्दांत साकारते. 'शिवळेचा फास' या

कवितेतही मोट ओढणाऱ्या बैलांची मूक व्यथा चित्रित झाली आहे.

शेतकामाच्या वेगवेगळ्या प्रसंगांच्या कवितांमधून त्या कामांचं वर्णन येतंच, पण त्याबरोबर या कामात व्यग्र असणाऱ्या व्यक्तींच्या मनोवस्थाही शब्दबद्ध होतात. 'उठा आता' या कवितेमध्ये शेती कामाचे, शेवरी-दोडके यांच्या भांगलणीच्या आवराआवरीचे वर्णन येते. 'रान-कोरट्याची फुले' मध्ये गुराखी आणि त्याची रानकोरट्यांच्या फुलांनी सजण्याची हौस येते. 'कापणी' मध्ये जोंधळ्याच्या कापणीचं तर 'मळणी'त मळणीचं वर्णन येतं.

यादवांच्या कवितेतील शेतकरी आपल्या मातीवर उत्कट प्रेम करणारा आहे. 'माती हे धन असतंय' या कवितेत आमच्या रक्तात नद्या झुळझुळतात, पाण्याची तळी हृदयात हुरहुरतात, लावण्यात बाभाळबोरी रंगतात, कामात मनं रंगतात - दुभंगतात, दुष्काळात पोटा-होटातून प्रेमाचे झरे निघतात'' असं म्हणणारा हा शेतकरी आपल्या देवाचं आणि मातीचं माहात्म्य पुढील शब्दांत वर्णन करतो.

डोंगरागत आमचा देव असतोय
ह्या डोंगरालाबी दगडाचं मन असतंय
हे मन फुलवितानं आम्ही मातीत जातोय.
...... पर मातीत गेलो तरी माती हे धन असतं

('मळ्याची माती', पृ. ८)

'हे माती हे माते' या कवितेत काळ्या मातीवर काळ्या विठ्ठलाचे रूपक येते. 'तू संयमशीला' मध्ये युगानुयुगांपासून संयमशील असलेल्या मातीचे महिमान येते ते असे - युगानुयुगांपासून तुझ्यावरून कित्येक सूर्य निघून गेले, कित्येक संस्कृती निर्माण होऊन नाहीशा झाल्या, अनेक ॠतूंनी तुला गंध-फुलांचा समर्पण भाव दिला. अफाट पिकं फुलली, तरीही तू संयमशील, सत्-चित्-आनंद, स्तब्ध राहिलीस. फळे - फुले - झाडे या तुझ्या कलाकृतीत मौनाचा शब्द असतो, तुझ्या सूक्ष्म कणांतील प्रचंड आशय वड-पिंपळातून आविष्कारतो. वेद उपनिषदांतील तुझा चिरंतन उन्मेश वस्तूवस्तूवर सौंदर्यात आकारतो.

असं दारिद्र्याचं जीवन जगणारा, शेती कामात दंग असलेला, आपल्या मातीवर उत्कट प्रेम करणारा हा शेतकरी आपल्या बायको-मुलांवरही निर्व्याज प्रेम करतो. त्याचं हे प्रेम जितकं उत्कट तितकंच रांगडंही आहे. आनंद यादव यांच्या या ग्रामीण जीवनावरील प्रेमकवितांचं वैशिष्ट्य हे की इथं प्रियकर-प्रेयसीचं हळवं, कृत्रिम प्रेम नाही, तर आपल्या दैनंदिन जीवनातील शेत-घरकामातूनच शेतकरी आणि त्याची कारभारीण यांचं प्रेम व्यक्त होत असतं.

'तळची भाकर' या कवितेतील कारभारीण आपल्या घरधन्यासाठी न्याहरीच्या भाकरींमध्ये सर्वांत खाली (तळाला) भाकरी ठेवते. तिच्यात पापडाखाली लोणी, सांडगं ठेवते व तुम्ही दीर-मामंजी नंतर न्याहरीला जावा असं खुबीनं सांगते. तसेच सासूबाईला हे सांगू नका, त्यासुद्धा दीर-नणंदांना खाऊ घालतात -(म्हणून यात काही गैर नाही) असं आपल्या क्लृप्तीचं समर्थन करते. आपल्या पतीवर प्रेम करण्याची ही तऱ्हा खास ग्रामीण आहे. मात्र या कवितेतील शेवटच्या नाट्यमय प्रश्नवजा ओळीने या कवितेला उगाच बाधा येते असे वाटते.

'बरी न्हवं ही मस्ती' या कवितेतील आपल्या पत्नीशी प्रेमक्रीडा करणाऱ्या पतीला पत्नी - 'भर दिवसा कामाच्या घाईत, घरच्या मंडळीच्या - आजूबाजूच्यांच्या येण्याच्या शक्यतेत अशी मस्ती करणे बरे नव्हे, शिवाय गालावरचे दात पाहून बायकाही माझी टवाळी करतील' अशी विनवणी करते. शेवटी -

ध्या-दिवळीचं असं
कवा करू नये देवा !
काय तरी निमित्तानं
घरात वसतीला ऱ्हावा !

('मळ्याची माती', पृ. ६)

अशी आपल्या (रात्री शेतावर जाणाऱ्या ?) पतीला समंजस सूचनाही ती करते.

ही कारभारीण हातावर पतीचं (सीताराम) नाव गोंदते ('गोंदण'). घरधन्याला न्याहरीसाठी येण्याला उशीर होतो म्हणून काळजी करते ('गेलं असतील भुक्याहुनी'), बिनफळाचं दोनचार महिने गेले म्हणून आपल्या पतीला 'असल्या गोष्टी' पत्नी खुबीने समजावून सांगते.

'केवड्याच्या पोटरीला', 'हिरव्या रानात', 'मधारीच्या फांद्या', 'उभ्या उभ्या'' या प्रेमकविता अगोदरच्या प्रेमकवितांपेक्षा अधिक सौंदर्यलक्षी, सफाईदार मांडणीने उठून दिसतात. उपरोक्त कवितांपेक्षा या कविता अधिक रोमँटिक वाटत असल्या तरी नाट्यमय निवेदनापेक्षा सफाईदार शब्दाविष्कारामुळे या कविता अधिक सकस वाटतात.

उदा.

नगं हासूस कारभारणी
दुर्मिळ हाय तुझा रंग
केवड्याच्या पोटरीला
खरंच डसंल भुजंग

('मळ्याची माती', पृ. ४८)

‘हिरव्या रानात’ मधील हिरव्या, रानात, सपनात, हिची, तिची या शब्दांतील सफाईदार पुनरावृत्ती कुठेतरी रेग्यांच्या आविष्कार शैलीची आठवण करून देते.

‘मधारीच्या फांद्या’ मधील मांडणीही आटोपशीर आहे.

आटीपलं तुझं धुणं....
....आणि पाणी खळाळलं
मोटा हुर्द्यात जुंपल्या
पाणी जिवांत व्हाईलं

(‘मळ्याची माती’ पृ. ५३)

अशा नेमक्या शब्दकळेतून तो आणि तिच्या मनातील प्रेमभावना शब्दबद्ध होतात. ‘उभ्या उभ्या’ ही तर नंतरच्या प्रेमकवितांमधील सघन प्रेमकविता म्हणता येईल. परमुलखाला जाणाऱ्या पतीला ऊसात भेटायला आलेल्या पत्नीची मन:स्थिती नेमक्या शब्दांत व्यक्त होते. तिच्या शेवटच्या उद्‌गारांतून ही कविता अधिक पकड घेऊन जाते.

.....आणि खळाळलीस
पाण्याला एकदम भवरा पडल्यावाणी
“परमुलखाला जातासा
पर ह्या
पायांवर पडलेल्या पाण्याला
इसरूं नका.”

(‘मळ्याची माती’, पृ. ५५)

निसर्ग-पिकं, प्राण्यांच्या एकरूपतेत तिच्या येण्याचं वर्णन ‘तू येतानं’ मध्ये येतं तर ‘एक दिस’ मध्ये तिच्या आणि त्याच्या मीलनाचं नेमकं चित्र येतं. “ह्या कवळ्या गवतावर/डसत घुसळत हिरवा पिवळा झुंबरला होता” अशा शब्दांत हा अनुभव मांडला जातो.

पतीची काळजी घेणारी घरधनीण जशी या कवितेत येते तशीच आपल्या घरधनिणीची काळजी करणारा शेतकरीही येतो. ‘आपलं आपूणच जपायचं’ या कवितेतला शेतकरी तिला उन्हाचा त्रास होऊ नये म्हणून खोचाण खाली सोडायला सांगतो, सऱ्या उजरताना हात चिंबळू नये म्हणून बेतानं काम करायला, हात कापू नयेत म्हणून जुन्या कोटाचं हातुपं घालायला, भांगलणीने मनगटं दुखू नयेत म्हणून

आपल्या शेजारी आरा धरायला (तो आडवं घेऊन तिला मदत करू शकेल म्हणून) सांगतो. या उपरही म्हातारा-म्हातारी (सासरा-सासू) बोलतात ते मनाला लावू नको, बेतानं काम कर असा सल्ला देतो.

आपल्या पत्नीची काळजी करणारा हा शेतकरी जितका तिची अलवार काळजी घेणारा आहे तितकाच रांगडा आणि करारीही आहे.

लावत जा रोज कुक्कू आणून कसं बी
न्हाईतर लावीन खुरपं मारून

('मळ्याची माती', पृ. २)

असं तिला प्रसंगी तो बजावतो. अर्थात भाकरी खाताना मात्र 'मी पोटभर पाणी प्यालोय. तूच पोट भरूनशान खा, कारण तुझ्या थानंचं मूल सोन्यावाणी आहे.' अशी आपल्या बायकोची व मुलाची काळजी करायला तो विसरत नाही.

'जातो हो' कवितेतला शेतकरी, शेतात जायला उशीर झालाय पण अजून ती दुभती ढोरं घेऊन आली नाही म्हणून काळजी करताना दिसतो.

आनंद यादवांच्या निसर्गकवितेत सारा निसर्ग सभोवतालच्या वास्तव कृषिजीवनाशी एकरूप झालेला दिसून येतो. 'शेवरीचं लगीन' सारखी एखादीच कविता बालकवींच्या 'फुलराणी'चा प्रभाव सांगत असली तरी अन्य कवितांतून निसर्गाच्या वर्णनाबरोबर सभोवतालच्या वास्तवाचं भान सुटलेलं दिसत नाही. म्हणूनच 'हिरवे जग' व 'मळ्याची माती' मधील निसर्गकविता ही खास यादवांची ग्रामीण निसर्गकविता वाटते.

आभाळाच्या खळ्यावर जोंधळ्याच्या मळणीचं रूप 'मळणी' कवितेत येतं. ढवळं काळं ढग - बैल, त्यांना हाकणारा - वारा, बैलांच्या अंगावर हात फिरवणारा-चांद, रामप्रहरी उगवतीला होणारा जाळ - सूर्य या साऱ्यांच्या रूपकांतून सिद्ध झालेली ही निसर्गाची मळणी आहे.

'आंब्याच्या सावलीत' मध्ये भरदुपारी घोंगड्यावर बसलेल्या तरुण शेतकरी जोडप्याचं चित्रण तर 'या थंडीच्या दिसांत' मध्ये थंडीच्या दिवसांतील रात्रीचं वर्णन येतं. झाडांच्या सावलीतून एकटा असल्याने बडबडत जाणारा वारा, सावल्यांना भिऊन गपगार बसणारी पानं- या चेतनगुणोक्तीमुळे आणि जणू दाभणीसारखी वाट अशा उत्प्रेक्षांमुळे सारा निसर्ग जिवंत झाल्याचा भास होतो.

'हिरवं जग' ही तर यादवांची एक उल्लेखनीय निसर्ग कविता. जानपद कवितेच्या (व काही प्रमाणात नंतरच्याही !) काळातील शेतकरी-निसर्ग याबद्दल असलेला एक खोटा रोमँटिक समज या कवितेने पुसला जातो. हे गुलजार हिरवं जग 'लांबूनच' बघताना जीव सुखानं बेजार होतो. इथली पावसानं धरणीला दिलेली

हिरवी साडी, किंवा कुणीतरी पावना येतो म्हणून तिनं ठेवणीचं लुगडं नेसलं असावं असा दुरून पाहणाऱ्याला भास होतो. पण खरं रूप आत गेल्याशिवाय कळत नाही. पुढे कवी म्हणतो- बांधावर मऊ गवताच्या तळाला बाभळ-बोरीचे काटे आहेत. ही हिरवी मखमल (गवत) कापताना (काट्यांमुळे) बोटांची चाळणी होते. डोलणारा जोंधळा गोड दिसत असला तरी तो पिकविण्यासाठी ढेकळं फोडताना हाताला आवळ्यासारखे फोड येतात. भुईमुगाच्या गार आऱ्या, रसरसलेली गाजरं पिकविताना मातीची तोबरं तोंडात जातात. म्हणून खोट्या रम्य कल्पनेतून शेतकरी जीवनाकडे पाहणाऱ्या मित्राला तुझ्या समाधानासाठी 'हे (जग) लांबूनच बघ' असे कवी म्हणतो. निसर्ग आणि शेतकरी जीवन यादवांच्या कवितेत कसे एकजीव झाले आहेत याचा प्रत्यय 'डोंगराच्या कनवटीला' सारख्या कवितांतून येतो. डोंगराच्या कनवटीचं पाण्याचं धन आटतं म्हणून तो ढगांचा थवा अडवतो. काही ढग मोती संपदा गाळतात तर काही पळतात (निघून जातात). नदी ही या डोंगराची कन्या काल सासरी जायची होती, पण पै-पैसा त्याच्या जवळ नव्हता. आज मात्र निळ्या हिरव्या लुगड्यात ओटी भरून हा डोंगर रामोशी तिला सागरवाड्यात पाठवितो- अशी कल्पना या कवितेत येते. या कवितेतील डोंगर (शेतकरी), त्याची आर्थिक अडचण (दारिद्र्य), ती ढगामुळे दूर होणे (हंगाम), नदी (कन्ये)ला सागरवाड्यात (सासरी) ओटी भरून पाठविणे हे रूपक शेतकरी जीवनाशी तंतोतंत जुळणारे आहे.

'भोमच्या पुनवेला' मध्ये विलोभनीय उत्प्रेक्षा येतात. स्वच्छ आभाळ - बिन आठ्याचं कपाळ, त्यावर चांद टिळा, दहिवरलेल्या चांदण्यातील गवत -पैलवानाच्या जोड्या, झिपरा ओढा व रूपेरी पाण्याचा शेव, पोटभरल्या पाण्याची पिवळी मिशी - चांदण्याची चांदी, तंबाखूचा फड, दूध प्यालेलं बाळ या उत्प्रेक्षा आणि पानओंजळीनं चांदणं पिणारा जोंधळा, घरदार नसल्यानं खाली मान घालून पेंगणारी झाडं ही चेतनगुणोक्ती- या साऱ्यांतून भोमच्या पुनवेला गावास लाभणारं रूप या कवितेत चित्रित होतं. येथील कल्पनाविश्व बहिणाबाईंच्या कवितेशी आपलं नातं सांगून जातं.

'गर्भ धरतीचा' या कवितेत पावसासाठी प्रार्थना येते. पाण्याविना पालवी झडू लागली आहे. अंकुर मरू लागले आहेत. चार मास तरी या बाळाच्या पोटात दूध (पाऊस) पडू दे आणि ही काळी आई सुखासमाधानानं मोकळी कर. त्यासाठी शेतकऱ्याचा जीव गुदरमरतो आहे. काळी आई आणि तिच्या पोटचा पावसाविना कासावीस झालेला बाळ ही कल्पना शेतकऱ्याच्या जीवनदृष्टीतून आलेली आहे. या कवितेप्रमाणे 'भाकरी' कवितेत देवावर भाकरीचं रूपक येतं. देव जगाचा शेतकरी, आभाळ-काळं रान, ढगांचे वेल खुरपणारा वारा, शेंगा वेचणाऱ्या, न्याहऱ्या करणाऱ्या दिशा, मावळतीने उगवतीला भाकरी धडपा घरी विसरल्याचं सांगणे आणि उगवतीनं भाकरी (चांद) भाजी (त्यावरील डाग) देणं हे रूपकही शेतकरी जीवनाचंच दर्शन

घडविणारं आहे. उपरोक्त दोन्ही कवितांवरून, कवी निसर्गामध्ये शेतकऱ्याची विविध रूपे पाहतो, त्यासाठी अनुरूप अशा रूपकांचा तो आधार घेतो असे दिसून येते.

'काळ्या पदराच्या आड' कवितेतही संध्याकाळ होते. सांज कपाळाला हात लावून कुणाची तरी वाट पाहते. किनीट पडताच लगबगीने घरी जाते. दमून आलेली रात्र दार उघडते. घरात अंधार असतो. शेजारच्या उगवतीच्या घरी जाते. काळ्या पदराआडून चांद चिमणी आणते. त्या वेळी उगवती तिला सांगते -

..... ठेचाळशील ग राती
सावकाश चाल बाई
ठावक्यातलंच तेल
दुसराबी दिवा न्हाई

('मळ्याची माती' पृ. ४२)

या कवितेतील दमून परत येणारी आणि घरात दिवा नसल्याने शेजारणीकडे जाणारी रात्र तसेच ठावक्यातलंच तेल असलेला आपल्या जवळचा दिवा शेजारणीला देणारी उगवती या प्रतिमांतून खेड्यातील कष्टकरी, शेजारधर्म पाळणाऱ्या स्त्रियाच वाचकांच्या डोळ्यांसमोर उभ्या राहतात.

माती-आभाळ-ढग यांत हे कविमन तल्लीन होऊन जातं. 'टाळ टाळीयांचा' मध्ये माती-ढग, सावळे आभाळ, निळ्या गूढ पापण्यात काळं गूढ खुणावणं, धारांचा झिम्मा, पानं-झाडं यांचं गाणं होतं शेवटी -

गंधसमाधी लागली
धुंद माऊलीचं मन
टाळ टाळीयांचा झालो
जीव गगन गगान

('मळ्याची माती' पृ. ५१)

अशी कवीची स्थिती होऊन जाते. असा माती-आभाळ- ढगाशी एकरूप होणारा हा कवी 'रक्त तुझे' या मुक्तछंदातील कवितेत शेतकऱ्याचा महिमा अत्यंत समर्थ शब्दांत वर्णन करतो. या कवितेतील हिरव्या रक्ताची प्रतिमाच मुळी अनेकार्थसूचक आहे. हिरवा रंग हा सृजनाचे, शांतीचे प्रतीक. त्याच्या (शेतकऱ्याच्या) हिरव्या रक्ताच्या पेशीतून वात्सल्याची छाया फुटते. अग्निदाहक शिखांवरही त्याचं औदार्य

थंड राहतं. या रक्ताला प्राशून इतर मानव (द्विपाद प्राणी) चालतात म्हणून या रक्ताला वाळवंटाची उपमा दिली जाते. शेतकऱ्याचे हे हिरवे रक्त म्हणजे मानवतेच्या संसाराचा आरंभ आणि मानवतेच्या संस्कृतीचा राम आहे. अशा शेतकऱ्याच्या कष्टाचा, त्यागाचा, सोशिकतेचा, परोपकाराचा सारा पटच या कवितेतून नेमक्या प्रतिमांच्या आधारे गुंफला जातो.

'हिरवे जग' या पहिल्या संग्रहातील कविता ही आनंद यादव यांनी शालेय विद्यार्थी-जीवनात लिहिलेली कविता आहे. या काळात त्यांचं वास्तव्य खेड्यात होतं. खेड्यातलं जीवन ते स्वत: अनुभवत होते. खंडानं शेती करणाऱ्या आपल्या कुटुंबीयांना शेतकामात मदत करत होते. पुढे उच्च शिक्षण आणि नोकरीच्या निमित्ताने त्यांना पुणे-पंढरपूर सारख्या शहरात रहावं लागलं. स्वाभाविकच शेतकरी जीवनाऐवजी पांढरपेशी जीवनपद्धती स्वीकारावी लागली. पांढरपेशा जीवनात स्थिर होऊनही त्याचं संवेदनशील मन खेड्यात, तिथल्या माती संस्कृतीत रुजलेलं असल्यानं तिची ओढ सुटत नव्हती. अशा दुभंगलेल्या मन:स्थितीचं चित्रण पुढे त्यांच्या गद्यलेखनात ('पाणभवरे', 'मातीखालची माती', 'खळाळ' इ.) तर आलंच पण तत्पूर्वी 'मळ्याची माती' मधील शेवटच्या कवितांमध्ये हा आंतरिक संघर्ष चित्रित झालेला दिसून येतो. या काळात हीच प्रेरणा त्यांच्या कवितेत प्रबळतेने जाणवते.

'वड पिप्पळ होऊन उदंड जग/पण गळत चाललेल्या गवताची ओळख ठेव' अशा ओळी लिहिणारा हा कवी शहरातून आपल्या मातीकडे जातो तेव्हा स्वत:च बघ्या पाव्हणा झाल्याचा त्याला प्रत्यय येतो. मोटेचं पाणी हसत खिदळत आपल्याला बघतंय्, नागाच्या रागाचा जवानपाडा आपल्या परकेपणावर फुत्कारत उठलाय् असं त्याला वाटू लागतं. मातीच्या दृष्टीला त्याच्या बुटांची, बगळ्यागत बिनडागांच्या कपड्यांची ओळख पटेनाशी होते. मग रक्ताचं नातं तुटून परक्या झालेल्या या कवीचा प्राण घाबराघुबरा होऊन जातो. ('मी बघ्या पाव्हणा')

कधी पहिल्या पावसाच्या पाण्यानं त्याला मातीची, बोरी-बाभळीची, केळीची आठवण होते आणि मग

.....ध्यायीची माती त्या मातीत मिसळावी
दोनपण एकपणात घुसळावं
तिच्या कणातनं माझ्या कणांत
एकच पीक वरवर उसळावं

('मळ्याची माती' पृ. ७८)

अशी मनोवस्था तो चित्रित करून जातो. आपली नोकरी त्याला घरकोंबडी वाटू लागते.

अशा प्रकारे 'हिरवे जग' आणि 'मळ्याची माती' मधील यादवांची कविता सारं विश्व आपल्या कवेत घेऊ पाहते. सुरुवातीची ('हिरवे जग' मधील) कविता ही ग्रामीण जीवनाचे, तिथल्या शेतकऱ्याच्या सुखदु:खाचे, प्रेमाचे चित्रण ग्रामीण बोलीत नाट्यमय पद्धतीने करते. तर नंतरची ('मळ्याची माती' मधील उत्तरार्धातील) कविता अंतर्मुख बनलेली दिसते. नाट्यात्मतेऐवजी आपल्या अंतर्मनातलं द्वंद्व प्रतिमेच्या साहाय्याने ती साकार करते. अलंकारांची जागा प्रतिमेने घेतल्याने स्वाभाविकच ती अधिक आटोपशीर, अधिक आशयघन झालेली दिसते.

आनंद यादवांचा 'मळ्याची माती' हा दुसरा काव्यसंग्रह जून १९७८ ला प्रसिद्ध झाला. पुढे बऱ्याच कालावधीनंतर त्यांचं 'माय लेकरं' हे दीर्घ संवादकाव्य जानेवारी १९८९ ला लिहून प्रसिद्ध झालं.

इ.स. १९७८ ते १९८९ या जवळपास दहा-अकरा वर्षांच्या दरम्यानच्या काळात ते गद्यलेखनाकडे वळलेले दिसतात. या काळात त्यांनी कादंबरी, कथा, ललितगद्य इ. साहित्य प्रकारांत विपुल लेखन केले. गद्यलेखनात - त्यांचा मूळ काव्यात्म पिंड आणि ग्रामीण जीवनाचा ध्यास ('खळाळ'), या जीवनावर परिवर्तनाच्या काळात जुन्या श्रद्धामूल्यांवर यांत्रिकतेमुळे होणारे आघात' ('गोतावळा', 'उखडलेली झाडे'), पारंपरिक ग्रामीण कलांवर येणारे गंडांतर ('नटरंग'), शहरी/पांढरपेशा जीवनाच्या अपरिहार्यतेमुळे आपली आपल्या मातीशी तुटत जाणारी नाळ - त्यामुळे निर्माण झालेली तुटलेपणाची भावना ('पाणभवरे', 'मातीखालची माती')- या प्रेरणा प्रबळ दिसतात. या लेखनाशिवाय ग्रामीण साहित्याविषयी मूलगामी चर्चा करणारे लेख, समीक्षा, ग्रंथ यांचेही लेखन त्यांनी केले.

पद्याकडून गद्याकडे त्यांचा प्रवास कसा होत गेला, याबद्दल आनंद यादवांनी एका मुलाखतीत म्हटले आहे, "....... मी १९६४-६५ पर्यंत ज्या झपाट्याने कविता लेखन करीत होतो तो वेग हळूहळू मंदावत गेला नि कथालेखनाचा वेग वाढत गेला.

"...... प्राध्यापक झाल्यावर (१९६१) माझी अनुभवविषयक जाणीव अधिक विकास पावत गेली. अनुभवलेलं सगळंच काही व्यक्तिचित्रातनं आणि कवितेतनं व्यक्त करता येत नाही असं वाटू लागलं. या काळातील मराठी कविताही असं काही रूप धारण करू लागली होती की, ते मला मानवणं कठीण झालं होतं. त्यातून असं वाटू लागलं की, कविता आपणास जमतच नसावी. म्हणून कवितेच्या प्रकृतीला जवळची असेल अशीच कथालेखनाची प्रकृती आपणाला स्वीकारता येईल आणि कथालेखन करता येईल असंही वाटू लागलं."

पद्याकडून गद्याकडे होणाऱ्या लेखन वाटचालीबरोबरच यादवांच्या साहित्यातील

सामाजिक आशय बदलासंदर्भात ते पुढे म्हणतात, "...... १९७० नंतर मराठी ग्रामीण जीवन झपाट्यानं बदलत गेलं. विशेषत: पश्चिम महाराष्ट्रातलं. ह्या बदलानं जणू मला संबंध महाराष्ट्राच्या भावी काळातील बदलाची पायलट योजनाच सप्रयोग दाखवून दिली. हा बदल १९६० च्या आसपास सुरू झाला होता. आशयाच्या अंगानं हा बदल मला नवं काही देत होता.

"१९६५-६७ च्या आसपास मला याची चाहूल लागत होती. १९६६ मध्ये लिहिलेली 'इंजेन' कथा १९६७ च्या मार्चच्या 'सत्यकथे'त आली. माझ्या ग्रामीण साहित्यातील सामाजिक आशय तिथनं बदलायला सुरुवात झाली. तेथून पुढे मी नुसतं बदललेलं खेडं माझ्या कथांत आणण्याचा प्रयत्न करत होतो. दहा वर्षांच्या काळात माझाही मानसिक, बौद्धिक विकास होत होता. ग्रामीण जीवनाविषयीची कल्पना व्यापक होत होती. सगळा देशच ग्रामीणांचा आहे. या देशातील लहान लहान शहरे ग्रामीण भागावरच पोसतात. हा देशच मुळी शेतीप्रधान आहे. त्यामुळे ग्रामीण साहित्य अधिक व्यापक पातळीवर गेलं पाहिजे असं वाटू लागलं"[४] या अवतरणांतून पद्य-गद्य याबरोबरच साहित्यातील सामाजिक आशयबदलावर जसा प्रकाश पडतो त्याचप्रमाणे आधुनिक मराठी ग्रामीण साहित्य आणि ग्रामीण साहित्य चळवळ यासंबंधीचे मूलगामी चिंतन त्यांच्या मनात कसे अंकुरत गेले, हेही सूचित होते.

थोडक्यात १९७८ ते १९८९ या दहा-अकरा वर्षांच्या काळात आनंद यादव पद्याकडून गद्याकडे वळले. ललित लेखांबरोबरच कथा, कादंबरी इ. गद्य वाङ्मयप्रकार त्यांनी यशस्वीरीत्या हाताळले. याशिवाय ग्रामीण साहित्याविषयी मूलगामी चिंतन करून वैचारिक व समीक्षा लेख त्यांनी लिहिले. समविचारी मित्रांना बरोबर घेऊन ग्रामीण साहित्याची चळवळ उभी केली. तिचा महाराष्ट्रभर प्रसार केला.

या सर्व गोष्टी लक्षात घेऊनच 'मायलेकरं' या काव्याकडे वळणं अधिक सोईचं होईल.

'मायलेकरं' हे एक अशिक्षित कष्टकरी ग्रामीण आई आणि तिचा शहरातून द्विपदवीधर होऊन आलेला मुलगा यांच्यामधील संवादकाव्य आहे. या काव्याचे पूर्वार्ध आणि उत्तरार्ध असे दोन भाग असून आपला मुलगा त्याचे बालपण - संगोपन - शिक्षण आणि त्याच्याकडून असलेल्या अपेक्षा या संबंधीचे उद्‌गार 'माय' या पूर्वार्धात येतात. आईच्या उद्‌गाराला उत्तरासारखे मुलाचे संवाद उत्तरार्धातील 'लेकरू' मध्ये येतात.

पूर्वार्धामध्ये ग्रामीण बोलीत, अष्टाक्षरी छंदात माय आपले मनोगत व्यक्त करते. अष्टाक्षरी हा लोकगीतांतील छंद असून त्या छंदातून आपल्या बोली भाषेत आई बोलते ही अगदी तिच्या व्यक्तिमत्त्वाला अनुरूप अशी अभिव्यक्ती आहे. मुलगा

सुद्धा उत्तरार्धात अष्टाक्षरी रचनेतच बोलतो. मात्र या मूळच्या ग्रामीण मुलाच्या भाषेवर शिक्षण, विचार, साहित्य इत्यादींचे संस्कार झालेले असल्याने पूर्णत: शहरी नसली तरी शहरी संस्कारांनिशी आलेली त्याची भाषाही त्या व्यक्तिमत्त्वाला साजेशी अशीच आहे.

पूर्वार्धातील पहिल्या खंडात शिकून घरी आलेल्या मुलाच्या आगमनाने आई आनंदित झाली आहे.

आला आला सोना माझा
ह्यो गं वाटंवर बघ
भुकेवल्या धरतीपायी
धावे पावसाळी ढग

('माय०' पृ. २३)

अशा शब्दांत ती हा आनंद व्यक्त करते. लांब आठंग्या वनात गेलेलं पाखरू आज ओळखीच्या रानात आलंय असं तिला वाटतं. त्याच्या पावटण्यासाठी ती उंबरठा पुजून ठेवते. त्याच्या लहान बहिणीला, सरूला त्याच्या शिणलेल्या पायावर थंडगार पाणी ओतायला सांगते. त्याच्या चपलांचाही विसर इथल्या खेटरांना पडला नव्हता असं सांगून त्याच्या कृश झालेल्या देहयष्टीबद्दल ती चिंता व्यक्त करते.

दुसऱ्या खंडात तो परमुलुखात शिक्षणासाठी गेल्यानंतर वेगवेगळ्या पद्धतीने त्याची आठवण करणारी भावंडं - कोंडुबाई, दुर्पदा, चंद्रा या बहिणी व भीमा हा भाऊ - येतात. घरातल्या चेपल्यांना तेल लावताना कोंडुबाई, "दादाच्या चप्पलाला कोण पुसत असंल ?" असं विचारते. दुर्पदा वावऱ्या शेंगा आपल्या भावासाठी साठवून ठेवते. तर भीमाला त्याचं चुकलेलं पुस्तक गावतं. आता (तो नसल्याने) घरात दोनच चिमण्या जळतात. "अलीकडं तेल कसं ग साठणीला" असं चंद्रा म्हणते. त्यावर "ते गं वसूच्या वाटणीला" असं आई सांगते. भाकरी करताना चंद्रा दादाचीही भाकर (सवयीप्रमाणे) टाकते. शेंगा भाजल्यावर किंवा सांडगं तळल्यावर शेवटचा एक वाटा (भावाचा) शिल्लक उरतो. शेवग्याची आमटी, पोकळ्याची भाजी, वांग्याचं भरीद, शेळीच्या चिकाचा गिन्ना (खरवस) या साऱ्या त्याच्या आवडीच्या पदार्थांच्या प्रसंगी आईला आपल्या मुलाची आठवण होते.

तिसऱ्या खंडात माय आपल्या घरी आलेल्या मुलाला 'तू आता परत जाऊ नकोस' म्हणून सांगते "नगं उतरूं तागोरं/येल मायेचा चढला" ('माय०' पृ. २८) अशा शब्दात ती संभवनीय ताटातुटीचं वर्णन करते. तो गेल्यापासनं तिच्या जिवाला वाळवी लागून गेल्याचं ती सांगते.

त्याचा जन्म - तिचे बाळंतपण - मुलांचं संगोपन या साऱ्यांबद्दल नेमक्या शब्दांत ती चवथ्या खंडात बोलते. एवढं करूनही उपकाराची भावना नाही. उलट,

तुझं चिमण्या माझ्यापायी
हाल हाल लई झालं
टोपलीतनं घालून
बांधोबांध फिरवलं

('माय०' पृ. ३०)

अशी गरिबीमुळे त्याला पुरतं सुख न देता आल्याची खंत आहे.

गरिबीचं दु:ख असलं तरी पोटी मुलगा झाला (वंशाला दिवा मिळाला) हे समाधान, या मुलाला वाढविताना केलेले काबाडकष्ट याचं कथन पाचव्या खंडात येतं.

सहाव्या खंडात मुलगा सतरा वर्षांचा झाला म्हणून आई-बापाला आपली काया गंगेत न्हाल्याचं वाटू लागल्याचं ती सांगते. कष्टाच्या चरकातही बाप, तांब्याच्या घागरीनं लक्ष्मी आपल्या घरी पाणी भरेल, लेकाच्या करणीने मकानावर माडी चढेल असे स्वप्न पाहू लागतो.

संसाराचा गाडा कांकणांच्या चाकावर ओढायचं सांगून त्याचा बाप देवाघरी निघून गेला. या आपत्तीचं कथन ती सातव्या खंडात करते.

कच्ची बच्ची माझी पोरं
तरी मागनं ढकलती
उभा चढाव चढना
गाय वडती एकूलती
चिंतागती झाले तवा
लेका, तुझ्या बऱ्यासाठी

('माय०' पृ. ३४)

अशा शब्दांत ती त्यांच्या हलाखीचं वर्णन करते. आपल्या मुलांसाठी, संसारासाठी ती कंबर कसते. मुलगा शिकावा यासाठी अंगावरच्या चिंध्याबोतरांना गाठी मारते. पाच वर्षे शहरात राहून पदवीधर होऊन आलेला आपला मुलगा साहेब झाला असे तिला वाटू लागते.

पदवीधर होऊनही मुलाच्या मनात विद्यापीठात शिकण्याची ओढ निर्माण होते. त्याचे हे शिक्षण तिला निंबोणीच्या झाडावर हापूस आणण्यासारखे अशक्य वाटते.

आपल्याला सोडून जाणाऱ्या मुलासंबंधी 'कशी चंद्राच्या कोरीला/आली कुऱ्हाडीची धार ?'' असा प्रश्न तिला पडतो. या आठव्या खंडात विद्यापीठात जाऊ पाहणाऱ्या मुलाच्या खाण्यापिण्याबद्दल, ममता-प्रेमासाठी ती पुन्हा चिंतागती होते.

तो शिकायला गेल्यानंतर ती मुलाच्या लग्नाबद्दल विचार करू लागते. आपला मुलगा नवरा आणि आपण वरमाई केव्हा होऊ असे तिला वाटू लागते. लग्नासाठी उलटलेला सारा गाव, गणगोत, पाहुण्यांची गर्दी, लग्नाची तीन रात्रीपर्यंत चालणारी तयारी इ. बरोबरच आपल्या मुलाची नवरी ही सरस्वतीसारखी रूपवान असेल असं स्वप्न ती नवव्या खंडात पाहते.

दहाव्या खंडात द्विपदवीचं शिक्षण घेऊन आलेल्या आपल्या बाळाला तू परत कुठंही जाऊ नकोस म्हणून ती विनवते- आता तू भला मास्तर होशील. सोसायट्यातनं तुला बोलावणं येईल. हाफीसरापाशी तुझी खुर्ची राहील. चार गडी माणसांचा तुला पगार असेल. शेजारी तुझ्याकडे (लिहिण्या वाचण्यासाठी) पत्र घेऊन येतील, लवून नमस्कार करतील, पोस्टमन तुझ्या मित्रांच्या पत्रांचा ढीग दारात टाकील. तेव्हा आनंदानं मी तुझी कागदं गोळा करत बसेन.

हे स्वप्न अकराव्या खंडातही चालूच राहतं. शिकलेली सूनबाई येईल, बाळकृष्णरूपी मूल तुझ्या पोटी येईल. त्याची दासी होऊन मी त्याला न्हाणी पाणी घालील, तेव्हा मी धन्य होईल. माझ्या साऱ्या कष्टांचा विसर मला पडेल. माझी शेवटची आणि मरणानंतरचीही हीच आशा आहे, असं ती म्हणते. इथे पूर्वार्ध म्हणजे 'माय'चं बोलणं संपतं.

तिच्या या प्रदीर्घ उद्‌गार वक्तव्यातून एक कष्टाळू, सोशिक, अशिक्षित आई वाचकांच्या डोळ्यांसमोर उभी राहते. आपलं दारिद्र्य आणि आपले कष्ट हे आपल्या जीवनाचं एक अपरिहार्य अंगच आहे असे तिला वाटते. सर्वसाधारण आईसारखीच ती आपल्या मुलावर जिवापाड प्रेम करते. अगदी त्याला आवडणाऱ्या खाद्य पदार्थांपासून ते त्याच्या परमुलखातल्या राहणीबद्दल सर्व गोष्टींची ती काळजी करते. त्याला आवडणाऱ्या वांग्याचे भरीद, शेवगा-पोकळा यांच्या भाज्या इ. च्या स्वयंपाकाच्या वेळी तिला त्याचे स्मरण होते. त्याचं हरवलेलं पुस्तक तिच्या ठेवणीच्या पातळाच्या घडीत ती जपून ठेवते. मुलगा झाल्याने वंशाला दिवा मिळाला म्हणून आनंदून जाते. या आनंदानेच जणू तिला उभारी येते: स्वत:च्या कष्टाबद्दल कुठलीही तक्रार न मांडता उलट मुलाला माझ्यापायी तुझे हालहाल झाले असे म्हणून हळहळते.

ही कष्टाळू आई जशी राबणारी, मुलावर जिवापाड प्रेम करणारी आहे; तशी प्रसंगी कणखरही आहे. आपल्या पतीच्या निधनानंतर आपल्या मुलाच्या - संसाराच्या- भल्यासाठी ती एकटी कंबर कसून उभी राहते. मनाला आवर घालून जिवाचं

पाणी करते. आपल्या संसारासाठी मुलासाठी फाटक्या पातळाला पुन्हा गाठी मारते.

शिकून घरी आलेल्या मुलाने आता पुन्हा आपल्याला सोडून जाऊ नये म्हणूनही त्याला वारंवार विनविते. त्यानं आता मास्तर - कारकून व्हावं असं तिच्या दृष्टिकोनातून ती मर्यादित स्वप्न पाहते. त्या नोकरीतच तिला सुख वाटू लागतं. प्रचंड दारिद्र्यातही मूल झाल्यानंतर श्रीमंती-वैभवाची स्वप्नं पाहणारा बाप आणि मुलगा शिकून आल्यावर त्याच्या नोकरीच्या कल्पनेनं सुखावून जाणारी आई या दोघांचीही स्वप्नं त्यांच्या समाज-परिस्थितिसापेक्ष अशीच आहेत.

या काव्यातील 'माय'मध्ये असलेली ही सारी वैशिष्ट्ये खेड्यातल्या जवळजवळ प्रत्येक आईच्या ठिकाणी दिसून येतात. म्हणून ही माय या काव्यातील केवळ एका आईचे पात्र न राहता ती प्रातिनिधिक 'माय' होऊन जाते.

'लेकरू' या उत्तरार्धात आईच्या उद्‌गारांना समांतर असे मुलाचे उद्‌गार येतात. मात्र हे उद्‌गार म्हणजे आईने उच्चारलेल्या उद्‌गारांना दिलेले प्रश्नोत्तर स्वरूपाचे उद्‌गार नाहीत. या उद्‌गारातून तो आईच्या विचार/अपेक्षांना समांतर असे त्याच्या दृष्टिकोनातून उत्तर तर देतोच पण त्याचबरोबर शिक्षणामुळे, साहित्य, वैचारिक ग्रंथांच्या वाचनामुळे त्याच्या मनाची विकसित होत जाणारी कक्षाही त्याच्या विचारांतून प्रतिबिंबित होत जाते. आपल्या आई-भावंडांचे, गाव-कामगारांचे, शहरातील कष्टकरी पीडितांचे दुःख आणि त्याला कारणीभूत अशा खेडे व शहरातील समाजव्यवस्था, श्रीमंतशोषक वर्ग या घटकांचा अन्वयार्थही तो शोधू लागतो.

उत्तरार्धाच्या पहिल्या खंडाची सुरुवात 'माय' मधील पहिल्या खंडाच्या सुरुवातीला आलेल्या धरती आणि पावसाळी ढग या उपमांच्या आधारे होते. पूर्वार्ध आणि उत्तरार्ध यांमध्ये त्यामुळे एकसूत्रता येते. 'तू आणि आबानं (वडिलांनी) माझ्या शिक्षणाची जिद्द कशी धरली. पुढे प्राथमिक व इंग्रजी शाळेचं शिक्षण झालं' हे तो सांगतो. शाळेत शिकताना त्याला वाण्याबामणांच्या पोरांमध्ये खेळावसं वाटतं तर इंग्रजी (माध्यमिक) शिक्षण घेत असताना त्याचं मन विचार करू लागतं. आपल्या आई-बापांच्या इच्छेप्रमाणेच त्यालाही मास्तर, दिवाण, कारकून व्हावं असं वाटू लागतं. मात्र पुढे गुणी गुरुजींच्या मार्गदर्शनाने चार बुकं वाचून आलेल्या समजानं तो परिस्थिती नसताना शहरात कॉलेजचं शिक्षण घ्यावयास जातो. हे शिक्षण घेत असताना त्याच्या अपेक्षा अधिक उंचावत जातात. मग मास्तर दिवाणाऐवजी आपण वकील, प्राध्यापक किंवा अधिकारी व्हावं; जेणेकरून आपल्या कुटुंबीयांच्या कष्टणाऱ्या हातांना विसावा मिळावा, उपवासात मरणाऱ्या भावंडांना सुखाचा घास मिळावा, घर बांधून - एक छोटं शेत खरेदी करून आबाच्या आत्म्याला शांती मिळावी, असं त्याला वाटू लागतं. मात्र

परी सखोल डोहात
एक सुसर अस्वस्थ
मला ओढून न्यायचा
आत दूर मुलखात

('माय०' पृ. ४७)

अशी त्याची अवस्था होऊन जाते. वाघ सिंहांनी सर्कशीच्या रिंगणात राहू नये, अशा विचाराने त्याच्या मनातील विचारांची ही सुसर त्याला अस्वस्थ करते. एक गूढ वादळ त्याला चौफेर घेरून टाकतं. पुन्हा शिकायचं- असा निर्धार हे मन करतं. लांब आठंग्या वनी (शहरात) त्याचं मन कासावीस होतं, तेव्हा तो गावाकडं पत्रांचा पाऊस पाडतो. नगराच्या सागरात तहानतो, गटांगळ्या खातो. त्या सोन्याच्या द्वारकेत हा खेड्याचा सुदाम कृष्णाविना पोरका होतो. तिथं लहानमोठी कामं करताना घर-गावच्या आठवणींनी तो अधिकच कासावीस होतो. पोरं शाळेत पोहोचविताना सरू- भीमूच्या आठवणी येऊन माझ्या जळणाऱ्या भावंडांनी कधी शिकायचं ? असा प्रश्न त्याला पडतो. आपल्या भावंडात जावं, बसावं, उठावं असं वाटू लागतं. कधी स्वप्नात गावाकडून पोट भरण्यासाठी आलेल्या लोंढ्यातील माणसांत त्याच्या आईचं तोंड त्याला दिसू लागतं. त्यांच्या दुःखात तो आपलं दुःख पाहू लागतो. धनिकांच्या बागांची मनासवे भांगलणी करतो. कष्टकरी, कामगार, अडाणी माणसांचे चेहरे खळ्यातल्या कणसांसारखे या स्वप्नात त्याच्या भोवती जमा होतात.

भूक दुष्काळा विटून
वाट चालत जगण्याला
जाती थकलेली ढोरं
जशी कत्तलखान्याला

('माय०' पृ. ५०,५१)

अशा शब्दांत तो त्यांचे वर्णन करतो. जन्म जन्म काम करत मरणारी माणसं, उघडी नागडी पोरं, असलेली झोपडपट्टी, भीक मागणाऱ्या, मोलावारी वेसवा होणाऱ्या स्त्रिया या सर्वांकडे पाहून - 'दिवस रात्र घामूनही त्यांना अन्न का नसावे ? नभ वास्तू उभारून यांनी झोपड्यातच का रहावे ? धरणांना बांधण्यात ज्यांची खेडी उद्ध्वस्त झाली त्यांच्या मडक्यात थेंबभर पाणीही का नसावे ?' असे अनेक काळे प्रश्न त्याच्या मनात उमटतात. अशा कोट्यवधी प्रश्नांनी त्याचे मन फाटून जाते. 'राबणारे सारे पशू, बैठे संस्कृतीचे धनी' किंवा 'मेण राबणाऱ्या हाती/मुखी मध

धनवंता ?' अशा प्रश्नांनी त्याची स्वप्नसृष्टी उखडली जाते. एकीकडे स्वप्नाळू भावनाशील मन आणि दुसरीकडे ही सामाजिक, आर्थिक विषमतेची भयानकता या द्वंद्वात त्याचे व्यक्तिमत्त्व दुहेरी आकार घेऊ लागते.

एका डोळ्यामध्ये सूर्य
कॉलेजात मी पेरला
दुसऱ्यात चेहऱ्याचा
तुझ्या चांदोबा कोरिला

('माय०' पृ. १३)

अशा सूर्य आणि चांदोबाच्या प्रतिमेतून हे व्यक्तिमत्त्व साकार होतं.

कधी घरच्या रांजणाची रूपकात्म स्वप्नं त्याला पडू लागतात. त्यात तो सावळा कुंभार होऊन रांजण घडवितो. पाणपोईच्या वाटेत रांजण थाटून घोट घोट साऱ्या जनात वाटतो. या पाण्यात मंत्राएवढी शक्ती असते. हे पाणी पिऊन लोक हातात हात घालून आत्मिक नाचू लागतात - एकजीव होतात. जणू एका आत्म्याला कोट्यवधी हातपाय फुटतात. असा आत्मा डोईवर रांजण घेऊन सर्व भूमी समतल करतो. या रूपकातून समानता प्रस्थापित करण्याचं स्वप्न तो पाहात असला तरी अंधाराचे काळमेघही त्याच्या मनात दाटतात. त्या काळमेघांना भेदताना डोळे खोबणीत गेले तरी वीजपटल फाटत नाही. तोंड मलुलले तरी हाडे आत पेटलेली असतात. या पेटलेल्या मशालीची आणच त्यांनी घेतलेली असते.

दुसऱ्या खंडात आपल्या शिक्षणासाठी झालेल्या हालाचे वर्णन करून तो भीमाला शिक्षण घेण्याचा सल्ला देतो. शिक्षणानेच भीम्याचा भीमराव होणार आहे- त्याच्या भावंडांच्या खापरात कोंड्याऐवजी भात येणार आहे, हे त्याला तो सांगतो. आपल्या आईच्या डोक्यावरच्या शेणाच्या पाटीची धगधगणारी खाई कधी होईल, तिच्या दारिद्र्य कष्टाचं परिवर्तन सुखात कधी होईल असे प्रश्न त्याला पुन:पुन्हा सतावतात. पुन्हा दोन चिमण्यांच्या प्रतिमेतून तो आपली बदललेली दिशा सूचित करतो- 'चंद्रा आताबी जळू देत दोनच चिमण्या/एक घेऊन जाईन वाट अंधारी काढण्या'. अशा परिस्थितीत आई तू मला माया लावू नकोस कारण मला जादूची पावरी (परिवर्तनाची दिशा) शोधायला जायचं आहे, असे तो तिला सांगतो.

तुझ्या पाडसाला आता शिंगं फुटली असून आता भोवतालची (विषमतेची) डोंगराळ भुई सपाटेल असं म्हणताना आपल्यातल्या सामर्थ्याची जाणीव तो प्रथम व्यक्त करताना दिसतो. या जाणिवेपोटीच भावंडांना दुबळ्या जिवांत पोलादाची रग आणायला सांगतो; घर, गाव, गोत या खुंट्यांभोवतीचा दोर तोडायला सांगतो. दिशा (नव्या वाटा) साजऱ्या करण्यासाठी (मायेची) रेशमाची दोरी तोडायला सांगतो.

मण मण मालकाला
आणि तूप सालदारा
खंडी खंडी धनी नेई,
पेंडी पेंडी कष्टणारा

('माय०' पृ. ५८)

असे कृषिव्यवस्थेतील पिळवणुकीचे सूत्र सांगून पुन्हा तो आपल्याशीच बोलू लागतो.

तुझी काळीज वाळवीच
आई, बाहीर पडली
लाख इंगळ्या होऊन
मला आतून डसली
इंगळ्यांचे आता नृत्य
माझ्या जिवात चालले
रक्त थेंबात गुलाब
लाल जांभळे फुलले
या ग गुलाबाची माया
एका वाटेच बैसली,
कशी सोडावी तिला मी ?
वाट जगात थोरली
वाटोवाटी जग जन्मे,
वाट जगाची गं आई
थांबू नये सावलीला
वाट तुडवावी पायी........

('माय०' पृ. ५८,५९)

अशा संज्ञाप्रवाही मार्गाने तो आपल्यातल्या या जाणिवेचे सूचन तिसऱ्या खंडात करतो.

चवथ्या खंडात आईचं कष्टणारं जीवन आणि तिला मिळणारं मूल्यहीन मोल यातून होणारी पिळवणूक या सर्वांनी तो चिडून उठतो.

आई, रामोशी घेऊन
काना कोपरा धुंडीन

तुझं लुटलेलं सोनं
परतून मी आणीन.......

('माय०' पृ. ६२)

असे उद्‌गार काढतो.

ज्यांच्या सुपात एका भाकरीसाठीही चार दाणे नाहीत त्यांना आपला वंशविस्तार करण्याचाही अधिकार नाही.

आई कशाला ग दिवा
रोजगाऱ्यांच्या वंशाला ?
पायाखालती पाषाण
अशा वंशा कशासाठी
हवे पेराया बियाणं
नाचाराच्या संसारात
नसे कसलेच सुख
गरीबाला नसावीच
आईपणाचीही भूक

('माय०' पृ. ६३,६४)

अशा ओळींतून पाचव्या खंडात तो हा विचार मांडतो- कारण गरिबाचा वंशविस्तार तो केवळ धनिकांच्या फायद्यासाठीच असतो. तुझे सहा जीव लहानाचे मोठे झाले आणि गावच्या तालेवाराला सहा मजूर मिळाले. पुत्रापासून सुख नाही अशांनी पुत्रप्राप्तीत आनंद तरी का मानावा ? ज्या गायी म्हशींना सुख नाही त्यांनी पारड्यांची गाणी का गावीत ?

मनं तुमची इवली
त्यात उलीशी सपनं
उल्याशाच वाटीमंदी
उलं उलंसच अन्न

('माय०' पृ. ६५)

अशा प्रासयुक्त शब्दात त्यांच्या मर्यादित स्वप्नांची/मनांची कल्पना तो मांडतो. एके काळी अशाच इवल्याशा स्वप्नात रमणाऱ्या या लेकराला चौकटीबाहेरचं आभाळ दिसतं ते शहरात घेतलेल्या शिक्षणानं, ग्रंथालयातील विद्वानांच्या वाचनानं. आणि मग आपोआपच बहिणी भावंडांच्या मायेला हा जीव ओलांडून जातो.

'आबाच्या मृत्यूने तुझा आधार संपला. तुझी स्वप्नं कोलमडली.' -अशाही परिस्थितीत मुलगा आईला सोडून निघतो आहे ('तुझ्या लेखी तो जणू दिवटा ठरतो आहे !') याची खंत सातव्या खंडात व्यक्त करतो.

पुढे आठव्या खंडात जिच्या काळजाची भुई भेगाळली आहे अशी आपली आई त्याला घरोघर दिसू लागते. या सर्व आया त्याच्या मनात दाटीवाटीनं एक होतात आणि सर्व जगात त्याला महामाऊलीचं दर्शन घडतं.

बरोबरीच्या पोरांची लग्नं झाली. पोरी सासरला आल्या म्हणजे तरी काय तर, 'नव्या पोरी कामा आल्या/धनवंत वाड्यावरी'. सालदाराचं लगीन म्हणजे तालेवाराची चंगळच. म्हणून 'हे आई तू सांभाळ, कोंडा चंद्राचं लगीन तालुक्याचं जागं बघून करीन. दुर्पा सासरी गेल्यावर दुबळ्या भीमूचं लग्न करू. वरमाई होण्याची तुझी हौस (भीमाची पत्नी) सूनबाई घरी आल्यावर पूर्ण होईल. मग धाकट्या सरूचे लग्न करू. माझी पत्नी मात्र तुझ्या कल्पनेपेक्षा वेगळी असेल - जुनी कागदं फाडणारी, लाल नाजुक लेखणीनं नवी गणितं मांडणारी'. इथे जुनी कागदं फाडणे, लाल नाजुक लेखणीने नवी गणितं मांडणे यातून जुनी व्यवस्था मोडून नवी परिवर्तनशील व्यवस्था मांडू पाहणाऱ्या सहचारिणीची अपेक्षा करताना तो दिसतो. या ठिकाणी आईच्या स्वप्नांचा कडेलोट होतो आहे याची जाण त्याला आहे.

माझ्या कातडीचं जोडं
तुझ्या पायात घालावं
पुंडलिकाच्या चालीनं
तुला घेऊन चालावं

('माय०' पृ. ७०)

अशा शब्दांत तो आईची थोरवी, पुण्याई गातो. पण त्याचा इलाज नाही. त्याची घडणच विपरीत झाली. तळ्यातून तो जनसागरात पडला आहे. तळ्याचं गोड पाणी (कुटुंब - माया) तुम्ही मुखी घ्यावं, माझ्या रक्तात मात्र सागराच्या खारट (वेगळं काही करू पाहणाऱ्या) लाटा घुसल्या आहेत- असं तो नवव्या खंडात म्हणतो.

दहाव्या खंडात आपल्या भावी कर्तृत्वाचा आलेख तो मांडतो - मी भला मास्तर होईन आणि पुंडांना लोकसेवेच्या गाड्यातील छड्या देईन. माझ्या कागदांना विमानाचं बळ यावं आणि त्यांनी जगामध्ये अक्षराची कळ घेऊन जावी (लेखणीतून परिवर्तन). मी संघ सोसायट्यांची नवी कुंडली मांडीन (आर्थिक बदल). ज्यांचा जन्म उभ्या पावसात आकाशाच्या आसऱ्याखाली गेला त्यांच्यात मी पाश गुंतवीन. आणि या जगाची तू वरमाई होशील- असं आपल्या आईला तो सांगतो.

या महामायेच्या म्हणजे कष्टकरी स्त्रियांच्या वेदनेचा अन्वय तो शेवटच्या खंडात लावतो. चक्की आली तरी जाते ओढणाऱ्या तिच्या हाताला मरेपर्यंत अंत नाही. येथे चक्की हा वरवर दिसणारा विकास आणि या परिस्थितीतही जातं ओढणारे हात, हे कष्टकरी स्त्रीच्या कष्ट-वेदनेला अद्याप न मिळालेल विराम यांचं प्रतीक म्हणून येतात. या प्रतीकातूनच तो घरघरीच्या मंत्राचा शोध सांगतो- या घरघरीतच तुझा जीव पाचांत (पंचमहाभूतांत) दुभंगेल, तेव्हा तुझा माथा मांडीवर घेऊन मी बसेन. समाजाचे पंच, पती, देव, गंधर्व येतील. त्यांना मी या घरघरीचा अर्थ विचारीन. तेव्हा बृहस्पतीही तर्कबुद्धीची शर्थ करतील. ही घरघर तिच्या जन्मापूर्वी, जन्मभर आणि मेल्यावरही शरीराला वेढलेली असेल. अशा वेळी -

सांगा विद्यापती सांगा
हिच्या रहस्याच्या गाठी
आई मागोमाग काय
पडेल ही कन्या ओठी ?

('माय०' पृ. ७५)

असा प्रश्न तो तथाकथित जाणकारांना करतो. आधी-मध्ये-शेवटी घरघर हेच आदि-गान आहे. या घरघरीच्या वेदाने अधिदेव जन्माला आला आणि पुण्यपीठातून सारा स्वर्ग आकारला. वाचेअगोदर हा मंत्र नादा आला आणि वेदउपनिषदांना त्यांचा चौरंग लाभला. या आदिवेदाला वाचण्यासाठी व्यास वाल्मीकी भेटावा आणि त्याच्या अंतर्यामी शब्दाचा यज्ञ पेटावा अशी आशा तो व्यक्त करत- 'पंडितांनो, या मातेच्या आदिवेदाचे कष्ट, घाम, गंध, रक्तयुक्त सूक्त हुंगा, तीक्ष्ण, दिव्य घामवेदांच्या मंत्रांची रचना करा. तेव्हाच तिच्या घरोघरीच्या आत्म्यांना शांती मिळेल. तिची काया-कष्ट यांचं सोनं होईल. कष्टल्या दिवसांचा तिला विसर पडेल.'

थोडक्यात तिच्या कष्टाला, श्रमाला प्रतिष्ठा प्राप्त होईल तेव्हाच हे दु:ख, वेदना आणि विषमता नष्ट होईल, असं तो सूचवून जातो.

भावनाप्रधान तितकेच चिंतनशील असे या मुलाचे व्यक्तिमत्त्व आहे. म्हणूनच आपल्या आई भावंडांच्या दु:ख कष्टाने तो व्याकुळ होतो आणि त्याची कारणे शोधताना तितक्याच वैचारिक पातळीवर वावरू लागतो. आपल्या मनातील भावना आणि विचारांच्या द्वंद्वात तो स्वप्न पाहू लागतो. केव्हा स्वगतासारखे स्वत:चे अंतर्मन उलगडू पाहतो. बऱ्याचदा त्याच्या व्यक्तिमत्त्वातील चिंतनशीलता भावनेवर मात करताना दिसते. कवितेच्या शेवटी तर ही चिंतनात्मकता उच्च बिंदूला पोचते. म्हणूनच हे काव्य केवळ दीर्घकाव्य किंवा केवळ कथाकाव्य अशा साचेबंद प्रकारात

न बसता एक अडाणी कष्टकरी माता आणि शिक्षणाने, विचार-साहित्याच्या संस्काराने विकसित होत गेलेल्या तिच्या मुलामधील भावना व विचार या दोन पातळ्यांवरील एक सुसंघटित असे संवादकाव्य ठरते.

'हिरवे जग', 'मळ्याची माती' आणि 'मायलेकरं' या संग्रहांतील यादवांच्या कवितेच्या प्रेरणा आणि स्वरूपात बदल होत गेलेला दिसतो.

'हिरवे जग' मधील यादवांच्या कवितेचा प्रेरणा बालपणातील शालेय कवितांचे अध्ययन, पाठांतर, कविता गाऊन म्हणणे, नाट्यछटा करणे यांतून मिळाली तशी रविकिरण मंडळ कालीन कवितेतील कृतक ग्रामीण जीवन चित्रणाच्या प्रतिक्रियेतूनही त्यांना काव्यलेखनाची प्रेरणा मिळत गेलेली दिसते. "विद्यार्थिदशेत नकला, नाट्यछटा करताना दुसऱ्याच्या भूमिकेत शिरून त्याचे सोंग वठविण्याचे जे धडे यादवांनी गिरवले त्यामध्येच त्यांच्या नाट्यात्मक प्रतिभेचं बीज होतं यात शंका नाही" अशा शब्दांत यादवांच्या या नाट्यरूप कवितेचा प्रेरणा अनुराधा पोतदार यांनी स्पष्ट केली आहे. "त्यांनी स्वत: जे अनुभवले होते. ते निखालसपणे अस्सल आणि सच्चे होते. या आत्मानुभूतीमधून, आत्मप्रचीतीमधून, तथाकथित ग्रामीण काव्याचे व्याजस्वरूप, त्यातील त्रुटी त्यांना खोलवर जाणवल्या" अशी जानपदकवितेच्या प्रतिक्रियेतून मिळालेली प्रेरणाही त्यांनी सांगितलेली आहे.

'मळ्याची माती' मधील क्र. ४० नंतरच्या कवितांची प्रेरणा नोकरीमुळे शेती-घर गावापासून तुटलेपणाच्या भावनेने झालेल्या त्यांच्या मनाच्या अवस्थेत दिसते. या संदर्भात अनुराधा पोतदार म्हणतात, "या संग्रहातील क्र. ४० नंतरच्या कविता १९६२ ते ७० या काळात लिहिलेल्या आहेत. १९६१ पासूनच पंढरपूर, पुण्यासारख्या शहरगावी प्राध्यापकी पेशाला सुरुवात झाली होती. आता मात्र आपल्या शेती-मातीला आपण कायमचे पारखे होणार, घरादारापासून शरीरानेच नव्हे तर मनानेही दुरावणार, पांढरपेशे होऊन मध्यमवर्गीय आयुष्याच्या नोकरीच्या चाकोरीत अडकून पडणार... ही आत-आतली व्यथा कुठे तरी काळीज कुरतडत होती. त्या व्यथेने व गावाकडच्या आठवणींनी व्याकुळ मनाची जी घालमेल यादवांनी गेल्या अनेक वर्षांत परोपरीने अनुभवली, तिचाच आविष्कार प्रामुख्याने या नंतरच्या कवितेत झाला आहे."

('मळ्याची माती' प्रस्ता. पृ. चौदा, पंधरा व अठरा)

'मायलेकरं' या संवादकाव्याची प्रेरणा आनंद यादव यांच्यातील चिंतनशील कवि-व्यक्तिमत्त्वातून मिळाली असावी. कलावादाकडून वास्तवतेकडे वळलेल्या आनंद यादवांनी ग्रामीण साहित्य व ग्रामीण समाज या विषयी जे मूलगामी चिंतन ग्रामीण साहित्याची भूमिका मांडताना केले ते त्यांच्या विविध लेखांमधून गद्य स्वरूपात साकार झाले. या चिंतनशील गद्य विचारांचा भावनिक पातळीवरील काव्यात्म आविष्कार म्हणजे 'मायलेकरं' होय.

आनंद यादव यांच्या उपरोक्त तीनही संग्रहांतील कवितेचा स्वरूपवैशिष्ट्ये पुढील प्रमाणे सांगता येतील.

१. अगोदरच्या जानपद कवितेतील काल्पनिक, खोट्या अशा ग्रामीण जीवनचित्रणाऐवजी यादवांच्या कवितेतील ग्रामीण जीवन स्वानुभूतीतून आलेले म्हणूनच सच्चे आणि अस्सल आहे.

२. केवळ रुचिपालट किंवा करमणूक अशा व्याजप्रेरणांनी निर्माण झालेल्या जानपद काव्यापेक्षा या कवितेच्या प्रेरणा त्यातील ग्रामजीवनाइतक्याच कवीच्या मनोऊर्मीतून व सामाजिक जाणिवेच्या तळमळीतून निर्माण झाल्या.

३. अविरत श्रम करणारा गरीब, अर्धपोटी शेतकरी आणि त्याचे कौटुंबिक जीवन हा यादवांच्या कवितेचा केंद्रबिंदू आहे. हा शेतकरी व त्याच्या कुटुंबाबरोबरच त्याचा व्यवसाय, निसर्ग, प्रेम, सांपत्तिक स्थिती इ. गोष्टीही अनुषंगाने या कवितेत येतात.

४. हा शेतकरी जसा गरीब आहे तशी गरिबीतून आलेली सोशिकता, परिस्थितीच्या संदर्भातील स्वीकारशीलता त्याच्यात आहे. आपल्या गरिबीबद्दल तो कुठेही चीड किंवा संताप व्यक्त करत नाही. 'हिरवे जग' मधील कवितेचे हे स्वरूप 'मळ्याची माती' मधील क्र. ४० नंतरच्या कवितेत बदललेले दिसते. ग्रामीण जीवनापासून तुटलेपणामुळे या जीवनाशी जखडलेल्या कविव्यक्तिमत्त्वाच्या मनाची घालमेल येथे झाली आहे. 'माय लेकरं' मधील माय - लेकरू - बाप - भावंडं ही पात्रंही 'हिरवे जग' व 'मळ्याच्या माती'तीलच सोशिक, परिस्थितिशरणशील अशी आहेत. फक्त नायक-लेकरू या परिस्थितीचा अन्वयार्थ लावण्याचा, शोषणाचे मूळ शोधण्याचा विचार करतो आहे. अर्थात त्याचे वागणे शिकलेल्या, विचार करू लागलेल्या व्यक्तिमत्त्वाला अनुरूप असेच आहे.

५. 'हिरवे जग' मधील कविता पात्रांच्या मुखातून अनुभव मांडणारी नाट्यरूप कविता आहे. 'मळ्याची माती' मधील क्र. ४० नंतरची कविता आत्मानुभवाला प्राधान्य देणारी बव्हंशी आत्मनिष्ठ अशी कविता आहे. 'मायलेकरं'मध्ये पुन्हा पात्रमुखी नाट्यरूप संवाद आले आहेत.

६. स्वाभाविकच ग्रामीण जीवनाचे अपरिहार्य अंग असलेल्या ग्रामीण बोलीचा आविष्कारासाठी उपयोग ही कविता 'हिरवे जग' मध्ये करते. 'मळ्याची माती' (उत्तरार्ध) मध्ये तिची भाषा प्रमाण मराठीशी जवळीक साधते. (उदा. 'रक्त तुझे' सारख्या काही कविता प्रमाण भाषेतीलच आहेत.) 'मायलेकरं' मध्ये पात्रानुरूप ग्रामीण (माय) व ग्रामीण अधिक प्रमाण अशी संमिश्र भाषा (लेकरू) वापरलेली दिसते.

७. 'हिरवे जग' मध्ये अलंकाराचा, 'मळ्याची माती' (उत्तरार्ध) मध्ये प्रतिमांचा तर 'मायलेकरं' मध्ये प्रतिमा आणि अलंकार या दोहोंचाही आश्रय ही कविता घेते.

८. आशय - पात्रानुसार भाषा - अलंकार - प्रतिमांचा सुयोग्य वापर केल्याने

या कवितेची अभिव्यक्ती कृत्रिम वाटत नाही.

९. ग्रामीण बोलीबरोबरच लोकगीताची समृद्ध परंपरा हा ग्रामीण जीवनाचा पारंपरिक व अविभाज्य असा घटक आहे. ग्रामीण-बोली-अलंकार-प्रतिमा यांच्या जोडीला लोकगीताची लय जर ग्रामीण कवितेने अनुसरली तर ती अधिक प्रत्ययकारी होते. यादवांच्या कवितेत लोकगीताच्या लयीचा वापर आढळत नाही. मात्र 'मायलेकरं' या काव्यासाठी त्यांनी ओवी या लोकछंदाचा वापर केलेला दिसतो.

१०. या कवितेतील निसर्ग हा केवळ निसर्ग म्हणून किंवा पार्श्वभूमीसाठी काव्यात आला नाही तर तो शेतकऱ्याच्या शेती व ग्रामजीवनाशी एकरूप होऊन आला आहे.

११. मराठी ग्रामीण कवितेला नवे वळण देण्याचे कार्य करणारी आनंद यादवांची कविता ही मराठी ग्रामीण कवितेच्या प्रवाहातील एक महत्त्वाचा टप्पा मानावी लागते. या कवितेने अस्सल ग्रामीण जीवनानुभव चित्रित केले. त्यांच्या अभिव्यक्तीसाठी ग्रामीण बोलीचा समर्थ वापर केला, त्यामुळे मराठी ग्रामीण कवितेचे स्वरूपच या कवितेपासून बदलताना दिसते.

या काव्यलेखनाबरोबरच आनंद यादव या कविव्यक्तित्वाने (इतर समविचारी मंडळींना बरोबर घेऊन) ग्रामीण साहित्य चळवळीच्या रूपाने ग्रामीण भागातील नवोदित तरुण लेखक-कवींसाठी जे प्रबोधन - प्रोत्साहनाचे कार्य केले, तेही ग्रामीण कवितेच्या दृष्टीने त्यांच्या या काव्यलेखनाइतकेच महत्त्वाचे आहे. १९७७ च्या सुमारास सुरू झालेल्या या चळवळीचे फलित १९८०-८२ नंतर ग्रामीण भागातून मोठ्या प्रमाणावर आलेले कवी आणि त्यांचे काव्यसंग्रह यांच्या रूपाने दिसू लागले आहे. त्यांचा विचार आपण आठव्या प्रकरणात करणार आहोत.

संदर्भ :

१. मर्ढेकर बा. सी. : 'सौंदर्य आणि साहित्य' - ४थी आ. मौज प्रकाशन, मुंबई, १५एप्रिल. १९८७. पृ. १३६

२. आनंद यादव : 'ग्रामीण साहित्य : स्वरूप आणि समस्या' - २ री आ. : मेहता पब्लिशिंग हाऊस, पुणे, १९८७. पृ. १५७-१५८

३. आनंद यादव : 'मराठी साहित्य : समाज आणि संस्कृती' मेहता पब्लिशिंग हाऊस, पुणे, ऑक्टो. १९८५. पृ. ४७

४. आनंद यादव : 'खळाळ' - २ री आ. मेहता पब्लिशिंग हाऊस,पुणे, १९९३. पृ. १८८, २०२

***

६

ना. धों. महानोर यांची कविता

ना. धों. महानोर यांच्या काव्यलेखनाची सुरुवात १९६० पासून झालेली दिसते. १९६० ते १९६६ या काळात लिहिलेल्या त्यांच्या कवितांचा समावेश असलेला 'रानातल्या कविता' हा संग्रह १९६७ मध्ये प्रसिद्ध झाला. त्यानंतरचे 'वही', 'पावसाळी कविता', 'अजिंठा', 'प्रार्थना दयाघना' हे काव्यसंग्रह अनुक्रमे १९७१, १९८२, १९८४ व १९९० या वर्षी प्रसिद्ध झाले.

इ. स. १९६० ते १९९० या कालखंडातील ना. धों. महानोर यांच्या संपूर्ण कवितेचा ग्रामीण कविता म्हणून विचार करताना आपणास काही तात्त्विक प्रश्न समोर ठेवावे लागतील, ते असे -

१. ना. धों. महानोर यांच्या कवितेचे अनुभव ग्रामीण आहेत का ?

२. ग्रामीण अनुभव असले तर ते ग्रामीण भाषा/प्रतिमा/जीवनरीती इ. पद्धतींनी अभिव्यक्त झाले आहेत का ?

३. 'रानातल्या कविता' व त्यानंतर महानोरांच्या पुढील कवितेतील जन-जीवनाचे प्रतिबिंब बदलत गेले आहे का? तसे असल्यास आशय आणि अभिव्यक्ती यांच्या अंगाने त्यांचा शोध घेणे.

४. एकूणच ना. धों. महानोर यांच्या कवितेचे ग्रामीण कविता म्हणून मूल्यमापन करणे.

याशिवाय ना. धों. महानोरांनी १९६० पासून १९९० या कालखंडात लिहिलेल्या कवितेचा विचार करताना आपल्याला या कालखंडातल्या एकूण मराठी कवितेतील स्थित्यंतरांचा आणि ना. धों. महानोर यांच्या कवितेच्या आधारे त्यांच्या वैयक्तिक जीवनप्रवाहातील घडामोडींचाही विचार करणे क्रमप्राप्त आहे.

१९४५ ते १९६० हा मराठीतील नवसाहित्याचा काळ होता. मर्ढेकर, मुक्तिबोध, अनिल यांच्या नवकवितेचा प्रवाह जोमदार होता. असे असले तरी ना. घ. देशपांडे, बा. भ. बोरकर, पु. शि. रेगे, यांच्या सौंदर्यवादी निसर्गकवितेचा प्रवाहही तितकाच जोमदार होता. नवकविता असो की निसर्गकविता, एकूणच मराठी कविता ही विशुद्ध कलावादी समीक्षेच्या प्रभावाखाली होती. एवढेच काय, पण आधुनिक मराठी साहित्याच्या प्रारंभकाळापासूनच मराठी कवितेवर रोमँटिकतेचा प्रभाव अधिक दिसून येतो. मूलतः सर्वच मराठी कवितेची परंपरा रोमँटिक आहे, असे म्हटल्यास अतिशयोक्ती होणार नाही. केशवसुत, मर्ढेकर, मुक्तिबोध, करंदीकर, सुर्वे अशा काही मोजक्या कवींचा अपवाद आहे. या कवींची कविता जीवनाला सामोरी जाताना दिसते. एरवी बहुसंख्य कवींची कविता ही आत्मरत अशीच आहे. बालकवी, तांबे, बोरकर, रेगे, ना. घ. देशपांडे, बापट, पाडगावकर, इंदिरा संत अशा अनेक कवींची नामावली या संदर्भात देता येईल.

इ. स. १९६० पर्यंत मराठी कवितेची स्थिती अशा प्रकारची होती. १९६० नंतर मात्र ही परिस्थिती बदलत गेलेली दिसते.या संदर्भात रवींद्र घवी म्हणतात, "साठ साली आपल्या स्वातंत्र्याला सुमारे तेरा वर्षे पुरी झाली.

"...... शिक्षणाचा प्रसार बहुजनसमाजात झाला आणि त्या समाजाचे अंतरंग उलगडून दाखविणारे नवे साहित्यिक उदयाला येऊ लागले. (शेळके, यादव, बोराडे) घटनेत जरी समतेचे अभिवचन दिलेले असले तरी इथे सामाजिक न्याय मिळत नाही, याची जाण दलित वर्गात निर्माण झाली आणि या जाणिवेला मुखर करणारा नवशिक्षित दलित वर्ग निर्माण झाला. (बागुल, खरात, पवार)

"...... एका बाजूने विशुद्ध कलावादाच्या कल्पनेचा जोर आणि दुसऱ्या बाजूने

सामाजिक परिस्थितीचा दबाव, अशा ताणातून जात साहित्यधारा उसळत होत्या. मराठी कविता याच ताणातून जात होती. त्यामुळे ती अधिक संवेदनक्षम, सूक्ष्म आणि वैविध्यपूर्ण बनली. या काळाच्या सगळ्या कळा आणि अवकळा कवितेतून ओसंडू लागल्या. 'विशुद्ध कलावादाच्या' त्या कल्पनेकडे अतिरिक्तपणे झुकलेल्या मराठी समीक्षेच्या लंबकाला जीवनवादाच्या बाजूला आणि तेही अतिरेकी प्रमाणात खेचून आणण्याचे काम या कवितेनेच बजावले.

"...... या वळणावरच्या ग्रामीण कवितेनेसुद्धा आपले ठोकळ घराणे सोडून अस्सल ग्रामीण जाणिवांकडे, निसर्गसंवेदनेकडे आपली धाव घेतलेली दिसते.

"..... पुण्या-मुंबईकडची कविता निसर्गसंवेदनेच्या बाबत उजाड, ओकीबोकी बनू लागली असता, या तुलनेने ग्रामीण भागातील कवींनी मराठी काव्याचे सौंदर्य बहरत ठेवले. काही कवींनी तर निसर्गाच्या सूक्ष्म संवेदना अधिक गहिऱ्या छटांसह टिपलेल्या दिसतात."[१]

अशा परिस्थितीत महानोरांची रानातली कविता लिहिली गेली. त्यांच्या आयुष्याचा तो ऐन तारुण्याचा काळ होता. ऐन तारुण्यात शिक्षण संपवून आपल्या खेड्यात-रानात राहायला आलेल्या या कवीला बालकवी, देशपांडे, बोरकर, रेगे यांच्या सौंदर्यवादी निसर्गकवितेची परंपरा जवळची वाटली. या परंपरेतूनच महानोरांची रोमँटिक वृत्ती विकसित होत गेली.

'रानातल्या कविता' मध्ये महानोरांनी स्वतःच्या लौकिक जीवनाला (अनुभव, जीवन, व्यक्तिमत्त्व) फारसे चित्रित केलेले नाही. तथापि त्यांच्या काही कवितांतून मात्र या 'स्व' चे चित्रण आलेले आहे. त्या कवितांच्या आधारेच आपणास कवी ना. धों. महानोर यांचे व्यक्तिमत्त्व आणि त्यांच्या कविता यांचे परस्परसंबंध तपासून पाहता येतील. त्यामुळे त्यांच्या कवितेचे ग्रामीण कवितेच्या संदर्भात मूल्यमापन करणे सोयीचे होईल.

ह्या शेताने लळा लाविला असा की,
सुखदुःखाला परस्परांशी हसलो-रडलो
आता तर हा जीवच अवघा असा जखडला
मी त्याच्या हिरव्या बोलीचा शब्द जाहलो

('रानातल्या कविता', पृ. ९)

या पहिल्याच कवितेत कवीचे शेताशी असलेले नाते जसे स्पष्ट होते, तसेच त्या नात्यामागे दडलेले कारणही सांगितले जाते. शेताचा लळा लागला, कारण तेथे जीवनातल्या सुख आणि दुःखाच्या प्रसंगी परस्परांशी हसता-रडता आले. त्याची

तीव्रता कमी करता आली. ही तीव्रता कमी झाल्यावर हा अवघा जीवच (शेताशी) असा जखडला, की कवी त्याच्या हिरव्या बोलीचा शब्द झाला. कवीचे व्यक्तिमत्त्व रानाशी, शेताशी एकरूप होऊन गेले.

हे दुःख तिसऱ्या कवितेत अधिक स्पष्ट होते. विस्कटणाऱ्या संध्याकाळी पंखात फडफडणाऱ्या विकल करुणार्त दुःखात तो असताना सारेच दूर पांगतात; कुठेही साद येत नाही. अशा वेळी 'शब्दाविण कोणी नुरते कवळायास'- शब्द, कविता यांना कवळण्याशिवाय पर्याय नसतो.

पुढे आपली एककल्ली वाट तो एकट्यानेच चालत जातो. आडवाटेने पिसाटासारखा बेहोष होतो. धुळीच्या लक्तराची लाज गुंडाळून येतो. येथे समाजातला सरधोपट मार्ग सोडून वेगळाच मार्ग (आडवाट) पत्करण्याचे, सामाजिक संकेतांची भीड (धुळीच्या लक्तरांची लाज) गुंडाळल्याने दुःखाचे फूल झाल्याचे, अक्षरे चुरगाळताना कुंभ प्यायला मिळाल्याचे सांगितले जाते.

अशा या धुळीच्या लक्तरांची लाज गुंडाळून आलेल्या, अमृताचे कुंभ प्यालेल्या मनाला नदीकाठावरील पाण्यात निथळणारे केळीचे बन, गव्हाचे सळसळणारे पिवळे शेत, आंब्याच्या झाडाला न झेपावणारा मोहराचा वास, गाभुळल्या चिंचेला पोटी न धरवणारा नवतीचा भार, अंग निळेभोर करणारे माघातले ऊन, पानमळ्यातील नवे उभार, शेलाट्या वेली, कोण्या बसंतीचे चंद्रगौर पाऊल - इ. चे दर्शन होते. तेव्हा

> दुःखाच्या काळिमा विस्कटती येथ, शब्द अरुवार
> प्राण उधळून केळीच्या बनात घेतात लकेर
>
> ('रानातल्या कविता', पृ. २१)

अशी त्याची अवस्था होते.

पावसामुळे झाडे हिरवीशी होतात. रानात शीळ घुमते. जांभळ्या मेघांची ओल नदीच्या पाण्यात वाहू लागते. वाट झुंजूमुंजू होते. शेतात पीक मावत नाही. पाखरांचे लक्ष थवे पाण्यात खेळ मांडतात. असावध खेडे पाण्यात बुडून जाते. तारांवर पावसाचे थेंबऊन येते. दाट हिरव्या गर्दीत पाय बहकून जातात. ('रानातल्या कविता' पृ. २५)

क्वचित पावसाअभावी नग्नदेही झाडे ग्रासून जातात. दुःख नागे होते. आसऱ्याला गाव राहत नाही ('रानातल्या कविता' पृ. ५६)

त्रेसष्टाव्या कवितेत तर कवी आपल्या दुःखाचे गीत गातो. साऱ्यांसाठी उभ्या देहाचे सरण करूनसुद्धा सगे-सोयरे दुरून निघून जातात. फुले वेचतानाही मन ओथंबते. दुःखाचे हे जन्मभराचे ओझे पोटी घट्ट लपेटून, डोळे गच्च अंधारून येतात. तरीही या दुःखाने हे कविमन व्यथित होत नाही. कारण जेव्हा डोळे (दुःखाने) गच्च

अंधारून येतात - 'तेव्हा माझे रान, रानातील झाडे मला फुले अंथरून असतात' असे तो म्हणतो.

'रानातल्या कविता' या संग्रहातील उपरोक्त एक, तीन, पाच, तेरा,सतरा, त्रेसष्ट या कवितांमधून एक गोष्ट स्पष्ट होते ती अशी की, आपल्या वैयक्तिक/ सामाजिक दुःखाचा विसर कवीला हवा आहे. त्याला सद्यःपरनिर्वृती हवी आहे. हा विसर पडतो रानाच्या, निसर्गाच्या सान्निध्यात. दुःखाने मन ग्रासते. शब्दाशिवाय - कवितेशिवाय कोणीही राहत नाही. कवितेत सारे काही विसरले जाते. कविता आणि रान यांच्याशी कवी एकरूप होतो. या रानाच्या समृद्धीने दुःखाचा काळिमा पार विस्कटून जातो. शब्द अरुवार होऊन केळीच्या बनात लकेर घेतात. कधी दाट हिरव्या गर्दीत पाय बहकून जातात. जेव्हा जेव्हा जन्मभराच्या दुःखाचे ओझे कविमनाला ग्रासून टाकते, तेव्हा त्याचे रान त्याला फुले अंथरून सज्ज असते. या रानात- त्यातील फुलांत - सौंदर्यात तो बेहोष होऊन जातो. कवी महानोरांनी एका ठिकाणी आत्मनिवेदन करताना लिहिलेला पुढील मजकूर या संदर्भात प्रकाश टाकणारा ठरावा. ते लिहितात-

"..... दिवसभर हिरव्या, पिवळ्या पिकातून, पायवाटांतून, लांबच्या शेतातून हिंडताना साऱ्या वृत्ती फुलून येतात. हेच घर होऊन बसले आहे. अनंत भानगडींच्या कोलाहलातून धडपडताना विषण्ण असा मी जेव्हा शेतावर पडून असतो, तेव्हा झाडांचे हिरवेपण, किलकिलणारी पाखरे, दांडाच्या पाण्यातून सरकत जाणारे आभाळ, बायकांची गाणी मला केव्हा ओढून नेतात, कळत नाही. हा साराच आनंद मी जेव्हा कवितेत मांडू पाहतो, तेव्हा पन्नास, साठ, सत्तर कितीही ओळी लिहिल्या तरी अपूर्ण वाटतात...." असे शेत-रानाचे आणि कवीचे नाते आहे.

स्वाभाविकच रानाशी अशा प्रकारचे अतूट भावनिक नाते प्रस्थापित झाल्याने रान-शेती-निसर्ग हा ग्रामीण जीवनाचा एक घटक असला तरी कवी येथे ग्रामीण जनजीवनापासून आपोआप वेगळा होत जाताना दिसतो. मानवी समाजाऐवजी सारा निसर्ग, त्यातील झाडे, पाखरे, शेत इत्यादींशी तो एकरूप होऊन जातो.

असे असले तरी या संग्रहात खेडे व खेड्यातील जनजीवनाचे चित्रण मुळीच येत नाही असे नाही. काही कवितांमधून खेड्याचे दर्शन घडतेच. कारण रान आणि रानातला कवी हे शेवटी खेड्याचाच एक भाग असतात. किंबहुना असेही म्हणता येईल की, जनजीवनात आपल्या वाट्याला आलेल्या विपरीत अनुभवामुळे कवी येथे रान-निसर्गाकडे वळला आहे.

सहा क्रमांकाची कविता ही महाराष्ट्रातल्या एका दुष्काळातील खेड्याचे चित्र डोळ्यांसमोर उभे करते. या कवितेतील 'ग्रीष्माचं उन्हं' ही दुष्काळासाठी वापरलेली प्रतिमा सर्वच अंगांनी यथार्थ आहे. ग्रीष्म हा ऋतू तापदायक- कोरडा, उन्हं सर्व

प्रकारची आर्द्रता शोषून घेणारे - शुष्क... दुष्काळही तसाच. या कवितेची सुरुवात निसर्गवर्णनाच्या दोन ओळींनी होते व शेवटही याच ओळींनी होतो.

नांगरून पडलेली जमीन, सर्वत्र नुस्ताच शुकशुकाट
एखादेच चुकार वासरू कोठेतरी उद्ध्वस्त घाट.

या ओळीत कृषिवर्षातील एका अवस्थेचे (ग्रीष्म ऋतू) वर्णन आहे. 'शुकशुकाट' आणि 'उद्ध्वस्त घाट' या दोन शब्दांतून सारे छिन्नभिन्न होऊन गेल्याचे सूचित होते.

पहिल्या कडव्यात घाटालगतच्या एका खेड्याचे, माळरानाचे चित्रण येते. या खेड्यातील माणसांनी आपल्या कष्टांच्या, जिद्दीच्या बळावर सोन्याचे कोंभ रुजवून काढले. वैराण माळरानावर पीक घेतल्याने- नक्षत्र-तारका रुजवून काढणारे, तांबड्या मातीच्या साक्षात्काराने पिसाटून गेलेले सारे गाव. अशा गावावर दुष्काळाचे आक्रमण आणि त्याने खेडे उद्ध्वस्त होणे हे -

ग्रीष्माचे उन्हं.. ग्रीष्माचे उन्हं एकदा खेड्यावर आले. खेडे उदास झाले
घरात असेल तेवढे झोळीत टाकून स्वतः नागडे झाले
('रानातल्या कविता' पृ. १४)

या ओळींत येते. 'ग्रीष्माचे उन्हं' या शब्दाची पुनरावृत्ती झाल्याने, ही प्रतिमा अधोरेखित होते. एखाद्या दुष्ट याचकासारखे उन्हं वाटू लागते. पुढे उदास खेड्याने घरात असेल तेवढे झोळीत टाकून स्वतः नागडे होणे, यातून खेड्याची उद्ध्वस्तता जशी सांगितली जाते, तशी खेडूत मनाची स्वतः कफल्लक होऊन दुसऱ्याला देण्याची उदारशीलताही प्रतिबिंबित होते.

याच कडव्यात राजकीय लोकांचे (खोटे) मोठेपण आणि खोटी आश्वासने इत्यादीबद्दल सांगितले जाते.

शेवटच्या कडव्यात ग्रीष्माच्या उन्हाच्या (दुष्काळाच्या) आक्रमणाचे आणि त्याला पुरवणी म्हणून राजकीय माणसांच्या भोंदूपणाच्या कृतीचे पर्यवसान दोन कार्टी भुकेने तडफडून मरण्यात, गोऱ्या राजाचे महिमान (गोऱ्यांचे राज्यच बरे होते, म्हणण्यात) म्हातारीकडून गाण्यात, रूपवंत पोरींनी पासरीभर ज्वारीसाठी भोग देण्यात होते. हे सर्व पाहून विषण्ण झालेला कवी झाडाच्या बुंध्याशी स्तब्ध उभा राहतो. याविरुद्ध कोठेही चीड किंवा संताप तो व्यक्त करीत नाही, अथवा प्रतिकाराची, बंडाची भाषाही तो वापरीत नाही. कदाचित आपल्या चिडण्याने, प्रतिकाराने काहीही साध्य होणार नाही, याची त्याला जाण असावी किंवा कवीच्या व्यक्तिमत्त्वातच ते बसत नसावे, असेही म्हणता येईल. शेवटी सुरुवातीच्या दोन ओळींच्या पुनरावृत्तीने ही विषण्णता अधिकच स्पष्ट होते. शिवाय खेड्यावर येणारे ग्रीष्माचे उन्हं, भलीथोरली

माणसे, जाडजूड शब्द, खोटी आश्वासने इत्यादी शब्दांतून येणाऱ्या विशेषणांबरोबरच भुकेने तडफडून मेलेली कार्टी, गोऱ्या राजाचे महिमान गाणारी जख्खड म्हातारी, भोग देणाऱ्या रूपवंत पोरी इ. शब्दबंधांनी ध्वनित होत जाणाऱ्या अनुकंपेने ही कविता अधिक परिणामकारक होत जाते. 'रानातल्या कविता' या संग्रहातील अपवादात्मक सामाजिक कवितांमधील ही एक वास्तवदर्शी कविता आहे, असे म्हणता येईल. महानोरांच्या आत्मनिवेदनातील पुढील ओळी या कवितेच्या निर्मितिप्रेरणेवर प्रकाश टाकतात, "....शेतकऱ्याच्या घरातून पोती काढून नेली त्या वेळी मीही एक शेतकरी असतो. आमच्या हतबल असहायतेपेक्षा, जगणे अपरिहार्य आहे या भाबड्या समजुतीने, घरात, पिकाच्या आडोशाला, नदीनाल्यात ज्वारी घेऊन भोग देणाऱ्या रूपवंत पोरी जेव्हा पाहिल्या, तेव्हापासून एक बेचैनी मनाला सतत ओढत गेली," या निवेदनातील आणि उपरोक्त कवितेतील आशय एकच आहे.

सात क्रमाकांच्या कवितेत एका गूढ मृत्यूचे चित्र आहे. या कवितेतील झोपडतांडा, जुन्या वडाचे देऊळ, काजवा इत्यादीतून हे चित्र निर्विवादपणे खेड्यातलेच असल्याचे स्पष्ट होते.

खेड्यातील वास्तवजीवनाचे परिणामकारक चित्रण करणाऱ्या या सहा, सात क्रमाकांच्या कविता आहेत. असे असूनही या कवितांच्या संदर्भात स्वतः महानोरांनी "..... तरी पण इथल्या वास्तवाच्या उघड्या सत्याचे मला हवे तसे चित्र रेखाटता आले नाही" ('प्रतिष्ठान' डिसें. १९६६ पृ. ६४ ते ६५) असे कबुलीवजा विधान आपल्या आत्मनिवेदनातून का केले असावे ? विजया राजाध्यक्षांसारख्या समकालीन समीक्षकांच्या अभिप्रायावरून तर महानोरांनी आपल्या कवितेची मर्यादा स्वतःहून मान्य करून घेतली नसेल ? या कवितांबद्दल विजयाबाई लिहितात,"...... या कविता रानातल्या कविता शोभत नाहीत. त्या घाटाच्या दृष्टीनेही सैल- विस्कळीत आहेत. त्यांच्यातील वर्णने ही केवळ वर्णने म्हणूनही उत्तम नाहीत. ही वर्णने क्षणचित्रे किंवा स्थलचित्रे म्हणून ठीक आहेत; पण त्यांच्यातील स्थळविशिष्ट तपशिलांना ती बांधली जातात. म्हणूनच महानोरांच्या इतर निसर्गचित्रांशी तुलना करताना ती अयशस्वी वाटतात." ('रानातल्या कविता' दुसऱ्या आवृत्तीतील लेख). (विजयाबाईंचा हा अभिप्राय महानोरांच्या आत्मनिवेदनानंतर प्रसिद्ध झाला असला तरी अशा प्रकारची मते त्या काळात इतरांनी मांडली असावीत. कदाचित त्याचाही परिणाम महानोरांच्या काव्यदृष्टीवर झाला असावा.)

जी कविता विजयाबाईंना महानोरांचे अपयश वाटते, तीच कविता वि. स. जोगांना 'महानोरांचा एक आशादायक प्रयत्न वाटतो.' त्यांच्या मते 'सांकेतिक निसर्गवर्णनातून आणि स्वतःच निर्माण करून स्वतःच वापरून गुळगुळीत केलेल्या निसर्गप्रतिमांमधून सुटण्याची धडपड या कवितेत दिसते. फकीर गाणे, जुना वड,

देवळाचा गाभारा, झोपडतांडा, विझत असलेला काजवा, मरणाचे सरण या सगळ्यांनी मिळून अशी एक जागा तयार केली, जी गर्द रान आणि अल्पवस्तीचे खेडे यांना सांधणारी शीव आहे. या सीमेवर अशी एक घटना किंवा अशा अनेक घटना घडल्या आहेत. एक निराळीच भावानुभूती महानोर व्यक्त करू पाहतात.

"याच वाटेने महानोर पुढे पुढे गेले तर या युगाचे स्पंदन त्यांच्याही कवितांमधून ऐकू येईल. महानोरांची निरीक्षणे आणि त्यांचे शब्द यांत व्यतिरेक जाणवणार नाही. निसर्गानुभवातच विरून इतर काही अनुभवण्याची त्यांची क्षमता नष्ट होणार नाही."[२]

क्रमांक नऊ ही कविताही खेड्यातल्या संध्याकाळचं वर्णन करते. वाऱ्याच्या गंधगर्भ लयीनं ओथंबणारं आकाश, हर्षोन्मादानं पानापानांतून सांडणारं हसू, गावकोसाच्या उद्ध्वस्त देवळात लागणारे दिवे, शेतावरून परतणारी गुरे, वासरे, किलबिलणारे पाखरांचे थवे, स्वप्नांची झुंबरे उराशी कवटाळून प्रत्येक पावलाला बहरून किलबिलत जाणाऱ्या बायका- या साऱ्याच चित्रातून खेड्यातील संध्याकाळ डोळ्यांसमोर उभी राहते. चित्र खेड्यातले असले तरी या कवितेतील गंधगर्भ, हर्षोन्माद, इत्यादी शब्द मात्र खेड्याच्या भाषेशी आणि त्यामुळे तेथील जीवनसंवेदनेशी विसंगत, पर्यायाने संस्कृतप्रचुर, शहरी जीवनसंवेदनेशी सुसंगत वाटतात.

अकराव्या कवितेत एक कथा सांगितली जाते. सुरुवातीचे वर्णन नदीचा काठ, झाडांची गर्दी, रान, पाखरे, पायवाट आणि नदीच्या काठाने एका जांभळ्या लुगड्याचे एकाकी भटकणे, पाण्याच्या काठाशी विवस्त्र होणे, पाण्यात एकाएक बुडून जाणे, मग त्या स्त्रीबद्दलच्या (वासनेचा चळ लागलेली भिल्लाची पोर - गर्भारशी मेलेल्या बाईचे भूत इ.) वदंता. तसेच शेवटच्या कडव्यातील - "परवा असे झाले/ राजबन्शी पंखाचे एक पाखरू आले / आणि तिच्या अंगाशी लगट करून गेले / आता ती झाडांना घट्ट बिलगून हसते / पाखरांना कुठलेसे नाव विचारीत असते." या वर्णनावरून अजिंठ्याच्या खोऱ्यात घडलेल्या पारू आणि गिल यांच्या कथेशी असलेले या काव्यकथेचे साम्य लक्षात येते.

एकोणिसाव्या कवितेत कापूस वेचणाऱ्या स्त्रीच्या मनात आपल्या पती (राया) विषयी येणाऱ्या आठवणी सांगितल्या आहेत. या आठवणींनी कपाशीच्या बोंडासारखं तिचं मन फुलून येतं. मनात स्वप्नांचं इंधन पेटतं. या कवितेतील-

दीस होईल कलता राया येईल घराला
चवळीच्या भाजीसंगे चव कांदा भाकरीला
फुललेल्या बोंडापरी माझं फुललेलं मन
कशी वेचू बोंड, मनी गोड स्वप्नाचं इंधन

(रा. क. पृ. २७)

या ओळींत म. सु. पाटील यांना रविकिरणी सूर जाणवतो. त्यांच्या मते "..... या कविमनाला घरसंसाराची, चार भिंतींच्या आतील जीवनाची फारशी ओढ आहे असे वाटत नाही" ('अक्षरवाटा' पृ. ५३) तर विजया राजाध्यक्षांना "बोंडा बोंडात कपाशी फुले अंग वेचताना/कशी वेचावी वेचावी हर्ष डोळ्यात मावेना" या ओळी किंवा ही संबंध कविताच वाचताना मर्ढेकरांच्या 'बोंड कपाशीचे फुटे' या कवितेची आठवण होते. ('रानातल्या कविता' दु. आ. पृ. ७१)

तेविसाव्या कवितेत झाडाझुडपातील भिल्लांच्या चार झोपड्या, त्यातील भिल्लाच्या मुलीच्या रूपाचे वर्णन 'उभार उघडी/पळस पापडी डोळ्यांत सोळा शृंगार' (पृ. ३१) अशा शब्दांत येते, तर

..... सरलं दळण
ओवी अडली जात्यात
उभ्या जन्माचा उमाळा
कळ सोसून डोळ्यात

(रा. क. पृ. ५२)

ही एकावन्न क्रमांकाची लहानशी कविता खेड्यातल्या स्त्रीचे कष्ट आणि सोशिकता यांचे दर्शन अत्यंत अल्प शब्दांत घडविते.

'रानातल्या कविता' या संग्रहातील काही कवितांचा विषयाच्या दृष्टीने येथे थोडक्यात विचार केला. या कवितांतून खेड्यातील जनजीवनाचे दर्शन कमी-अधिक प्रमाणात घडत असले तरी या संग्रहातील इतर कविता सामाजिकतेपासून पूर्णपणे अलिप्त दिसतात.

महानोरांची कविता ही प्रामुख्याने निसर्गकविता आहे. या कवितेतील निसर्गही ग्रामजीवनाचा अपरिहार्य घटक म्हणून येत नाही. निसर्गाचेही केवळ निसर्ग म्हणून अवतरण नाही, तर निसर्गाची विविध रूपे या कवितेत स्त्री-पुरुष प्रतिमा म्हणून वावरतात. म. सु. पाटील यांच्या शब्दात सांगायचे झाल्यास, "कविमनानेच जणू स्वतःला स्त्री-पुरुष रूपात विभागले आहे. तेच स्त्री रूप त्याने निसर्गात आणि त्या वातावरणात वावरणाऱ्या स्त्रियांत प्रक्षेपित केले आहे." या संदर्भात पाटील पुढे म्हणतात ते अत्यंत मार्मिक आहे. "प्रत्येक पुरुषाच्या मनात एक आदिम स्वरूपाचे स्त्रीरूप दडलेले असते. त्या रूपाच्या संदर्भात तोही आदिम पुरुष असतो. त्या रूपाचा साक्षात्कार साऱ्यांनाच होत नाही. येथील निसर्गाने महानोरांच्या या मानसरूपाला कोणत्या तरी एका क्षणी एका विशिष्ट वयात (ठळक ठसा प्रस्तुत ग्रंथलेखकाचा) जाग आणली

असावी. ते स्त्रीरूप त्यांना साक्षात झाले असावे. आणि त्यांचे सर्जक मन त्याच्याशी क्रीडा करण्यात मग्न झाले असावे. निसर्गानुभव घेण्याची ही गुरुकिल्ली सापडताच ती त्यांची अनुभव घेण्याची पद्धती बनली असावी.'' ('अक्षरवाटा'पृ.६२, ६३)

कवीच्या व्यक्तिमत्त्वाला स्त्रीच्या शरीर सौंदर्याचे, या संदर्भातील शृंगार भावनेचे विशेष आकर्षण आहे. म्हणून निसर्ग प्रतिमांतील स्त्रीरूपांबरोबरच या कवितेत स्त्री जेव्हा प्रत्यक्ष स्त्री म्हणून येते, तेव्हा हसताना तिच्या डोळ्यांत नभ कलून गेलेले असतात. तिच्या काचोळीला चांदण्याचा जर असतो. मिठीत आल्यावर ती भरातली ज्वार होते. कित्येक दिवसांनी तिच्या पोटी राव्याची सावली असते (क्र. ३) चिटपाखराच्याही नजरेत भरणारे तिचे रूप सकवार असते. मोहाच्या झाडाला तिचा मोह व्हावा, तिला बुडवावे असे वाटते. काळोख तिला कवळून घ्यायला येतो (क्र. ८) चवळीच्या शेंगेसारख्या पिवळ्या धम्मक अशा तिच्या कंठात श्रावणाचे गान झुलते. गोबऱ्या गालाची मंजुळ बोलाची ती हरखते. तिच्या रूपाने उभ्या बंधाऱ्याच्या रूपाला काही चाटून जाते. तिच्या निळ्या अश्राप डोळ्यांना पाखरू वेढते (क्र. १४) काचोळीची गाठ तिला वारंवार सावरावी लागते. (क्र. १५, १९, ४०) उभारउघडी, पळसपापडी, डोळ्यात सोळा शृंगार असं तिचं रूप असतं (क्र. २३)

कधी निसर्गप्रतिमाच स्त्रीरूपे घेऊन येतात. उदा. नभ-भुई (क्र. २) पाण्यात निथळणारे केळीचे बन, गव्हाचे पिवळे शेत, आंब्याच्या झाडाचा मोहोराचा वास, गाभुळ्या चिंचेच्या पोटी न धरवला जाणारा भार, पाणमळ्यातील उभार शेलाट्या वेली, पाऊस लचकणारी चंद्रगौर बसंती हे सारं पाहिल्यावर कविमन दुःखाचा काळिमा विसरतं, प्राण उधळून केळीच्या बनात लकेर घेतं (क्र. १३).

बऱ्याचदा या कवितांत प्रतिमारूप स्त्री-पुरुषाचे मीलनही घडताना दिसते. चार क्रमांकाच्या कवितेत तिच्या आणि त्याच्या तीन भेटी आहेत. गळ्यात काळेसर असलेल्या तिच्या डोळ्यात नभ कलून जातानाची पहिली भेट तर ''पुन्हा मी तिला पाहिले अंगभर / काचोळीला चांदण्याचा जर / आणि माझा मला पडला विसर / मिठीत थरके भरातली ज्वार'' या दुसऱ्या कडव्यात मीलनाचा क्षण आणि तिच्या पोटी कुण्या रावाची सावली अशी मीलनानंतरच्या काही दिवसानंतरची भेट शेवटच्या कडव्यात येते. पंधरा क्र. च्या कवितेत

भरात येऊनि नग्न शरीरी उघड्यावरती भोग दिले
काचोळीची गाठ सावरित हळू तयाला सांगितले
तिचिया पोटी पाच घडीचे लख्ख चांदणे अवघडले

(रा. क. पृ. २३)

अशा प्रकारे प्रत्यक्ष संभोग आणि पाच घडीचे चांदणे अवघडल्याचे तिच्याच तोंडी सांगितले जाते.

ऊस मळ्याच्या गर्दीत केशर सांडले जाते (क्र. २९). तिच्या अंधारबनात वारे झिंगून गेलेले असतात (क्र. २६). तळ्यात आभाळाचा रंगबहार उत्सव चालतो (क्र. ३६) भर दुपारी उघड्या रानात (साजणाचे) देहावरती चळ भरलेले अवखळ हात येतात (क्र. ३८). घट्ट चोळीच्या गाठी सैल करताना, वक्षावरच्या चंद्रखुणांना जपताना आव्हान दिले जाते (क्र. ४०). उभार गर्भार ज्वारच्या निऱ्या चाळताना वारा अंगभर घुसमटतो (क्र. ४४) क्र. ४, १५, ४४ या कवितांबरोबरच क्र. ४९ या कवितेत गर्भारपणाचे चित्रण येते. क्र. ३२ या कवितेत केळीची प्रसूती आहे.

या संदर्भात स्वतः कवी महानोरांनी म्हटले आहे, ''..... माझ्या बऱ्याच प्रेम कवितांतून कामभावना, भोगलालसा इ. गोष्टी बऱ्याच आलेल्या आहेत. पिर्तीत भरडून निघालेल्या किंवा बेहोष असलेल्या इथल्या ज्या स्त्री-पुरुषांना मी पाहिले, त्यांनी जीवाला जीव दिला तरी भोग भोगल्याशिवाय पिर्तीचे मोठेपण नाहीच, असा त्यांचा पक्का समज आहे.'' ('प्रतिष्ठान' डिसें. १९६६ पृ. ६५) यामुळेच कदाचित स्त्री शृंगाराला, शारीर सौंदर्याला, भोग-मीलनाला, गर्भारपणाला, प्रसूतीला या कवितेत प्राधान्य मिळत गेले असावे.

महानोरांच्या कवितेतील शृंगारभावनेच्या संदर्भात वि. स. जोगांचा अभिप्राय असा आहे, ''महानोरांची जी कविता आपणास आकर्षित करते ती बहुतांशी उत्तान शृंगारिक आहे. उत्तर पेशवाईतील लावणीच्या धाटणींनी उभी राहणारी आहे. सर्व सुखांत मैथुनसुख मोठे मानणाऱ्या रामजोशीच्या धाटणीची आहे. गमतीने असेही म्हणता येईल की खानोलकरांच्या कादंबऱ्या वेष पालटून महानोरांच्या कवितेत शिरल्या.

''महानोरांच्या कवितेतला निसर्ग सहसा करुण नाही, तो तरुण आहे. तो सहसा केविलवाणा नाही, उद्दाम आहे.

''महानोरांनी निसर्गाला एक व्यापक शक्ती, एक अखंड गती न मानता एक देहधारी आकृती मानली'' आणि मग यामुळेच जोगांनी ''..... महानोरांची कविता विलोभनीय रूपाची जरूर आहे; पण दीर्घ काळ स्मरणात राहील अशा गुणांची नाही''[३] असे आपले मत नोंदविले असावे.

देहधारी निसर्गाच्या विभ्रमांनी हे कविमन कधी बेहोष होते, कधी झिंगून जाते, तर कधी पाऊस आणि मातीच्या सृजनाचा साक्षात्कार पाहून त्याला कृतार्थ झाल्यासारखे वाटते.

नभ-भुई यांच्या मीलनाने पुनीत झालेल्या सृष्टीतील चैतन्य पाहून कवी आनंदाने बेहोष होतो. अशा वेळी शब्दगंधेला 'तू मला बाहूत घ्यावे' असे आवाहन करतो (क्र.

२); पानांत छंद धुमसतात; झाडे झिंगून जातात तेव्हा अनंत वलयांच्या सायंचित्रात शब्द भुंडे पडतात ! (क्र. १०) कधी त्याचे शब्द अरुवार होऊन प्राण उधळून केळीच्या बनात लकेर घेतात. (क्र. १३); स्वच्छ पावसाळी हवेत बेहोष उधाण येऊन दाट हिरव्या गर्दीत पाय बहकून जातात (क्र. १७); सांजल्या मनात मोत्याचा तुरा लेवून जाणीव जागते (क्र. २४); रातझडीच्या पावसात गान भिजून रान नसानसांतून पेटून येते (क्र. २५) तिच्या अंधारबनात वारे झिंगून जातात (क्र. २६) उन्हात उभे झाड पेटते (क्र. २७) सन्नाट बावऱ्या पक्षाची वाट गर्दीत हरवते (क्र. २९) चिंब पावसात वादळाचा देह झिंगल्याने मुक्त बेहोषीत कवी गीत गाऊ लागतो. (क्र. ५४); अक्षरे चुरगाळीता अमृताचे कुंभ प्याल्यासारखे त्याला वाटते. (क्र. ५). मातीचा साक्षात्कार पाहून ओंजळी नभ्र होतात. मृत्तिकेच्या चंदनाची रेघ भाळी वंदून होते (क्र. ५५); घन वाजत गाजत अमृताचे (पावसाचे) थेंब घेऊन येतात (क्र. ४८)

'रानातल्या कवितां'चे स्वरूप प्रामुख्याने रान - रानातील झाडे, शेत, पाखरे, संध्याकाळ, सकाळ, दुपार, यांच्याशी निगडित आहे. आपल्या शृंगारभावनेच्या अभिव्यक्तीसाठी निसर्गप्रतिमांचा आधार कवी घेतो. या संदर्भात ''शब्दांची निवड, जडणघडण, प्रतिमा इ. गोष्टींना मी विशेष प्राधान्य देऊन कविता लिहिल्या. केळ, पाखरू, झाड, अशा काही सदृश प्रतिमा निवडून त्यातून त्या मानवी भावभावना यांच्या रूपाने अभिव्यक्त केल्या.'' ('प्रतिष्ठान' डिसें. १९६६ पृ. ६५) ही महानोरांचीच विधाने लक्षात घेण्यासारखी आहेत. अर्थात या ठिकाणी 'मानवी भावभावना' हा शब्द महानोर केवळ त्यांच्या कवितेतील 'शृंगारभावना' एवढ्या मर्यादित अर्थानेच वापरत असावेत. कारण क्र. ५-६-७-१०-५८-६३ या मोजक्या कवितांचा अपवाद वगळता 'रानातली कविता' ही स्त्रीचे शारीर सौंदर्य, स्त्री-पुरुष मीलन, मीलनातील तृप्ती-बेहोषी यांनीच व्यापून राहिली आहे. यामुळेच आनंद यादव म्हणतात त्याप्रमाणे ''.... या संग्रहात ग्रामीण वास्तवाचे चित्र धगधगीत स्वरूपात पडण्याऐवजी एका प्रणयोत्सुक मनाचे, शरीरभोगासाठी हुळहुळणाऱ्या एका पौंगडावस्थेतील पुरुष मनाचे प्रतिबिंब पडले'' ('ग्रामीण साहित्य : स्वरूप आणि समस्या' प. आ. पृ. १४५)

भाषेच्या बाबतीतही ग्रामीण बोलीतील अनेक शब्दरूपांचा वापर महानोरांनी केला आहे. उदा. अश्राप (क्र. १४); शिनगार, चांद (क्र. ४५) लाखेरी (क्र. १८) गबार (क्र. ३१); मरठ (क्र. ५९), धुडगूस (क्र. ४३); मात्र असे असले तरी संपूर्ण ग्रामीण बोलीचा वापर त्यांनी कटाक्षाने टाळला आहे. याउलट ऋतुगंध कांती, शब्दगंधा (क्र. २), दीप (क्र. ३), कुंभ (क्र. ५), गंधभार (क्र. ४८) शृंगार (क्र. २३), मृत्तिकेच्या (क्र. ५५), हर्षघटात (क्र. ५६), दाह (क्र. ६२) असे काही संस्कृतप्रचुर शब्दही त्यांनी वापरले आहेत. कवितेसाठी ग्रामीण बोलीचा वापर करण्याच्या पद्धतीची टर

उडवण्याचा प्रयत्नही त्यांनी चौसष्टाव्या उपहासगर्भ विडंबन कवितेत केला आहे. शृंगारभावनेला प्राधान्य आणि ग्रामीण अधिक संस्कृतप्रचुर अशी संमिश्र शब्दयोजना या त्यांच्या कवितेतील मर्यादांचे कारण त्यांच्याच पुढील विधानात सापडते. "..... ग्रामीण जीवनाचे दर्शन कवितेत ना. घ. देशपांडे यांच्याइतके समर्थपणे कोणीही रेखाटले नाही... ना. घ. देशपांडे यांच्या कवितेच्या आकर्षणातून, ती कविता वाचताना, वाचून दाखविताना मिळालेल्या आनंदातून मला निश्चित अशी एक गती मिळाली व ना. घ. देशपांडे यांच्या वळणाची कविता मी लिहू लागलो." ('प्रतिष्ठान' डिसें. १९६६, पृ. ६४). या विधानावरून ग्रामीण कवितेचा आदर्श म्हणून ना. घ. देशपांडे यांची कविता महानोरांनी समोर ठेवली होती असे स्पष्टपणे दिसून येते.

वास्तविक खेड्यात जन्मलेल्या - वाढलेल्या, शेतीवर अतोनात प्रेम असणाऱ्या या कवीसमोर बहिणाबाई चौधरीसारख्यांच्या कवितेचा आदर्श असावयास हवा होता. निदान ग्रामीण जनजीवनाच्या सुख-दुःखाचे चित्र या कवितेत मोठ्या प्रमाणावर यावयास हवे होते. पण असे न होता रोमँटिक कवितेचा आदर्श समोर ठेवल्यामुळे शृंगारभावनेला प्राधान्य देणारी कविता या कवीकडून अधिक लिहिली गेली.

मात्र बहिणाबाई चौधरींच्या कवितेशी महानोरांच्या कवितेचे नाते एका बाबतीत जुळते ते म्हणजे, काव्याच्या अभिव्यक्तीसाठी लोकगीतांचा केलेला वापर. बहिणाबाईनंतर महानोरांनीच आपल्या काव्यात लोकगीतातील लयींचा वापर (शृंगारभावनेच्या) अभिव्यक्तीसाठी मोठ्या प्रमाणावर केला. अर्थात या प्रकारच्या अभिव्यक्तीच्या बाबतही त्यांच्यासमोर रोमँटिक कवितेचाच आदर्श होता. हे त्यांच्या "लोकगीताच्या लयीतील गोडवा, धून, शब्दाचा रसरशीतपणा व काही लकबी इत्यादींचा परिणाम मला बोरकर, ना. घ. देशपांडे, पु. शि. रेगे, रघुनाथ, आरती प्रभू, ग्रेस यांच्या कवितेवर विशेष करून जाणवला" ('प्रतिष्ठान' डिसें. १९६६, पृ. ६८) या त्यांच्या विधानावरून स्पष्ट होते.

महानोरांच्या कवितेवरील लोकगीताच्या घाट आणि लयीचा प्रभाव त्यांनी संकलित केलेल्या 'पळसखेडची गाणी' या पुस्तकातील लोकगीतांच्या आधारे समजून घेता येईल.

आंबा पिकीतो
रस गळीतो
कोकणचा राजा बाई
झिम्मा खेळीतो

('पळसखेडची गाणी', पृ. ४१,४२)

आणि -

आंबा पिक ऽ तो.... रस गळ ऽ तो.....
अर्ध्या रातीला ऽ चांद डोळ्यात **झिम्मा खेळ ऽ तो**

('रानातल्या कविता', पृ. ४४)

या रचना समोरासमोर ठेवल्या म्हणजे त्यांतील साम्य सहज लक्षात येते. लोकगीतातील कोकणच्या राजाऐवजी कवितेत चांद अर्ध्या रातीला येतो आणि डोळ्यात झिम्मा खेळतो. त्यामुळे लोकगीतसदृश अशा या रचनेला आपोआप काव्यात्मता प्राप्त होते.

जात्यावर बसता
कंठ फुटला जात्याले
उल्हासलं मन माझं
गेलं आभाळाले

('पळसखेडची गाणी', पृ. २१)

यातील आल्हाद भावनेऐवजी

सरलं दळण......
ओवी अडली जात्यात
उभ्या जन्माचा उमाळा
कळ सोसून डोळ्यांत

('रानातल्या कविता', पृ. ५२)

या कवितेत कारुण्याचा प्रत्यय येतो. लोकगीतात जात्यावर बसतानाची ओवी आहे, तर महानोरांची ओवी दळण सरतानाची आहे. लोकगीतात जात्याला कंठ फुटतो, तर कवितेत जात्यात ओवी अडते. गाणाऱ्या स्त्रीचं मन उल्हासून आभाळाला जातं, तर कवितेतल्या स्त्रीच्या डोळ्यांत उभ्या जन्माचा उमाळा कळ सोसून उभा राहतो. विरुद्ध भावप्रकटीकरणासाठी लोकगीताचा इतका बेमालूम उपयोग क्वचितच आढळेल.

माळ्याच्या मळ्यात सत्त्व राखलं जाईनं
बिना पुरुषाचं कंबळ टाकलं केळीनं
माळ्याच्या मळ्यात नको जाऊ मुसलमाना
केळ बाळातणी घात केला रे दुस्स्मना !

लेकुरवाळी झाली ज्वानीची रया गेली
केळीच्या पानाची बाळाले झोयी केली
('पळसखेडची गाणी', पृ. २५)

या गीतातील स्त्रीसाठी वापरलेली केळीची प्रतिमा आणि ठळक ओळीतील घटना तसेच,

कानोसा घेताना केळ अंगात कापते
सीताफळीच्या कानात काही हळूच सांगते
बोरी वो ऽ बाभळी
मायेच्या झाल्या नारी
..... केळ कमळण
झाली प्रसूत दुपारी
सुने माळरान, डोळा रूखे सुखे ऊन
पोटी लपेटून निघे सासरवाशीण
('रानातल्या कविता', पृ. ४०)

या कवितेतील केळीची प्रतिमा आणि घटनाही एकच आहेत. फक्त लोकगीतात खलवृत्तीला विरोध केला जातो, तर या कवितेत प्रसूतीची घटना कथन केली जाते.

लोकगीतामधील 'अंगणी अंग धुता डोळ्यानं खुणावता/मनात समजते जणू धोतर मांगता' ('प.गा.' पृ. २२) अशी डोळ्याची भाषा जाणणारी स्त्री महानोरांच्या कवितेत वारंवार भेटते.

कवितेतील आशय आणि पात्रांना अनुरूप असे लोकगीतातील अनेक शब्द महानोरांच्या कवितेत सहजपणे येतात. उदा. लिंबोणीचं लिंबू ('रा. क. पृ. ४२, 'प.गा.' पृ. २६); शिनगार ('रा. क.' पृ. ४७, 'प.गा.' पृ. ५६) असे लोकगीतातील मूळ रूपात ते येतात, तर अनेकदा विशेषण-विशेष्य रूपात बदल होऊन येतात. उदा. राजबंशी पाखरू ('प.गा.' पृ. २५), राजस पाखरू ('रा. क.' ४१) गबाराचे डोळे (प.गा. पृ. २६), गबाराचे मन ('रा. क.' पृ. ३९); हळदीचा गाभा ('प.गा.' पृ. २६), हळदिवे अंग ('रा.क.' पृ. ३८), हळदीचे अंग (रा.क.' पृ. २९). याशिवाय साजण, माल्हन, मोरणी असे लोकगीतात नेहमी भेटणारे शब्द या कवितेत वारंवार आढळतात.

'रानातल्या कविता' नंतर अवघ्या चार वर्षांनी (१९७१ मध्ये) 'वही' हा महानोरांचा दुसरा संग्रह प्रसिद्ध झाला.

'रानातली' कविताच 'वही'त पुन्हा अवतरते. स्त्री-पुरुषांच्या रूपात निसर्गाकडे पाहण्याची कवीची दृष्टी इथेही कायम आहे. मात्र विजया राजाध्यक्ष यांनी म्हटल्याप्रमाणे येथे ती रानापेक्षा स्त्रीभोवती अधिक लिहिली गेली आहे. अर्थात ही स्त्रीही शेवटी 'रानातल्या कविते'तील स्त्रीप्रमाणे निर्भरशील, मुक्त आहे. वास्तवातल्या शेतखेड्यातील नाही.

शेत-खेड्यातील नाही म्हणजे वास्तव जीवनातल्या शेत-खेड्यांचा संदर्भ घेऊन येताना ती फारशी दिसत नाही. 'रानातल्या कविते'प्रमाणे येथेही ती वेगवेगळ्या कवितांमधून प्रेम/शृंगार भावना मांडत राहते. रानातल्या कवितांमधला निसर्गप्रतिमांतून आपल्या मनातील शृंगारभावना व्यक्त करणारा कवी येथे जरा बाजूला, जरा आडोशालाच उभा राहिला आहे. (रा. क. पृ. १४) जास्त करून तीच बोलताना दिसते.

क्र. ३६ या कवितेत 'उभ्या कडव्यातून निघून जाईल तरी अंगाला पान नाही/ इतकी साळसूद चतुराई' असा शेताचा संदर्भ तिच्या वर्णनाच्या रूपाने येतो. तर क्र. २२ मध्ये वेशीपाशी डोळे भिजविणारी माहेरच्या मायेत गुंतणारी सासुरवाशीण भेटते. क्र. १५ या कवितेत पावसाच्या अभावी ऐन पोटऱ्यातील हिरमुसलेली राने, झाडांच्या रांगा, चिमणी, स्त्री-पुरुष इत्यादींच्या करुणार्त अवस्थेचे वर्णन येते. ३७ क्र. च्या कवितेत धनगरी वस्तीतील रांगड्या संभोगाचे चित्र आहे.

स्त्रीसौंदर्याचे, शृंगारभावनेचे, प्रेमानुभवाचे वर्णनच या संग्रहात अधिक आहे. ते क्र. २, ४, ५, ६, १०, १३, २० ते २८, ३४ ते ४६, ४० ते ४८, ५१ ते ५८ अशा बहुसंख्य कवितांतून येते.

निसर्गाच्या विभ्रमांनी कविमनाला येणारी बेहोषी या संग्रहातही आढळते. उदा. पाखरांचे पंख आम्हा आभाळ पुरेना (क्र. १), पाऊस आणखी पाऊस झेलताना झिंगून जाणे (क्र. १६), अशा झिम्मड वेळेला मन आषाढाचे व्हावे (क्र. ३०), मी असा बेहोष होताना अवेळी / येथल्या मातीतली पुण्ये उदेली (क्र. ३९), येथल्या झाडातली मज झिंग आली / झिंगलो मी झांझझुलते झाड झालो (क्र. ३९), तशी भुलावण व्हावी (क्र. ५९). कविमनाप्रमाणेच कवितेतील 'ती'ही अशीच बेहोष होऊन जाते. मृगाच्या पावसाने तिचे (गर्भार स्त्रीचे) मन ओलेचिंब होऊन 'पायात पैंजण कसा ताल धरू /गर्भात लेकरू' (क्र. २६) असे ती म्हणते. ओथंबणारे मन, सागरभरती आलेली नदी, डोंगर लाटा-वाटा तिला वेढीत नेतात (क्र. ४९)

काही ठिकाणी ती त्याच्यासाठी झुरते. क्र. ७ या कवितेत 'भाग्यवंता तुझ्यासाठी जन्मबोळवण' असं ती म्हणते, तर क्र. ८ मधील तिच्या (डोळ्यांतील) दूर नभाच्या पल्याड कुठलेसे गाव नांदते. तिच्या जिवाला घोर लागून मन वैराण वाऱ्याने धूळधाणी होऊन जाते (क्र. १९) दारी पाऊल वाजताच गजांत चांदणे कलते व स्वप्नरात्रीला गालांना निळी आकाश गोंदणे होतात. लगबग घाई होऊन त्याचा प्राजक्ताचा बोल फुटतो. डोळ्यातल्या झावळाला चंद्र पिण्याची धांदल होते, अशी

मीलनघाई येते (क्र. २१), क्र. १४ मध्ये झुलणाऱ्या झाडासाठी राघू पुरुष प्रतिमा म्हणून तर झाड स्त्री प्रतिमा म्हणून येते.

कवीचे व्यक्तित्व क्र. १२, २९, ३८ व ४० या मोजक्या कवितांतून 'वही'-मध्ये व्यक्त होते. पोपटी पंखांना देठोदेठी कळ/भरले आभाळ/पापणीत (क्र. १२) अशी सभोवतालच्या क्रूर पाशवी प्रवृत्तीमुळे संवेदनशील मनाला होणारी वेदना व्यक्त होते. नंग्यांच्या वस्तीशी जन्मगाठी बांधल्या गेल्याने जन्मभर ही आटाआटी होणार, याची या मनाला जाण आहे, तशीच दुःख पेलण्यासाठी आपल्या सामर्थ्याच्या मर्यादांचीही जाण आहे. ही असमर्थता क्र. २९ मध्ये व्यक्त होते. क्र. ३८ मध्ये तिच्या उद्गारांतून सरळ कवी म्हणूनच या व्यक्तित्वाचे दर्शन घडते. त्याच्या साध्या ओळीसुद्धा तिला झपाटून टाकतात. ती कवीच्या कवितेची रसिक आहे. आणि ती रसिकच या कवितेची निवेदक आहे. कवी-रसिक ही रोमँटिक पुरुष-स्त्री पात्रे या कवितेत साकारतात. त्याच्या कवितेमुळे तिला येणारे झपाटलेपण विविध पद्धतींनी ती व्यक्त करते. त्याच्या कवितेतील छंदांनी ती नाचणभिंगरी होऊन जाते. तिचा देह गाणी होऊन जातो. कवीच्या डोळ्यांची तिच्या डोळ्यांना माळणी होते आणि ती खुळ्यावाणी आपले मेंदी ओले हात त्याला देऊन टाकते.

क्र. २९ मध्ये दुःख पेलण्याची असमर्थता प्रकट करणारे हे मन क्र. ६० या कवितेत आपली काफिरी वृत्ती प्रकट करून दुःखाचीच मागणी करते. काफिरी वृत्ती स्वीकारल्याने लौकिक दुःखाचे आणि त्यापासून होणाऱ्या वेदनांचे काही वाटेनासे होते. ही रोमँटिक काफिरी वृत्तीच कवीला सभोवतालच्या समाजवास्तवापासून लांब नेत असेल का ?

आशयाच्या दृष्टीने 'वही'तील कविता ही 'रानातल्या कविते'पेक्षा फारशी वेगळी नाही. रचनेच्या दृष्टीने मात्र वेगळेपण जाणवते. 'वही'तील कविता ही बहुतांशी अल्पाक्षरी आहे. चार, सहा, आठ ओळींची एकेक कविता. लहान लहान निसर्गचित्रे, सौंदर्यानुभव या कवितेतून साकारताना दिसतात (उदा. क्र. १७, ३१, ४१, ४४) 'लावणी' आणि 'वही' प्रकाराच्या लोकगीतांतील रचनाबंधातही काही कविता येतात. (क्र. ५२ ते ५८). लोकगीतांतील शब्दवापर, लयीचा वापर इतरही कवितांतून जाणवतो. उदा. क्र ५ मधील 'गळाभर मोती' ('प. गा.' पृ. २८) यासारखे शब्दप्रयोग आणि क्र. २२, २४, २७ या कवितांच्या लयी या दृष्टीने पाहण्यासारख्या आहेत.

बगळ्या बगळ्या फुलं दे
पाची बोटं रंगू दे

('पळसखेडची गाणी', पृ. ४१)

आणि

बगळ्याच्या ढवळ्या माळा आभाळ गेल्या
तिच्या लालसर नखात मेंदी गोंदून आल्या

('वही', पृ. १४)

या दोहोंतील कल्पनासाम्य महानोरांच्या कवितेवरील लोकगीताचा प्रभाव सांगून जाते.

'पावसाळी कविता' (१९८२) या संग्रहातील बहुतांश कविता 'रानातल्या कविता' व 'वही'तील कवितांशीच आपले नाते सांगत असली तरी या संग्रहात महानोरांची कविता काही अंशी रोमँटिकतेकडून वास्तवतेकडे झुकताना दिसते.

मी माझ्या मुलुखात नांदतो ऐश्वर्याचा राजा
इथल्या मातीमध्ये रुजविल्या चैतन्याच्या बागा
इथले रानोमाळ सघन घन पसरित हिरवी द्वाही
झुलत झुलत मस्तीत बुडालो गाणे आणि मीही

(पृ. १)

या प्रास्ताविक कवितेतून कवीची रोमँटिक वृत्तीच प्रकट होताना दिसते. ऐश्वर्याचा राजा, चैतन्याच्या बागा, हिरवी द्वाही, गाण्याबरोबर मस्तीत बुडणे, या शब्दकळेतून रानातल्या कवितेतील बेहोषी येथेही आहे, हे जाणवते. असे असले तरी या संग्रहातील काही कवितांतून ग्रामीण समाजवास्तवाचे सजग भान दिसून येते. उदा. १२, २२, ३१, ३३, ४० या क्रमाकांच्या काही कवितांतून हे भान कमी अधिक प्रमाणात प्रकटते.

क्र. १२ या कवितेत दुष्काळी परिस्थितीतील गरिबीच्या हलाखीचे चित्रण आहे. दुष्काळामुळे संसार पाठीशी बांधून निघालेली गरिबी (गरीब जनता) सर्वत्र दिसते. प्रत्येक गावकोसाला झाडाचे वैराणपण, कष्टाला दाम न मिळणे इत्यादींमुळे दुष्काळी स्थितीचे वास्तव चित्र डोळ्यासमोर उभे राहते. यांतील 'दुष्काळ पाठीशी बांधून निघालेली गरिबी', 'वाळल्या झाडांचे वैराणपण', या प्रतिमा दुष्काळाची तीव्रता अधोरेखित करतात, तर 'वैशाखी उन्हात रडणारी एकटी दुपार' ही शेवटच्या ओळीतील प्रतिमा वास्तवातील कारुण्य चित्रित करते.

२२ क्र. च्या कवितेतही पांगलेला पावसाळा आणि त्यामुळे झालेल्या कोरड्या निसर्गाचे, हवालदिल माणसे-खेडी यांचे चित्र येते. धुळीने भरलेली वाट, वाळलेली

शुष्क पाने, पंखमिटल्या झोपड्यांचे दुःख कवटाळणाऱ्या पायवाटा, अशा एकेक दृश्यातून हे संपूर्ण चित्र पहिल्या कडव्यात उभे राहते.

दुसऱ्या कडव्यात वर्षानुवर्षे फाटक्या काळ्या भुईला उसवणारे उन्हाचे जहर, त्यामुळे पिकाला येणारी काळी काजळी यासाठी फाल्गुनातल्या रक्त झालेल्या (लाल पण गंधहीन अशा) पळसफुलांची प्रतिमा आणि शेवटच्या ओळींत पापण्यांच्या कातळाशी खोल विझणारा पावसाळा या प्रतिमा येतात.

कविता क्र. २४ मध्ये एका ओळीत एक किंवा दोन ओळींत एकेक निसर्गचित्र येते. पानांच्या हिरमुसल्या जाळीत पंख मिटून डहाळ्यांनी लदबदलेल्या फांदीवरले वळ शोधीत बसलेला पक्षी, ओल नसलेल्या झाडापाशी सगळे निमूट सुस्तावलेले. ज्यांच्या डोळ्यांतल्या अंधाराला कुठेच तळ नाही, अशा अनेकांच्या आयुष्यातील दुःखाचे ओझे वाहणारी पाऊलवाट, घरटे सोडून रानोमाळ निघालेले पक्षी- अशा चित्रातून दुःखाचे वास्तव येते.

३१ व्या कवितेत जन्माचे धिंदोडे झालेल्या सासुरवाशिणीचे दुःख येते. 'चुलीतल्या गोवरीला / चुलीमंधी जळायचे', 'माझ्या घरट्याच्या दारी माझे पाय वनवासी' अशा ओळींतून हे दुःख येते, तर शेवटच्या कडव्यात 'काडीमुडीचा संसार' असल्याने गाठोडे बांधायला (निघून जायला) तिचे मन धजत नाही. 'निळ्या डोळ्यांच्या काठाशी समिंद्राला गेले तडे !' येथे शेवटच्या ओळीत सोशिकता संपून तिच्या दुःखाचा बांध फुटतो. या कवितेची निवेदक ही सासुरवाशीणच असल्याने, व ती खेड्यातली असल्याने, तिच्या वक्तव्याला लोकगीताची लय आपोआप येऊन जाते.

बाईचा हा जन्म नको घालू सख्या हरी
रात्र ना दिवस परक्याची ताबेदारी

('पळसखेडची गाणी' पृ. २३)

असं म्हणणाऱ्या लोकगीतातील सासुरवाशिणीचे दुःख आणि -

बाई, जन्माचे धिंदोडे
सांगू कसे, झाकू कसे ?
चुलीतल्या गोवरीला
चुलीमधी जळायचे
....
माझ्या घरट्याच्या दारी
माझे पाय वनवासी

('पावसाळी कविता', पृ. ३२)

या कवितेतील स्त्रीचे दुःख यात फारसा फरक नाही. क्र. ३३ या कवितेत खेड्याचे दुःख आणि मातीच्या सृजनाचा आनंद आहे. खेडे जन्मोजन्मीचे दुःख घेऊन चालत येते. या दुःखावर मर्तिकाप्रमाणे आपल्या आयुष्याचे पांघरूण घालून हेच खेडे बरसातीला/पावसाळ्यात गाणे गाते. मेघांसाठी ते थिरकत जाते. मृगातले गाणे गाते (नव्या अंकुराच्या रूपाने). नवा जन्म घेणारे खेडे या कवितेत उभे राहते.

४० क्र. ची कविता उपहासगर्भ शैलीमध्ये ढोंगी राजकीय परिस्थितीवर प्रकाश टाकते. घुमटाखाली शुभ्र थवे, तरण्याबांड नेतृत्वाचा चंद्र, शहामृगी, साम्राज्याचे घोडेस्वार इत्यादी विशेषणे आजच्या ढोंगी नेत्यांसाठी येतात. ''आयी आँधी गयी आँधी असे काही बोलून जातो / कुठल्या तरी जयजयकारात अर्धा गाव बुडून जातो.'' अशा ओळी कवितेला समकालीन संदर्भ देतात. 'संख्येमधल्या साम्राज्याचं गणित मांडून विजयी झाला' ही जिंकण्याची रीत, 'विखरून पुन्हा जाती पाती साम्राज्याचे घोडेस्वार/ हेच इथल्या अंधाराचे पापाचेही दावेदार' अशी यांची कृती आणि 'लोकशाही स्वातंत्र्याची इथे झाली गवत माती' ही या कृतीची परिणती. अशाही परिस्थितीत राखोंडीच्या विस्तवाचा पारा घेऊन एखादा नवा पक्षी नवी नक्षी उभी करील असा कवीला विश्वास आहे. राजकीय गोंधळात गुदमरलेल्या या 'आमचं गाव'चं वास्तवदर्शन उपहासगर्भ मिस्कील शैलीत महानोरांनी घडवलं आहे.

''भिंतीमध्ये ओशाळून नेहरू थोडे हसू लागतात / गांधीजींची काठी पाहून पुन्हा आपले गप्प बसतात !'', ''शेजाऱ्याचे हाती हात अजून थोडे घट्ट झाले'', ''भिंतीवरली फुले जरा आंबडेकरांस धक्का देती'' अशा प्रकारची उपहासशैली महानोरांच्या कवितेत तशी नवीन नाही. अपवाद म्हणून का होईना; पण 'रानातल्या कविता' मधील क्र. ६ या कवितेतील उपहास ('ती माणसे भली थोरली, त्यांचे जाडजूड शब्द आणि खोटी आश्वासने', 'डोळ्यांवरच धुके चढल्याने खेडे दिसत नाही, काही कळत नाही') तसेच ६४ क्र. च्या कवितेतील मिस्कीलता या दोन्ही गोष्टी इथे एकवटल्या आहेत.

आताच चर्चिलेल्या 'पावसाळी कविते'तील क्र. २२, २४, ३३, ४० या कवितांवरून महानोरांची कविता वास्तव जीवनाकडे वळू लागली आहे, असे निश्चितपणे म्हणता येईल.

असे असले तरीही 'पावसाळी कविता' या संग्रहातील बहुतांश कविता या कवीच्या रोमँटिक शैलीचेच दर्शन घडवताना दिसतात. क्र. २ ते ११, १३ ते २०, २३, २६ ते ३०, ३२, ३५, ३७, ३८ या त्या कविता होत. या सर्व कवितांची प्रकृती 'रानातल्या कविता' आणि 'वही' मधील कवितांपेक्षा फारशी वेगळी नाही. स्त्री विभ्रमांबरोबरच निसर्ग आणि त्याचे विभ्रम यांचेही दर्शन अगोदरच्या संग्रहांप्रमाणेच याही संग्रहात येते. किंचित वेगळेपण एवढेच, की 'पावसाळी कविते'त सौंदर्य-

प्रेमानुभव मांडताना थोडीशी पापभीरुतेची जाणीव प्रकट झालेली दिसते, जी 'रानातल्या कविता' व 'वही ' मध्ये नाही. या आधीच्या संग्रहातील स्त्री 'मुक्त' आहे. पाप-पुण्य या गोष्टींना तिच्या लेखी काहीही महत्त्व नाही. म्हणून त्याचा उच्चारही नाही. 'पावसाळी कविते'त मात्र, देहावर चरणाऱ्या 'पापाला' बळ भारी झालेले दिसते (क्र. ९), तिच्या जडभार अंगाशी 'पापाची फुले' जळतात (क्र. २५). अर्थात हेही अपवादात्मकच. अपवादात्मक का होईना पण महानोरांच्या या कवितेचे हे वेगळेपण जाणवले म्हणून त्याची येथे नोंद केली.

महानोरांच्या कवितेवरील लोकगीताचा प्रभाव येथेही तितक्याच स्पष्टपणे प्रतीत होतो. विशेषतः 'जैत' च्या गाण्यांमध्ये तो आहे. त्यातील शेवटचे गाणे वगळता इतर गाण्यांना लोकगीतांची लय आहे (क्र. ४१ ते ४९). क्र. ४५ व ४६ ही तर खानदेश परिसरात आजही म्हटली जाणारी अनुक्रमे झोपाळ्याचे गीत व खेळगीत स्वरूपाची लोकगीते आहेत. महानोरांच्या कवितेने आपल्या अभिव्यक्तीसाठी लोकगीताची साथ कायम ठेवली आहे.

'पावसाळी कविते'त कवीचे लौकिक व्यक्तित्व क्र. २१,२४,३२, ३४, ३५, मध्ये चित्रित झालेले दिसते.

२१ क्र. ची कविता आई विषयीची आहे. 'आई अपरात्री उठायची / आणि जात्यावर बसायची / फाटक्या लुगड्याला गाठी बांधून अंग झाकून घ्यायची' या सुरुवातीच्या ओळीतून कवीचे बालपण खेड्यात आणि गरिबीत गेले असावे असे दिसते. रात्री-अपरात्री उठून दळणारी आई आपल्या मुलाला काळोखात कुरवाळत बसायची, ती कशासाठी रडते आहे हे त्याला (मुलाला-कवीला) कळायचे नाही. अपरात्री उठून तिच्या या गाण्याबद्दल सर्व चिडायचे. कवीलाही या गाण्याचे कुतूहल वाटते. एकदा तो तिला हे काळीज कापणारं, लक्तरलेलं, जुन्या शब्दांचं गाणं म्हणताना थांबवतो. जातं थांबवून त्या गाण्याचा अर्थ ती सांगते, त्याला शपथ घालून. तिचं हे गारुड ऐकताना त्याचं काळीज फडफडतं. तिच्या सापळ्यात तो रडू लागतो.

'शेवटी तुझी पुण्याई माझ्या शब्दांना सायीसारखी', 'तुझ्या गाण्याची लकेर माझ्याही शब्दांना मृत्यूपर्यंतची' अशा शब्दांत आईच्या ओव्यांची, तिच्यातील दुःखाची पुण्याई जणू सायीसारखी आपल्या कवितेला लाभली असल्याची कृतज्ञता तो व्यक्त करतो. महानोरांच्या काही कवितांतील दुःखाची छटा आणि त्यांच्या जवळजवळ सर्वच कवितांना व्यापून टाकणारी लोकगीतांची लय यांचा प्रत्यय याही कवितेत येतो.

कवीच्या उमेदीच्या काळातील काही घटनांचा तपशील येतो तो ३९ क्र. च्या कवितेत. महानोरांचे कविव्यक्तिमत्त्व समजावून घेण्यासाठी ही कविता निश्चित

उपयोगी पडेल. एकूण अकरा कवितांची ही एक कवितामाला आहे. पहिल्या उपकवितेत रोहिणी नक्षत्राच्या पावसाने, शेतीभातीतील विभ्रमाने कवी हिरव्या मेघावी गलबतात शिरतो. पक्ष्यांच्या गाण्यात स्वतःला विसरून जातो. "तेव्हा मी नकळत विसरून गेलो / पुन्हा भवतालचे सगळे / बायका माणसांचे गजबज कामातले / विसरल्या गेले." निसर्ग विभ्रमांशी एकरूप होताना सभोवतालचे वास्तव विसरणे हे महानोरांच्या कवितेत वारंवार घडताना दिसते.

३९-२ मध्ये बायका त्याच्या या वागण्याने त्याला वेडे ठरवितात. आईही 'जन्मजात करंटा' या शब्दांत त्याला संबोधते. शेवटी तोच 'अपघातानं आपण या भल्या दुनियेत जन्मलो / आता सुख-दुःख वाटू नये चांगल्या-वाईटाचं / जिवापाड जतन केलेल्या मातीला कुरवाळीत बसावं पिकांच्या ताटव्यात / झुलत्या हेलाव्यात दुःख मलूल व्हावं' असं म्हणतो. येथेही पिकांच्या हिरव्या समृद्धीत एकरूप होताना आपली व्यथा विसरण्याची या कविमनाची इच्छा प्रकट होते.

३९-३ मध्ये इथल्या मातीत आपण राबलो. माणसांवर, झाडाझुडपांवर जीव टाकला, झाडाशी एकरूप झाल्याने झाडाचे हालते हिंदोळे गाणे झाले, असे कवी सांगतो.

३९-४ मध्ये कवीच्या गाण्याला, कवितेला घरच्यांचा विरोध आणि त्यासाठी कवीचे वेडेपण येते. घरच्यांच्या दृष्टीने कविता वगैरे 'फालतू ब्राह्मणाऊ' गोष्टी असतात. वडील हुरड्याच्या शेकोटीत करंदीकर जाळतात. कवीचे कवितेवर जिवापाड प्रेम करणारे मन मात्र निःशब्द होऊन जाते.

३९-५ कवितेसाठी असलेले हे वेडेपण घालवण्याचा प्रयत्न करूनही ते सुटत नाही. शेवटी कवीला 'चार ओळींपाशी शब्दांसाठी गहाण झालो,' असे म्हणण्याची पाळी येते.

३९-६ मध्ये कवीचं मनोगत येतं- इथल्या माणसांचं काही कळत नाही. त्यांच्यासारखं होण्याचा प्रयत्न केला तर वेगळाच अनुभव येतो. इतक्या स्वच्छ निसर्गात बरबटलेली माणसं, किळस आणणारे त्यांचे नीतीचे व्यवहार, सत्तांध जिणं हेच दिसू लागतं. संवदेनशील रोमँटिक मनाला इथलं विपरीत वास्तव नकोसं वाटू लागतं.

३९-७ वर्षापाठोपाठ येणारे दुष्काळ. घरादारातल्या संसाराचे लिलाव. गाठोडी जाऊन परदेशी जाणारे मार्गस्थ. कर्जाच्या मशालीत निघालेली वरात. कवी इथल्या विसंगतीची संगती लावू जातो. आगीत बुडत्यांना वाचवायला जातो, तर स्वतःच भाजला जातो. त्याचं शहाणपण वेड्यात निघतं.

कवीही मग ३९-८ मध्ये वेशीला टिळा लावून वनवासी होतो. रानातल्या पाखरांमधला वारसदार बनतो. केसरी पानांत फुले वेचताना वेडावून जातो. मातीमधल्या

चंद्रकोर शिल्पाचे चांदणे होतो. बेमुर्वत जगाशी आपले सूत्र न जमल्याने कवी माणसाकडून निसर्गाकडे वळतो.

३९-९ मध्ये या निसर्गात त्याला भरदिवसा नदीच्या पाण्यात उघड्या चांदण्याचं (नग्न स्त्री देहाचं) दर्शन होतं. सभोवतालच्या नितळ, निरागस, निःस्तब्ध वातावरणात तिचं न्हाणं, पाण्यात बुडणं, गाणं- कवीचे डोळेही तिच्या हिमशुभ्र देहावर विझून जाणं इ. येतं. या सर्वांमुळे "पहिल्यांदा आयुष्याला / दुःखाचे बरबट विसरता आले / तिच्या सहवासात पहिल्यांदा शब्द प्राणातून गायिले," असे कवी म्हणतो.

३९-१० वस्तीबाहेर ओरडा होतो. त्याच्या गद्धेपंचविशीचा उद्धार होतो. पोरगी रानातल्या झोपड्यात नेस्तनाबूत केली जाते. कवीला तिच्या श्वासातले निष्पाप श्वास, पाण्याच्या प्रवाहात वाहणाऱ्या अंगाचे भास इ. विसरणे अवघड होते. तिच्यावर लिहिलेल्या गाण्यावर लोक तिकडे (बाहेर-शहरात) बेहद्द नाचले. गावात मात्र धिंडवडे निघाले. कवीने स्वतःच्या भावनांसह स्वतःलाच जळताना पाहिले.

३९-११ मध्ये या सर्व मागील आठवणी स्मरून कवीचा प्राण कासवीस होतो.

कवीच्या उमेदीच्या काळातील सभोवतालची परिस्थिती, काही महत्त्वाच्या घटना जशी ही कविता सांगून जाते, तशी यातील ३९-७, ३९-८, ३९-९ या कवितांतून कवी महानोरांचे सभोवतालच्या वास्तवापासून अलग होणे, दुःख विसरण्यासाठी निसर्ग आणि स्त्रीसौंदर्य यांच्यात रममाण होणे - या वृत्तीचे धागे गवसू लागतात.

३२ क्र. च्या कवितेत झाडांना ग्रासणारी उन्हे, चंद्र विखार इ. प्रतिमांनी तसेच गोठले, अलवार, अथांग दरिया, बारात, पिसाट अशा विशेषणांनी दुःखाचे वर्णन येते. शेवटी 'ही पिसाट दुःखे नसो कुणी भवताली/मी मरवठ भरला लाल मातीचा भाळी' असं म्हणतांना कवीला दुःखाच्या समयी लाल मातीचा मरवठ आधारशील वाटू लागतो.

३४ क्र. च्या कवितेतही कवीची दुःखद अवस्था येते. ३६ वी कविता, कवी महानोरांची कविता आणि तिचे रसिक यासंबंधी एका अनुभवातून थोडेफार सांगून जाते. कवी जिवापाड शब्द उधळून कविता वाचतो - डोळ्यात बेहोषी धून - कवीच्या काबूत हजार डोळे आणि टाळ्यांचे गजर, त्यानंतर सर्व रसिकांचे कौतुक वगैरे. एक पोर नुस्ती हसत येते आणि कवीच्या हिंदोळ्याला झोके देऊन जाते. "एकदा तिकडे पुण्याकडे जरूर जरूर या... ! (कविता नकोय) राजे, फक्त तुमचे डोळे देऊन जा" असं म्हणते. या कविताबद्ध अनुभवातून कवीची काव्यवाचनावरची पकड, काव्यवाचनाशी एकरूपता, बोलके डोळे, या डोळ्यांवरच एका रसिक मुलीने मोहून जाणे इत्यादीची जाणीव होते.

'पावसाळी कविता' मधील एकूण कवितेचे स्वरूप पाहता, ती 'रानातल्या कविता' आणि 'वही'तील कवितांपेक्षा आशय आणि अभिव्यक्तीच्या बाबत फारशी

वेगळी नाही. सभोवतालच्या विपरीत अनुभवाने वाट्याला येणारे दुःख विसरण्यासाठी निसर्ग-रती, सौंदर्याशी एकरूप होणे, निसर्ग व स्त्रीविभ्रमांनी येणारी बेहोषी, लोकगीताची लय, शब्दकळा इ. अगोदरच्या संग्रहांप्रमाणे येथेही आहेत. पण या संग्रहाचं वेगळेपण असं की, काही कवितांमधून का होईना; पण महानोरांची कविता वास्तव जीवनानुभवाकडे वळलेली दिसते. सुरुवातीला मुक्त असलेल्या या कवितेला पापभीरुतेचीही जाणीव होताना दिसते. तुलनेने अगोदरच्या संग्रहांपेक्षा या संग्रहात वास्तव जीवनाकडे पाहण्याची वृत्ती अधिक आहे.

'अजिंठा (१९८४) ही प्रदीर्घ कविता म्हणजे चित्रकार व इंग्रज अधिकारी मेजर रॉबर्ट गिल आणि पारू या बंजारा जमातीच्या मुलीची अजिंठ्याच्या परिसरात घडलेली प्रेमकथा आहे. ग्रामीण कवितेची वैशिष्ट्ये या काव्यात आढळत नसल्याने त्याच्या विवेचनाची येथे आवश्यकता नाही.

'पक्ष्यांचे लक्ष थवे' हा महानोरांच्या शंभर कवितांचा संग्रह उत्तम क्षीरसागर यांनी १९९० मध्ये संपादित केला. या संग्रहात अगोदर प्रसिद्ध झालेल्या संग्रहातील काही कवितांबरोबरच काही नवीन कविता आहेत. या नवीन कवितांमध्येही स्त्री व निसर्ग सौंदर्याला प्राधान्य असलेल्या कविता अधिक आहेत. उदा. ७९ ते ८४, ८७, ८८, ९०, ९१ या क्रमांकांच्या कविता या पद्धतीच्या आहेत. हळुवार निसर्गप्रतिमांतून स्त्री सौंदर्य / विभ्रम याही कवितांतून येतात. गेयता, लोकगीताची धाटणीही बहुसंख्य कवितांत आहे. ९१ क्र. ची कविता 'वही'च्या रचनाबंधातली आहे. काही कवितांत मात्र वास्तवाला शब्दरूप दिले जाते. त्यांत क्र. ८५, ८६, ९२, ९३, ९९, १०० या कविता उदाहरणादाखल सांगता येतील. ८५, ८६ क्र. च्या कवितांत करुणाघनाला- निसर्गशक्तीला पीकपाण्यासाठी, खेड्यातल्या समृद्धीसाठी विनवणी आहे. ९२, ९३ मध्ये खेड्यातल्या स्त्रीचे दुःख, वेदना आहे. तर क्र. ९९ मध्ये जातिधर्म न मानणाऱ्या, समाजकार्य करणाऱ्या महात्म्याला प्रार्थना आहे. १०० क्र. च्या कवितेत पाण्याशिवाय होणारी सर्वसामान्य खेडुतांची अवस्था, गाव सोडून दाही दिशा होणे, देशांतराला जाणे वगैरेबरोबरच हे दुःख समजून न घेऊ शकणारी, आपल्याच स्वार्थात मशगूल असलेली राजकीय मंडळी आणि या सर्वांवर मात करण्यासाठी आभाळाला भरून येण्याची प्रार्थना येते.

'पक्ष्यांचे लक्ष थवे' प्रसिद्ध झाला त्याच वर्षी म्हणजे १९९० मध्ये **'प्रार्थना दयाघना'** हा काव्यसंग्रह प्रसिद्ध झाला. या संग्रहात सहा मोठ्या कवितांचा समावेश आहे. त्यातील 'प्रार्थना दयाघना', 'सुना सोन्याचा पिंपळ' या कवितांमध्ये खेड्यातील उद्ध्वस्त होत जाणाऱ्या ग्रामीण जीवनाचे चित्रण आहे. 'पंचनामा' मध्ये शहर तसेच खेडे यांमधील दंगलीनंतरची भीषणता शब्दरूप घेते. 'दीपस्तंभ' ही एक व्यक्तिचित्रणपर कविता आहे. 'समुद्रापलीकडला समुद्र' मध्ये कवीचा परदेशातील प्रवास आणि त्या

त्या ठिकाणच्या कवीच्या मनाच्या आंदोलनाचे चित्रण आहे. तर 'नक्षत्रामागून नक्षत्रे सरतात' ही 'पावसाळी कविता' या संग्रहातील अपूर्ण कविता येथे पूर्ण झाली असल्याचे कवीने सांगितले आहे.

कवीने प्रस्तावनेत सांगितल्याप्रमाणे (१९९० पूर्वीच्या) आठ-दहा वर्षांमध्ये पडलेले दुष्काळ. त्या दुष्काळामुळे माणसं, शेतीवाडी, पीकपाणी, छिन्नभिन्न झाले. निसर्गाप्रमाणेच समाजव्यवस्था व राज्यकर्ते, त्यांचे तकलादू, दूरदृष्टी नसलेले निर्णय हेसुद्धा या स्थितीला कारणीभूत आहेत. स्वार्थी व भ्रष्ट समाज व्यवस्थेने सामान्य माणसांची होरपळ झाली. या साऱ्यांचे चित्रण आणि ही परिस्थिती बदलण्यासाठी कवीने दयाघन अशा आभाळाला केलेली कळकळीची प्रार्थना 'प्रार्थना दयाघना' या कवितेत येते.

पाऊसपाण्याचे बदलत जाणारे ऋतुमान, कोरडे दुष्काळ आणि त्याचे- पीक, नदी-नाले, झाडे, माती, गुरे, माणसे, पाखरे यांच्यावर झालेले विपरीत परिणाम सुरुवातीला सांगितले जातात. या सगळ्यांच्या उद्ध्वस्त होत जाणाऱ्या स्थितीमुळे खेड्यातले चैतन्य ओसरून चालले आहे. माणसामाणसांतले ऋणानुबंध कमी होताहेत. हळूहळू आपला इवलासा संसार मोडक्या बैलगाडीत टाकून माणसं शहराकडे जाऊ लागली आहेत. हे उद्ध्वस्तपण केवळ आर्थिक, भौतिक स्वरूपाचे नाही, तर सांस्कृतिकही आहे. आता पारावर तुकोबाचा अभंग कोणी आळवताना दिसत नाही, तुळशीवृंदावनाला पणतीची थरथर नाही, गोष्टी सांगणारी आजीही अबोल झालेली आहे. दिवसभर रोजंदारी करून थकलेली बाई रात्र रात्र पाण्यासाठी भटकते आहे, दारूड्या नवऱ्याचा सांभाळ करते आहे. पिंपळानजीकच्या पांदीच्या रस्त्यावर रक्तात भिजलेली लालजर्द आरोळी - झोपेत किंचाळून उठणाऱ्या पोरी. तांड्यावर 'राम बोलो भै राम'चा करुण गलका ऐकू येतो, छिन्नीतल्या जखमेचा स्वर बेवारस रस्त्यावर निराधार विरून जातो. निसर्गाकडून तसेच राजकर्त्यांकडूनही, लदबदल्या कणसांचे संपन्न ताटवे ज्यांनी आपल्या हातांनी खुडले, त्यांचे आयुष्य खुडले जाते आहे. एकीकडे सर्वसामान्यांची ही स्थिती, तर दुसरीकडे सजलेल्या वाड्यात घुंगरांच्या तालावर गजबजणाऱ्या घुसमटत्या स्वरांच्या दरवळात कुठल्याशा खुर्चीवर निवड झाल्याची ललकारी पैंजणांच्या तालावर व मोहाच्या प्याल्यावर दिली जाते. त्याच वेळी थकलेले खेडे मात्र आपल्याला ओसरीवर निमूट झोपलेले असते.

खेड्यातल्या या दयनीय स्थितीला जसा दुष्काळ जबाबदार आहे, तसे शासनही. याची मीमांसा पुढील शब्दांत येते-

स्वातंत्र्य आलं
सुखाचं हिरवेपण

शहराला गेलं
शेतीच्या आयुष्याला
गाडगं मडकं आलं

(पृ. ११)

खेड्याकडे दुर्लक्ष होतंय. दुष्काळासारख्या आपत्तींवर ठोस उपाय नाहीत, हे सांगताना ते उपायही कवी सांगून जातो.

वाहून जाणाऱ्या पाऊसपाण्याला
अटकाव नाही
शेतीतल्या मालाला कवडीमोल नाही
शेतीतल्या श्रमाला प्रतिष्ठा नाही
खोलवर समजून घेतला जाईल
असा ओलावा नाही

(पृ. १२)

एवढेच नाही तर या राज्यातले भिक्षेकरी आता साळसूद राहिले नाहीत. जातीजातींत कप्पे करून त्यांनी आपापले झेंडे रोवले. हे खेडे विदीर्ण करून टाकले. आपलं गणगोत जपलं. संस्थांची संस्थानं करून टाकली. लोकांचा प्रतिकार सुरू होईल यावर कवीचा विश्वास आहे. म्हणून -

पुन्हा एकदा काळोख
सरबत्तीनं सरसकट झोडपून काढील.
हजारदा सोसताना
आणि सर्वत्र मोडून पडताना
पेटून उभं रहातं
इथं माणसाचं मढं
तेव्हा गढ्यांची अजस्त्र कवाडं
कडेकोट ठेवा.

(पृ. १६)

असा इशाराही कवी देऊन ठेवतो.

गोदावरी, कावेरी, तापी यांसारख्या नद्या, जायकवाडीसारखी धरणं - सारंच

आटून चाललं आहे, तिथं विहिरी, शेतीवाडी यांचं काय होणार... ओलीत शेती कशी होणार... अशा प्रश्नांमध्येही कवीचा आशावाद मात्र जिवंत आहे. त्याचे प्रतीक म्हणून अभ्रासारखा धाब्याच्या धुराड्यातून संथ सरपटत जाणारा पांढरा शुभ्र थवा, आभाळातली नितळभोर चंद्रकोर, लालजर्द उगवत्या सूर्याचं आरेखन, वैशाख वणव्यातही फांदीफांदीतून दरवळून येणारे लालसर कोंभ, जात्यावरल्या सरत्या ओवीचं दुःखार्त गाणं, वासुदेवाचं नाचणं - कुंकवाचं लेणं-अहेवपण मागणं, फाटक्या संसारात कुठून तरी उमेद बांधून येणारा लालजर्द घोडा इत्यादी येतात. केवळ आशावादच नाही, तर त्यासाठी प्रयत्नांची आवश्यकताही प्रतिपादिली जाते- मोडणारी झाडं पुन्हा उभी केली पाहिजेत. विज्ञानाच्या वाटा (ज्ञान) रानावर आपणच रुजविल्या पाहिजेत. राज्यकर्ते येतील व जातील (त्यानं काहीही फरक पडणार नाही.) कवीला विश्वास आहे की एखादा असाही फकीर येईल आणि ऋतुचक्र बदलून टाकील. हे सारं विज्ञानाच्या प्रतिभावंताकडूनच होण्यासारखं आहे. कवीच्या श्रद्धेला विज्ञानाची जोड आहे. कवीचं विज्ञानाधिष्ठित संवेदनशील मन सार्वभौम आभाळाला, पाऊसपाणी देणाऱ्या निसर्गशक्तीला कळवळ्यानं प्रार्थना करतं. कारण सर्वांचे संजीवक आभाळच आहे. म्हणून त्यानं भरभक्कम कोसळण्यासाठी प्रार्थना आहे. धरणं, शेती, नदी, माणसं या साऱ्यांना भरपूर पाण्यासाठी, माणसांबरोबर पशू-पक्षी, निसर्ग या साऱ्यांना सुखसमाधानानं जगण्यासाठी या आभाळाला आशीर्वाद मागितला जातो. कारण त्याच्या आशीर्वादानेच - आगमनानेच हे उद्ध्वस्त झालेलं खेड्याचं जीवन चैतन्यमय होणार आहे.

'रानातल्या कविता' मधील 'ग्रीष्माचं उन्ह' आणि 'या नभाने या भुईला' या भिन्न प्रकृतीच्या कवितांचा आशय या कवितेत सविस्तर आणि वास्तवरूपात एकवटलेला दिसतो. 'ग्रीष्माचं उन्हं' ही कविता तशी वास्तवदर्शीच. तिच्यातील संपूर्ण तपशील 'प्रार्थना दयाघना' मध्ये येतो. या परिस्थितीची कारणपरंपरा शोधली जाते. उपाय सुचविले जातात. शिवाय 'ग्रीष्माचं उन्ह' मध्ये झाडाच्या बुंध्याशी स्तब्ध उभा असलेला कवी या ठिकाणी परिवर्तनाची आशा बाळगून आहे. राज्यकर्त्यांच्या संदर्भातील उपहासगर्भ भाषेऐवजी ('ती माणसं भली थोरली, त्यांचे जाडजूड शब्द आणि खोटी आश्वासने /... की डोळ्यावरच धुके चढल्याने खेडे दिसत नाही, काही कळत नाही' (रा. क. पृ. १४) येथे राज्यकर्त्यांची निष्क्रियता आणि दुर्वर्तनाबद्दल काहीसा वैतागाचा सूर येतो. ('ह्या व्यवस्थेला एकदाचा साष्टांग नमस्कार' (प्रा. द. पृ. १७) तसेच भुईसाठी दान मागण्याची 'ह्या नभाने' मधील कल्पनारम्य पद्धती (जोंधळ्याला चांदणे लखडणे, ऋतुगंध कांती सांडणे इ.) इथे बदललेली दिसते. वारंवार पडणारे दुष्काळ आणि त्यावर झाडांची उभारणी, पाण्याचा अटकाव (साठवण), विज्ञानाचे तंत्र इत्यादी उपाय सुचवून सार्वभौम आभाळाला प्रार्थना केली

जाते. नभ या संस्कृतप्रचुर शब्दाऐवजी आभाळ हा खास, मराठमोळा शब्द येतो. मुक्तछंदात सर्व गोष्टी तपशिलासकट सांगितल्या जातात. ऋतुचक्र बदलत चालण्याची खंत वारंवार प्रकट झाल्याने दुष्काळाची तीव्रता या कवितेला संपूर्णपणे व्यापून टाकताना दिसते.

'सुना सोन्याचा पिंपळ' या कवितेतही खेड्याच्या उद्‌धवस्त झालेल्या जीवनाचेच चित्रण येते. अष्टाक्षरी रचनेच्या एकूण पाच तुकड्यांमध्ये हे चित्रण आहे. पहिल्यात स्वाती नक्षत्राची आबादी संपून गेल्याने माणसांच्या भेटीमधला ओलावा संपला आहे. त्यात रुखेसुकेपण आलेले आहे. खोऱ्यातल्या चिडीपाखरांच्या तांड्यासह सर्वांच्याच वाट्याला कारुण्याचा भोगवटा आला आहे. रानमळ्यातला स्वर भोगवटा सोसताना ओला झाला असला तरी गिर्रेबाज (निर्ढावलेले) खोट्या नशेत गुबार आहेत. इतर सर्वसामान्यांच्या पाठीवर ओझे असून, दूरचे रस्ते उदास झाले आहेत. जणू सांगणे संपून डोळे भिजू लागले आहेत. असा पावसाचा अभाव आणि खेडुतांची दशा पहिल्या तुकड्यात येते, तर दुसऱ्या तुकड्यात भुई-पीक-पाणी-पाखरं यांची दुर्दशा येते. श्रावणाचा शुभ्र वैशाखी पारवा झाला आहे. हिरवेपण जाळून आभाळ निघून जात आहे. भुई भेगाळली असून, कोठेच ओलावा नाही. गुराढोरांचा हंबर तहानेनं व्याकुळतो आहे. करपलेली पिंगट पानं गळून काडीमुडीच्या झाडांना भादव्याचं उदेपण येतं आहे. पालापाचोळा भणंग बनून वावटळीत उडून जातो आहे. पाखरंही ठेपा सोडून दूर देशी निघून चालली आहेत. तिसऱ्या तुकड्यात संसाराचे हाल येतात. तव्यावर पाणी जळावं तसा संसाराचा वासा झाला आहे. काड्या कितीही सारल्या तरी चूल पेटता पेटत नाही, करपल्या भाकरीचा घास गळ्यातून उतरत नाही. पोराबाळांच्या डोळ्यातही आर्त रुखेसुके पाणी असून, दुःखांताच्या क्षणी सारे गणगोत पारखे झाले आहे. वृंदावनाजवळचा सांजेचा नितळ दिवा जळताना दिसत नाही. ओट्यावरची रात्र आणि सोन्याचा पिंपळ सुने वाटू लागले आहेत. चौथ्या कडव्यात विठूरायाला केलेली व्याकूळ प्रार्थना आहे. पाचव्या कडव्यात संपूर्ण खेड्याचीच अवस्था शब्दबद्ध होते. प्रत्येक खेड्यात मोडून पडलेल्या कुणब्यांच्या वाट्याला जणू गर्भवास आला आहे. येथे देहू म्हणजे खेडे आणि तुका म्हणजे खेड्यातील चैतन्य-अध्यात्म-वैभव, हे एकदा लक्षात आले म्हणजे

> तुका उडून जाताना
> देहू निरभ्र उदास
>
> देहू निरभ्र उदास
> पांढरीला लागे धस

(पृ. ३३)

या ओळींचा आशयही स्पष्ट होत जातो. स्वाभविकच धस लागलेल्या पंढरीत कोणत्याही संवदेनशील (वेड्या) माणसाला गळफासाचीच पाळी येते.

डोळ्यातल्या अंधाराचा
कुठे सापडेना तळ
सुनी सुनाट पंढरी
सुना सोन्याचा पिंपळ

(पृ.३३)

हा या कवितेचा शेवट खेड्यातील उद्ध्वस्तता, विषण्णता या साऱ्यांच्या चित्रणासह परिणामकारक होतो.

'पंचनामा' या कवितेत दंगलीनंतरच्या शहरी आणि ग्रामीण जीवनातील विषण्णतेचे चित्रण आहे. दंगल होऊन गेल्यानंतर साहेब (अर्थात मंत्री) त्या दंगलीच्या ठिकाणी पाहणी करण्यासाठी येतात. माणसांशिवायचे स्मशानासारखे ओसाड रस्ते, किंकाळ्या, रडणे, एखादा रक्तबंबाळ माणूस, कुठे एखाद्या प्रार्थना मंदिरात जमलेला पडद्याआडचा जमाव इत्यादी. साहेबासोबत आलेल्या खाकी व खादीच्या माणसांनी शहराचे रस्ते वेढले जाणे, शहरात सर्वत्र स्मशानशांतता. कोठे कोठे सामान्य माणसांच्या रक्ताचे थारोळे हे सर्व पाहून सुभेदारी बंगल्यात सुरक्षित, आरक्षित साहेब भेदरतात. मृत्यू आणि शस्त्रांचे आकडे पाहून साहेब भयव्याकूळ होतात. समोरच्या माणसांना नीट ओळखेनासे होतात. चिडतात. दिसतील त्यांना दिसतील तिथे गोळ्या घाला, असे आदेश देतात. हे राज्य गरीबदुबळ्यांचे, रयतेचे वगैरे सांगतात. 'हे सर्व घनघोर घडताना मला कसं कळलं नाही,' असे प्रश्न करतात. चौकशी आटोपून साहेब शहरातून गावकुसाबाहेर येतात. रडणाऱ्या कुढणाऱ्या झोपड्या ओलांडून नजीकच्या एका खेड्यावर पांढरीच्या शेतात गाड्या थांबतात. तिथे विसेक वर्षांची गर्भारशी पोर तोंडाला पदर लावून एकटीच रडताना दिसते. तिचे पुसलेले लालजर्द कपाळ सर्वांनाच भयभीत करते. त्या दंगलीत तिचा पती मेलेला असतो. ती काहीच बोलत नाही. शिवी देत नाही की ठेवलेल्या कागदावर सहीही करत नाही. फक्त आपल्या कुंकवासाठी रडत राहते. साहेबांनी दिलेले दहा हजार फाटलेल्या पदरात गुंडाळून त्याला साहेबासमोर आक्काडी लावते. पुन्हा दुःखाच्या, गर्भाच्या ओझ्यानं खाली कोसळते. उठताना ज्वालांकडे पाहत किंचाळत राहते. तिचे किंचाळणे हे तिच्यापुरते नसून मुलसमान, हिंदू आणि कित्येक जातींच्या उद्ध्वस्त संसारातल्या विधवा झालेल्या असंख्य आया-बहिणींचे असते. ती साहेबाच्या, तिरंगी झेंड्याच्या दिशेने

हंबरडा फोडते. साहेबासकट भयग्रस्त झालेल्या गाड्या निघून जातात- शहरातून विमानतळाकडे. विमान गेल्यावर सर्व निश्चिंत होतात. शांतता कमिटीच्या मीटिंगसाठी जातात. इकडे कागदपत्र, सह्या, छायाचित्रे पंचनामा इ. घ्यायला आलेला अधिकारी मात्र विचलित होऊन जातो. दहा हजाराच्या जळत्या ज्योतीसमोर वेड्यासारखा वेंधळा हात जोडून प्रार्थना म्हणतो. मराठवाड्यातल्या अजिंठा-वेरुळातला करुणामयी बुद्ध, घृष्णेश्वरच्या ओंकारासमोर पसायदान म्हणतो. खुल्ताबादच्या तळघरात, अजिंठा-वेरूळच्या डोंगरझाडीत हरवलेला माणूस शोधू लागतो. राष्ट्रगीतातल्या एकसंध शब्दांची प्रार्थना म्हणतो. ज्योतीच्या राखोंडीसमोर पुन्हा पुन्हा गातो. या वेडेपणातून शुद्धीवर येऊन सही मागू लागतो. गर्भार पोरीच्या कागदपत्रांसाठी, पंचनाम्यासाठी वेडी माणसं शोधतो. पंचनामा अजून व्हायचाच असतो.

दंगल घडून गेल्यानंतरच्या या कवितेतील तीन प्रमुख घटना अनेक गोष्टींवर प्रकाश टाकतात. एक तर सर्वच आपापल्या धर्माचे विचार विसरून पण त्याच धर्माच्या पडद्याआडून दंगल करताहेत. दंगलीनंतरच्या विषण्ण भयानक पार्श्वभूमीवर साहेबांचे आगमन उठावदार वाटते. एवढ्या लवाजम्यासह आलेले साहेब, 'मी हे करीन, ते करीन', 'हे करा, ते करा' असे बोलण्यापलीकडे - आदेश देण्यापलीकडे काहीही करू शकत नाहीत. खेड्यातल्या विधवा तरुणीच्या रडण्या-किंचाळण्याच्या, दहा हजाराच्या नोटा जाळण्याच्या दुसऱ्या घटनेतून दिसतं की सर्वसामान्य माणसांना विशेषतः खेड्यातल्या गोरगरिबांना धर्म- मदत- सांत्वन या गोष्टींचे काहीही सोयरसुतक नाही. त्यांच्या दृष्टीने महत्त्वाचं आहे ते त्यांचं कुटुंब, या कुटुंबातील माणसांचा आधार - त्याचं जिवंत राहणं. पदरात गुंडाळलेल्या दहा हजाराच्या नोटा जाळणं, साहेब व तिरंगी झेंड्याकडे पाहून तिनं हंबरडा फोडणं या नाट्यमय प्रतीकात्म घटनांतून सरकारच्या निष्क्रियतेबद्दल, सर्वसामान्यांच्या असुरक्षिततेबद्दल निषेध नोंदविला जातो. तिसरी घटना आहे पंचनामा करणारा अधिकारी वेडा होण्याची. हा अधिकारी केवळ अधिकारी हे पात्र म्हणून येथे येत नाही, तर संवेदनशील मनाचा प्रतिनिधी म्हणून तो येतो. मराठवाड्यातील सर्व धर्म संत यांच्या परंपरेसंदर्भात तो माणुसकीचा आशय आजच्या काळात शोधू जातो. ही माणुसकीच कुठं दिसत नसल्यानं माणसामाणसातील दुराव्याचा हा 'पंचनामा' व्हायचाच राहून जातो. 'प्रार्थना दयाघना' सारखीच 'पंचनामा' ही मोठी कविताही मुक्तछंदातून आविष्कृत होते. समाजातील अपप्रवृत्तींवर प्रकाश टाकते.

'दीपस्तंभ' ही व्यक्तिचित्रणपर कविता आहे. सध्याच्या ढासळत्या परिस्थितीत, तुकड्यातुकड्यांनी देश मोडला जाण्याच्या स्थितीत या व्यक्तिमत्त्वाकडून प्रेरणेची प्रार्थना कवी करीत आहे. ऐंशी वर्षं वय, बेचाळीस, सत्तावन्न ही वर्षं आणीबाणी (आणि रेखाटना वरून) हे एस. एम. जोशी यांच्या व्यक्तित्त्वाचे चित्रण असावं,

असं म्हणता येतं.

'समुद्रापलिकडचा समुद्र' ही या संग्रहातील पाचवी मोठी कविता. कवीचा इंग्लंड-अमेरिकेतला प्रवास, या प्रवासात तेथील स्थळं, व्यक्ती, परंपरा, संस्कृती यांच्या संदर्भात कवीच्या मनाची होणारी आंदोलनं चित्रित झाली आहेत. परदेशात प्रथमच समुद्रप्रवासासाठी निघालेला कवी, त्याला निरोप देताना त्याची आई आणि त्याची पत्नी यांची भावावस्था सुरुवातीला येते. पुढे टेम्सच्या किनाऱ्यावरील वैभव आणि परदेशातील विविध स्थळं पाहून त्याला जी. ए., तुकाराम, सैगल, लता मंगेशकर, बालकवी इ. ची आठवण होते. आपल्या देशावर राज्य करणाऱ्या या इंग्रजांच्या पारतंत्र्यातल्या काळाचंही त्याला स्मरण होतं.

४ जुलै १९८७ रोजी अमेरिकन स्वातंत्र्याचा उत्सव येऊन जातो. न्यू जर्सी या रेखीव घरांच्या गावात कवीचं काव्यवाचन होतं. तिथंही ('पावसाळी कविता' क्र. ३६ प्रमाणे) कवीच्या काबूत हजार डोळे, तोंडभरून कौतुक, ओळखी अनोळखी चेहरे, पोरींचे थवे, आवडत्या कविता, हस्ताक्षर मागणे, घाऱ्या डोळ्यांच्या पोक्तशा बाईने तिकडेही पुन्हा डोळे मागणे वगैरे होते. विशेष असे की इथे (परदेशात) आपल्या देशातील दुष्काळाला कंटाळून आलेला (भारतीय) म्हातारा कवीच्या दुष्काळी कवितेतील प्रार्थना ऐकताना घळाघळा रडतो.

सानफ्रान्सिस्कोच्या विमानतळावर दोन घटना दिसतात. जन्म दिल्याबरोबर ज्याची आई दुसऱ्याबरोबर पसार झाली आहे असा तीसेक वर्षांचा मुलगा पाहिल्यावर कवीच्या भारतीय मनाला प्रश्न पडतो - बाळाला वाऱ्यावर सोडताना तिला काहीच वाटलं नसेल? दुसरी घटना दिसते ती आपलं घर-संपत्ती सोडून पलीकडच्या दालनात एका क्षणात आत्महत्या करणाऱ्या स्त्रीची. कवी आणि त्याचा सोबती दोघंही (ही घटना पाहून) एकमेकांच्या डोळ्यांत संस्कृतीचा तळ शोधू लागतात. सत्ता-संपत्तीच्या देशात हिरवा माणूस शोधावा लागतो.

कॅलिफोर्नियाचं निसर्गसौंदर्य, जंगलभर भरगच्च पीक, डोंगरातनं साठलेलं पाणी, हिरव्या समृद्धीनं जगाला दिपवून टाकणारं नव्या शास्त्रात बांधलेलं इथलं निसर्गसौंदर्य आपल्या सह्याद्री, विंध्याद्री, अजिंठा याप्रमाणेच. कोकणसारखीच तांबडीलाल, मुरुमाची माती. तिथलं पाणी, गोदावरी-गंगेच्या सारखंच. स्वाभाविकच 'नैसर्गिक साम्य असूनही या शास्त्रांच्या, जेटच्या दुनियेत आम्ही कुठं आहोत' हा आत्मपरीक्षणात्मक प्रश्न कवीला पडतो. सर्व दुनियेला धनधान्य,शास्त्र पुरवणारा, प्रत्येक दिवसाला नवं आकाश निर्मिणारा, जेट विमानामधला कॉम्प्युटरचा देश, समुद्र आणि आकाश यांना आव्हान देणारा, परंपरा- नवता साधणारा, नवं तंत्रशास्त्र देणारा, शून्यातून उभा राहिलेला हा देश - याचं रहस्य आहे ते येथील शेती आणि पाणी यांना दिलेल्या महत्त्वात, त्याला दिलेल्या शास्त्राच्या जोडीत. म्हणूनच

पाण्याच्या प्रत्येक थेंबात सृष्टी निर्माण करणारा कॅलिफोर्निया कवीला विश्वामित्राहून भन्नाट, भयंकर वाटतो. कवीला ठिबकच्या थेंबाची मोजदाद करणारा सत्तर वर्षांचा म्हातारा भेटतो. शेताशेतात गॅलिलिओ, कार्व्हर यांचं शास्त्र आणि शेतीचं तंत्र समजावून सांगणारा साधा माणूस भेटतो. या शेतकऱ्याच्या रूपानं जणू विसाव्या शतकात समुद्र आणि आकाश यांना मर्यादा सांगणारा, गर्वगीत गाणारा नवा कोलंबस पाहिल्याचा साक्षात्कार कवीला होतो. येथे डोंगरदऱ्यांतून रोपं रुजविणारा, पाण्याचा प्रत्येक थेंब अमृताचा म्हणणारा, समृद्धीच्या सुखाची आणि लिंकनच्या दुःखाची यातना समजावून घेणारा माणूस पाहून कवी भारावून जातो आणि या कॅलिफोर्नियाच्या मातीचा टिळा कपाळी लावतो. या देशाजवळ शान आणि ज्ञान यांची ओंजळभर मागणी करतो. एकीकडे कॅलिफोर्नियाचा चैतन्यमय आनंद, तर मनाच्या एका कोनाड्यात, निघताना आपल्या देशात पाऊस नव्हता याचं दुःख लपलेलं. कॅलिफोर्नियाच्या पार्श्वभूमीवर कवीचं मन विचार करू लागतं- आपल्या देशातले दुष्काळ, पाण्याशिवाय करपून गेलेली शेती, दुष्काळानं गुजरात, सौराष्ट्र, माळवा, महाराष्ट्र, उद्‌ध्वस्त झालेले. शेतीभातीचा, खेड्यापाड्यांचा हा देश मोडत चाललेला आहे. उदास होत जातो आहे. आणि या कॉम्प्युटरच्या जगात आम्हाला काहीच कसं करता येत नाही, असा कवीच्या मनाला प्रश्न पडतो. "येताना काहीतरी घेऊन ये, हा बरड माळ एकदा तरी तुमच्यासाठी हिरवा पाहू दे," असे निरोप देताना सांगणारी आई कवीच्या डोळ्यांत समुद्रासारखी उभी राहते. आईबरोबर भावंडं गणगोत सर्वत्र आठवतात. आणि मग या विज्ञान युगातल्या प्रगत कॅलिफोर्नियाला, त्याच्या समृद्धीला, ज्ञानाला कवीचं मन प्रार्थना करू लागतं-

> कॅलिफोर्निया
> तुझ्या तजेलदार मातीचा
> टिळा लागू दे
> माझ्या गलथान विचारांना.
> माझ्या खेड्यात
> माझ्या प्रदेशात
> सुखाचा समृद्धीचा दिवा लागू दे
> ---------------------
> मला फक्त तुझ्या शुभेच्छा दे
> समुद्राएवढ्या.

(पृ. ८०)

याबरोबरच तो त्याला, 'तिकडे कधी पाहुणा म्हणून ये आणि आमचाही

कॅलिफोर्निया डोळ्यांखाली घे' असं आमंत्रण देतो.

परदेशातल्या प्रवासात समुद्रापलीकडच्या वास्तवात कवीला आपल्या मातृभूमीचं, इथल्या संस्कृतीचं, शेती आणि खेड्याचं होणारं स्मरण आणि या सर्वांच्या उद्धारासाठी त्याच्या मनाची तळमळ या कवितेतून व्यक्त होताना दिसते. तिथल्या पार्श्वभूमीवर, आपल्या पारतंत्र्याच्या काळाचे स्मरण, बालकवी, सैगल, लता मंगेशकर यांच्या आठवणी, तिथल्या संस्कृतीची आपल्या संस्कृतीशी कवीच्या मनाने केलेली तुलना आणि सर्वांत महत्त्वाचे म्हणजे इथली शेती, खेडी, खेड्यातली माणसं यांची - पर्यायानं या देशाच्या प्रगतीची त्याच्या मनाची तळमळ, या सर्व गोष्टी येतात. व्यक्ती, समाज आणि विश्व अशा वरच्या पातळीवर या कवितेचा आशय चढत जातो. या कवितेतील कवीच्या मनाची तळमळ केवळ भावनिक पातळीवरची नसून, येथे भावनेला वास्तवाची आणि विज्ञानाची जोड मिळालेली दिसते.

'पावसाळी कविता' या संग्रहातील 'नक्षत्रामागून नक्षत्रे सरतात' ही कविता थोडी विस्ताराने या संग्रहात आली आहे. कवीच्या आयुष्यात घडणाऱ्या घटनांच्या आठवणी या काव्यात येतात. एक आठवण या संग्रहातल्या कवितेत वेगळी आहे, ती म्हणजे कवी घरदार, मोठेपणाचा भपका या सर्वांना विटून एका अवसेच्या रात्री घरसंसार सोडून बाहेर निघू लागतो. पोटाशी मुलांना घेऊन झोपलेली पत्नी पाहून कवीला बुद्धासारखा या संसाराचा मोह होतो. पुन्हा स्वतःला बुद्ध समजून मोह आवरला जातो. आपले व बुद्धाचे व्यक्तित्व आणि जीवन यांतील साम्य लक्षात घेऊन आपल्या कस्पटासमान जिण्याचाही बोधिवृक्ष होणार, असे कवीला वाटते. दिशाहीन पावले काळोखात वाट चालू लागतात. डोक्यात बाबांच्या विक्राळ हातांचा झन्नाटा बसतो. स्वाभाविकच निघून जाण्याचा बेत विरून जातो. सभोवतालच्या वास्तवापासून स्वतःला कोठेतरी वेगळ्या ठिकाणी घेऊन जाणारी कवीची या पूर्वीच्याच कवितांत जाणवणारी वृत्ती येथे या घटनेतून पुन्हा सांगितली जाते.

'प्रार्थना दयाघना' या संग्रहात महानोरांच्या कवितेचे स्वरूप पार बदललेले दिसते. आतापर्यंत विपरीत वाटणाऱ्या अनुभवांमुळे, दुःखामुळे समाजवास्तवापासून अलग होऊ पाहणारा, निसर्ग, रानशेत, पाखरे यांच्या प्रतिमांतील स्त्री-पुरुष रूपात एकरूप झालेला कवी या संग्रहात सभोवतालच्या वास्तवाला सरळ समोरा जाताना दिसतो. 'ह्या नभाने ह्या भुईला' मधील रोमॅंटिक अपेक्षा येथे वास्तव प्रार्थना म्हणून येते. वारंवार पडणाऱ्या दुष्काळामुळे खेड्याची मोडत चाललेली संपूर्ण व्यवस्था यासाठी जबाबदार अशा शासन आणि राज्यकर्ते यांच्यात चांगल्या योजनांचा अभाव, शहरांकडे ओढ्या-खेड्यांकडे दुर्लक्ष, शेतमालाला-शेतीतल्या कष्टाला मोल नसणे, (शेतकऱ्याला) खोलवर समजून घेतला जाईल असा ओलावा (जिव्हाळा) नसणे, अशा कारणांचा शोध घेतला जातो. हे परिवर्तन घडावं म्हणून दयाघन आभाळाला

कळकळीची प्रार्थना केली जाते. 'सुना सोन्याचा पिंपळ' या कवितेतही खेड्यातल्या मोडत चाललेल्या कुटुंब, ग्राम, संस्कृती या साऱ्याच उद्‌ध्वस्त जीवनाचं चित्रण येतं. 'पंचनामा' मध्ये समाजा-समाजातील दुरावा, त्याचे दंगलीत होणारे पर्यवसान यालाही जाती-धर्मात अंतर निर्माण करणारे राजकारणीच कारणीभूत असल्याचे सांगितले जाते. 'दीपस्तंभ' मध्ये आदर्शवत ठरलेल्या व्यक्तीला आजच्या परिस्थितीच्या संदर्भात अभिवादन केलं जातं. 'समुद्रापलिकडचा समुद्र' या कवितेत परदेशातल्या प्रवासात कवीची आपली मातृभूमी, संस्कृती, शेती आणि शेतीचा विकास या संदर्भातली तळमळ तिथल्या पार्श्वभूमीवर उठून दिसते. शेवटची 'नक्षत्रामागून नक्षत्रे सरतात' ही अगोदरच्या काळात लिहिलेली नंतर वाढवून पूर्ण केलेली कविता मात्र या कवितांच्या रांगेत न बसणारी वाटते. आकाराने मोठी एवढेच काय ते साम्य, एरवी इतर कवितांतील वास्तवाभिमुखतेसोबत या कवितेतील पलायनवाद विसंगत वाटल्याशिवाय राहत नाही.

'सुना सोन्याचा पिंपळ' या कवितेतील अष्टाक्षरी रचना सोडली तर इतर सर्व कविता मुक्तछंदात आहेत. अर्थात या कवितांतील अनुभवाचा पोत लक्षात घेता, मुक्तछंदाचा स्वीकार योग्यच वाटतो. महानोरांच्या प्रतिमांच्या भाषेतील, लोकगीताच्या लयीतील किंवा अल्पाक्षरी, लहान लहान निसर्गचित्राच्या भाषेत बोलणाऱ्या कवितेचे स्वरूपही इथे बदललेले आहे. ती अधिक विस्तारशील, वास्तव परिस्थितीचा सर्वांगाने शोध घेणारी, काहीशी चिंतनशील बनली आहे. क्वचित बरड, बासन, गुबार, गबार, आक्काडी, काडीमुडी अशा ग्रामीण बोलीतील शब्दवापरामुळे प्रमाण भाषा असली तरी ग्रामजीवनाच्या दृष्टीने ती विसंगत वाटत नाही.

ग्रामीण कविता म्हणून ना. धों. महानोर यांच्या कवितेच्या विवेचनाच्या निष्कर्षाकडे येण्यापूर्वी ग्रामीण कविता आणि महानोरांची कविता या संदर्भात वेगवेगळ्या समीक्षकांनी मांडलेली मते काय आहेत, ती पाहणे इष्ट ठरेल. ती मते अशी-

१. वा. ल. कुलकर्णी "... जनमताशी संवाद साधण्यात सुर्व्यांइतकेच यश महानोरांना लाभले आहे. त्यांच्या कवितेतून खरंखुरं मराठी खेडं आज प्रथमच साकार होतंय. जे मन हे अभिनव विश्व साकार करीत आहे ते खेड्याच्या मातीतूनच वर आलेले व त्या मातीतच सदा राबणारे व रमणारे असे संवेदनक्षम मन आहे. त्यांच्या अनुभूतीचे व अभिव्यक्तीचे आदर्श शहरी नाहीत." ('प्रदक्षिणा' दु.खंड पृ.३९)

२. आलोचना (परीक्षण) : "त्यांच्या (महानोरांच्या) काव्यातील अभिव्यक्ती ही पारंपरिकच आहे. खेड्यातले जीवन खेड्यातल्या माणसाने शहरी पद्धतीनेच मांडले आहे. गंधगर्भ, हर्षोन्माद, स्वप्नांची झुंबरे, युगांच्या आठवणी इ. कितीतरी आदर्श शहरी आहेत" ('प्रदक्षिणा' दु. खंड पृ३९)

३. विजया राजाध्यक्ष : "महानोरांच्या निसगकवितेचे वेगळेपण शोधण्यासाठी

त्यांची आनंद यादव यांच्याशी तुलना करणेही फायद्याचे ठरेल. यादवांची कविता प्रादेशिक आहे. ती त्या प्रदेशातील कौटुंबिक व सामाजिक रेखाटनावर भर देते. या जीवनातील प्रसंग ती भावविवशतेने रंगवते. त्या प्रदेशातील दैन्य हा त्यांच्या रेखाटनाचा केंद्रबिंदू असतो. महानोरांच्या कवितेतही खेड्याचे उल्लेख आहेत...

"... खेड्यातील जीवनाचे चित्र असले तरी ते वस्तुनिष्ठ आहे. ते केवळ ग्रामीण वाटत नाही. ग्रामीण बोलीचा वापर केल्यामुळे व निसर्गही काही वेळा ग्रामीण प्रतिमांतून रेखाटल्यामुळे यादवांची कविता उघडपणे ग्रामीण झाली आहे. उलट प्रादेशिक शब्दांचा आणि त्या प्रदेशात प्रचलित असलेल्या गीतांतील लयींचा उपयोग करूनही महानोरांची कविता ग्रामीण होत नाही...

"... ग्रामीण कवितेच्या सर्व संकेतांना फाटा देऊनही महानोरांची कविता गावरान राहते" ('रानातल्या कविता' दु. आ. पृ. ६९ ते ७१)

४. म. सु. पाटील : "...या कवितेत शेत, रान, नदीकाठ, गर्द झाडी वगैरे गोष्टी आहेत हे खरे; परंतु तेवढ्यामुळे या कवितेत खेड्याचे, खेडूत जीवनाचे तेथील माणसांचे व त्यांच्या सुखदुःखाचे चित्रण आहे असे म्हणता येत नाही" ('अक्षरवाटा' पृ. ५३)

५. उत्तम क्षीरसागर : "महानोरांच्या कवितेला स्वतःची अशी एक भाषा आहे... खेड्यात जगणारा कवी म्हणून बोली भाषेचा वापर करण्याचा ग्रामीण पवित्रा तिने घेतलेला नाही." ('पक्ष्यांचे लक्ष थवे' प्रस्ता. पृ. ६१)

६. आनंद यादव : ".. ना. धों. महानोरांसारखा ग्रामीण साहित्यिकही 'रानातल्या कविता' यासारख्या कवितासंग्रहाने प्रथम प्रसिद्धीस आला. वास्तविक त्यांचीही वृत्ती रोमँटिकच आहे. या वृत्तीतूनच त्यांनी 'रानातल्या कविता' लिहिल्या. म्हणूनच या संग्रहात ग्रामीण वास्तवाचे चित्र धगधगीत स्वरूपात पडण्याऐवजी एका प्रणयोत्सुक मनाचे, शरीरभोगासाठी हुळहुळणाऱ्या एका पौगंडावस्थेतील पुरुषमनाचे प्रतिबिंब पडले. रानामळ्यातील बाभळ - बोरी, नदी-ओढे, ज्वार-तूर, कणसे, केळी यांसारख्या वरवरच्या ग्रामीण वास्तवाचा केवळ प्रतिमांसाठी वापर करून त्यांनी आपली आत्मनिष्ठ रोमँटिक वृत्तीच आपल्या कवितांतून व्यक्त केली आहे.

"ही रोमँटिक वृत्ती बऱ्याच अंशी नागर कला प्रकार व नागर अभिरुची यांवरच पोसलेली दिसते. ...ना. धों. महानोर यांच्या कवितेवरील ना. घ. देशपांडे, पु. शि. रेगे, बा. भ. बोरकर यांचे संस्कार महानोरांच्या रोमँटिक वृत्तीचाच निर्देश करतात. महानोरांची कविता ग्रामीण वास्तवदर्शी कविता आहे म्हणून ती लोकप्रिय झाली अशी जर कुणाची समजूत असेल, तर ती चुकीची आहे. त्यांच्या कवितेचे यश, ग्रामीण जीवनातील वरवरच्या वास्तवातील वस्तूंचा व घटनांचा अप्रस्तुतासारखा (म्हणजे उपमानासारखा) वापर करून तिने रोमँटिक भावनाच अभिव्यक्त केली,

आणि ग्रामीण जीवनातील प्रतिमा सहजतेने वापरल्या यात आहे. आत्मनिष्ठ रोमँटिक भावनेच्या अभिव्यक्तीसाठी ग्रामीण प्रतिमांचा वापर करणारा हा कवी आहे... रोमँटिक वृत्तीमुळे त्यांच्या साहित्यविषयक कल्पना वास्तववादी ग्रामीण साहित्याला प्रतिकूल ठरल्या.'' ('ग्रामीण साहित्य : स्वरूप आणि समस्या' दु. आ. पृ. १४५ ते १४६)

उपरोक्त समीक्षकांनी महानोरांच्या कवितेसंदर्भात वरील मते व्यक्त केली, त्या वेळी उत्तम क्षीरसागर यांचा अपवाद वगळता इतरांसमोर प्रामुख्याने 'रानातल्या कविता' हा एकमेव संग्रह होता.

यातील वा. ल. कुलकर्णी यांना महानोरांच्या कवितेतील अनुभूती व अभिव्यक्तीचे आदर्श शहरी नसून 'खरेखुरे मराठी खेडे' या कवितेत साकार झाले आहे, असे वाटते. केवळ 'रानातल्या कविता'चा विचार केला तर वा. लं. चे हे मत पटण्यासारखे नाही. 'रानातल्या कविता' मधील काही थोड्या अपवादात्मक कविता वगळता खेडे, त्यातील कृषिजीवन, शेतकऱ्यांची सुख-दुःखे इ. - सर्वांगाने ही कविता अनुभव मांडत नाही. अभिव्यक्तीच्या बाबतही लोकगीतांची लय आणि लोकगीतातील बोलीभाषेतील शब्दांच्या वापराने ही कविता खेड्याच्या कवितेसारखी वाटत असली तरी त्यांतील काही संस्कृतप्रचुर शहरी शब्दांचा वापरही या कवितेला ग्रामीणतेपासून अलिप्त ठेवतो. अभिव्यक्तीचा धागा पकडून 'आलोचने'च्या परीक्षणकर्त्यांने 'खेड्यातले जीवन खेड्यातल्या माणसाने शहरी पद्धतीने मांडले असल्याचे' म्हटले आहे. विजया राजाध्यक्ष यांच्या मते महानोरांच्या कवितेत खेड्यातील जीवनाचे चित्रण असले तरी ते वस्तुनिष्ठ स्वरूपाचे आहे. ग्रामीण बोलीचा, ग्रामीण प्रतिमांचा वापर न केल्याने ही कविता ग्रामीण होत नाही. उलट लोकगीतातील लयींचा व बोलीभाषेतील शब्दांचा वापर केल्याने ही कविता गावरान राहते, असे त्यांचे म्हणणे आहे. म. सु. पाटलांनी तर या कवितेत खेड्याचे, खेडूत जीवनाचे तेथील माणसांचे व त्यांच्या सुखदुःखाचे चित्रण आहे, असे म्हणता येत नसल्याने स्पष्टपणे म्हटले आहे. पाटलांचे विचार 'रानातल्या कविता', 'वही'तील कवितांच्या संदर्भात (काही वास्तव चित्रण करणाऱ्या कवितांचा अपवाद वगळता) बऱ्याच अंशी योग्य असले तरी 'पावसाळी' कवितेतील वास्तव चित्रण करणाऱ्या कविता व 'प्रार्थना दयाघना' या संग्रहाच्या बाबतीत हे मत पटण्यासारखे नाही. आनंद यादवांच्या मते, रोमँटिक वृत्तीमुळे महानोरांच्या साहित्यविषयक कल्पना वास्तवदर्शी ग्रामीण साहित्याला प्रतिकूल ठरल्या आहेत. आनंद यादवांचे मतही 'पावसाळी कविते'पर्यंतच्या संदर्भात योग्य असले तरी 'प्रार्थना दयाघना'मध्ये कवीची दृष्टी वास्तवाभिमुख झाली असल्याने, ना. धों. महानोराच्या संपूर्ण कवितेला लागू होण्यासारखे नाही. या संग्रहात ग्रामीण जीवन, दुष्काळ, उद्ध्वस्त होत जाणारे ग्रामजीवन, माणसामाणसांतील दुरावा,

असुरक्षितता, कृषिजीवनाची वाताहत इ. वास्तवाबरोबरच विज्ञान आणि परिवर्तनाची अपेक्षा या गोष्टींची जोड मिळाल्याने या कवितेतील अनुभव वास्तवदर्शी, विज्ञानाभिमुख झाले आहेत. ग्रामीण जनजीवनाला कवेत घेऊन त्याची सांगड विश्वाशी घालण्याचा प्रयत्न ही कविता करते (उदा. 'समुद्रापलिकडचा समुद्र') असे म्हटले तर अतिशयोक्ती होणार नाही असे वाटते.

या प्रकरणातील सर्व विवेचनावरून ग्रामीण कवितेच्या संदर्भात ना. धों. महानोर यांच्या कवितेबाबत काही निष्कर्ष मांडता येतील. ते याप्रमाणे -

१. 'रानातल्या कविता' आणि 'वही' या सुरुवातीच्या दोनही संग्रहांत महानोरांची कविता केवळ सौंदर्यभावनेला प्राधान्य देणारी आहे.

२. ही सौंदर्यभावना अभिव्यक्त करण्यासाठी ती रान-शेत-पाखरे झाडे इ. प्रतिमांचा आधार घेते.

३. वास्तवापासून, व्यक्तिगत दुःखापासून अलिप्त होण्याच्या वृत्तीमुळे कवी निसर्गाशी एकरूप झाला आहे. आपल्या सौंदर्यभावनेला अनुसरून स्त्री-पुरुष रूपे तो निसर्गप्रतिमांतून पाहताना दिसतो.

४. कवीची ही सौंदर्यभावना देहधारी सौंदर्यापुरती मर्यादित राहिली. त्यामुळे शरीरसौंदर्य - मीलनोत्सुकता - मीलनपूर्ती यांनाच कवितेत प्राधान्य मिळाले.

५. वरील मुद्द्यांमुळे 'रानातल्या कविता' आणि 'वही' या सुरुवातीच्या दोनही संग्रहांतील कवितेत खेड्यातील वास्तव जीवनापेक्षा कवीच्या आत्मनिष्ठ रोमँटिक वृत्तीलाच प्राधान्य मिळाले.

६. 'पावसाळी कविता' या संग्रहातही ही वृत्ती आहेच. तथापि या संग्रहापासून ही कविता वास्तवाकडे झुकू लागली. 'अजिंठा' या संग्रहात पुन्हा ती प्रेमकथेत रममाण झाली. त्यानंतर 'प्रार्थना दयाघना'मध्ये मात्र ती पूर्णपणे वास्तवाभिमुख झाली आहे. दुष्काळ, दंगल, खेड्यातील उद्ध्वस्त होत जाणारे जनजीवन हे विषय तिने निवडले. विषयबदलाने आत्मनिष्ठ प्रणयभावनेऐवजी वस्तुनिष्ठ सामाजिक प्रश्न येथे मुखर झाले.

७. अभिव्यक्तीच्या बाबत विचार केला, तर या कवितेने संपूर्ण ग्रामीण बोलीचा अवलंब केव्हाच केला नाही. (उलट 'रानातल्या कविते'तील शेवटच्या विडंबनवजा कवितेवरून संपूर्ण बोलीभाषेच्या वापराला कवीचा विरोध असावा, हे आपण मागे पाहिलेच आहे.) प्रणयभावना/रोमँटिक वृत्ती व्यक्त करताना ही कविता लोकगीतांच्या लयींचा आणि शब्दकळेचा वापर करते. (या वैशिष्ट्यामुळेच कदाचित ही कविता शहरी अभिरुचीला अनोखी वाटत असावी.) वास्तव चित्र मांडणाऱ्या 'प्रार्थना दयाघना' मध्ये

प्रामुख्याने मुक्तछंदाचा वापर दिसतो. मुक्तछंदात साध्यासरळ प्रमाणभाषेत ही कविता वास्तवानुभव तपशीलवारपणे मांडते. क्वचित 'सुना सोन्याचा पिंपळ'सारख्या एखाद्याच रचनेत अष्टाक्षरी छंद दिसतो.

८. सारांशाने असे म्हणता येईल की, महानोरांची सुरुवातीची कविता ही तिच्यातील रोमँटिकतेच्या प्रभावाने आधुनिक मराठी वास्तवदर्शी ग्रामीण कवितेच्या संदर्भात वेगळी/प्रतिकूल वाटत असली तरी 'प्रार्थना दयाघना' मधील कविता वास्तवदर्शी ग्रामीण काव्याच्या प्रवाहातील महत्त्वाची कविता मानावी लागते.

तसे पाहिले तर महानोरांच्या कवितेत येणारे वास्तवानुभवाचे चित्रण 'प्रार्थना दयाघना'च्या रूपाने अचानकपणे आले आहे असे म्हणता येत नाही. 'रानातल्या कविता' मधील क्र. ६ ची कविता, 'वही'तील क्र. १२, १५, २२ या कविता, 'पावसाळी कविता' मधील क्र. १२, २२, ३१, ३३, ४० इ. कवितांतून समाजवास्तवाचे भान प्रकट होताना दिसते. अर्थात त्या त्या संग्रहातील एकूण कवितांच्या तुलनेने या प्रकारच्या कवितांची संख्या तशी कमीच. मात्र पहिल्या संग्रहात एक, दुसऱ्यात दोन आणि तिसऱ्याच पाच या क्रमाने ती वाढत गेलेली दिसते. **'प्रार्थना दयाघना' या संग्रहात ही कविता संपूर्णतः रोमँटिकतेपासून वास्तवाकडे, आत्मनिष्ठ प्रणयभावनेकडून वस्तुनिष्ठ सामजिकतेकडे वळलेली दिसते.**

असे का घडले असावे ? याची दोन कारणे सांगता येतील. पहिले काव्यबाह्य पण कवीच्या जीवनाशी संबंधित कारण असे की, 'रानातल्या कविता' व 'वही' हे संग्रह प्रसिद्ध झाल्यानंतर कवी महानोरांची महाराष्ट्र विधान परिषदेवर स्वीकृत सदस्य म्हणून नियुक्ती झाली. या काळात रानाशी, शेताशी एकरूप झालेला हा कवी महाराष्ट्रभर फिरू लागला. अर्थात यापूर्वी जी काय भ्रमंती झाली असेल ती 'रानातला कवी' म्हणून. काव्यगायन - वाचनादी कार्यक्रमांच्या निमित्ताने झालेल्या या भ्रमंतीला स्वाभाविकच तिच्या अशा मर्यादा होत्या. आता 'लोकप्रतिनिधी' या नात्याने होणारी भ्रमंती त्यापेक्षा व्यापक हेतूने होत असणार. या भ्रमंतीत खेड्यापाड्यात वारंवार पडणारे दुष्काळ, या दुष्काळामुळे सरकारच्या दूरदृष्टी नसलेल्या, शेतीच्या श्रमाला प्रतिष्ठा नसलेल्या धोरणांनी होणारे शेतकरी जीवनाचे हाल, पोटासाठी शहरांकडे ग्रामीणांचे मोठ्या प्रमाणावर होणारे स्थलांतर, त्यातही पुन्हा जात-धर्म या नावाखाली होणाऱ्या दंगली अशा सर्व गोष्टींमुळे हे कविमन व्याकूळ झाले असावे. याच दरम्यानच्या काळात महानोर शेतकरी दिंडी आणि शेतकरी चळवळीशीही प्रत्यक्षाप्रत्यक्ष संबंधित राहिले. या सर्वांचा परिणाम संवेदनशीलतेची दिशा वळविण्यात झाला असावा. शेतकऱ्यांची, ग्रामीणांची ही स्थिती पाहून हे कविमन अस्वस्थ झाले असावे. हे सारे कुठेतरी व्यक्त व्हावे, मांडावे असे या मनाला वाटले असावे. (याच

काळात 'पाणी अडवा, पाणी जिरवा' या मोहिमेचा त्यांनी जोरदार पुरस्कार केला. कृषिशास्त्रावरची पुस्तकेही लिहिली.) अशा उत्स्फूर्त ऊर्मीतून 'प्रार्थना दयाघना' मधील कवितांची निर्मिती झाली असावी. (नको तेवढी संवेदनशीलता अजूनही असल्यान, फार मोडक्या मनःस्थितीत मी आहे' महानोर 'पा.क.' प्रस्ता. पृ.११)

दुसरे महत्त्वाचे कारण साहित्य क्षेत्रातील घडामोडीचे आहे. मराठी साहित्यात १९६० नंतर ग्रामीण साहित्य, दलित साहित्य, जनसाहित्य असे सामाजिक बांधिलकी मानणारे प्रवाह उदयाला आले. अर्थात या प्रकारचे साहित्य या अगोदर लिहिले जात नव्हते असे नाही. ते लिहिले जात होते; पण शहरी अभिरुची, संस्कार यांचा प्रभाव होता. गद्य साहित्याप्रमाणे काव्याच्या बाबतही आधुनिक मराठी ग्रामीण साहित्याची चळवळ खेड्यापाड्यांतील नव्याने साहित्य लिहू पाहणाऱ्या साहित्यिकांपर्यंत पोहोचली. साहित्य क्षेत्रात नव्याने येत जाणारी तरुण पिढी याच जाणिवेतून लेखन करू लागली. दलित साहित्य, जनसाहित्य या चळवळींमुळे कलावादी प्रवाहातील साहित्य हे केवळ शहरी मंडळींपुरते मर्यादित होत गेले. स्वाभाविकच मराठी साहित्यावरील या प्रवाहाचा प्रभाव कमी होत गेला. १९८२ मध्ये 'सत्यकथा' हे नवसाहित्याचं आणि त्याचबरोबर कलावादी साहित्याचं मुखपत्र मानलं जाणारं वाङ्मयीन मासिक बंद पडलं. 'अभिरुचि' अगोदरच बंद झालं होतं. अशा प्रकारे या जाणिवेची पीछेहाट होत गेली. नाही म्हटलं तरी मराठी कवितेवर याही गोष्टीचा परिणाम मोठ्या प्रमाणात अनेक कवींच्या बाबत झाला. महानोरांची कविता वास्तवतेकडे झुकण्याचं हेही एक महत्त्वाचं कारण असावं.

कारणं काहीही असली तरी 'प्रार्थना दयाघना' मधील कवी महानोरांची आत्मनिष्ठ रोमँटिकतेकडून वस्तुनिष्ठ समाजवास्तवाकडे वळलेली काव्यवृत्ती वास्तवदर्शी प्रवाहाच्या दृष्टीनं स्वागतार्हच म्हणावी लागेल.

संदर्भ

१. प्रदक्षिणा ।। खंड दुसरा ।। कॉंटिनेंटल प्रकाशन पुणे, १९९१ मधील 'स्वातंत्र्योत्तर कविता' हा रवींद्र घवी यांचा लेख पृ.२२,२३, ३८,४०.
२. जोग (संपा.) वि. स. : 'युगस्पंदन : राधेय प्रकाशन नागपूर २७ मार्च, १९९०. प्रस्ता. पृ. २१
३. उपरोक्त पृ. १९, २०

***

७

विठ्ठल वाघ यांची कविता

ज्या कवितेत ग्रामीण जनजीवनाचे चित्रण ग्रामीण संवेदनशीलतेने केलेले असते, तिला 'ग्रामीण कविता' असे संबोधिले जाते. या कवितेत खेडे, खेड्याशी संलग्न असलेले कृषिजीवन, खेड्यातील जनजीवनाचे सुख-दुःख, दारिद्र्य, प्रेम, रूढी, परंपरा, संस्कृती या साऱ्यांचा समावेश होतो, हे आपण अगोदर पाहिले आहे.

विठ्ठल वाघांच्या कवितेचा विचार करताना ग्रामीण कवितेची ही सर्व वैशिष्ट्ये या कवितेत प्रतिबिंबित होतात काय, होत असल्यास कशा प्रकारे, या कवितेचे तिचे असे वेगळेपण आहे काय, याची चर्चा या प्रकरणात अभिप्रेत आहे.

विठ्ठल वाघांचे 'काया मातीत मातीत' (१९८५), 'वैदभी' 'साय', अशी काही संकलने पुस्तिकांच्या रूपाने प्रसिद्ध झालेली असली, तरी त्यांनी लिहिलेल्या

कवितांचा 'काया मातीत मातीत' या शीर्षकाचा सर्वसमावेशक असा संग्रह १९९१ मध्ये प्रसिद्ध झाला. या काळापर्यंत लिहिलेल्या त्यांच्या सर्व कवितांचा समावेश या संग्रहात झालेला दिसतो.

या संग्रहातील संपूर्ण कविता वाचल्यानंतर प्रथमदर्शनीच लक्षात येते ती गोष्ट अशी, की प्रेमानुभव/सौंदर्यानुभव आणि समाजवास्तव या दोन्हीही गोष्टी ही कविता सारख्याच आत्मीयतेने मांडते. वाघांच्या कवितेचे 'एक केंद्र सौंदर्यानुभवाभोवती घोटाळणारे तर दुसरे समाजदुःखामुळे आक्रंदन करणारे आहे,'' असे दै.जनवाद (नागपूर, ९ जुलै १९८१) मधील 'विठ्ठल वाघांची कविता' या लेखात म्हटले आहे. अर्थात या दोन्ही प्रकारची वाघांची कविता ग्रामीण बोलीतून आणि ग्रामीण जीवनाच्या अंगाने प्रकट झालेली दिसते.

वाघांच्या **'काया मातीत मातीत'** या संग्रहातील पऱ्हाटी, पानी, मैदी, सोयरीक, बिल्लोर, रात, कळ फेरता, फेरता, लवंग, पुनिव, पोरी, येवय, पान्या पावसाची, भरम, पिपय या कवितांतून सौंदर्यानुभव येतो, तर तिफन, वावर, ढगामुचुक अभाय, कार्तिकात, गाव, मानूस, ऋतू, खयवाळी, रगताभाबय, आजून, आक्के, मेंढरं, तरंग, म्हैस, साहेबराव पाटील या कवितांतून समाजवास्तव चित्रित झालेले दिसते. मुक्तकांमध्ये दोन्ही प्रकारचा आशय येतो.

सौंदर्यानुभवाच्या कविता :

काव्य आणि सौंदर्यानुभव यांचे अत्यंत निकटचे आणि अतूट नाते आहे. हा अनुभव कोणत्या पद्धतीने घेतला आहे त्यावर त्या कवितेचा पोत ठरत असतो. हेच वेगळ्या शब्दांत असे म्हणता येईल की, कवीची संवेदनशीलता ही कवितेला तिचे असे वेगळे परिमाण देत असते. विठ्ठल वाघांच्या या प्रकारच्या कवितांकडे सहज नजर फिरविली तर एक गोष्ट लक्षात येते, ती म्हणजे कवीची अनुभव घेण्याची आणि मांडण्याची पद्धतीही खास ग्रामीण आहे.

'पऱ्हाटी' या कवितेत पऱ्हाटीच्या प्रत्येक डांगीवरील विविध रंगांची फुले कवीला पोरीसोरीच्या कानात डुलणाऱ्या डुलांसारखी वाटतात. इथे पऱ्हाटीच्या रूपात एका खेडवळ मुलीची प्रतिमा उभी राहते. कवितेच्या या सुरुवातीच्या ओळीत 'डांगो डांगी' आणि 'पोरी सोरी' याएवजी 'फांद्या' आणि 'मुली' अशा प्रमाण भाषा-शब्दांची योजना झाली असती तर शहरातल्या एखाद्या मुलीची प्रतिमा उभी राहिली असती. पुढे ही पऱ्हाटी छात्या-मांड्यांइतकी वाढते. 'छात्या मांड्या' हा शब्दप्रयोगही कृषकांमध्ये पिकाच्या वाढीच्या संदर्भात हमखास वापरला जातो. छात्यामांड्यांइतकी उंची वाढली- परकरातली पोर आता लुगड्यात आली. बालपण संपून तारुण्य आले. लुगड्यात आल्यानंतर येतं ते लेकुरवाळेपण. या पऱ्हाटीची बोंडे म्हणजे

तिच्या अंगाखांद्यावर खेळणाऱ्या लेकीच होत.

पऱ्हाटीच्या नख्खीतून आला कापूस फुलून
पाची बोटावर किस्न लोनी राहेला झेलून
(का. मा. मा. पृ. ३)

या ओळींत लहान मुलांसाठी लोणी झेलणाऱ्या श्रीकृष्णाची (आणि अनुषंगाने पऱ्हाटीला यशोदेची) लोकमानसात रुळलेली प्रतिमा येऊन जाते. या प्रतिमांनी लोकभावनेला आवाहन होऊन वाचक (रसिक) तिला दाद देऊ लागतात. पऱ्हाटीच्या प्रतिमेतून खेड्यातली मुलगी-स्त्री-तिची मुलं अशी एक सर्जनप्रक्रिया उभी करणारी ही कविता आहे.

स्त्रीच्या तारुण्यभावनेचं चित्रण करणाऱ्या 'येवय', 'पान्यापावसाची' या दोन कविता या संग्रहात येतात. 'येवय' मधील नायिकेला स्वतःच्या तारुण्याची जाणीव झाली आहे. ही जाणीव गावातल्या लोकांच्या वागणुकीवरून, तसेच तिच्याही बदललेल्या शरीरावस्थेतून प्रकट होत जाते. 'सध्या गावात न्यारं वारं वाहून राहिलं आहे. खिडक्या-दारं जणू घर सोडून मलाच पाहून राहिले आहेत. पूर्वी मी जात-येत असे त्याची कुणाला खबर नसायची. आताच्या सारखी कोणाची नजर बोहारी नव्हती. आता सर्वांनाच जणू पिसं लागल्यासारखं झालं आहे.' असं म्हणून ती आपली तुलना कळीशी करते. काल नाजूक कळी असलेली ती फूल झाली. या फुलाचा वास वाऱ्यानं पसरवला. त्यानं सर्वांना भूल पाडली. कोणी केशर, कोणी कस्तुरी म्हणून त्याला लुटायला झुलू लागले. शेवटच्या कडव्यात तिच्या शरीर आणि मनाची अवस्था येते.

रोजची चोई अंगानं दाटे
आरसा तोही दुस्मान वाटे
पाऊल जरी धर्तरीवरी
मुठीत धरू अस्मान वाटे
लोकाचं दूर, माहा ना खरं, मलेच दिसून राहेलं
(का. मा. मा. पृ. १७)

अशा प्रकारे तिची वाढत जाणारी शरीरावस्था, अस्मानाला धरू पाहणारी तारुण्यसुलभ मनोवस्था नेमक्या शब्दांत चित्रित केली जाते. या कवितेची रचना आणि लय पाहिली म्हणजे खानदेशातील 'वही' या लोकगीत प्रकाराची आठवण

होते. येथे प्रत्येक कडव्याच्या पहिल्या दोन ओळींत यमक साधले असून, तिसऱ्या ओळीच्या दोन अर्धओळी कल्पिल्या तर तेथे वेगळे यमक (कही-बाई, मेला-नेला, जरी-वरी) येते. चौथ्या ओळीचे यमक अगोदरच्या दोन ओळीशी जुळणारे तर शेवटच्या ओळीचे यमक धृपदाच्या ओळींशी जुळणारे. वहींच्या रचनेत साधारणपणे चौथ्या ओळीचे यमक धृपदाशी मिळतेजुळते असते. येथे ते पाचव्या ओळीत येते, एवढाच काय तो फरक. बाकी वहीच्या रचनेत आणि या रचनेत पुष्कळच साम्य जाणवते. म्हणूनच 'वही'चा रचनाबंध नसूनही या रचनाबंधाशी मिळतीजुळती (स्त्री लोकगीताशी अधिक साम्य दाखविणारी) ही रचना आहे. या रचनेने कवितेला लोकगीताची लय प्राप्त होते, असे निश्चितपणे म्हणता येते.

'पान्या पावसाची' या कवितेत तारुण्यातल्या अशा तिला सावध करणाऱ्या तरुण मनाचे मनोगत येते- पाण्यापावसाची तू हिंडू नकोस. आभाळाच्या उरात धडकी भरेल. सभोवतालच्या चिखलातील तुझ्यासारख्या नाजूक कमळाला बरसत्या सरी कशा सोसतील ? जसे जसे लुगडे भिजते, तशी उधळ्या डोळ्यांना स्वप्नं पडतात. स्वप्नांत इंद्रधनुष्याचे रंग भरून जातात. तुझं भिजलं अंग- डोळ्यांतली विजेसारखी नजर, अशा परिस्थितीत वाऱ्याने केलेली लगट हे सर्व पाहून तरुणांचं हिर्वं कच्चं मन त्याचं कसं राहील बरं ? अशा बुहारी नजरेचा कोण भरवसा देईल ? इ. आपल्या मनोगतात तो तिला सांगतो.

प्रियकर-प्रेयसीमधील प्रणयभाव 'भरम', 'पोटी', 'पुनिव', 'मालन' आणि 'पिपय' या कवितांतून व्यक्त होतो.

'भरम' कवितेत तिच्या शरीरसौंदर्याचं वर्णन आणि दोघांतील प्रेमभावना येते. तिच्या गोऱ्या गालावरील त्याने निवडलेला तीळ, त्याच्या कुशीत लपलेला निंबोणा-आडच्या चंद्रासारखा तिचा चेहरा, पाण्यात पाय पडताच शहारणारं मन, त्यानं त्याच्या हातानं तिच्या पायात साटी बांधणं, संगमंग भिजल्यानं घसरलेला पाय सावरणं, पुन्हा पुनवेच्या रात्री चंद्रासारखं तिचं आगमन इ. चित्रण येतं.

'पोरी' हीसुद्धा अशाच प्रकारची कविता. हळद्या रंगाची चोळी आणि लुगडं नेसलेली ती. तिच्या सुवासानं शेवंतीनं लाजणं, भुईमुगाच्या शेतातील तिची रखवाली, डोक्यावर गवताचा भारा (पाहून त्याला म्हशीचा राग येणं), शेतावर खुरपं चालवताना- घराकडे जाताना तिची वाट अडणं, सय संध्याकाळी गुलबासाचा बहाणा करणं, सूर्य बुडाला तरी त्याच्या भेटीसाठी तिचं पाणी भरणं चालूच राहणं, लोकांच्या लाज शरमेचा विचार न करता त्यानं तिच्यावर मोहित होणं, या गोष्टी येतात.

'पुनिव' मध्ये तिच्या आगमनासाठी आसुसलेलं त्याचं मन व्यक्त होतं. तो म्हणतो- तुझ्या रूपाची नवरी केव्हा येणार म्हणून माझ्या मनाची पालखी सजून

आहे. तुझ्या गाठीभेटीची घटका हाच माझ्यासाठी मुहूर्त आहे, तेथे कागदाच्या पंचागाला कोण हुंगणार? तुझं हसणं-बोलणं हीच माझ्यासाठी सनई. त्यानं माझ्या अंगोपांगात दिवाळी साजरी होते. आकाशातला चंद्र आला तरी मला त्याचं काय? तू आली नाही तर माझी पौर्णिमा (पुनिव) साजरी होणार नाही.

'पुनिव' मधला प्रियकर तिच्या भेटीतच समाधान मानणारा आहे. 'मालन'-मधील नायिका अधिक विचारी वाटते. आपल्या सखीजवळ ती आपलं राघू-मैनेचं स्वप्न सांगताना जणू आपल्या सजणाशीच बोलू लागते- आता पाहुणे येतात आणि जातात. आपल्या काळजाचं फूल खुडून नेतात. तेव्हा देनं-घेनं, रीतभात सरू दे. तू पटकन ये- अशी ती आपल्या मनमोहनाची आळवणी करते.

तिचे - त्याचे स्वप्न साकार न होणाऱ्या अपयशी प्रेमाची कहाणी 'पिपय' या कवितेत येते.

गाव सोळून चालली तुव पालखीत पाय
मैना उळून गेल्यानं माहा उदास पिपय

(का. मा. मा. पृ.२०)

या धृपदाच्या ओळीतच प्रेमात आलेलं अपयश आणि या अपयशानं आलेली त्याच्या मनाची उदासी स्पष्ट होते. त्याचं आणि तिचं बालपण, तिनं पाण्यासाठी येणं, घागर रिकामी असली तरी तिच्या डोळ्यांत अथांग सागर भरलेला असणं, या सागरात त्याच्या मनानं खोल खोल जाणं, त्यांचं रात्रंदिवस मातीत खेळणं, भर दुपारीही चांदण्या रात्रीचा आनंद लुटणं, गुलबासासाठी तिची संध्याकाळी वाट पाहणं, धुळी मातीच्या रंगात अंग फुलारणं, पळसाचा रंग दोघांच्या मनाला पटून इंद्रधनुष्याचं धनी असलेलं आभाळ लाजणं, माळीभोळणीच्या सणात फुगडी खेळणं, त्याच्या कुशीत तिच्या मनातल्या भावनांनी झोका घेणं- असं आंब्याच्या फांदीला झोके देत निघून गेलेलं बालपण- या बालपणीच्या खेळात भुलाईशी भुलज्याचं लग्न होणं, एका वडाच्या झाडाला साक्षी ठेवून दोघांनी त्याच्या खोडावर एकमेकांचं नाव कोरणं, रोज शाळेचा वेळ पारावर निघून जाणं, दारी बहरलेल्या रातराणी- शेवंतीला- दोघींना तिच्या सुवासाची भूल पडणं- अशा सर्व आठवणी सांगून तो तिला प्रश्न करतो : आता रातराणी, शेवंतीला बहर आला तर त्यांना काय सांगू ? नदीकाठची मायाळू सावली मला एकटं पाहून गलबलेल. तेव्हा तिचा गळणारा फुलोरा तू एकदा तरी पाहून घे. कौलाच्या घरावर पडणाऱ्या पाण्यासारखं तुझ्यासाटीचं घुंगरू रुमझुम वाजू लागलं आहे. सनईचा सूर येताच वीज कडाडल्याचा भास होतो आहे. झाडंझुडपं वेडीपिशी होऊन वेली आकांत करताहेत. साळुंक्यांच्या थव्यात एकच

कल्लोळ उठतो आहे. या सर्वांनी कसं जगावं, यावरचा उपाय तू सांग, असा बालपण व तारुण्यातील निसर्गाच्या साक्षीनं केलेल्या प्रेमाचा शोकांत या काव्यात मांडलेला आहे.

प्रियकर-प्रेयसी प्रेमाच्या उपरोक्त कवितांमधील राघू-मैना, पिंपळपार, चंद्र-गोऱ्या गालावरचा तीळ अशी सांकेतिक आणि गुळगुळीत प्रतीकं या कवितांना काहीसा सपाटपणा प्राप्त करून देत असली तरी या संग्रहातील सौंदर्यानुभवाच्या कवितांनाही ग्रामीण भाषा, ग्रामीण भागातील- शेतातील कामे करता करता व्यक्त होत गेलेल्या प्रेमभावना, बालपण व तारुण्य यांतील वयाला साजेसं परस्पर आकर्षण, या प्रेमातही घसरणारा पाय सावरणारी ग्रामीण वृत्ती- या साऱ्यांना वास्तवाचा आधार मिळतो. रोमँटिक कवितेतील कल्पनारम्य नटव्या प्रेमापेक्षा या कवितेतील प्रेम / सौंदर्यानुभव या मातीतून अंकुरल्यासारखा वाटू लागतो.

प्रेमाच्या या अस्सलतेचा अधिक प्रत्यय येतो तो वाघांच्या पती-पत्नीप्रेमविषयक कवितांतून. 'सोयरीक', 'मैदी', 'रात', 'बिल्लोर', 'लवंग', 'कळ फेरता फेरता' या कवितांमधून हा प्रेमानुभव व्यक्त होतो.

लग्न जुळविण्याचा खेड्यातील कार्यक्रम मुलगी पाहण्याचा, सोयरीक निश्चित करण्याचा. 'सोयरीक' या कवितेत या प्रसंगाचे लोकगीताच्या लयीत चित्रण येते. दमनी (छताची गाडी), तिची धामनी बैलजोडी. ती अंगणात थांबते. बायकांची गर्दी होते. बायकांच्या डोक्यावरील घागरीत सगुणाचा पैसा म्हाताऱ्याकडून टाकला जातो. आलेले पाहुणे पाहण्यास मुलीला सुचविले जाते- इकडचा आजा (आजोबा) तिकडचा राजा (नवरामुलगा) हे सर्व तू खिडकीतून पाहून घे. याबरोबर तिचे न्हाणे, सजणे, दूध उतू जाणे, सोयरीक पक्की होणे, तिच्या सासरी जाण्याने गाव उदास होणे हे सारे या कवितेच्या ओळीओळींत लोकगीत लयीमध्ये एखाद्या चलत्चित्रासारखे डोळ्यांसमोरून घडत जातानाचा भास होतो. याशिवाय वावरात जाऊन नागरमोती आणणे, तो कांडून किक्शा (उटणे) अंगाला लावून न्हाणे हा प्रसंग, तसेच भरलेल्या घागरीत पैसा टाकणे, दूध उतू जाणे हे शुभशकुन- समजुती अशी लोकजीवनाची सांस्कृतिक वैशिष्टये या कवितेत येतात. मुळात सोयरीक जुळवण्याचा प्रसंगच ग्रामीण भागातील एक महत्त्वाचा कौटुंबिक समारंभ. या वैशिष्ट्यांबरोबरच 'येत होत्या बायका घोयकाच्या घोयका' आणि 'ये रे दे बगळ्या कंबळाच्या पाकळ्या / हिरवा राघू छंदी आने लाल मेंदी' या ओळींतील रचनांत अनुक्रमे 'अळकीत जाऊ खिळकीत जाऊ' आणि 'बगळ्या बगळ्या पंख दे पाची बोटं रंगू दे' या लोकगीतांतील लयीशी साम्य साधल्यामुळे या संपूर्ण कवितेलाच लोकगीताचा बाज प्राप्त होतो.

नुकतीच लग्न झालेली, हातापायांची मेंदी न सुकलेली अशी नवविवाहिता नांगरलेल्या शेतात काडीकचरा वेचण्याच्या कामाला येते. तिच्या सौंदर्याचं, नाजुकपणाचं

वर्णन 'मैदी' या कवितेत येतं.

'रात' या कवितेत पहिल्या रात्रीचं दृश्य तिच्या संवेदनांनिशी शब्दरूपात व्यक्त होतं. 'कालचा दिवस कुवार आणि रात्र जवान होती. माझ्या जिनगानीची दौलत कोणापाशी गहाण होती.'- या धृपदातूनच कवितेतील आशयाचा बोध होतो. पुढे धरणीसारखं कस्तुरीगंध पेरून जाणारं पहिलं पाणी, तिची मोरपंखी लाजरी बुजरी काया, भल्तं जोरात असलेलं आभाळ आणि जन्माची तहान ! जणू आकाशात ढग गर्जत होते आणि देहात वीज नाचत होती (त्यामुळेच कालचा मुहूर्त व घडी महान होती) -या सर्व चित्रणातून गंध- स्पर्श- रस इ. संवेदनांद्वारा ही मीलनाची रात्र शब्दरूपात साकार होते.

'बिल्लोर' कवितेत नववधू पाणवठ्यावर येते. तिच्या हातात बिल्लोर नसल्याचे पाहून इतर बायका तिला 'तुझ्या हाततला बिल्लोर कोठे गेला' असे विचारतात, त्या बिल्लोराचं वर्णन करतात. त्याचा हिरवा रंग, त्याचे झळकणारे कन्नोर, गव्हाळ हातात सोन्याच्या अंगठीतल्या हिऱ्याप्रमाणे चमकणारा, कोवळ्या हाताच्या वेलाला जणू शेंगाच लोंबल्या आहेत असे कन्नोर, तुझ्याशी बोलणारा, भ्रताराला वेड लावणारा, त्याच्याच पसंतीने भरलेला हा बिल्लोर कुठे गेला ? या उपमांच्या मालेनंतर तिच्या मनगटावरील खुणा पाहून सारे काही बायकांच्या लक्षात येते, (खरं तर अगोदरच त्यांना माहीत असते पण या खुणांचं निमित्त करून) त्या तिला- तुझं लाजणं सोड. आता आमच्या लक्षात सर्व काही आलं आहे, असे म्हणून पुढील ओळीत तिची खुलासेवजा चेष्टा करतात.

> राती पलंगापासचा दिवा इजोता इजोता
> हात सख्याच्या हातून नाही आलाच सोळता
> सरसेवटी की नाई दिवा इजूनच गेला
> मंग अंधारात बाई तुहा बिल्लोर फुटला (का. मा. मा. पृ.१२)

'लवंग' मधील नायिका पान - लवंगच्या प्रतिमेतून आपले मीलनोत्सुक मन व्यक्त करते. आपल्या पतीला उद्देशून ती म्हणते- कवळीलच्च पानांची माझी रेशमाची काया राया तू आरामानं खुळजो. पान हे पान नसून त्यात माझं मन आहे. तुझे धटिंगण ओठ हे जाणत नाहीत. या पानासाठी चांदण्याचा चुना केला असून तुझ्या इगारलेल्या जिभेला तो चव आणीन. चुन्यासोबतचा कानपुरी काथ (ज्याने रंगत येईल) पाहून नंदा माझी चेष्टा करतील असं म्हणून दोघांचं मीलन (कवितेतील बारा अक्षरांचा चरण असा रचनाक्रम बदलून) पुढील शब्दांत व्यक्त होते -

फनफन वारा । खनखन खुळा । जीव झाला येळा
पानपुळ्यामंदी । नव्या नवतीचा । सोकू पाहे ईळा (का. मा. मा. पृ.१४)

त्याच्या चटावल्या जिभेसाठी मैना पुन्हा मनातून झुरते. तिचा जीव उदासतो. तिचा केशर कस्तुरीचा वास दरवळतो. अंघोळ करताना चबरा पलंग तिला हिणवतो. पानात टोचलेली लवंग सवत भासून तिला बोचू लागते. पान, लवंग या स्त्री प्रतिमा म्हणून तर ओठ, जीभ या पुरुष प्रतिमा म्हणून या कवितेत येतात.

'कळ फेरता फेरता' मध्ये तिचा पती कोठे तरी बाहेर गेला आहे. तिला त्याची सतत आठवण होते आहे. झांझड पडली. चिडीपाखरं घरी गेली, वासराचे ओठ दुधानं भरले, तुळशीजवळ कोण्या आईने दिवा लावला, पोरासोरांच्या हाती दूध भाकरीचा काला दिला, अशी चिळीभोरीच्या पावलानं रात उलटली. उदराईच्या वासानं घरी दारी पसरली. शेजीच्या घरचा दिवा मालवला गेला आणि मैनाचा जीव राघूनं आठवणीत गोठून टाकला. एकीच्या अंगणात कळ्या उमलल्याचं वारा तिला दारावरून जाताना सांगू लागला. अशी ही वाऱ्याची झुळूक तिला सवतीसारखी वाटू लागते. लवंग वेलदोड्याचं पान तोंडात टाकूनही काथ तिळभरसुद्धा रंगत नाही. तिच्या जिवाच्या राघूनं कोठे भरारी मारली, घरी दारी त्याची किती वाट पाहू असे प्रश्न तिला पडतात. बाजेची दोरी तिला रात्रभर खिजवत राहते. गातही दोरीला अंतरत नाही. अशी त्याच्यासाठी आसुसलेली, त्याची वाट पाहणारी ती. तिची विरहभावना या कवितेत परस्परविरोधी प्रतिमांतून अधिक आर्त होत जाते.

याप्रमाणे सोयरीक, प्रथम मीलन, मीलनोत्सुकता, विरहार्तता असे पती-पत्नी प्रेमातील विविध भाव वाघांच्या उपरोक्त कवितांतून चित्रित होताना दिसतात.

'पानी' या कवितेमध्ये पाण्याची विविध रूपे येतात. पाणी ही एकच प्रतिमा येथे विविध रूपांत साकारते. तोंडाचे पाणी (पळणे), डोळ्यात दाटणारं पाणी, आटणारं (प्रेम) पाणी, आभाळातं मायमाऊलीसारखं पाणी, न्हाणीचं सुवासिक पाणी, पाटातलं पाणी, पिकाच्या मुळ्यापर्यंत जाणारं पाणी, तरुणीला भिजवणारं पाणी, अंघोळीचं पाणी, सड्याचं रिमझिम पाणी, रांगोळी काढत येणारं पाणी, बेडकीचं लग्न लावणारं डबक्यातलं पाणी, दाही दिशांत तनामनात दाटणारं, जिवाशिवाचं नातं जोडणारं पाणी -अशी पाण्याची विविध रूपं मानवी भावभावना, माणसामाणसांतले संबंध, कृषि-निसर्गातील घटिते, आध्यात्मिक कल्पना इ. पाण्याच्या एकाच प्रतिमेतून दृक, गंध, स्पर्श, नाद संवेदनांनी व्यक्त होतात. या दृष्टीने ही कविता लक्षणीय ठरते.

विठ्ठल वाघांच्या या सौंदर्यानुभव मांडणाऱ्या कवितांमध्ये बाल्यावस्थेतील खेळकर-पणा व पुढे त्यातून निर्माण झालले परस्पराकर्षण,प्रणयभाव, पती-पत्नी प्रेमाचे विविध रंग, निसर्ग हा सौंदर्यानुभव असला तरी येथे केवळ कल्पनारम्य अशा

सौंदर्याची अनुभूती मांडण्यापेक्षा त्याला लोकजीवन, लोकभाषा, लोकसंस्कृती यांचा संदर्भ प्राप्त झाला आहे. त्यामुळे या कवितेतील प्रेम - सौंदर्यानुभवही ग्रामीण मातीतून साकार झालेला दिसतो. मात्र राघूमैना, पार, पिंपळ, चंद्र, चांदणे अशा लोकगीतातील (आणि रोमँटिक कवितेतही) सांकेतिक प्रतिमांची पुनरावृत्ती अनेक ठिकाणी जाणवते. अशा पुनरावृत्ती-मुळे रचनेतील नावीन्य कमी होऊन परिणामकारकता कमी होत जाते. मात्र या कवितेतील ग्रामीणता आणि सहजता यांमुळे केवळ कल्पनारम्यता आणि नटवेपणा पासून ही कविता अलिप्त राहते हे या कवितेचे अनन्यसाधारण वैशिष्टय आहे.

ग्रामीण समाजवास्तवाच्या कविता :

ग्रामीण जनजीवन, या जनजीवनाचा केंद्रबिंदू असलेला कृषि व्यवसाय आणि कृषक समाज हा विठ्ठल वाघांच्या कवितेचा मुख्य गाभा आहे. शेतकरी, त्याचे सुखदुःख, त्याच्यावर होणारे विविध स्वरूपाचे अन्याय, पिळवणूक या सर्वांचा वेध ही कविता ग्रामीणजीवनातील लोकभाषा,लोकगीते, लोकश्रद्धा, लोकपरंपरा, समजुती यांच्या आधारे घेत जाते. शेतीतील नवोन्मेषशाली सर्जनाने या कवीचे मन आनंदून जाते, तर हेच मन या भोळ्या भाबड्या कृषकावर होणाऱ्या अन्यायाने, पिढ्यान्‌पिढ्यांपासून होत असलेल्या त्याच्या शोषणाने आक्रंदून उठते. हे आक्रंदन प्रसंगी या शोषित जनतेला प्रतिकारासाठी सज्ज व्हायलाही प्रवृत्त करते. या प्रकारच्या कवितेत कृषी आणि कृषक यांच्या जीवनाचे चित्रण करणाऱ्या कविता जशा आहेत, तशा स्वार्थी राजकीय मंडळीकडून होत असलेल्या भ्रष्ट आचरणाचे चित्रण करणाऱ्या कविताही आहेत. ग्रामीणजीवनाच्या चित्रणाबरोबरच मानवी मनाचा वेधही ही कविता घेत जाते.

'तिफन' या वाघांच्या सर्वपरिचित कवितेत पेरणी या कृषिवर्षातील प्रथम व अत्यंत महत्त्वपूर्ण अशा प्रसंगाचे चित्रण आहे. तिफन हे पेरणी अवजार. जेव्हा तिफन काळ्या मातीत चालू लागते तेव्हा वीज जणू थयथय नाचत असते आणि ढग ढोल वाजवत असतात. अशा प्रसन्न वातावरणात नंदीबैलाच्या जोडीला सदाशिव हाकारत असून त्याची पत्नी पार्वती पोटाला ओटी बांधून पेरणी करीत असते. एकीकडे काटीला बांधलेल्या झोळीत तान्हुले रडत असते तर दुसरीकडे तिफन चालत असते. या पहिल्याच कडव्यात सदाशिव - पार्वती - तान्हुलं या रूपकातून शेतकरी, त्याची घरधनीण आणि त्यांचे मूल यांचे चलत्‌चित्र उभे राहते. लोकश्रद्धेला आवाहन झाल्याने कष्टकरी समाज आणि या कष्टकऱ्याविषयी आपुलकी असलेले रसिकमन कवितेशी एकरूप होऊन जाते. पुढच्या कडव्यात काकरातील बिजवाईला चांदण्याची उपमा देऊन ही पेरणी म्हणजे जणू धरणीच्या अंगोपांगावरील गोंदण असल्याची कल्पना येते. सरीमागे येणाऱ्या सरी आणि त्यामुळे न्हातीधुती झालेली

माती-तिचा कस्तुरीसारखा दरवळणारा सुवास मानवी मनाला मोहून टाकतो. पुन्हा या जोडप्यावर राघू - मैनेचे रूपक येते. तिफण आाणि त्यामागील वखर हाकताना भिजलेली माती पायाला लोण्यासारखी वाटते. या ढेकळांमध्ये कृषकाचे मन हिरवे स्वप्न पाहू लागते. सर्जनाबरोबर वेदना येते. स्वप्न पाहताना पायात काटा रुततो. लाल रक्त सांडते आणि या वेदनेत (हिरवे) स्वप्न अधिकच फुलू लागते.

अशी ही कृषी कविमनाला तीर्थक्षेत्रासारखी पवित्र आणि मंगल वाटते. 'वावर' या कवितेत शेतीत दिसणाऱ्या अध्यात्माचे चित्रण येते. माझे वावर हे जणू पंढरी आहे. त्यात हालणारी पाने विठोबाची झेंडी आहेत. मला देहूचा अबिराचा टिका माहीत नाही पण या शेताची काळी माती कपाळाला लावली तर तुम्हीही विठ्ठल आणि तुकाराम (पंढरी-देहू) विसराल. चंद्रभागेची अंघोळ नशिबात नसली तरी मोटेखालचं पाणी या मनाला चंद्रभागेइतकंच पवित्र वाटतं. काळ्या मातीतून तरारून वर येणारे हे कोंब सावत्याच्या गाथेतून उमटणारे विठूचे गीत वाटतात. याप्रमाणे चिंचेची समाधी लागून तिचे बेभान बाक्कोल तुकारामाच्या चिपळ्या होतात. वावरातला आंबा आाणि त्याच्या सभोवतालची कणसं डेबूच्या (संत गाडगेमहाराजांच्या) कीर्तनात डोलणारी माणसं होतात. अशी ही काळी माती माझी साता जन्माची आई आहे. तुकाराम तसाच विठोबा आहे. या मातीने तू आपले कपाळ रंगवून घे अशी आळवणी कवी रसिकांना करतो.

> काया माती पोटी कोंब टरारून वर आले
> सावत्याच्या गाथेतून गीत इठूचे फुलले (का. मा. मा. पृ.२)

असे म्हणणारे हे कविमन, "एका एका कोंबातून / पर्गटले दोन पानं / जसे हात जोडीसन / टाया वाजवती पानं / दंग देवाच्या भजनी / जसे करती कारोन्या / होऊ दे रे आबादानी" (ब.गा. पृ.३४) असे शेतीमध्ये ईश्वराचे रूप पाहणाऱ्या बहिणाबाई चौधरी यांच्या कविमनाशी आपले नाते सांगून जाते.

अर्थात आषाढ महिन्यात भळ, चिंचेचे बाक्कोळ, मेरीची ज्वारीची कणसं या साऱ्यांचा एकत्रित उल्लेख कालऔचित्याचा भंग करतो असे वाटते.

केवळ शेती आणि शेतीतल्या सर्जनप्रक्रियेतच रंगून जाणारे हे मन नाही. तर कृषक समाजाला पिढ्यान्‌पिढ्यांपासून उपसावे लागणारे कष्ट आणि या कष्टाला केव्हाही न मिळालेला योग्य मोबदला यामुळे हे मन विव्हळून जाते. या विव्हळण्यातूनच संवेदनशील मनाचे आक्रंदन 'ढगा मुचूक अभाय' सारख्या कवितेतून उमटते. शेतीवर येणारी संकटे दोन प्रकारची, अस्मानी आणि सुलतानी. या दोन्हीही संकटांचा समाचार कवितेतून घेतला जातो. जेव्हा खूप कष्ट करून पेरणी केली

जाते, स्वप्ने पाहिली जातात. मात्र पावसाची अवकृपा होते, तेव्हा कृषकांचे आक्रंदन उमटते, 'या मेरीऊन त्या मेरीलोक म्या काय काय नोतं पेरलं, बांडबोहाऱ्या वानाचं हे पानीच कसं फिरलं ?' असे निसर्गाशी सलगीचे भांडण येते. यंदा चांदीसारखा कापूस विकून मोठ्याधाट्या सकूला उजवू असं स्वप्न तो पाहतो. पण (पाण्याअभावी) ढेकूळ मुरत नाही. बोंड धरलं जात नाही. सगळं स्वप्न जागच्या जागी विरून जातं. हा कृषीवल पिठामिठासाठी महाग होऊन जातो. पत नाहीशी होते. वासरू ओरडू लागते. (चाऱ्या अभावी) गायीच्या स्तनात दूध नसते. पाणी चाऱ्यावाचून गायीला आपले वासरू आणि आईला आपले लेकरू महाग होऊन जाते. नदीनाल्याभोवताली पाखरं भिरभिरू लागतात. तळ्याचे पाणी आटते (पिण्याच्या पाण्याच्या) घागरीचे नशीब फुटते. ढग येतात. गरजून निघून जातात. ढगाशिवायचे आकाश कुंकू पुसलेल्या कपाळासारखे वाटू लागते. आभाळाकडे लागलेले डोळे सुतक पडल्यासारखे त्रासून जातात.

पिढ्यान्‌पिढ्यापासून चालत आलेल्या कृषक कास्तकाऱ्यांच्या दुःखाला 'खापराचे दिवे' या कवितेत वाट करून दिली जाते. मातीमध्ये आम्ही जन्मलो. अजून या आयुष्याची किती माती होणार आहे ? खापराच्या दिव्यातील वाती पेट घेऊन या जीवनातील अंधार कधी दूर होणार ? अशा आशयाच्या धृपदाच्या प्रश्नार्थक ओळींनी या कवितेला प्रारंभ होतो. किती घरातून सूर्य जातं होऊन फिरतो, किती घरांतून पिठासारखा उजेड पडतो ? काळ्या म्हशीसाररखी रात्र नेहमी आमच्या दारात असते - ती केवळ अंधारच रिचवत बसली आहे. अनेक गोष्टी ऐकल्या पण अजून पुनिव (पौर्णिमा) पाहिली नाही. या कवितेतील म्हैस, सूर्य, पीठ, पौर्णिमा या प्रतिमांतून पिढ्यान्‌पिढ्यांचा अंधार आणि उजेड, सौख्याचा अभाव व्यक्त होतो. पास लावून कोनाचा (सुखी जीवन जगणाऱ्यांचा) वखर जलद गतीने चालतो पण ढेकळासारखे आम्ही मात्र चूरचूर होत असतो. वखर, त्याची पास आणि चुरा होणारी ढेकळं यातून शोषक आणि शोषित यांची सूचना दिली जाते. असे असूनही शेतीकडे केवळ सुखी- समृद्ध- आनंदी जीवन म्हणून पाहण्याची अनेकांची वृत्ती दिसते. मराठी कवींनाही या शेतीतले दुःख न दिसता शेती-निसर्ग, त्यातील पानं-फुलांच्या रूप-रंग-गंधातच त्यांची कविता मश्गूल राहिली. या परिस्थितीसाठी,

फुलवल्या कापसाले चंद्र चोरू चोरू पाहे ।
तरी माय माऊलीची मांडी उघडीच राहे । (का. मा. मा. पृ. २८)

अशा ओळी येतात. फुललेल्या कापसाकडे चंद्रासारखे चोरून पाहण्याची या कवींची दृष्टी असली तरी वाघांच्या कवितेला, कापूस पिकविणाऱ्या या माय

माऊलीला आपली इभ्रत (मांडी) झाकण्यापुरतेही वस्त्र मिळू शकत नाही, या प्रखर वास्तवाची जाणीव आहे. उभं आभाळ फाटलं आहे, आख्खं आयुष्यच दारिद्र्यानं ग्रस्त झालं आहे, तिथे छाती तरी कशी झाकणार ? असं दारिद्र्यात जीवन कंठणाऱ्या शेतकऱ्याच्या शेतातील कणसात दाणे भरताच हुशार पाखरं येतात आणि भर हंगामात भाकर पारखी होऊन जाते. तेव्हा पोटातली आग अंगभर पेट घेते. सोंगेल फनाची अनी धारदार होते. तिला किती रक्त मागणार हे सांगता येत नाही. असंच चालू राहिलं तर खापराच्या दिव्यातून वाती पेट घेतल्यशिवाय राहणार नाहीत अशी सूचनाही शेवटी दिली जाते.

कृषिकर्माचा आधारस्तंभ अशा बैलाची व्यथा 'खयवाळी' या कवितेत येते- 'खळ्यातील मेरीभोवती गुरूगुरू फिरून जीव वेडापिसा होतो. मुसक्यानं माझी वाचा बंद होते. ज्वारीच्या राशी खंडीनं पडत असल्या तरी माझ्या वाट्याला मात्र भुसा येतो. वर्षातून एकदा पोळा येतो त्याची काय गोडी वाटणार ? रात्रंदिवस मरमरून मातीतला जीव मातीतच जाणार, मुका जीव, त्याचं मुकं दुःख, ते कोणाला सांगणार ? अंगावर झुली टाकून केवळ समाधान केले जाते. आमच्या या दुःखाला केव्हा वाचा फुटेल आणि वेदांमध्ये नव्या ऋचा केव्हा रचल्या जातील ?' अशा शेतीतल्या महत्त्वाच्या मुक्या प्राणाच्या मुक्या व्यथांना येथे शब्दांकित केले जाते. श्रमाच्या प्रतिष्ठेसाठी नव्या ऋचांच्या निर्मितीची आवश्यकता प्रतिपादिली जाते.

'तिसरा डोया' या कवितेतील व्यथा जशी बैलांची तशी बैलाप्रमाणे राबणाऱ्या शेतकऱ्याचीही- 'आम्ही पौर्णिमेत अमावस्येचे संसार मांडले. जन्मभर पाठीपोटावर वार सोसून हाता - तोंडाची लढाई करावी लागली. पावसाळा असो, हिवाळा असो की उन्हाळा. सदैव डोळे भिजतात. पारावरच्या गोष्टीसारखी आमची कथा जुनी झाली आहे. धरित्रीची कूस आणि आभाळाचं छत यांमध्ये रात्रदिवस राबताना खतासंगं खत झालो. मातीतलं 'बी' होऊनही हंगाम आमचा कधी झालाच नाही. दरसाल हे मरण किती मरणार ? उरात आग पेटते, जीवापार ताप होतो. आसवांचा जीव दोन्ही डोळ्यांतून शाप देतो. या दोन्ही डोळ्यांव्यतिरिक्त 'तिसरा डोळा' केव्हा उघडेल याचे कोण काय सांगणार ?' अशी अन्यायविरुद्धच्या सुप्त प्रतिकाराची सूचना शेवटी दिली जाते.

स्वार्थी राजकारणी आणि भ्रष्ट राजकारण :

शेतीच्या वाट्याला आलेले परावलंबित्व हे जसे अस्मानी संकट आहे तसे शासनाकडून वेगवेगळ्या स्वरूपात होणारी पिळवणूक या सुलतानी संकटालाही शेतकऱ्याला वारंवार तोंड द्यावे लागते. स्वातंत्र्योत्तर काळात हे संकट अधिकच उग्र झाले आहे. स्वार्थी राजकारणी, ग्रामीण भागापेक्षा शहरी विकासाकडे झुकते माप

देणारे शासन यांच्यामुळे शेतकऱ्यावर होणाऱ्या अन्यायाला आणि पिळवणुकीला सीमाच राहिली नाही. या अन्यायाचे, पिळवणुकीचे, ढोंगीपणाचे, स्वार्थी वृत्तीचे चित्रण वाघांच्या कवितेत धगधगत्या शब्दांत येते.

'गाळं' या कवितेत 'झोपलेले धुरकरी (शासनकर्ते) आणि अंधारात असलेले बैल (अज्ञानी शेतकरी) याचं रोजचं गाडं कसं तरी चालू आहे. या शेतकऱ्याच्या उरात नांगर चालू असून त्याच्या जखमा ढेकळाएवढ्या आहेत. विठूचा म्हातारा बैल खचला असला तरी त्याच्या रखमाने कंबर कसली आहे. चालून चालून वारकरी थकले असले तरी पंढरपूर (सुखाचे दिवस-श्रेय) अजून दूरच आहे. अशा या शेतकऱ्याच्या अंगणातील तुळशीने राजकीय लोकांचा गळा सजविला. त्यांच्या घोषणाबाज भाषणात चंद्र कितीही वाढत गेला तरी गावकरी अजून भाकरच मागतो आहे. त्याच्या प्राथमिक गरजाही अजून पूर्ण होत नाहीत,' असे चित्रण आले आहे. त्यांना उद्‌देशून कृषकवर्ग म्हणतो- आम्ही मत नव्हे तर आमचे भविष्यच तुमच्या हाती दिले होते, पण तुम्ही हातावर विस्तव ठेवून चांदण्या रात्री खुडून नेल्या. आपलाच स्वार्थ साधला. शेतकऱ्याला काहीच मिळाले नाही. कुऱ्हाडीचा दांडा असा गोतावरच घाव करू लागला.

अशा परिस्थितीतही हे गाडं सतत फिरतं ठेवण्यासंबंधी 'रगता भांबय' या कवितेत सांगितले जाते. या कवितेतील प्रत्येक दोन ओळींत ढासळत जाणाऱ्या परिस्थितीतही पिळवणुकीची प्रक्रिया कशी चालू आहे ते उपहासगर्भ शैलीत सांगितले जाते : 'आरे पुठ्ठे निकामी झाले असतील तर ते बदला. चाक मात्र फिरतं ठेवा. कोणी तरी धुरकरी व्हा पण गाडं मात्र चालू ठेवा. दाण्यासारखा आमचा जीव भरडला तर पीठ होतो. या जात्याला पाचार ठोका, मात्रं जातं दळतं ठेवा. पाखरांबरोबरच तुम्हा माणसांचीही नवी भागीदारी आली, आरामानं खुळण करा. वावर मात्र पिकतं ठेवा. जेथे तुम्ही अश्रू ढाळले तेथे घरं दारं वाहून गेली, गढ्यामाड्या खसकल्यावर घराचं आडं शाबूत ठेवा. तुमचं येणं जाणं असं थोर की, सर्व गावाची गांजणूक होते. तुम्ही म्हणाल तसा शिमगा करू, पण पुरण मात्र शिजतं ठेवा. आरूने आपल्याला फार रक्तबंबाळ केले. गळेल तेवढे गळू द्या पण रक्त मात्र जळते ठेवा.' या कवितेतील आरे-पुठ्ठे-चाक -गाडं-धुरकरी, जातं-पाचर-दळण-पीठ, पाखरं -नवीन भागीदार-कणसांची खुळण, अश्रू- घरंदारं गढ्यामाड्या- आडं, शिमगा-पुरन, आरू- रक्त या प्रतिमांतून ही पिळवणुकीची प्रक्रिया सांगितली जाते.

'आजून' या कवितेत 'उन्हात, कष्ट-दारिद्र्यात वाळत आलेल्या या आमच्या जीवांना अजूनही सावली नाही. काहीही परिवर्तन अद्यापझालेले नाही. आम्ही भाषणा-तील शाब्दिक आश्वासने (चंद्र) मागितली नव्हती, तर पोटासाठी अर्धी भाकर मागितली होती. अमृत नको होते, तर तान्हुल्याच्या ओठासाठी दूध हवे होते.

तुमच्या शब्दांत घोषणांच्या म्हशी बोकांडल्या, पण एकही पान्हावली नाही. त्याची परिपूर्ती झाली नाही. दह्यादुधाचे नकाशे काढून दिशाभूल केली. इथे घोटभर पाण्यासाठी जीव (मासे) तळमळतात. लेकरू बेजार झाले पण त्याला माऊली भेटली नाही. तुमच्या रांगोळीसाठी आमची राख झाली. घरी दिवाळीच्यासाठी जीवाची जायली झाली. नवसात रक्त देवूनही देवता मात्र पावली नाही. या वर्गाची व्यथा समजून घेणारा कोणी भेटला नाही.' अशी शोषित कष्टकऱ्यांची कैफियत मांडली जाते.

'ऋतू' या कवितेत निसर्गाच्या व राजकारण्यांच्या अवकृपेने झालेली कृषीवलांची दयनीय अवस्था येते : पानांफुलांविना आलेला ऋतू कोठे गेला ? मातीला घाम नव्हे तर रक्त दिले, तरी घरधनिणीच्या नथीला मोती घेतला जात नाही. अनेक तपांपासून कष्टच चालू आहेत पण ताप मात्र कमी झाला नाही. गोट्या (राज्य) बदलत गेले पण डाव (कावा) काही बदलला नाही. हवेल्यांमधून सूर्य खुंटीला टांगला गेला पण झोपड्यांत मात्र अंधारच राहिला. श्रीमंत अधिक श्रीमंत तर गरीब अधिक गरीब होत गेले. काळेभोर आभाळ भरून आले म्हणजे नद्या नाले वाहू लागतील असे समजून रेती वाट पाहते, पण पूर कोठे निघून जातो काही कळत नाही. शेवटी समृद्धी ही कष्टकऱ्यांच्या वाट्याला येत नाही.' हा पिढ्यान् पिढ्यांचा अनुभव या कवितेत येतो.

पूर्वीचे निष्ठावान नेते गेले आणि त्या जागी स्वार्थी, ढोंगी आले, याचं चित्रण 'आक्के' कवितेमध्ये आहे. आक्के म्हणजे वळू, मस्तवाल सांड आणि बैल हा कष्ट करणारा, प्रामाणिक. '....गावातले बैल गेले आाणि आता लय आक्के झाले' या पहिल्याच ओळीत हे राजकीय परिवर्तन सुचविले जाते. 'शिकोरीतले लोणी नष्ट झाले तरी हे लोणी खाणारे बोके मस्तवाल झालेत. त्यांना दावं दोरं अशी कुठलीही बंधनं नाहीत मग गोठ्याची तर गोष्टच नको. पेरतात, कष्ट करतात त्यांच्या माथी मात्र फाके (उपास-तापास) आले. हे आक्के गल्लोगल्ली हुंदडतात, डरकाळी फोडतात. वासरीच्या (तरुण मुली) काळजीने गायी (त्यांच्या आया) मात्र तोंडातला घास टाकतात. ढोरं (पालक) हे सर्व कळत असूनही मुके होऊन टकमक पाहत राहतात. या मुक्या जीवांना गळ्यातलं लोढणं फास वाटतो. गावाला गाभन ठेवून मनाच्या सुतानं हे आक्के जातात. उगऱ्यांना (म्हातारे बैल-निष्ठावान नेते) कोणी विचारत नाही. त्यांचे खरे हाल होताहेत.' अशा प्रकारे नव्या राज्यकर्त्यांचा भ्रष्टाचार, मोकाट वृत्ती, मस्तवालपणा, सामान्य जनतेची मुक्या जनावरासारखी असहाय अवस्था आणि पूर्वीच्या नेत्यांचे हाल- या साऱ्यांचे चित्रण या कवितेत येते. आक्के-बोक्के, शिकोरी- लोणी, दावं-गोठा, वासरी-गाई, ढोरं-लोढनं-दावन, बैल-डंगरे या प्रतिमांनी तसेच वाखे, हुंगे अशा शब्दयोजनांनी कवितेला ग्रामीण भाषेबरोबरच ग्रामीण जीवनाचे परिमाण लाभते.

'मेंढरं' या कवितेत ग्रामीण जनतेची मेंढरासारखी झालेली अवस्था चित्रित होते. 'आम्ही अशी मेंढरं आहोत की ज्यानं यावं त्यानं हाकलावं. दर पाच वर्षांच्या बोलीने आमचा लिलाव होतो. वादळ सुटले म्हणजे आम्ही कावरे बावरे होतो. नेता नेतो म्हणतो. आम्ही त्याच्या मागे जातो. आमच्या रिकाम्या पोटांना, त्यांच्या गोडबोलीत भाकरीचा भास होतो, पण सर्पाच्या ओठाला मध असतं हे कळत नाही. ज्याला घर समजावं ते वारूळ निघावं. आम्हा गरिबांसाठी गरिबी हटविण्याच्या घोषणा होतात. पण आम्ही पौर्णिमेच्या आशेवर अमावस्याच काढत राहतो. वाट पाहून डोळे भिजले, थिजले पण गाय पान्हावली नाही. वासरं मुकाट झोपून गेली. मागे चालणे चालूच आहे. पण ठाव (ठिकाण) अजून लागत नाही. ढोरासारखे कोंडलेले श्वास मोकळे होतात. उलंगलेल्या वावरात नवीन कोंभ येतील असे वाटते. पण दैवच वांझोटे, माती कशी टळणार. जिथे चांदण्याचे पीक यावे तिथे रात्री उलंगून जातात. ज्याला शेंदूर फासावा तो दगड निघतो. (राज्यकर्ते बदलले तरी शोषण चालून राहते.) राजकारणातील घराणेशाही गाजत राहते. त्या गाजण्यासाठी आमच्या कातड्याचे ढोल वाजविले जातात. आम्ही रवी लावतो, घाम गाळतो, हातात फक्त ताकच येते. लोणी दिल्लीत लुटले जाते आणि आमच्या आसवांना आमचीच कीव येते.' या कवितेतील गरिबी हटाव (ची घोषणा) आणि गाय- वासरू (निवडणूक चिन्ह), बाप-लेक, माय-लेक (घराणेशाही) अशा काही गोष्टींचा उल्लेख समकालीन वास्तवाचा संदर्भ देऊन जातात. मात्र राजकारणातील या प्रवृत्ती, परिस्थिती कमी अधिक फरकाने तशीच राहिल्याने ही कविता जशी त्या काळाची तशी आजचीही वाटू लागते. ढोल-कातडे, रवी-घाम, ताक-लोणी अशा प्रतीकांतून ही शोषण प्रक्रिया उलगडली जाते.

'तरंग' या कवितेत अन्याय, प्रतिकूल परिस्थितीला प्रतिकार करण्याची वृत्ती संपुष्टात आली असून सगळे चूपचाप पाहण्याची, सोसण्याची वृत्ती सर्वत्र दिसते आहे, याची खंत व्यक्त केली आहे- सारं कसं सामसूम आहे. तलावात कोठेही तरंग नाही. वड कलंडून टाकणारे झंझावात कोठे गेलेत ? अळी-मिळी गुपचिळी अशी जगण्याची रीत झाली असून अर्थाचं दिवाळं निघाल्याने शब्दांचीही पत गेली आहे. जित्या जागत्या जिवाची मेल्यागत स्थिती झाली आहे. उरातली आग डोळ्यातल्या आसवांत विझून जाते आहे. वात भिजवण्यापुरतंही तेल दिव्यात नाही. गोड घासाविना सणही उपवासात काढावे लागत आहेत. आम्ही आरतीचे दीप (देशाचे आधारस्तंभ) असूनही या दीपांमध्ये तूप नाही की वात नाही अशी अवस्था झाली आहे. धुरकऱ्याच्या (नेत्यांच्या) तालाने बैलांनी (कष्टकरी जनतेने) किती चालावं ? या धुरकऱ्यांच्या आरूचे कोंबे किती सोसावेत ? मुसक्याच्या भीतीने तक्रारही कशी करणार ? पाय चालून थकले तरी वाट सरली नाही. सारं कसं सामसूम आहे.

कोठेही जरासुद्धा तरंग उमटत नाही. अशी शोषितांची मूक अवस्था या कवितेत येते. दीप-तूप-वात-आग आणि धुरकरी-बैल-आरूचे कोंबे अशा प्रतिमा या कवितेतही शोषक-शोषितांसाठी येतात.

'म्हैस' या कवितेत समृद्धी-पंचवार्षिक योजनेसाठी म्हशीची प्रतिमा यथार्थपणे वापरली आहे. दरपाच वर्षांनी पंचवार्षिक योजना जाहीर होतात. ग्रामीण भागाच्या विकासासाठी मोठमोठ्या घोषणा होतात. पण प्रत्यक्षात त्या ग्रामीण भागापर्यंत पोचतच नाहीत. शहरांचाच विकास मोठ्या प्रमाणात होत राहतो. या देशाचा कणा असलेला ग्रामीण परिसर आणखीनच उदास होत जातो. या कवितेत सुरुवातीला गुलामीचा (पारतंत्र्याचा) हवाला देऊन, गुलामीत भरोशाचा हेला गाभन होता त्याचीच सावली (स्वातंत्र्यातल्या) म्हशीवर पडली. म्हशीला वेणाही येत नाहीत की ती वीतही नाही. अटाळ्या पायाची, फटाळ्या शिंगाची असे म्हशीचे अक्राळ विक्राळ रूप असल्याचे तसेच ती राजधानीतून निघाल्याचेही सांगितले जाते. पण अजूनही गावातला गोठा ओसाडच आहे. खुंटा टुकनी लागला आहे (तिची वाट पाहतो आहे). पुढच्या कडव्यात बालगीत आणि लोकगीत यांचे बेमालूम मिश्रण होऊन या गोष्टीतील निष्क्रियता उपहासगर्भ शैलीत व्यक्त होते–

येरे येरे पावसा म्हणून पाऊस आला मोठा नाई,
पैसा झाला खोटा नाई, दुधानं भरला लोटा नाई,
पोट्टे मांगतात दूध दई, माय लावते बयाच रई
घुसळन घातलं बाई, लोनी येत का नाई ? (का. मा. मा. पृ.३४)

वास्तविक या म्हशीसाठी लागणारा हिरवा चारा गावरानात असतो. त्यासाठीच ती आखरांत तोंड खोसते. तिचा वया (आचळ) मात्र शहराशहरातून मस्त दूध देत असतो. ही म्हैस तहानल्या गावासाठी पखाल आणेल असे म्हटले जाते. गावच्या आशा फारच वाढतात. ही भविष्यवाणी गावात हस्तरेषा पाहणाऱ्या वैदूच्या शैलीत मांडली जाते-

म्हैस दारोदर । डोलत येईल । दुधाची तवली । भरून जाईल
करोळोचं मेवन खाईन, पंचवार्षिक योजनेच्या पायानं येईन
तुमच्या लेकराबाकराले दुध देईल. (का. मा. मा. पृ ३४)

मात्र म्हशीबद्दलचं हे म्हणणं पटलं तरी तिच्यामागे लागून लेकराबाळायच्या होटाचं दूध तुटतं. 'आपलंच कोठे तरी, काही तरी, कसं काय चुकलं ?' असे

म्हणण्याची वेळ येते. टोपीवाले (अर्थात नेते) म्हैस आणून गोठ्यात बांधल्याचे सांगतात. 'टाकली साससुनाईच्या वट्यात' अशी दान केल्याची उपकाराची भाषाही होते. याप्रमाणे पारावरच्या सभेत प्रत्येक भाषण गर्जत जाते. टाळ्यांची बरसात होते. काळ्याभोर आभाळाला वाकुल्या दाखवत गावाकडून शहराकडे निघून जाणारी ही म्हैस आली कशी, आणि गेली कशी कोणालाही कळत नाही. ती खेड्यातलं हिरवं खुडून उलंगवाडी करून ज़ाते. म्हातारा-म्हातारीच्या डोळ्यात जन्मापासूनची झळ येते. भोळेभाबडे जीव पोथ्या वाचण्यात म्हशीची वाट पाहण्यातच राहून जातात. दूधावाचून पहिलं मूल हातपाय घासून मेलं, दुसऱ्या वेळी त्याची आई गरोदर आहे. (जणू पहिल्या मुलासारखीच त्याचीही गत होणार आहे.) अशी ही म्हैस (समृद्धी) खेड्यात अजून यायचीच आहे. जणू ग्रामीणांच्या दृष्टीने ती एक काल्पनिक बाब झाली आहे.

ग्रामीण जनतेचे भोळेपण, त्या भोळेपणाचा फायदा घेणारे शासनकर्ते, त्यांची स्वार्थी वृत्ती, शहरी भागाच्या विकासाकडे असलेला ओढा, आणि ग्रामीण परिसराकडे दुर्लक्ष त्यामुळे अधिकच उदासमय होत जाणारं ग्रामीण जीवन याचे चित्रण या कवितेत उपहासगर्भ लोकभाषा आणि कृषिप्रतिमांच्या आधारे आले आहे.

'साहेबराव पाटील' ही एका प्रत्यक्ष घटनेनंतर लिहिलेली कविता. ही घटना या संग्रहाच्या प्रस्तावननेत सांगितली आहे ती अशी, ".... न परवडणाऱ्या शेतीमुळे कुटुंबाची ससेहोलपट झाल्याने यवतमाळ जिल्ह्यातील चिलगव्हाणच्या साहेबराव पाटील या नावाच्या कास्तकाराने १९ मार्च १९८६ साली सर्व कुटुंबासह वर्धा जिल्ह्यातील दत्तपूर गावी हौतात्म्य पत्करले आणि कृषिपरंपरेपासून कायमची 'मुक्ती' मिळविली.

"चिलगव्हाणचा साहेबराव पाटील गांधर्व महाविद्यालयाचा संगीत विशारद.... एक संवदेनाक्षम कास्तकार होता. पहिल्यांदा झिंक फॉस्फेट मिसळलेली भजी त्याने सर्व मुलांना खाऊ घातली. नंतर डेमॉक्रान हे आंतरप्रवाही विष मुलांना पाजले. रात्री १० वाजता हे मृत्यूचे थैमान सुरू झाले आणि अखेर पहाटे पहाटे थांबले. चार कोवळी मुले व पत्नी यांच्यासह साहेबराव पाटलाने जगाचा निरोप घेऊन मृत्युपत्र मागे ठेवले- "एका शेतकऱ्याचे हाल या बलिदानातून सादर व्हावेत, हीच या मृत्युपत्राची कथा आहे. पत्रकार व पंतप्रधानांना ही वार्ता कळवा की, शेतकऱ्यांसाठी मी सहा लोकांचे बलिदान करीत आहे.''[१]

हादरवून टाकणारी ही मृत्यूची घटना. पण या घटनेचा समाजावर, शासनकर्त्यांवर किंवा सुखलोलुप पांढरपेशांवर काहीही परिणाम झाला नाही. या घटनेचा आणि त्याअनुषंगाने पांढरपेशा वर्गाचा तसेच शासन पद्धतीचा वाघांनी या कवितेत चांगलाच समाचार घेतला आहे. साहेबराव पाटील या व्यक्तीशी 'मी' ने केलेल्या स्वगतासारखे या कवितेचे स्वरूप आहे. येथे 'मी' म्हणजे केवळ वाघ ही व्यक्ती

नसून शिकून सवरून पांढरपेशे बनलेले व संवेदनाशून्य होत गेलेले मन अंतर्मुख होऊन इथे बोलते आहे. अशा वर्गाचा प्रतिनिधी म्हणून 'मी' येथे येतो. तसेच साहेबराव पाटील ही व्यक्ती म्हणजे आजच्या वास्तवात अपयशी ठरलेल्या कृषक वर्गाची एक प्रतिनिधी म्हणून येथे येते. हे 'मी' चे मन म्हणते, "असं का होतं असेल की, माझा पंजा मलाच वाघाच्या पंजासारखा वाटत असेल ? तुझ्या रक्तात न्हाल्यासारखे माझे हात माझ्याच अंगावर का येत असतील ? खरं तर तू आत्महत्या केलीच नाही. आम्हीच तुझा खून केला. तू मेल्याची बातमी जेव्हा मी वाचली तेव्हा मी बियरवर ताव मारीत होतो आणि आडव्या हातानं बिर्यानी झोडत होतो. तू वारकऱ्याच्या भक्तिभावानं कापसाच्या भावासाठी दिंडीत चालला होतास, तेव्हा 'महात्मा फुले' चौकात आम्ही पान ठेल्यावर चारमिनारचे झुरके मारत होतो." अशा घटनाप्रसंगी संवेदनाशून्य मने कासावीस न होता आपल्याच सुखात कशी मश्गुल होती, ते तेथे सांगितले जाते. खरं तर दोघेही ('मी' व साहेबराव) एकाच मातीत जन्मलेले, वाढलेले, शिकलेले. पण दोघांत अंतर पडत गेले. साहेबरावसारख्यांचे मन मात्र या देशावर, या देशातल्या शेतीवर प्रेम करणारे. पण शेती करणाऱ्या साहेबरावची विहीर आटते, इलेक्ट्रिक पंपाचे कनेक्शन तोडले जाते, पोरं सोरं उपाशी राहून केविलवाणी होऊन जातात. साहेबरावचा सानेगुरुजींसारखा आत्मा हे उघड्या डोळ्यांनी पाहू शकत नाही. पाऊस पाण्यावाचून सुकून जाणारी पिकं, भाकरदाण्यावाचून उपाशी राहणारी मुलं, मंगळसूत्रासाठी महाग झालेली पत्नी हे सर्व पाहून कचकचणारे त्याचे हात आपलंच आतडं तोडून मोकळे होतात. साहेबराव आत्महत्या करतो. विष पचवतो आणि एकदाचा या व्यवस्थेतून सुटतो. या घटनेनंतर कवी इतर कृषकांच्या असहायतेवर प्रकाश टाकतो. खरं तर तुझ्या भाऊबंदांत (शेतकरी वर्गात) अशी हौतात्म्य पत्करण्याची हिम्मत नसते. ते रोजच थोडं थोडं मरत असतात. पोट पाठीशी उभं करीत, ढेरपोट्यांना पोशीत असतात. कवितेच्या शेवटी अंत्यविधीतील एका म्हाताऱ्याच्या बोलण्यातून विद्रोहाची ठिणगी पेटविली जाते. मसणात सरण पेटल्यावर हा म्हातारा सांगतो,

> आता कापूस जवारी पेरसान त लेकहो हराम मौतीनं मरसान
> आता पेरा तासातासानं लोखंडी दगडी गोटे
> चारी मेरीनं बाभुईचे खम्मन काटे. (का. मा. मा. पृ.३८)

शेवटी पुन्हा स्वगतात, "(साहेबाच्या रिसेप्शन मुळे) मातीवर येऊ शकलो नाही. म्हणून तू (साहेबराव) मला माफ करू नको" असे 'मी' म्हणतो.

वाघांची ही एकच कविता त्यांच्या एकूण कवितेचे अनेक विशेष सांगून जाते.

एक तर या कविमनाला सभोवताली घडणाऱ्या प्रखर वास्तवाचे संपूर्ण भान आहे (पुढे मराठवाड्यात घडलेल्या भूकंपावरही वाघांनी एक कविता त्या काळात लिहिली- 'तेरणेची आसवे' - 'सकाळ', दिवाळी १९९३). दुसरी गोष्ट- ग्रामीण भागातून आलेली, शिकून पांढरपेशी बनलेली समकालीन पिढी दिवसेंदिवस कशी संवेदनशून्य बनत चालली आहे, याचे उपरोधिक चित्रण या कवितेत येते. शिवाय सर्वांत महत्त्वाचे म्हणजे निसर्ग-शासन-समाज या तिन्ही वर्गांकडून शेतकऱ्यावर होणारा अन्याय- त्यामुळे अपयशी ठरलेला शेतीचा व्यवसाय- या अपयशातून आलेली जीव नकोसा करून टाकणारी विफलता यांचं चित्रण जसं या कवितेतून येतं, तशी ही परिस्थिती बदलण्यासाठी प्रतिकाराला सज्ज होण्याची सूचनाही या कवितेतून दिली जाते. अभिव्यक्तीच्या बाबतही एक गोष्ट प्रकर्षाने या कवितेत जाणवते ती म्हणजे अनुभवानुरूप मुक्त लोक-लयीच्या वापराइतकाच मुक्तछंदाचा वापरही वाघ परिणामकारकरीत्या करतात असे या कवितेने सिद्ध केले.

बदलते ग्रामजीवन व मानवी मन :

ग्रामव्यवस्था आणि बदलते ग्रामजीवन तसेच मानवी मनाचा वेध वाघांच्या काही कवितांतून घेतला जातो. 'कार्तिकात' या कवितेत थंडीच्या दिवसातील खेड्याचे जीवन लहान मुलांच्या दृष्टीतून चितारले आहे: सकाळचा प्रहर (झाकट), काकड आरती, मारोतीची आंघोळ, थंडीने माना डोलवणारे म्हातारे पारावर जमणे, कचरं-विस्तव, सासा-शेकोटी, शेकोटीवरील गप्पा, वखर हाकताना कोणाला भूत दिसणे वगैरे. तसेच पोरासोरांची खोडी काढणारा झामू आबा, त्याने सांगितलेल्या राक्षसांच्या गोष्टी, वाणीच्या कणसांचा हुरडा, आंबराईतले डाबडुबीचे खेळ, शेंगा काकड्यांवर ताव मारणे, शाळेला चाट दिल्याने मास्तरांनी रागावणे, शेंगा भेंडं दिले म्हणजे मास्तरांनीही खूष होणे इ. येते.

गावाची परिस्थिती आता पहिल्यासारखी राहिली नाही, हे 'गाव' या कवितेत सांगितले जाते. आग लागून गाव राखोळा झालं (चांगल्या गोष्टी जाऊन वाईट गोष्टी आल्या), माणसाच्या जागी ढोराचं नाव आलं. समोरासमोरचे दरवाजे आता अबोल झाले. दोन्ही खिडक्यांत झुलत असलेले आकाशातील झुले मातीत गेले. शेजार बाजार झाला (सलोखा संपून मनाची दारं मिटून गेली.) पूर्वी अंगत पंगत व्हायची, चांदण्यारात्री अंगणात गप्पा गोष्टी होत. माळी भोळणीचे नाचगाणे होत. देहाचं भान या नाचगाण्यात विसरलं जाई. आता तर कोजागिरीचे दूधही नासून जाते आहे. शेजीचे मीठ अळणी झाले आहे. धुऱ्याशी धुरा खेटे घेऊन मेरीचे गोटे रक्तानं लाल होताहेत. बैलाची सायळ (दोघांच्या एकेका बैलाच्या जोडीने एकमेकांची कामे करणे ही पद्धत) तुटली आहे. वेटोळ्यातून विस्तवही जात नाही, कवितेच्या शेवटी

गावातल्या तरुणीला, गावाची नियत ठिकाणावर राहिली नाही. तू सावध रहा, असा इशारा दिला जातो. अशा प्रकारे गावातील खेळीमेळीचे, जिव्हाळ्याचे, सलोख्याचे वातावरण जाऊन आता आपापसात भांडण, तणाव, नीती, भ्रष्टता इ. गोष्टी गावात आल्याने गावाचे पूर्वीचे सारे सामजिक व सांस्कृतिक वातावरण पार बदलून गेल्याची खंत या कवितेत आहे. 'गाव जळून राखोळा झाला' या शब्दरूपांनी ती सुरुवातीपासूनच व्यक्त होते.

गाव बदललं तशी गावातली माणसंही बदलली. 'मानूस' कवितेत माणसाचं बदललेलं रूप येतं. माणसाची माणुसकी नष्ट झाली, ज्वारीतल्या भडा (कणसा-दाण्याविनाचा धाटा) सारखा तो केवळ वाढला. फूल पत्ती गळून पडलेल्या, बोंडाला पारख्या झालेल्या पऱ्हाटीसारखा तो हंगामाला पारखा झाला, उधळीनं पोखरलेल्या वारुळासारखं त्याचं मन झालं. त्याच्या हृदयात आता आभाळ भरून येत नाही. त्याच्या अंगावर सायलीचे काटे आणि पापणीत चिलाटी दाटली आहे. दयेमायेची उलंगवाडी झाली असून तो ढोरासारखा हुंदडतो आहे. कडुलिंबाच्या पाल्यासारखा झालेला माणूस म्हणजे काकडीच्या झाडावर कारल्याचं फळ आल्यासारखं झालं आहे. त्याच्यासाठी आभाळही ढगांच्या डोळ्यांनी रडते आहे आणि धरणीचा ऊर फाटून येतो आहे. माणसाच्या माणुसकीशून्य वागण्याने बहिणाबाई चौधरींच्या मनाला जशा यातना होतात तशाच या कवितेतही कवीला होतात.

सुभाषितसदृश रचना आणि मुक्तके :

बहिणाबाई चौधरींच्या कवितेशी विठ्ठल वाघांच्या कवितेचे साम्य आणखी एका बाबतीत आढळते. बहिणाबाईंच्या अनेक कवितांमधील ओळीओळींतून सुभाषितांची पखरण झालेली दिसून येते. तसेच 'बहिणाबाईची गाणी' या संग्रहाच्या शेवटी स्फुट ओव्यांच्या रचना आहेत. त्याप्रमाणे विठ्ठल वाघांच्या कवितांतही बऱ्याच ठिकाणी अशी सुभाषितसदृश रचना आणि 'काया मातीत मातीत' या संग्रहाच्या शेवटी मुक्तकांची रचना आहे. अशा रचनांमध्ये माणसा-माणसातील संबंध, मानवी स्वभाव कसा आहे, तो कसा असावा, माणसाने कसे वागावे इ. सांगण्याचा प्रयत्न दिसतो. उदा. आताच चर्चिलेल्या 'मानूस' या कवितेतील प्रत्येक दोन ओळी अशा स्वरूपाच्या आहेत.

> कसा झाला हा मानूसं कळू निंबाचा रे पाला
> येल काकळीचा होता बारं कारल्याचा आला (का..मा. मा. पृ. २४)

येथे मानवाच्या वृत्तीत झालेला बदल सांगितला आहे तर मुक्तकात

हाती घेतल्या कामात मन टाकावं वतूनं
जसा म्हशीच्या थानाले बसे गोचिळ चिक्टून

किंवा

नागपंचमीच्या रोजी दूध सर्पाले पाजावं
पन दोगला मानूस दारी उभा ना करावं (का. मा. मा. पृ.३९)

अशी शिकवण जशी येते तशी,

पाला मैदीचा रंगला किती ठेचला कुटला
सांगा कोनासाठी जीव असा कोनाचा आटला (का.मा.मा. पृ.४१)

अशी उखाणे - कोडी सदृश रचनाही येते.

विठ्ठल वाघांच्या कवितेच्या या सविस्तर परिचय- विवेचनावरून आपल्याला या कवितेची काही वैशिष्ट्ये सांगता येतील ती या प्रमाणे -

द्विकेंद्री कविता :

विठ्ठल वाघांच्या कवितेची दोन केंद्रे आहेत. एक सौंदर्यानुभवाचे चित्रण करणारी कविता आणि दुसरे वास्तवानुभवाची कविता. दोन्ही प्रकारच्या कवितेचे क्षेत्र ग्रामीण आहे. सौंदर्यानुभवाची कविता असली तरी कवीची संवेदनशीलता ग्रामीण असल्याने या कवितेतील प्रेम-सौंदर्यानुभवही उपरा (शहरी) कृत्रिम वाटत नाही. शहरी दृष्टीतील कल्पनारम्य प्रेमाचे चित्रण करण्याऐवजी ग्रामीण जीवनातील प्रेमानुभव ही कविता ग्रामीण भाषा-प्रतिमा लोकगीताच्या लयीने चितारते. शहरी दृष्टी आणि शहरी प्रभावापासून वाघांची या प्रकारची कविता अलिप्त राहिली आहे. वास्तवदर्शी कवितेत शेती आणि शेतकरी जीवन हा या कवितेचा केंद्रबिंदू आहे. शेतकऱ्याचे कष्टमय जीवन, त्याच्यावर कोसळणाऱ्या नैसर्गिक आणि मानवी आपत्तीचं चित्रण ही कविता करते. स्वार्थी राजकारणी आणि कृषिजीवनाची उपेक्षा करणारे शासन यांच्या ढोंगीपणावर ही कविता प्रखर प्रकाश टाकते.

आशावाद, कृतिप्रवणता :

ग्रामीण, शेतकरी जीवनाचे दारिद्र्य, कष्टमयता, पिळवणूक या साऱ्यांचं

वेदनागर्भ चित्रण ही कविता करते. दारिद्र्य, दुःख, वेदना असली तरी कवी निराशावादी नाही. खापराच्या दिव्याच्या वाती कधी तरी पेटतील, सोंगेलफनाची अनी धारदार होईल असा आशावाद या कविमनाजवळ आहे. म्हणून आपलं गाडं सतत चालू ठेवण्यासाठीचा सल्ला या कवितेतून दिला जातो.

लोकाविष्कारी लोककविता :

कवीच्या मनातील स्वत:ला भावनांचा उद्‌गार असे या कवितेच्या बाबतीत म्हणता येत नाही. काही प्रेम कवितांचा अपवाद वगळता (उदा. 'पिपय', 'पुनिव', 'पोरी' इ.) इतरत्र 'मी' ऐवजी 'आम्ही'ची भाषा येते. ही भाषा वास्तवदर्शी कवितेतून सर्वत्र आढळते. पती-पत्नी प्रेमभावनेचे चित्र करणाऱ्या कवितेत पात्राच्या तोंडून काव्य निवेदन येते त्यामुळे नाट्यगीतसदृश असे या रचनेचे स्वरूप दिसते. (उदा. 'लवंग', 'रात' इ.) आम्ही च्या भावनांचे चित्रण आल्याने अनुभवाचे साधीरणीकरण, समुह भावनेचे चित्रिकरण झाल्याचे एकाच अनुभवाचे विविध कंगोरे, सखोलता, व्यामिश्रता इ. नवकवितेत आढळणाऱ्या गोष्टी येथे संभवत नाहीत. उलट लोकभावनांचा लोकभाषेतून लोकगीताच्या लयीत सामुहिक आविष्कार झाल्याने ही कविता लोकाविष्कारी लोककविता होते.

गीतमयता :

विठ्ठल वाघांची जवळजवळ सर्वच कविता गीत स्वरूपाची आहे. सुधीर रसाळ यांनी गीत रचनेची काही वैशिष्ट्ये सांगितली आहेत ती अशी, ''गीताचे आवाहन हे श्रद्धा, भावबंध, जीवनादर्श, महत्त्वाकांक्षा, दिवास्वप्ने यांना असते. समाजाचे रंजन करणे, रंजन करता करता त्याला उपदेश करणे, त्याला विशिष्ट कृतीसाठी प्रवृत्त करणे, ही कार्ये गीत करू पाहते. या सर्वांसाठी गीत हे झटितिप्रत्यय देणारे, सोपे, सुटसुटीत, एकेरी व स्थूलमानाने सुसंगत असावे लागते. त्यामुळे गीताची प्रतिमासृष्टी हे सर्व कार्य साधणारी असते. म्हणूनच गीतातल्या प्रतिमा संवेद्य असतात. त्या स्वप्नरंजक असतात. त्या भावनाबंधांना व श्रद्धांना आवाहन करणाऱ्या असाव्या लागतात. वाचक - श्रोत्यांच्या मनात प्रवेश करताच त्यांचे पटकन आकलन व्हावे लागते. गीतातील प्रतिमा जर खंडित बनली, अमूर्त बनली किंवा अनेक परस्परविरुद्ध अर्थछटा सामावणारी विपरीत भावात्मक (ग्दहर्ग्मे्त) बनली तर गीतात ती परिणामशून्य बनते. अशा प्रतिमा आल्या तर 'गीत' हे गीत राहत नाही. म्हणून गीतात खंडित प्रतिमा आढळत नाहीत आणि गीतातील या प्रतिमा एकमेकींना अर्थ देत, संपन्न करीत, एकमेकांशी सेंद्रिय नाते जोडीत एकात्म संघटनाही साधीत नाहीत. येथे प्रतिमाप्रतिमांमध्ये स्थूल भावनिक किंवा कार्यकारणभावपर नाते पुरेसे असते. गीतात

वर्णनाची, कथेची किंवा नाट्यात्म घटनेची सलगताही टिकविली जात असते.''[२]

गीतरचनेच्या उपरोक्त वैशिष्ट्यांपैकी अनेक गोष्टी वाघांच्या कवितेत आढळतात. लोकभावनेला आवाहन केल्यामुळे लोकश्रद्धा, लोकादर्शाचा उल्लेख या कवितेत अनेक ठिकाणी येतो. उदा. नंदीबैल, सदाशिव, पाराबती (पृ.१); पंढरी, इठोबा, देहू, अबिराचा टिका, चंद्रभागेची अंगोई, रूखमाई, सावत्याचा गाथा, जनी, अष्टगंध, चिपळ्या, इठू-इठ्ठोल, डेबुजी, तुका, पांडुरंग (पृ.२); किस्न (पृ. ३), वेद ऋचा (पृ.२६); तिसरा डोया (पृ.२७); इठू, रखमा, वारकरी, पंढरपूर, तुळशी (पृ.२९); महादेव, बेलपान, आरतीचे दीप-धूप (पृ.३३); वारकरी, दिंडी, महात्मा फुले (पृ.३६), साने गुरुजी, कैलासावरचा महादेव (पृ. ३७); जनाई, तुका, नामदेव, चंद्रभागा, पंढरी (पृ. ३९); गोकुळ, मथुरा (पृ. ३५).

देव, दैवते, संत महात्मे यांच्या उल्लेखाबरोबरच ग्रामीण जीवनातील सर्वपरिचित अशा ठळक प्रतिमा या कवितेत वारंवार येतात. त्यात बैल, आक्के, म्हैस-गोठा -पखाल-दावं दावन, मेंढरं, खापर, शिकोरी, लोणी-तूप या कृषिजीवनातील तर पिंपळ, पार, चंद्र, गुलबास, तीळ अशा सांकेतिक पण संवेद्य प्रतिमा या कवितेत येतात.

कृषी आणि कृषक जीवनाला अनुरूप असे गडद रंग या कवितेत आवर्जून येतात. लोकभावनेला आवाहन करण्यासाठी त्यांचा निश्चितच उपयोग होतो. शेती आणि कष्ट यांच्याशी जवळीक साधणारे हिरवे आणि लाल रंग अधिक प्रमाणात दिसतात. उदा. लाल रगत, हिरवं सपन (पृ.१); रगताची धार (पृ.६); हिर्वा चुडा, बिल्लोर (पृ.११); हिर्व कंच्चं (पृ.१८); पयसाचा रंग (पृ.२०); रक्तानं लाल (मेरीचे गोटे) (पृ. २३); घामाचं रगत (पृ. २५); रगताची लाली (पृ. २६) रगत (२८,३६,३९); १२रगता भांबय (पृ. २९,३०); रक्त देऊन (पृ.३०); या लाल हिरव्या रंगाबरोबरच काळा,पिवळा, पांढरा असे रंग काही ठिकाणी येतात. उदा. काया सावया ती (पृ.१९), हयद्या रंगाची चोई-लुगडं (पृ.१६) इ.रंगसंवेदना कृषीजीवनात बधिर नागरी जीवनातल्यापेक्षा तीव्र असते. लोकगीतात तिचा वापर परिणामकारक ठरतो.

लोकभाषा आणि लोकजीवनाच्या विविध घटकांचा वापर :

गीतमयता या वैशिष्ट्याबरोबरच लोकभाषा आणि लोकजीवनातील विविध घटकांचा वापर हेही या कवितेचं वैशिष्ट्य मानावं लागतं. मराठी ग्रामीण कवितेत बहिणाबाईनंतर संवेदनशीलतेने लोकभाषेचा तिच्या अंगोपांगासह यशस्वी वापर विठ्ठल वाघांच्या कवितेत आढळतो. मधुकर वाकोडे यांनी तर या वैशिष्ट्यांच्या आधारे विठ्ठल वाघांच्या कवितेचे नाते सातवाहनकालीन हालाच्या 'गाथा सप्तशती'

पर्यंत जोडले आहे. तसेच इंग्रजी कवी बर्न्सच्या कर्तृत्वाशी वाघांच्या काव्यकर्तृत्वाची तुलना केली आहे. त्या त्या भाषेतील पडत्या काळात (प्राकृत-स्कॉटिश) जसे उपरोक्त लोकगीत संकलनाने आणि बर्न्सच्या कवितेने त्यांच्या बोलीभाषेला जिवंत ठेवण्याचे कार्य केले तसे वाघांच्या कवितेनेही आधुनिक प्रसार माध्यमांच्या, ग्रांथिक भाषेच्या व्यवहार माध्यमांमुळे वऱ्हाडी भाषा ऱ्हासमान होत असताना तिला तारण्यास साह्य केले असे विवेचन केले आहे (का.मा.मा. प्रस्तावना पृ. ९)

बोलीभाषेतील वाक्प्रचार, म्हणी, शिव्या, लोकसंकेत, रूढी, समजुती, दागिने इत्यादी लोकजीवनातील विविध अंगांचा सहज उपयोग हे या कवितेच्या यशस्वितेचे आणि लोकप्रियतेचेही एक प्रमुख कारण आहे असे म्हणता येईल. येटायांतून इस्तों न जाणे, कोजागिरीचे दूध नासणे, धुऱ्याशी धुरा खेटणे, मेरीचे गोटे रक्ताने लाल होणे हेल्याशी हेल्याने टक्कर घेणे,बैलाची सायळ तुटणे (पृ.२३); हाता-तोंडाची लढाई, खतासंगे खत होणे, उरात आग पेटणे, पाठी पोटावर वार (पृ.२७); सर्पाच्या होटाला सहद असणे (पृ.३२); हेला गाभन, सावली पडणे, तोंड गरजत जाणे (पृ.३४); लंकेची पाराबती (पृ.३७); पोट पाठीच्या नेटं उभं करणे (पृ. ३८), चवा ना धवाचा, उखारी करणे (आखरात तोंड खोचणे), ताकाला महाग होणे. (पृ.४०) जीव आटणे (पृ.४०); मांगाचा हेल्या म्हशीचा येव्हार (पृ.४१); हराम मौतीचे मरण (पृ.३८); काकडीच्या वेलीला कारले येणे, धरतीचा ऊर फाटणे (पृ.२४); एल पाडणे (पृ.९), आभाळ फाटणे असे वाक्प्रचार व वाक्प्रचारसदृश रचना, तसेच कुऱ्हाडीचा दांडा गोतावरी घाव करी (पृ.२९), शेजीचे मीठ अळणी (पृ.२३), गोट्या बदलल्या पण न डाव बदलणे, वजीराच्या चालीत प्याद्याचा जीव जाणे, दिवाळीत दिवा विझणे (पृ.२५) अशा म्हणी व म्हणीसदृश रचना या कवितांमध्ये जागोजाग येतात. अर्थात हे वाक्प्रचार आणि म्हणी भाषेची सजावट म्हणून किंवा कवितेत विविधता आणावी म्हणून येत नाहीत तर कवितेतील आशयाशी एकरूप होऊन सहजपणे येतात. उदा. 'मतं देल्ले नाई रे आमी भईष्यच तुमच्या हाती/तुमी इस्तोच देऊन खुळून नेल्या चांन्या राती' या ओळीनंतर येणारी 'कुऱ्हाळीचा दांडा असा गोतावर घाव करी' ही म्हण त्या अनुभवाची निष्पती म्हणून उत्स्फूर्तपणे येते. 'आभाळ फाटणे' हा वाक्प्रचार असाच सहजपणे आला आहे. या कवितांमध्ये लोकभाषेत रूढ असलेल्या शिव्याही अनेक ठिकाणी येतात. कधी प्रेमाचं भांडण म्हणून तर कधी संताप व्यक्त करताना - मात्र बोलीभाषेत शिवी जशी नित्याची भाषा असते तशी या कवितांत अनुभवाच्या सहज आविष्काराचं रूप घेऊन आलेली शिवी ही शिवी न राहता ओवी वाटू लागते. उदा. 'ढगामुचुक अभाय' या कवितेत या मेरीहून त्या मेरीपर्यंत पेरणी केली पण पाऊस येत नाही, त्यासाठी "बांडबोहाऱ्या वानाचं' हे पानीच कसं फिरलं- असं म्हणताना ही शिवी संतांच्या

काव्यातील लटक्या भांडणासारखी असते. याप्रमाणे चलवाद्या वानाचं, सटवाई (पृ.४), बोहारी रात (पृ.१२), चबरा (पलंग) (पृ.१४), बोहारी नजर, (पृ.१७,१८) मेला, दुस्मान (पृ.१७), चोटेल (पृ.२३) अशा अनेक शिव्यांची पखरण या कवितांत झालेली दिसते. वाक्प्रचार, म्हणी, शिव्यांप्रमाणेच भरलेल्या घागरीत पैसा टाकणे (पृ.९), कायी तीट लावणे (पृ.९), दूध उतू जाणे (पृ.१०), सासा-सासू (शेकोटीत टाकायचा कचरा) (पृ.२२), सायळ (पृ.२३), पिंपळाच्या पाराने कहाणी सांगणे (पृ.२७), हळ्याने कावकाव करणे (पृ.४०) यांसारखे लोकसंकेत, रूढी, समजुती, माळी-भोळणी, भुलजा-भुलाबाई, यासारखे सण उत्सव तसेच डुलं, घुंगराची साटी (पृ.२९) या सारखे दागिन्यांचे उल्लेख कवितेला ग्रामीणतेचे परिमाण देतात.

थोडक्यात विठ्ठल वाघांची कविता म्हणजे लोकानुभवाला, लोकभाषा, लोकजीवन, लोकसंस्कृती, लोकगीत यांच्या अंगाने आविष्कृत करणारी लोककविता आहे. गीतानुकूल रचना ही जशी कविता म्हणून तिची मर्यादा आहे. तशी लोकानुभवाचा आविष्कार म्हणून हीच रचना या कवितेचं सामर्थ्यही आहे. आत्माविष्कारी कवितेचे तसेच नवकवितेत आढळणारे विविध घटक या कवितेत नसले तरी ग्रामीण लोकजीवनाला सर्वांगानं आविष्कृत करण्याचं सामर्थ्य तिच्यात निश्चित आहे. या सामर्थ्यामुळेच ही कविता लोकप्रिय ठरली आहे. मराठी ग्रामीण कवितेतील विठ्ठल वाघांच्या कवितेचे स्थान या वैशिष्ट्याने निश्चितच आगळे ठरले आहे.

संदर्भ :

१. वाघ विठ्ठल : 'काया मातीत मातीत' : देशमुख आणि कंपनी, पुणे. १९९१, प्रस्ता. पृ. २७.

२. रसाळ सुधीर : 'कविता आणि प्रतिमा' : मौज प्रकाशन गृह, मुंबई, १९८२. पृ. ४५५.

***

८

इतर कवींच्या ग्रामीण कविता

१९५५ नंतर उदयास आलेल्या कवींची ग्रामीण कविता ही जानपद कवींच्या कवितेपेक्षा अनेक बाबतीत वेगळी ठरली. विशेषत: आनंद यादव, ना. धों महानोर, विठ्ठल वाघ यांची कविता अगोदरच्या पार्श्वभूमीवर अधिक उठून दिसते. हे तीनही कवी ग्रामीण भागातून आलेले असल्याने ग्रामीण जीवनानुभव त्यांच्याजवळ पुरेपूर होते. आनंद यादवांची कविता शेतकरी, त्याचे कष्टमय सोशिक जीवन यांचे अस्सल आणि प्रत्ययकारी चित्रण करते. महानोरांची प्रारंभीची बहुतांश कविता सौंदर्यभावनेला प्राधान्य देते. स्त्री-पुरुष शरीरसौंदर्य, त्यांच्यातील पररस्पराकर्षण इ.ती निसर्गप्रतिमांच्या साहाय्याने चित्रित करते. त्यांची उत्तरार्धातली कविता वास्तवानुभवाकडे वळलेली दिसून येते. विठ्ठल वाघांची कविता लोकभाषेतून लोकभावनांचा कधी प्रतिनिधिक तर

कधी सामूहिक आविष्कार करते. सौंदर्यानुभव आणि समाजवास्तव अशा दोन्ही अंगांनी गेय पद्धतीने ती आकारते. या तीनही कवींनी मराठी ग्रामीण कवितेवर स्वत:चा असा वेगळा ठसा उमटविला आहे. म्हणून या प्रत्येक कवीच्या कवितेचा विचार आपण स्वतंत्र प्रकरणात केला.

या तीन कवींव्यतिरिक्त १९५५नंतरच्या इतर कवींच्या ग्रामीण कवितांचा विचार या प्रकरणात करावयाचा आहे. अर्थातच निखळ ग्रामीण कविता लिहिणारे कवी जसे या प्रकरणात येतील तसे कमीअधिक प्रमाणात ग्रामीण जीवनाचे चित्रण करणारे कवी आणि त्यांच्या कवितांचाही विचार येथे आपण करणार आहोत.

सरोजिनी बाबर :

यांच्या *'झोळणा'* (१९६४) या संग्रहातून मराठमोळ्या स्त्रीचे माहेर, सासर, मुलाबाळांत रमलेले पारंपारिक कष्टाळूमन ठायी ठायी प्रत्ययास येते. ओवी, अभंग झोपाळ्यावरची गाणी, जात्यावरची गाणी अशा लोकगीतांच्या रचनाबंधातील या रचना वाचताना लोकगीतातील सहजता,साधेपणा, भावसौंदर्य यांचा प्रत्यय येतो. क्वचित 'स्वागत', 'बनराणी', 'पारख' 'रत्नदीपाची रांगोळी' अशा काही कवितांवर बालकवींच्या कवितेचा प्रभाव जाणवतो. इतरत्र या गीतांतील स्त्री ही सूर्यनारायणाला मनोभावे नमस्कार करते. 'सकाळच्या प्रहरी' बाळाला सूर्यास रामराम घालायला सांगते, टिप्पूर चांदण्यात तिला कृष्णाचं रूप दिसतं. सांजवातीला समईत तेल ओतून बाळाला नमस्कार करायला लावते. गोठ्यातील गायीचा हंबर,कासंडीत दूध काढणे या वर्णनावरून ही स्त्री खेड्यातलीच आहे असे दिसते. संपत्तीला ती 'लक्ष्मी आई' मानते. 'तिन्ही सांज' मध्ये ती खेड्यातील संध्याकाळ चितारते. तुळशीला ती जिवाभावाची मैत्रीण मानते. 'सांगावा', 'दिवाळी', 'माझं माहेर साजणी', 'आज माहेरवाशीण मी', 'जाते मी माहेरी' या कवितांतून माहेराचं, तर 'माझ्या ग आजोळीची' मधून आपल्या आजोळचं चित्र ती उभं करते. पाळणा, अंगाई अशा लयीतील रचना ती गाते. 'पूजा', 'आज माझीया घरास आली', '....शाळेला जातो बाळ', 'छंद', 'कौतुक' या कवितांतून मुलाचं कौतुक तर 'तेच माझे घर', 'सारवल्या भिंतीवर', 'आज बाई अंगणात', 'माझीया अंगणी' या कवितांतून घर-संसाराचे चित्रण येते. शिवजन्म सोहळ्यावर, गांधीजींसारख्या महाम्यावर, महाराष्ट्र राज्याच्या स्थापनेवर, तसेच मराठी भाषेचा अभिमान व्यक्त करणाऱ्या कविता या संग्रहात येतात.

थोडक्यात समकालीन काव्याच्या कोणत्याही प्रवाहाखाली न येता लोकगीतांच्या पद्धतीने पारंपरिक मराठमोळ्या स्त्रीचे चित्रण या कवितांतून येते. रचनेतील साधेपणा, भावसौंदर्य आणि लयीवरील हुकमत इ. गोष्टी कवयित्रीच्या लोकसहित्याच्या व्यासंगाची पुरेपूर जाणीव करून देतात.

पुरुषोत्तम पाटील

'तळ्यांतल्या साउल्या' हा पुरुषोत्तम पाटील यांच्या १९५२ ते १९७७ या काळात लिहिलेल्या कवितांचा संग्रह १९७८ साली प्रसिद्ध झाला. पाटलांची कविता 'रती' भावनेला प्राधान्य देणारी आहे. प्रेमानुभव, स्त्रीदेह, स्त्री शृंगार, स्त्री विभ्रम इ. गोष्टी प्राधान्याने त्यांच्या कवितेत येतात. 'तळ्यांतल्या साउल्या ' मधील कविता वाचताना हे जाणवते. तसे 'रतीची धुंदी आणि उपरतीचे दु:ख', '...प्रेमानुभव हाच या कवितेचा प्राण,' '....पाटलांची कविता - एक अेयोलियन हार्प', 'स्वत:चा रंग असलेल्या मनाच्या सावल्या' या त्यांच्या कवितेवरील विविध समीक्षकांनी लिहिलेल्या समीक्षा लेखांच्या शीर्षकांवरूनही हे दिसून येते. (''वेध: 'तळ्यातल्या साउल्यां'चा'') बोरकर-रेगे-ना. घ. देशपांडे यांची परंपरा सांभाळणारी ही कविता आहे.

असे असले तरी या संग्रहातील काही कवितांमधून ग्रामीण अनुभव चित्रित झालेला दिसून येतो. उदा. 'पाहुणेर' या कवितेत कुणा एकाचे कुणा एकीने केलेले स्वागत आहे. या कवितेतील पहाट, सडा, रांगोळी,पाट, ताट, विडा, पदर, कांकणाची किणकिण इ. उल्लेखांतून हा अनुभव खेड्यातला आहे हे सूचित होते. स्वत: पाटलांनी या कवितेची निर्मिती प्रक्रिया सांगताना, खानदेशातील आपले बालपण, तरुणवयात वधूपरीक्षेसाठी जाण्याचे प्रसंग यात या कवितेची बीजे असल्याचे सांगितले आहे (''वेध : 'तळ्यातल्या साउल्यां'चा'' पृ.१०८,१०९). कविता वाचताना हे सारे चित्र डोळ्यासमोर उभे राहतेच, मात्र या कवितेतील प्रतिमांसाठी वापरलेली विशेषणे त्यांना शहरी हळुवारपणा प्राप्त करून देतात. जसे 'लगबग', पहाट, 'चुळुक झुळूक' सडा, 'हलकेसे'स्वतिक, 'फुलकीशी' रांगोळी, 'नखललेल्या कोवळ्या पानांचा, थोडा बेतशीर' विडा. अशा नाजुकपणाऐवजी खरे तर खेड्यात रांगडेपणाच अधिक असतो. प्रेमाच्या बाबतीतही हा फरक जाणवतोच. या विशेषणांऐवजी झुंजूमुंजू, सपसप, ठसठशीत वगैरे सारखी विशेषणे ग्रामीणतेच्या दृष्टीने आली असती. पण अशा विशेषणांनी कवीला अपेक्षित हळुवार भावना या कवितेतून चित्रित झाली नसती. थोडक्यात कवितेचा बीज अनुभव ग्रामीण असला तरी त्यावरील संस्कार, रती भावनेला प्राधान्य इ. मुळे यातील मूळ ग्रामीण अनुभव गळून पडतो. उरते फक्त शृंगाराची हळुवार भावना.

'तळहात' या कवितेत मात्र ग्रामीण स्त्रीच्या कष्टाचे एकेक अंग एकेका कडव्यातून मांडले जाते. 'असा कसा तळहात' ही प्रत्येक कडव्याच्या२१ प्रारंभी येणारी ओळ. त्यानंतर त्या हाताने सोसलेले कष्ट आाणि वेदना. जसे- जन्मभर घासलेल्या भांड्यांची रुख्या, रेषांची अक्षरे, पाणी शेंदून ओढलेल्या चाक-रहाटाचे उमाळे, (भाकरी भाजतानाचे) चटके, जात्याच्या तळीचे कढ इत्यादी. नंतर शेवटच्या

कडव्यात येणारी करुणा ही कवितेतील अनुभवांना अधिक आर्त बनविते.

असा कसा तळहात
सुन्या कपाळी लागतो
विना बांगडीचा बोल
स्वप्नातही आक्रोशतो (त. सा. पृ.३१)

'सुने कपाळ' आणि 'विना बांगडीचा बोल' या प्रतिमांतून विधवा स्त्रीच्या जन्मभराच्या दु:खाची ही कहाणी आहे हे सूचित होते.

'खळ्यात' या कवितेत ग्रामवास्तवाचं भान राखून प्रेमभावना चित्रित होते.

चल उठ,
सरत्या सांजेचे हे जळलेले चार क्षण
आता उरलेली रात्र पेटवणार नाहीत.
दिलदार पदर कमरेला खोचीत
चाहुरावर उभी राहून
उपणवाऱ्याला साथ दे

(त. सा. पृ.७१)

या आणि शेवटच्या कडव्यातून हे स्पष्ट होते.

या शिवाय 'झाड', 'चढतीचे ऊन', 'रान तुझे', 'झरा उपसतां', 'पहाट', 'बोभाटा', 'नवी उमटली पाऊलवाट', 'डोंगरकपारी उतरताना', 'काही सैलसर शब्द' अशा काही कवितांतून शृंगारचित्रणासाठी पार्श्वभूमी म्हणून ग्रामीण/निसर्ग प्रतिमांचा वापर केलेला दिसतो. येथे प्रतिमा ग्रामीण/निसर्गातल्या असल्या तरी यातील प्रेमानुभवाची पद्धती मात्र शहरी हळुवारच वाटते.

'तळ्यातल्या साउल्या'नंतर लिहिलेल्या काही कवितांतून ग्रामीण जीवनानुभवाचा प्रत्यय तुलनेने अधिक येतो. 'विसावा' (जनसाहित्य' दिवाळी ८९) ही अशी प्रकारची एक उल्लेखनीय कविता म्हणता येईल. पहाटेपासून रात्रीपर्यंत स्त्रीची विविध रूपं या कवितेतील एकेका कडव्यात येतात. उजाडल्या पहाटेला थांबणारी जात्याची पाळ-दांड पदराला पिठाने माखलेला हात पुसणारी, पिठूर हासणारी सखू. ती झुंजूमुंजू प्रकाशात पाणी भरते, जिवाच्या सड्याने अंगण शिंपते, बाळाला न्हाणते, पायरीवरचे ऊन जोत्यावर येते न येते तोच सासूबाई चुलीजवळ ओले जळण ठेवते, सणकाडी पेटावी तशी ती फुक्कारा मारून चूल पेटविते, (खटल्याच्या घरांसाठी) पंचवीस भाकरींची चळत भाजून ठेवते, झाडलोट करते, झांझर पडल्यावर

दिवटी लावते, तिच्या डोळ्यातली ज्योत अंधार मागते- ती थकलेल्या दिवसाला विसावा वाटते. असे ग्रामीण वास्तवाचे सरळ चित्र या कवितेत येते.

'कुंकू लालजर्द झालं' ('अंजन' दिवाळी १९८२) या कवितेतील मांडणी लोकगीत आणि लोकनृत्याचा आधार घेते, 'चारी घरच्या आबई-आक्का/टिप्पर घाईचा टिक टिक ठिक्का' अशा लयीत कवितेला प्रारंभ होतो. बायकांचा फेर सुरू होतो. या फेरात 'संसाराची वाट वाटोळी वाटोळी/ फडफड जिवाची पाकोळी पाकोळी' अशी गाणी होतात. खेळात हसण्या-रुसण्यात कपाळीच्या घाम पुसला जातो. कुंकू भिजतं (घरचं बोलावणंही येतं.) ग्रामीण स्त्रीच्या दुःख, कष्ट आणि सांस्कृतिक जीवनातील विसाव्याचं चित्रण 'विसावा'आणि 'कुंकू लालजर्द झालं' या दोन कवितांतून येतं. 'कुंकू... मध्ये लोकलयीचा चपखल वापर होतो.

'आवाज' ('हंस', दिवाळी १९७९) या कवितेतही सासरी येणाऱ्या सुनेच्या मनातील भाव-आंदोलने - छकड्याची कठोर घट्ट, खडखड बैलांच्या गळ्यांतील घुंगुरांचा खुळखुळ ओघळणारा मायाळ, आवाज, दिवाणखांन्यातील लोंबत्या झुंबराच्या किण-किणण्याचा हलका आवाज इ. आवाजाच्या प्रतिमांतून साकार होतात.

याशिवाय 'किती ओडाशाला राहू' ('अनुष्टुभ', दिवाळी १९९७) 'अजाण', 'सुगी' ('सत्यकथा', दिवाळी १९७९), 'खंत', 'सत्कार' ('हंस' दिवाळी १९८२), 'गौरा' ('लोकमत', दिवाळी १९८३), 'बोल पहिला वहिला' ('मौज', दिवाळी १९८३), 'गांधार' ('मौज', दिवाळी १९८४), 'शेत सुगीचे' या कवितांतून पुन्हा प्रेमानुभवाच्या चित्रणासाठी निसर्ग/ ग्रामीण प्रतिमांचा वापर जाणवतो.

पाटलांची कविता वाचताना वाटू लागते, 'रती' या केंद्राभोवतीच आपले वर्तुळ आखून न घेता ती मोकळेपणाने सर्वांगीण अनुभवांना सामोरी गेली असती- विशेषतः पाटील ग्रामीण भागात जन्मलेले, वाढलेले. या भागाचे संस्कार त्यांच्यावर पुरेपूर झालेले, त्यामुळे ते ग्रामीण जीवनाकडे मोकळेपणाने वळले असते- तर 'तळहात','विसावा', 'कुंकू लालजर्द झालं', 'आवाज' या सारख्या किंबहुना याहीपेक्षा अधिक सुंदर आणि संख्येने अधिक, वास्तवदर्शी ग्रामीण कविता पाटील देऊ शकले असते. परंतु आनंद यादवांच्या समकालीन काव्यलेखन करणारे पाटील मात्र विविध ग्रामीण जीवनानुभवांना हवे त्या प्रमाणात सामोरे गेले नाहीत. शृंगार, प्रेमाच्या कवितेवरच त्यांची निष्ठा अधिक राहिली असे म्हणावे लागते.

एकनाथ देशमुख :

यांच्या *'ओळखी अनोळखी'* (१९७२) या संग्रहातील कवितांचे सकाळ, दुपार, सांज आणि रात असे विभाग केलेले असून संपूर्ण कवितांसाठी प्रमाण भाषेचा वापर केला आहे. पहिल्या 'सकाळ' विभागात आधिक्याने सौंदर्यानुभवी निसर्गकवितांचा

समावेश आहे. निसर्ग प्रतिमांचा वापर येथे स्त्री-पुरुष रूपांसाठी केलेला दिसतो. उदा. क्र. २ या कवितेतील बाळंत होणाऱ्या रानातल्या बोरी, त्यांच्या हळदी उन्हात न्हालेल्या पोरी, त्यांचा हिरवा परकर, जर्द लाल पातळ-चोळीत दाटणारे आंबट श्वास, पानापानात लपताना अंगावर उठलेले काटे भन्नाटलेल्या वाऱ्याच्या डोळ्यात ठसणे, बेफाम होऊन तिच्या तांबूस कोवळ्या गालाचे मुके घेताना खट्याळ पोपटाचे ओठ लाल होणे इ. येते येथे बोर स्त्री प्रतिमा तर वारा-पोपट पुरुष प्रतिमा म्हणून येतात. याप्रमाणे जडावल्या रानातलं भिरभिरणारं, अंगभर देहभर नाचणारं पाखरू (क्र.३), बगळ्यासारखी होऊ पाहणारी ती (क्र.४), तिने नंदीची पिंड पाहणे, महादेवाने तिथेच समाधी लावणे (क्र.६), वारा-गर्भार आंबराई (क्र. ८), ढग- नग्न धुंद दिशा, ज्वारीची पाने, डोळे उघडणाऱ्या तुरीच्या हारी, चोळीची गाठ असताना थरथरून येणारी कपाशी, झुलणारा वारा, काळीज धडधडणारा बंधारा (क्र.१०), तांबूस दाही दिशा, बोंडाबोडातून हसणारा कापूस, वाऱ्याची लाट, वाट पाहणारा निंब (क्र.११), अंधाराच्या डोहात न्हाणारी नग्न कविता, वैशाखाचं ऊन होऊ पाहणारं बावळट चांदणं (क्र. १३), आभाळ (क्र.१४), आभाळातल्या चांदण्या, हिरव्या चवळीशी रुंजी घालणारी नजर, रानाचं काळीज लचकन तोडणारी उभार पोर, झिंगत हिंडणारा वारा (क्र. १६), नग्न झाडांच्या उतावळ्या फांद्या, रानकिड्यांच्या ओल्या सावल्या, कुवाऱ्या अंगाचा वास, टपटप फुटणाऱ्या आभाळाचा श्वास, गर्भाररात्रीला चांदणं जड होणं (क्र.१७), केशरी संध्याकाळ, मिठीतल्या दिशा-डोंगराळ छातीवर नसानसातून उडणाऱ्या ठिणग्या (क्र.१२) या साऱ्या निसर्ग चित्रणातील स्त्री रूपे पाहिली म्हणजे महानोरांच्या कवितेची आठवण होते. मात्र महानोरांच्या कवितेशी देशमुखांच्या कवितेचं साम्य असलं तरी भेद वेगळेपणही आहे. ते असे की, हा कवी स्वत:ला जिप्सी मानत असला तरी त्याच्या कवितेची वृत्ती महानोरांच्या कवितेइतकी निर्भर नाही. तसेच तिला पापपुण्याची चाड आहे. महानोरांची कविता दुःख वास्तवापासून दूर जाण्याचा प्रयत्न करते. त्यासाठी ती रानाचा/ निसर्गाचा आधार घेते. देशमुखांची कविता ('सकाळ' या विभागात) काही काळ रानात रमत असली तरी आपली व्यथाच ती पुढे मांडत राहते. कवीची भटकंती जिप्सी वृत्ती कविता क्र. २०,२५,२७,३२,३९ ते ४२, ५३, ५४, ६५, ७० इ. कवितांमधून येते. व्यथा आणि दुःख क्र. २३, २४, ३५, ३८, ४४, ५४, ६१, ६३, ६९ मधून, तर २५, २९, ३१, ४० या कवितांतून पापपुण्याची चाड वेगवेगळ्या स्वरूपात व्यक्त केली जाते.

ग्रामीण कवितेच्या दृष्टीने 'ओळखी अनोळखी'तील कवितांचा विचार केला तर येथे सर्वच कवितांसाठी प्रमाणभाषेचा वापर आहे. रान-शेताची विविध रूपे चितारतानाही कुठे बोली भाषा किंवा बोलीतील शब्दरूपांचा आढळ नही. लोकगीताची धाटणीही

नाही. समाजवास्तवाचे चित्रण काही कवितांतून येते. २८ क्र. च्या कवितेत भिकाऱ्याच्या मुलीचे वर्णन, क्र. ३३ मध्ये आठ जणांचा गाडग्या- मडक्यातला झोपडीतील संसार वर्णन करून कवी म्हणतो, "…. हे पाहणारे माझे डोळे कितीदा जन्मले आणि मेले/हे रस्ते, ही झाडी, ही झोपडपट्टी/या डोळ्यांचे महाभारत लिहिण्यासाठी नवा व्यास शोधीत फिरले" (पृ. ३७). वास्तविक हे दारिद्र्य, समाजदु:ख लिहिण्यासाठी वेगळ्या व्यासाची आवश्यकता का भासावी ? अपवादात्मक कवितेतच हे वास्तव का यावे ? हे पाहताना डोळे का मरावेत ? कवीला गावगाडा दिसतो तोही मनाच्या आठवणींच्या रूपात. खरं तर शब्द, प्रतिमांवर हुकमत असलेल्या, स्वत: शेती करणाऱ्या अशा या कवीकडून वास्तवपूर्ण ग्रामीण कविता लिहिली जाणं अपेक्षित होतं. पण देशमुखांची 'ओळखी-अनोळखी'तील कविता ज्या काळात लिहिली गेली त्या काळात मराठी कवितेवर एकीकडे नवकवितेचा तर दुसरीकडे सौंदर्यवादी कवितेचा पगडा होता. या दोन्हीही प्रवाहांच्या प्रभावाखाली ही कविता आपले स्वत्व हरवून बसली.

प्रभाकर श्रावण चौधरी :

'चंद्रास्त' (१९७४) या प्रभाकर चौधरी यांच्या खंडकाव्यात लहान लहान असे दहा खंड आहेत. राबणाऱ्यांना अर्पण केलेल्या या खंडकाव्यात गावातील राजकारण, बेकारी, दारिद्र्य, विकार- वासनांच्या गटारगंगेत ज्यांच्या जीवनाचा चंद्र अस्त पावला आहे अशांच्या कथा येतात. बऱ्यापैकी परिस्थिती असलेला आणि राजकारणात अपयशी ठरलेला बंडू महाजन (जो या अपयशाने दारुड्या होऊन जातो. आणि एका दिवशी रिकाम्या खोपडीत चिक्कार ढोसून झोपडीजवळ केव्हाच वर निघून जातो), टपरीच्या पायाशी विड्या ओढीत बसणारे चार पाच लालसर पिवळसर रोगी, शिकून बेकार झालेल्या पोरांचा घोळका इ. आजच्या परिस्थितीच्या बळी ठरलेल्या प्रातिनिधिक पात्रांबरोबरच इतर पात्रे येतात : काळ्या कातडीची, हाडांचा सापळा झालेली बहिरी लोहारीण- तीन पती जिने भोगले आहेत अशी ही लोहारीण- चौकाच्या एका झाडाखाली तीन दगडांचा संसार मांडून जगत आहे. आंधळी सरी जन्मत:च दोन्ही डोळ्यांत फुलं पडलेली, काळ्या रंगाची, मोठ्ठे गोल कुंकू लावून जुनेरे नेसून, गळ्यात वीणा घेऊन, उजवा हात नवऱ्याच्या हातात देऊन घरोघर अभंग ओव्या म्हणत, पीठ धान्य मागत असते. नवरा तिला रात्री ज्ञानेश्वरी, भागवत, गाथा ऐकवतो, त्यातून तिच्या ओव्या आकारतात. या आंधळीलाही सूर्याचा कवडसा गवसत नाही. मूल होत नाही. एका दिवशी झोपडीत अभंग म्हणत थंडीत कुडकुडून तिचाही अंत होतो. पुढे येते राधा आणि शंकरची कथा (त्यांच्या कथेतच शंकरने घासातला घास दिलेल्या धबाज्याची उपकथा येते). खरं तर राधा आणि शंकर हीच

या खंडकाव्यातील प्रमुख पात्रे आणि त्यांची कथा हेच प्रमुख कथानक. बंडू महाजन, बहिरी लोहारीण, आंधळी सरी यांच्या कथाही अशाच. पूरक स्वरूपाच्या.

शंकर हा जगन्नाथ पाटलाच्या शेतात रोजीवर बारं धरणारा. पुढे इंजिनची माहिती होऊन इंजिन दुरुस्त करणारा राधाचा पती शंकर हा खांडेकरांच्या कादंबऱ्या वाचतो. कवितेच्या गाण्यांच्या ओळीही रचतो. शिकला असता तर निश्चितच पुढे गेला असता असा. विहिरीत जीव देणाऱ्या शांता भावजयला तो जिवाची पर्वा न करता वाचवतो. रामचंद्र अमृत महार उर्फ धबाज्या या वेडगळ जिवाला तो घासातला घास देतो. तो जगन्नाथ शेठच्या शेतातला वाघ मारतो. एका दिवशी हा शंकर इंजिनची मिस्टेक शोधण्यासाठी फुटबॉल तपासण्यास विहिरीत उतरतो. विहिरीतून वर चढताना कंगनीची वीट सरकून विहिरीत कोसळतो. आणि तेथेच त्याचा दु:खद अंत होतो.

राधा कितीतरी दिवस कुंकवाच्या करंड्यास जपत राहते. पण पोटासाठी तिला बाहेर पडावेच लागते. ती खडी डबर फोडण्याच्या कामावर जाते. तिथे तिच्या बांधीव नीटस शरीरावर साहेबाची नजर जाते. एजंटामार्फत तो तिला वश करण्याचा प्रयत्न करतो. राधा काहीच न बोलता काम सोडून निघून जाते. तिला ठगीची आकृती आठवते (पुन्हा एक समांतर उपकथानक व पात्र येतं. ठगीचा बाप मेलेला- एकाकी- भीक मागते - लोकांच्या वैषयिक चेष्टांना तोंड देत जगत राहते) राधा पुढे धोंडू शेठ या सधन शेतकऱ्याच्या शेतावर गव्हाच्या पेरणीसाठी येते. शेठचा मुलगा अरुण. त्याची नजर तिच्यावर जाते. पेरणीसाठी लागणारं बायकांच्या ओटीतलं बियाणं संपत जातं. ते आणायचं निमित्त करून तो तिला मोटारसायकलीवर बसवून दुसऱ्या शेतातील इंजिनघरात नेतो. तेथे तिच्यावर अतिप्रसंग करतो. दुबळ्या प्रतिकारात ती वासनेचा बळी ठरते. शेवटच्या खंडात

आता थकून भागून पडताना केव्हातरी खाटेवर
एखाद्या रात्री कूस बदलताना कुचकुचते खाट
तेव्हा तिला दिसतो पाचोळ्याच्या छपरातून चंद्राचा तुकडा
तीही कपाळाच्या
कोरलेल्या चंद्रावर हात ठेवते
आणि डोळ्यातल्या अंधाऱ्या काळोखात बुडून जाते

(चंद्रास्त, पृ. २४)

अशी ही चार पाच हजार वस्तीच्या गावातील माणसांची, गावच्या गटारगंगेत उद्ध्वस्त झालेल्यांची दु:खान्त कथा आहे. अत्यंत साधी सरळ अशी प्रमाणभाषा,

प्रसंगी पात्रांच्या तोंडी बोलीतील वाक्ये यांनी साकार झालेली ही काव्यकथा जशी आटोपशीर तशी स्वाभाविकही वाटते. बहुसंख्य खंडांच्या सुरुवातीला येणाऱ्या

> ''किनारीलगतच्या झाडाझाडांनी
> गावातल्या आतल्या बाजूचा तय्यार चौक''

या दोन ओळींनी आणि या चौकाशी निगडित असलेल्या पात्रांनी या कथा उलगडत जातात. या कथा जशा प्रत्येकाच्या स्वतंत्र तशा एकमेकांशी जुळलेल्या, गुंफलेल्या. एका लहानशा खंडकाव्याचं स्वरूप त्यामुळेच या काव्याला प्राप्त होतं.

माधव थोरात :

'आपुन तर मानसं हाय !' (१९८१) हे माधव थोरात यांचे वीस तुकड्यांतील स्वगतकाव्य आहे. आपल्या विधवा मुलीशी तिच्या विधवा आईने केलेल्या संवादासारखे या प्रदीर्घ काव्याचे स्वरूप आहे. खरं तर हा संवाद नसून आपल्या मुलीशी बोलता बोलता विधवा स्त्रीच्या जीवनातील ठसठसणाऱ्या वेदनांचं हे स्वगत आहे. या स्वगतातून तिच्या गतायुष्याची कथा उलगडते. या कथेबरोबरच तिच्या वाट्याला आलेले भोग, तिचे व्यक्तित्व या साऱ्यांचे प्रतिबिंब या काव्यात उमटते.

विधवा हौसाची ही आई (तिच्या नावाचा उल्लेख काव्यात नाही). हौसा, सावित्री, गणपा नि बायाक्का ही तिची मुले. हौसाला जरासं कळायला लागल्यावर व गणपा, बायाक्का नेणती असतानाच तिचा पती पान लागून (सर्पदंशाने) जातो. तिच्या वाट्याला वैधव्य येतं. अन्नासाब हा देवासारखा वाटणारा दीर तिला सावरतो. तिघा मुला-मुलींची लग्नं होतात. हौसाला एक मुलगी व एक मुलगा होतो. पुढे हौसाचा पतीही एका दिवाळीला निधन पावतो. नंतर तिची (हौसाची) मुलगीही जाते. आन्नासाबच्या सांगण्यावरून हौसाच्या घरी तिची आई राहायला येते. हौसाचा दीर आणि जावई त्यांना छळतात. अशी आई व हौसा यांच्या गतायुष्याची करुण कथा.

ही हौसाची आई गरीब, अशिक्षित, परिस्थितीने नाडलेली आहे. तथापि अनुभवानं आलेलं ग्रामीण माणसातलं शहाणपण तिच्याजवळ आहे. दारिद्र्यामुळे आलेली देव-दैवशरणता जशी आहे, तशी दुःखाला स्वीकारण्याची वृत्तीही आहे. आपल्या भावभावना नेमक्या शब्दांत मांडण्याचं शब्दसामर्थ्य सुद्धा तिच्याजवळ आहे. आपल्या मुलीला ती म्हणते,

> ''कवा ग फिटंल पांग आपला ?
> फिटंल का न्हाई ?

फिटंल म्हणा कवा तरी
उकीरड्याचा बी फिटतुया
आन आपुन तर मानसं हाय !'' (आपुन तर... पृ.२)

ढासळू पाहणाऱ्या भिंतीसंदर्भात ती माणसांबद्दलचं तत्त्वज्ञान सांगते, ''भीताडाचं काय न माणसाचं काय/ तोल गेला मजी संपलं बाई सारं'' (पृ.७) असा माणसाचा तोल तिला महत्त्वाचा वाटतो. दिवाळीच्या सणाबाबत ती म्हणते, ''दिवाळी गरिबाची नव्हं बाई/ दिवाळी दिवाळंच काडून जातीया'' (पृ.२५). गरिबी आणि अंधार यांचं नातं ती सांगते, ''म्हणूनशानी तर अंधार दडून ऱ्हातोया/ गरिबाच्या गाडग्यात, गरिबाच्या मडक्यात/ त्यो थैमान घालतुया गरिबाच्या डोस्क्यात'' (पृ.४१). एका दिवाळीत तिचा जावई गेला म्हणून ''दिवाळीतल्या उजीडात बी मला अंधारल्यागतच वाटतया ग हावसे'' (पृ.२७) असे ती म्हणते. तिचे शहाणपण असे ठायी ठायी व्यक्त होते. आई-मुलगी यांच्या संबंधाबाबत ती म्हणते, ''आईच्या जातीला पर पोरगी मजी/ मजी दुसरं मनच असतंया बाई/ पोटातलं वकायचं आईशिवाय पोरीला/ आन पोरीशिवाय आईला जागाच न्हाई'' (पृ.२९). (म्हणूनच तर आपल्या मुलीशी बोलताना ही मनातली सारी मळमळ ती व्यक्त करते. कवीने स्वीकारलेला आई-मुलगी यांच्यातील स्वगत हा फॉर्म येथे लक्षणीय ठरतो.) माणूस आणि त्याच्या आतल्या भुताविषयी ती म्हणते, ''...भूत असतंया/पर ते आपुनच दडपाय पायजे आतल्या आत'' (पृ.४७). या शिवाय ''दिल्या घरी न्हाय तर येल्या घरी/ पोरीनं जीव पायजेच की ग जाळला (पृ.१४)... आम्ही कंच्या शाळेत शिकलो ?... डोळं उगडं ठेवलं मजी साऽऽरं शिकाय मिळतं (पृ.४९-५०) ...रानाचं न मनाचं सारखंच की ग/ रान मजी मनच की ग पिकाचं / मन मजी रान असतंया इचाराचं/ मनात बी असंच तन असतंया बाई/ मनाची खुरपणी मजी साधी गोष्ट न्हाई/ येळच्या येळी केली तर बरी असतिया/ न्हाय तर मनात तनाची वस्ती वसतीया'' (पृ.१४). अशा अनेक उद्‌गारांतून तिच्यातलं शहाणपण व्यक्त होतं.

आन्नासाबाचं वर्णन ती पुढील प्रमाणे करते, ''मला ह्या डोंगराच्या जागी/ आण्णासाब दिसत्याती/खुरट्या झाडावानी माणसं/ बाकीची दिसत्यात समदी'' (पृ.१८). आपल्या जावयाचं चित्रही ती अशाच पद्धतीनं मांडते, ''काय बापई हुता/ उंचा पुरा ऽऽ गोरा ऽऽ पान/ लांबसडक नाक बगळ्याच्या पकावानी कापडं/ आता भावकीत हायती नव्हं/ नुसती कळाखाऊ माकडं'' (पृ.४४).

याशिवाय- जग चालू बी देत न्हायी पायानं/ घोड्यावं बसलं मंजी बी हासतया, आई वाढंना बाप भीक मागू दीना, घरात न्हाई दाणा म्हण मला सरकार म्हणा, पैसा सरला मजी मग पोटचंबी वळख दावीना, आयजीच्या जिवाव बायजी उदार, ह्याचा

दिवा राचा अंधार, न बोलणाराचं गहू बी इकत न्हाईत- अशा अनेक म्हणी व लोकोक्तींचा वापर ती सहजतेने करते.

दत्त-औंदुबर, मलकार्जुन अशा देवस्थान माहात्म्याबरोबरच सटवीचा लेख, रावण-सीतामाई, दुर्रोधन, दुःशासन, दुरपदी, सावित्री या पौराणिक पात्रांची उदाहरणं ती देते. अर्थात तिचा दैववाद केवळ अंधश्रद्धेवर आधारलेला नाही तर या पौराणिक जोड्यांतील यशापयशाची ती तार्किक संगती लावते. "सीता सावित्री हिमतीनं उभ्या ऱ्हायल्या म्हणून त्यांची पुण्याई उभी राहिली" असं सांगून ती मुलीला दुःखाला सामोरं जायला लावते, आंधळी दैवयादी बनवत नाही.

अशी ही विधवा माता आपल्या विधवा मुलीच्या जीवनाशी, दुःख-दारिद्रयाशी एकरूप होऊन गेली आहे. आपला नातू (मुलीचा मुलगा) हाच एकमेव आशेचा किरण तिला वाटतो. म्हणून तर शेवटी आपल्या रडणाऱ्या मुलीला सावरताना ती म्हणते, "रडू नको बाई आशी माझ्याकडं पाहून/ तुझ्याच घरात ईन पुन्हा दुसरा जलम घेऊन/ तू माझी आज्जी असशील, नात म्हनशील मला/ हावसे म्हणायचं मनात असता आज्जी म्हणीन तुला" (पृ.५३) या उद्गारातच ही स्वगतमाला संपते.

बोलीभाषेचा सहज वापर, पात्रांच्या अंतर्मनाशी एकरूप होऊन ते उलगडून दाखविण्याची क्षमता, जीवनातील दारिद्र्य, दुःख, वास्तवाचे भान असे अनेक गुण या काव्यातून दिसून येतात. '*तीस वर्षाचे मूल*', '*मनातल्या कविता*' या संग्रहांनंतर ग्रामीण कवितेकडे वळलेल्या पण दुर्दैवाने अल्पायुषी ठरलेल्या (मृत्यू- २५ जुलै १९९१) या कवीकडून पुढे अधिक चांगली ग्रामीण कविता लिहिली गेली असती असे या संग्रहावरून निश्चितपणे म्हणता येते.

जगदीश देवपूरकर :

'*गावाकडची कविता*' (१९८१) हा देवपूरकरांचा संग्रह गावातील विविध गोष्टींवर, वृत्ती-प्रवृत्तींवर प्रकाश टाकतो. कवीला गावातील दैन्य, जातीय विषमता, स्त्रियांची दुःखं व्याकुळ करतात. पॉलीश करणाऱ्या मुलाच्या हस्तरेषा पॉलीशच्या रंगात काळवंडून जातात (क्र. २). गावाच्या गालावर लाजणारा डामरी तीळ त्याला अस्वस्थ करतो (क्र. ३). गाव वेशीवर उपाशी आहे म्हणून भिकाऱ्यांना तो गावासाठी भीक मागायला सांगतो. दारिद्र्य, दुःखाचे चित्रण आणखी १०, १३, १९, २१, २८, ३१, ४४ क्र. च्या कवितांतून येते. याबरोबरच गावातील विषमतेमुळे निर्माण झालेली दुरावस्थाही कवीला अस्वस्थ करते. जन्मापासून अंगावर जात फेकून जाणारा बाप १८ क्र. च्या कवितेत येतो. आईच्या दुधातही जातीचा रंग मिसळल्याचा भास त्याला ही व्यवस्था पाहून होतो (क्र.१२). जातीयतेने गावाची होणारी होळी (क्र. १७,२३), मथुरेसारख्या स्त्रीचा बळी (क्र. २८) इ. येतात.

स्त्रीची व्यथा १५, २२, २४, २७, २३, ३७, ३८, ४७, ५०, ५२, ५६ क्र. च्या कवितांतून येते. कधी लग्न होऊन सासरी जाणाऱ्या मुलीचं, कधी पोटासाठी शरीरविक्रय करणाऱ्या स्त्रीचं दुःख, वैधव्य वाट्याला आलेल्या स्त्रीची तळमळ या कवितांतून व्यक्त होते. क्र. २६ ते ३०, ३२, ३५ अशा कवितांतून ते येते.

वक्तृत्वपूर्ण शैली हा या संग्रहातील कवितेचा प्रमुख विशेष सांगता येईल. आपल्या नोकरवर्गातील संसाराचे चित्रण करताना तो म्हणतो, "तसा मी दुःखी आहे/पण संसार माझा सुखी आहे/ कारण... बायको माझी मुकी आहे (पृ.४५). अशा विनोदात मध्यमवर्गाच्या तकलुपी दारिद्र्य दुःखाची तो टर उडवतो. 'गावचा इतिहास रक्तानं लिहू या' असं म्हणताना ही कविता काही वेळा विद्रोहाचं रूप धारण करते (पृ. ७० ते ७५).

नारायण कुलकर्णी कवठेकर :

'*हे माझ्या गवताच्या पात्या*' हा कुलकर्णी कवठेकरांचा संग्रह १९८२ला प्रसिद्ध झाला. तत्पूर्वी १९८० मध्ये ग्रंथाली वाचक चळवळीने 'कविता दशकाची' हा दहा कवींच्या कवितांचा प्रातिनिधिक संग्रह प्रसिद्ध केला. त्यात त्यांच्या दहा कवितांचा समावेश होता. 'हे माझ्या गवताच्या पात्या' या संग्रहात शहरी अनुभवाबरोबरच ग्रामीण अनुभवाच्याही काही कविता येतात. या दोन्हीही प्रकारच्या कवितांचे वैशिष्ट्य असे की, स्वप्नाळू रोमँटिकता किंवा समकालीन कवितेतील विपरीत अनुभवांनी निर्माण झालेली तुटलेपणाची भावना, एकटेपणाची जाणीव या गोष्टींपासून ही कविता अलिप्त राहते. ती अनुभवाला सरळपणे सामोरी जाते. अनुभवाच्या मागणीनुसार प्रतिमांचा वापर ती त्या त्या कवितेतून करते.

'सामोरी', 'शेजारधर्म', 'संबंध', 'गाव', 'झाड', 'नंदीबैल', 'गढी', 'शत्रू', 'जमीन' या कवितांतून ग्रामीण अनुभव येतो. 'सामोरी' कवितेतील दुष्काळ, या दुष्काळी चवचाल हवेला सामोरी जाणारी ती, आणि हे निमूटपणे सोसणारा तो, हे तेथील गरिबी आणि दुष्काळाचे संदर्भ घेऊन येतात. यातील म्हाताऱ्या आभाळासारखी कमरेत दुखावलेली कुडाची झोपडी, स्वतःच पेटल्यागत टेंभलणारा सूर्य, त्याच्या रिकाम्या डब्यातील पोकळीत भुभुत्कारी शंख, तुटकी वहाण अडकवून त्याचे गुमान चालणे, त्याचे बरगड्यातून ओघळणारे प्रवाह, देवीचा फोटो उलट करून, डोईवरचा पदर खांद्यावर आणून तिने दुष्काळाच्या चवचाल हवेला सामोरे जाण्यासाठी बाहेर जाणे या सर्व प्रतिमा आणि कृती, प्रसंग जसाच्या तसा फक्त उभा करतात. कुठली प्रतिक्रिया नाही की आवेश नाही. त्यामुळे वास्तवासह कविता मनात भिनत राहते.

'शेजारधर्म' मध्ये शेजाऱ्यांसाठी धावणारा, शेजारधर्म पाळणारा बाप जेव्हा सरकारी इमारतीच्या बांधकामासारखा ढासळत जातो तेव्हा शेजारी शेजारधर्माच्या

नावाखाली कसे स्वार्थी बनतात ते सांगितले जाते.

माणूसपण अंगठीत तोलणाऱ्या आणि तुक्याचे अभंग तिन्ही त्रिकाळ बोलणाऱ्या सरड्यांसाठी उरलेल्या चोथारूप आयुष्याला सणाची कळा आणू पाहणारा बाप ('संबंध' या कवितेतील) घर विकायच्या बेतात असतो. तेव्हा मुलगा, चोरांनी ज्वारी खुडून नेल्यानंतर आणि नियतीच्या विनोदी हातातून बचावलेली दोन मण ज्वारी घेऊन येतो. बापाला शब्दांचे टेकू देण्याचा प्रयत्न करतो. बाप उलट त्याच्यावर भडकतो. अर्वाच्य शब्दांनी साऱ्या दुनियेची लक्तरे त्याच्यावर धुवून काढतो. डोळ्यात मिरचीची पूड तशी आईच्या पिचत मरण्याची आठवण मुलाला होते आणि बापाचा जबडा त्याच्या हाती केव्हा येतो हे त्यालाही कळत नाही. प्राथमिक गरजांसाठी आयुष्यभर झगडणाऱ्या बाप-लेकांचे संबंध कसे आदिम पातळीवरच राहतात हे या कवितेतून दिसते.

'गाव' या कवितेत सालदार, महिनदार, हाडकुळ्या गायी, शिंगे मोडलेले बैल, व्याकुळ झोपड्या, गावाचे विदीर्ण कप्पे, साऱ्यांचे दारिद्र्याच्या - उन्हाळ्याने ग्रासलेले जीवन मांडले जाते. यातील अंगावर तापलेल्या लोहपट्ट्यासारख्या झळा वागवीत पोकळ गल्ल्यांतून हिंडणारी दुपार, बुरशी चढलेल्या भाकरी, माणसांचे माणसांसारखेच चित्रविचित्र चेहरे, शरमून बुडून जाण्याची गडबड करणारा सूर्य, चहाटळ चांदण्या, गाणी म्हणण्याची सक्ती असल्यासारखा चिडून वाहणारा वारा, डोळ्यातली धूळ दुर्लक्षून सैरावैरा धावणाऱ्या बाया, पोटाशी पाय आखडून घेणारी माणसे, कोठ्यातल्या आजारासारखी तंगड्या फाकून पडलेली पोरे, डालग्यातल्या पिल्लांसाठी दावे ओढीत बँ ऽ बँ ऽ करणारी बकरी, खिडक्या दरवाजाशी फारकत घेतलेल्या भिंती, टिचलेला अन फुल्या मारलेला सूर्य व चंद्राचा चेहरा, पाहुण्या पोरासारखा घरभर हुंदडणारा सुगीचा वारा, पारावरल्या मारोतीला शेंदुराची शपथ घालून शिवारभर विखुरणारी माणसे, या साऱ्या गोष्टी माणसे, घरे, जनावरे- एकूणच साऱ्या समाजजीवनाला दारिद्र्याचा संदर्भ देतात.

'झाड' या कवितेतील झाडाच्या प्रतिमेतून देश, समाजव्यवस्था, विविध पक्ष, नेते, विचारवंत ही साखळी मांडली जाते. कीड लागलेली नि:सत्त्व फळे, गंधहीन फुले असलेले हे झाड काही दिवसांपूर्वी स्वस्थ, सुंदर होते. एका रात्री बैरागी येथे मुक्काम ठोकतात. स्वैपाक करून नैवेद्य दाखवितात. त्यांनी गायिलेल्या गाण्यांना गाव वेंधळ्यासारखे ऐकत राहते. नंतर झाडाची पाने सुरकुतलेली होतात. फांद्या वाकड्या होतात. वारा वाहिला तर त्यातून पोकळ झाड फुंकल्याचा आवाज येतो. आता फक्त अजाण फक्त वा नवे प्रवासी या झाडाखाली बसतात आणि विश्रांती संपल्यावर पंखझडल्या पाखरांगत विषण्ण चालू लागतात. म्हणून कवी सुरुवातीलाच 'कीड लागलेल्या या झाडावर पाखरांना आता बसू देऊ नका' असे सुचवितो.

'नंदीबैल' ही कविता आजच्या संवेदनशीलता, स्वाभिमान, पौरुषत्व, कणखरपणा हरवून बसलेल्या स्वार्थी ढोंगी राजकारण्याचं हुबेहूब चित्र रंगवते. बैलाचा गुणधर्म नसलेले हे नंदीबैल, पाठीवर खडा पडताच कातडी थरारणारी संवेदनशीलता, शिंगावर चिखलाचा घोस तुऱ्यासारखा मिरविणारी रग, गायीचा यार दिसताच डरकाळणारे पौरुषत्व आणि मेघांच्या गडगडाटाला प्रत्युत्तर म्हणून नागाच्या फण्यासारखे शेपट्या उंचावून उंडारण्याचे चैतन्य हरवून बसलेले आहेत. कारण सत्तेच्या लालसेने ते आपलं स्वत्व गमावून बसले आहेत. बायाबापड्यांकडून ओवाळून घेतल्यावर मिळालेल्या पसाभरात ते समाधानी होतात. गुबूगुबू वाजताच तडफेने मान हलवतात. धन्याच्या भरभराटीची ग्वाही देतात. ''नंदीबैल या कवितेत व्यवस्थेवर आलेल्या या बांडगुळांची कवी कमालीची टर उडवतो. बंदुकीची गोळी सणाणत निघावी तशी ही कविता आकार घेते. पुढारी वर्गासंबंधी उपहास शब्दाशब्दातून व्यक्त होतो'' ('कविता दशकाची' पृ.७६) अशा शब्दांत दया पवारांनी या कवितेची ओळख करून दिली आहे.

'गढी' या कवितेतील गढी हे रूपक सरंजामशाही, जातीची उतरंड, अंधश्रद्धा, धर्म-कर्मकांड अशा अनेक गोष्टींसाठी आलेले आहे. ही परंपरागत गढी भक्कम आहे. ती खोदणाराच तिच्यात सापडण्याची शक्यता आहे. म्हणून ही गढी (अर्थात या सर्व अनिष्ट गोष्टी) खचण्यासाठी सतराशे साठ पिढ्या जाव्या लागतील याची कवीला जाणीव आहे. तथापि ''गढी जाणे महत्त्वाचे आहे'' हे कवी निक्षून सांगतो आहे.

'शत्रू' या कवितेत शेतकऱ्याच्या वाट्याला आलेली आजच्या काळातील भीषणता एका प्रसंगातून मांडली जाते. तालुक्याच्या आफिसात साहेब, बाबू चपराशी सर्वांकडून शेतकऱ्याचा पटका तुडविला जातो. एखाद्या श्रीमंत बापाच्या मुलाचे धक्का दिल्यावर दळण सांडावे अन् गरिबाच्या पोराने एक एक करून धुतलेले दाणे गोळा करावेत त्याप्रमाणे आपली अब्रू सावडून तो पुढे भयाण रस्त्याने चालू लागतो. घरचे वाढून ठेवलेले ताट पाहण्याची हिम्मत रहात नाही म्हणून तो पटक्याने गळफास लावून घेतो. पण मरण्यापूर्वी शेवटच्या क्षणी साहेब व बाबू चपराशी यांना शत्रू समजून त्याच्या डोळ्यांत विद्वेष असतो आणि ओठावर शिव्याशाप. नोकरशाही ही सुद्धा शेतकऱ्याची प्रमुख शत्रू कशी बनली आहे, हे या कवितेतील घटितांतून मांडले जाते.

'जमीन' कवितेत पारधी, वडारी, वैदू, डोंबारी यांच्या वस्तीवरील संसार, पोरवडा, बायका, भांडण, माणसांनी पाषाणयुगीन शस्त्रं घेऊन गावाच्या विरुद्ध दिशेनं निघणं, बायकांनी गवऱ्या काटक्यांसाठी रानात निघणं- असं पाठीवर बिऱ्हाड घेऊन भटकणाऱ्या भटक्या जमातीचं सारं दैनंदिन जीवन ही कविता उभी करते.

''बाया हवेपेक्षा झपझप चालतात/ पुरुष लव्हाळीपेक्षा लवलव वाकतात'' ''पाठकुळीच्या बिऱ्हाडासाठी वणवण सुरू असते. अंगाखालची जमीन चार दिवसांकाठी बदलते'' (पृ.१२३) अशा शब्दांत हे चित्रण येते.

नारायण कुळकर्णी कवठेकरांच्या ग्रामीण जीवन चित्रण करणाऱ्या या कविता प्रमाण भाषेतूनच साकारतात पण त्यातला अनुभव जितका वास्तव आणि सच्चा असतो तितक्या त्यातील प्रतिमाही त्या अनुभवातून सहजतेने आलेल्या असतात. मध्यमवर्गीय जीवनासाठी ग्रामीण प्रतिमांचा वापर फारसा नसतो, तसं ग्रामीण अनुभव मांडताना शहरी दृष्टीचं आक्रमण या कवितांतून होत नाही. म्हणून ही कविता अनुभव आणि अभिव्यक्ती यांना सारखाच न्याय देते. स्वातंत्र्योत्तर समाजजीवन, ग्रामजीवन, राजकारण याचं प्रतिबिंब या कवितेत उमटलेलं दिसतं.

उत्तम कोळगावकर :

कुलकर्णी-कवठेकरांप्रमाणेच कोळगावकरांच्या दहा कवितांचा समावेश 'कविता दशकाची' मध्ये होऊन नंतर त्यांचा 'जंगलझाडी' (१९८२) हा स्वतंत्र संग्रह प्रसिद्ध झाला. कोळगावकरांनी आपल्या कवितेत ग्रामीण प्रतिमांचा वापर सर्वत्र केलेला दिसतो. अनेकार्थसूचक प्रतिमांचा यशस्वी वापर कवीने केलेला असला तरी ग्रामीण जीवनचित्रण करणे हा येथे प्रमुख हेतू नाही, तर माणसांची निर्मितीप्रेरणा संपून चालली आहे, याची कवीला प्रकर्षाने जाणीव होताना दिसते. त्यामुळे एक प्रकारची तुटलेपणाची, निराशेची भावना त्याच्यात निर्माण झाली आहे. ही भावना तो कापलेली शेतं, उन्हाचा वाळका भारा, जंगलझडीचा उच्छाद, कडब्यासारखे पोकळ हात, फफुटा, सांधा निखळलेले हात, हरवलेल्या गाई, गाणी कापून गोळा करणारा, कुणीतरी मोडलेला नांगर, बैल, सांड, ढोरं, मरून पडलेली पाखरं, नाक घासणारा वारा, टिचून पडलेल्या बासऱ्या, मरून पडलेला पोपट, विझलेला कंदील, ऊन्हाची पिकं, अंधाराची चिवट झुडुपं, आटलेलं तळं, घासण्याचे आवाज- अशा प्रतिमांतून मांडतो. तसेच, एकाकीपणाची जाणीव मला सतावते आहे (१०), पीक नष्ट होतंय (११), माझ्या पक्ष्यांचे पंख कापून फडफडते ठेवण्यात / इथं कुणाला काय मिळालं (१९), माझ्या उल्लासाच्या रंगीबेरंगी/ वाळल्या फुलांवरही / थराथरांनी फफुटा साचत चाललाय (२०), रस्त्यात एका झाडापाशी त्याला सुतार पक्ष्याचं टकटक करून / फांदी कोरणं ऐकू येतं (२२), माझ्या भोवतीनं मात्र काळी हवा पिंगा घालते (२८), आणि लगेचच निधावं लागलं (३०), गाणी कापून गोळा करणारा/ कुणीतरी हिंडत तर नसेल ना ? (३३), तूर्त तरी मला हा उन्हाळा सोसून नेणं भाग आहे (३६), राघूचं गाणंही काळीज कापतं (३७), असाच जाईन एकाकीसुद्धा (३९), माझ्या अर्धवट नांगरलेल्या शेतात / मोडलेला नांगर सडत

चाललेला / पडत पावसात (४०), हळूहळू सगळंच गाव ओस पडत चाललयं माझं (४४), कमरेत करक निघावी तसा आवाज / मोठा होत होत / वेगानं जवळ येत आहे (४६), उघड्या डोळ्यानं मी आता पाहतोय पिकाची उलगवाडी (४८), कालच नाही का माझ्या बागेतली सगळी पाखरं मरून पडली ? (४९), परतताना तो फक्त / काळजाच्या विस्कटलेल्या चिंध्या / सांभाळून ठेवण्याशिवाय काहीही करू शकत नव्हता (५५), या स्वप्नानं का म्हणून माझ्याशी असा दावा साधला असेल ? (५९), आपली इच्छा असूनही आपल्याला हात आदळणं कठीण होऊन बसतं (६३), तुझ्या रस्त्यारस्त्यावर वारे नाक घासताहेत, मी फाटक्या सावल्यांना टाके घालीत सुटलो आहे (७५), मी एक उजेडाचा पराभूत पिंपळ मोडून पडलेला (७७), पुढे आयुष्यभर उन्हाचीच पिकं घेत राहिलो (७८), कोणती असेल अशी वस्ती की जिथं माझ्या कोवळ्या पावसाला फुलांचे हात भेटतील ? (८१), जंगली गवतावर उमललेल्या विषारी फुलांचा वास इथे फिरतो आहे (पृ.९६), मी भयभीत होऊन माझ्याच सावलीला टाळून चालू लागलो (८२), माझ्या या समुद्रासारख्या तळमळणाऱ्या काळजाला कुणी कुर्वाळा रे ! (१०६)- अशा ओळींतून ही विफलता आणि तुटलेपणाची भावना व्यक्त होते. (कंसांतले सर्व पृष्ठक्रमांक आहेत.)

मंगेश पाडगावकर यांनी 'कविता दशकाची' मधील कोळगावकरांच्या कवितांसोबतच्या टिपणात लिहिले आहे, "...माणसातली निर्मितीची प्रेरणा ही कोळगावकरांना सर्वश्रेष्ठ गोष्ट वाटते. या निर्मितीचा प्रत्यय घेणे, तिचे स्वरूप शोधणे, हा त्यांच्या कवितेचा ध्यास आहे. निसर्गाच्या चित्रणातून, चिंतनशील रूपकांतून या निर्मितीच्या सर्वश्रेष्ठ प्रेरणेचा ते शोध घेत आहेत असे दिसते- या प्रेरणेआड येणारी कुठलीही गोष्ट त्यांना उदास करते- वैयक्तिक, सामाजिक, सांस्कृतिक पातळीवरचा निर्मितिप्रेरणेचा शोध कुंठित झालेला दिसून कोळगावकर विषण्ण होतात, भ्याल्यागत होतात." पाडगावकरांच्या या अवतरणाला जोडूनच असे म्हणता येईल की, ही विनाशाची जाणीव कवी कोणालाही सांगत नाही ('ही गोष्ट जगालाच काय पण तुलाही सांगितलेली नाही मी-मलाही.' (पृ.११). त्यामुळे त्याच्या मनात तुटलेपणाची भावना निर्माण होत जाते. ही जाणीव अर्थातच समकालीन मध्यमवर्गीय जाणीव आहे. कवी इथे ही जाणीव व्यक्त करण्यासाठी फक्त ग्रामीण प्रतिमांचा वापर करतो आहे. म्हणूनच या कवितेची भलावण करताना, "उत्तम कोळगावकर यांच्या कवितेतील प्रतिमासृष्टी खेड्यातली शेतांची, निसर्गाची आहे म्हणून कुठल्याही अर्थानं 'ग्रामीण' हा छाप तिच्यावर मारता येणार नाही...." ('कविता दशकाची' पृ, ६५) असा ग्रामीण कवितेसंदर्भात तुच्छतादर्शक शेरा पाडगावकरांनी मारला असावा.

ग्रामीण कवितेच्या संदर्भात कोळगावकरांच्या कवितेवर आनंद यादव यांनी

अचूक भाष्य केले आहे. ते म्हणतात, "...मराठी शहरी कवितेतील आशयात जीवनापासून तुटलेपणाची, एकाकीपणाची आणि असहाय व्याकुळतेची जाणीव आज तीव्रतेने उमटते आहे. त्याच पांढरपेशी, पुस्तकी जाणिवेचे उपयोजन ग्रामीण जीवनातील रूपक- प्रतिमांचा वापर करून कविता साधली जाणे. उत्तम कोळगावकर या नवीन कवीची कविता अशा प्रकारची आहे. प्रस्थापित शहरी अभिरुचीला ती ग्रामीण प्रतिमांमुळे नवीही वाटते. तिचे त्या समाजात कौतुकही होते. आज साहित्य निर्मिती शहरी क्षेत्रातच, शहरी जीवनातच मोठ्या प्रमाणावर होत असल्याने आणि ग्रामीण जीवनातून पुढे येऊ पाहणाऱ्या साहित्यिकांसमोर त्यांचेच आदर्श आज दिसत असल्याने, तसे करणे हीच उत्तम साहित्यनिर्मिती करण्याची खूण आहे असे कवीला वाटत असावे. पण १९२५ ते ४० च्या काळात जी मध्यमवर्गीय शहरी दृष्टी आरोपित करून ग्रामीण किंवा जानपद कविता निर्माण झाली त्याचेच हे १९८० मधील नव्या मुखवट्यातील पुनरावर्तन मानावे लागते. असे प्रयोग दुय्यम दर्जाचे ठरतात."[१]

अर्थात कोळगावकरांच्या संग्रहात ग्रामीण जाणिवेच्या कविता नाहीतच असे नाही. म्हाताऱ्याचं काळीज,चंद्र निघून जात असेल, गाव, माती, आई अशा काही मोजक्या कवितांतून ग्रामीण संवेदनशीलता प्रकट होताना दिसते.

'म्हाताऱ्याचं काळीज' या कवितेत वेड्या बाभुळागत वाकलेला, थकलेला म्हातारा (शेतकरी) सबंध शेतावर नजर लावतो. ढासळलेल्या विहिरीतील कुजलेलं पाणी, उद्ध्वस्त दीनवाणी झालेली मोटेची धाव हे पाहून त्याच्या डोळ्यात अनेक आठवणी दाटून येतात- मोटेचा कुईकुई ध्वनी, ढेकळांत जिरणारे जिवंत पाणी, केळीची घनदाटी, लालभडक मिरचीचं थळं, विहिरीपाशी टुकूटुकू नांदणारं गुलाबाचं झाड इ. हे सर्व आठवून या उद्ध्वस्त शेताच्या पार्श्वभूमीवर "म्हाताऱ्याचं काळीज/ पाण्याबाहेर काढलेल्या माशासारखं/तापलेल्या ढेकळांमध्ये तडफडत उडत राहतं" (पृ.२३).

'चंद्र निघून जात असेल' मधील मी (बहुतेक नोकरीसाठी) शहरात आला आहे. रात्रीच्या प्रसंगी या शहरातल्या वैभवात आपलं काहीच नाही याची जाणीव होऊन तो आताची आपल्या घरची स्थिती काय असेल ते आठवतो- रात्रीचं ओसरू लागलेलं शहर, दिव्यांच्या खांबांची रांग, माझं एकाकीपण, स्वत:जवळ काहीच नाही, एकेक करून खिडक्या बंद होऊन दिवे विझताहेत. आपणही खिडकी बंद करून निजावं असं या शहरात माझं काहीच नाही. स्टेशन एरियात रात्र डुलक्या घेत जागते. एखाद्या हॉटेलात कळकट चहा ढोसताना मीही हरवून घरची आठवण करतो. "गावातल्या घरापाशी चंद्र थांबला असेल / पोटातल्या काळोखाला कवळून / आईच्या कुशीत भावंडं झोपली असतील / त्यांच्या अंगावर हात फिरवून/

शहाण्या माणसासारखा चंद्र निघून जात असेल'' (पृ.२५) असं घरचं दारिद्र्य आणि अकृत्रिम प्रेम तो आठवत राहतो.

'बाप' या कवितेत आईचा उन्हात झिजलेला चेहरा आठवून दारुड्या बापाला सांभाळणारा मुलगा भेटतो. 'गाव' या कवितेत घरांना कुलुपं लावून गावकरी, ढोरं, पक्षी सर्व नाहीसे होताहेत, गाव ओसाड होतंय याची खंत येते. 'माती' या कवितेत मातीशी असलेले मी चे नाते आणि त्याचे शहरी कॉंक्रिटच्या जगाशी न जुळणारे सूर येतात.

'आई' ही खेड्यातल्या मातेचं चित्र रेखाटणारी कविता. यातील पोतारून पोतारून पांढुरक्या झालेल्या भिंतीसारखा आईचा उदास चेहरा, जिवाभावाच्या माणसांजवळ मनातलं काही सांगताना तिने डोळ्याला पदर लावणं, सायंकाळी दिव्याच्या उजेडात तिचं भाकरी थापणं, विझलेली लाकडं फुंकताना होणारी तिची दमछाक यातून खेड्यातली आई तिथल्या दारिद्र्य- यातनांसह, ग्रामीण प्रतिमांतून उभी तर राहतेच पण, ''विझलेली ओली लाकडं फुकताना होणारी / तिची दमछाक मी पाहू नाही शकायचो / पुढं व्हायचो आणि फुंकून द्यायचो चूल / नंतर तिच्यासाठी मनात खूप काही ठरवताना हरवून जायचो'' (पृ.६६) असं म्हणणाऱ्या मी ची मूळ संवदेनशीलता ग्रामीण असल्याचा प्रत्यय येतो.

अशा या मोजक्या ग्रामीण जाणिवेच्या कविता. पण त्या मोजक्याच का असाव्यात ? ग्रामीण-शेतकरी जीवनाचे विपुल अनुभव गाठीशी असतानाही केवळ शहरी तुटलेपणाची पुस्तकी, विफल दृष्टीची छाया कवितेला का व्यापून टाकत असावी ? केवळ समकालीन कवितेवर प्रभुत्व गाजविणाऱ्या या वृत्तीचा प्रभाव म्हणून ? तसं पाहिलं तर ग्रामीण प्रतिमांच्या वापराचं या कवीचं कौशल्य लक्षणीय आहे. मग या प्रतिमा उपऱ्या जाणिवेखाली येतात ते फक्त वेगळेपण सांगण्यासाठीच का ? असे होत असले तर पुढे या प्रयोगात तोचतोपणा येऊन कविता आवर्तात सापडू लागते. शेवटी उपऱ्या जाणिवेसाठी ग्रामीण प्रतिमांचा वापर, आनंद यादव यांनी म्हटल्याप्रमाणे, जानपद कवितेतील कृत्रिम प्रयोगाचा नवा अवतार ठरू लागतो.

नारायण सुमंत :

'*रानभैरी*' (१९८३) या नारायण सुमंत यांच्या संग्रहातील कविता तीन भागांत विभागल्या आहेत. रानभैरी, झाडे आणि मुक्तछंद. पैकी मुक्तछंदातील कविता ग्रामीण वास्तव मांडणाऱ्या कविता आहेत. काही कविता १९७२ ते ७७ या पाच वर्षांतील भीषण दुष्काळावर प्रकाश टाकतात. 'माढा : एक संदर्भ ' या कवितेतील मुलगा पिकांना 'मातीत कशापाशी उमललात, कोणत्या कर्माची पापं म्हणून पिकता ?'

असा प्रश्न दारिद्र्याला वैतागून विचारतो तेव्हा पिकं सांगतात-

"माणसापेक्षा झाडांची दुःष्काळ- दुःखं अनावर असतात. ती दुःखं तुझ्या बापाला संदर्भासहित विचार." तो बापाकडे येऊन विचारतो त्यावर बाप सांगतो ते कथन दुष्काळ, दुष्काळातील रोजगार हमीवरील जळजळीत अनुभवांचे संदर्भ सांगते-

"फक्त संदर्भातील मुद्दे
दुष्काळ, पाझर तलाव,
वांझ विहिरी, दुष्काळी सडका,
भुंडे माळ, कुसळ काटे,
सुकडी, मिलो, बरबडा, इचका..."

"पाझरांना पाणी नाही,/ सडकांना डांबर नाही,/ झाडांना पान नाही,/ माणसांना मन नाही !/ येथे/ निष्पर्ण रुक्ष झाडवळ :/ आणि सांगाड्याची दुष्काळवने/ चतकोराच्या चंद्रासाठी/ अमावस्येचे अंधारजिणे" (पृ.६३). या कवितेतील नादान पोराच्या बापाचा, नावडत्या राणीचा, फिरत्या टोपीचा हा वसा आहे. "तरी बी रेड्यापाड्याची औतं/ थांबवू नगस,/ धरनाचं पानी मागू नगस/ उतू नगस मातू नगस/ घेतला वसा टाकू नगस" असा लोककथेच्या लयीचा उपयोग- नादान पोराचा बाप, आवडती राणी, फिरती टोपी, धरणाचं पाणी इ. संदर्भासह केला जातो. सभोवतालची भीषण परिस्थिती, त्यातही कपाळावरचा घाम निरपून पुन्हा शेती करत राहण्याची शेतकऱ्याची पिढ्यांपिढ्यांची वृत्ती अशा अनेक गोष्टी या कवितेत येतात.

'पाऊस' या कवितेतही दुष्काळी कामावरील जळजळीत अनुभव तिथल्या वास्तवासह येतो- "डोई सूर्य जळताना/ तुझं चंदन पाय राख झालं/ पगारी अंगठा आठवताना-/ तुझं कुंवारपन मातीत सांडलं/ चार रूपडं आन् सुकडी साठी :/ तवाच मर्दपन इकून टाकलं" (पृ.५३).

'भरवसा' या कवितेत आजा, बा आणि मी या तीन पिढ्यांत पीक पाण्याचा भरवसा कसा बदलत गेला ते दिसतं. आजा बा ला "पेरल्यालं काय बी वाया जात नाई" असं म्हणतो. बाप पेरतो- ओलीतलं फक्त निसवतं - कोरडं दबलं जातं. सहा आणेच उगवतं म्हणून बा म्हणतो, "ओलीला पेरल्यालं वाया जात न्हाई...." तो ओलेती शिवार पेरतो. पण अनुभव विपरीत येतो. वलेत्यातली पेर फुलात येत नाही. तो मुलाला सांगतो, "पेरल्यालं उगवलंच... त्येचा भरवसा न्हाई !" अशी पिढ्यापिढ्यात बदलत जाणारी पीक पाण्याची अवस्था आणि त्यावरचा भरवसा या कवितेत येतो.

पेरणाराचे हात भुकेल्या पोटी घास देतात, त्याच चोर, चिमण्या, चिलटं पोसतात. पेरणाराला दुवा देतात. आभाळाचं देणं सरत नसल्यानं त्याच्या भाळीचं

कुणी लुटत नाही अशी कृषिश्रद्धा 'आभाळाचं देणं' मध्ये येते.

पाऊस जेथे झाडे असतात तेथेच येतो. पावसासाठी झाडे लावावी लागतात. त्यासाठी पाणी घालणाराचे आभाळ- हात आणावे लागतात. आभाळ- हाताच्या वंशामध्ये जातपात शोधायची नसते. कारण ज्यांचे हृदय झाडांचे असते तेच झाडे वाढवू शकतात. अशी भेदाअभेदापलीकडची निर्मितीक्षमता कवीला महत्त्वाची वाटते. म्हणूनच ''माणसांना जर नसते हात/हातागणिक जात/ आणि जातीगणिक वस्ती/ तर नुसत्या लावण्यानेही झाडे आली असती!'' (पृ.४३). असे तो म्हणतो. झाडाच्या वेगवेगळ्या रूपात वेगवेगळी गूढे उलगडू लागतात. कधी ही झाडे तुक्याच्या अभंगासारखी वेद स्रवणारी वाटू लागतात, तर कधी तोडणारांच्या चुलीसाठी पानोपानी वाढत जाणारी वाटतात. रक्तहीन क्रांतीसाठी ती वठतात, ती आभाळाचे दु:ख पेलतात, त्यांची उंची आभाळाइतकी तितकीच मुळे मातीत खोलवर रुजलेली असतात. त्यांना संदर्भाची खोल मुळे असतात म्हणूनच आभाळाचे बदलणारे रंग, वादळवाऱ्यानुसार उडणाऱ्या वावड्या, हंगामानुसार बदलणारे निशाणाचे रंग, ''झाडे सगळं समजून घेतात/ बदलावे तेथपर्यंत बदलतात,/ येरवी वाऱ्याला थोपवीत/ झाडे हिरवीगार राहतात'' (पृ.३०). झाडाच्या एकाच प्रतिमेतून कवीनं पाहिलेली विविध रूपं या कवितेचं वेगळेपण सांगून जातात.

झाडा-माणसांची विविध रूपं पाहणारा हा कवी प्रेम- शृंगाराच्या कवितांत 'रानभैरी' होऊन जातो. अर्थात हा शृंगार केवळ निसर्गावर आरोपित केला जात नाही तर ग्रामीण जीवनातला शृंगार म्हणून तो येतो. निसर्गात स्त्री-पुरुष रूपं कवी पाहात नाही असे नाही. पण ती मोजक्या कवितांत. एरवी ती आणि तो खेड्यातली, वास्तवातली असतात. निसर्ग त्याला अनुकूल म्हणून येतो. क्र. १ ते १७ मध्ये हा शृंगार येतो. यांतही १० ते १४ या कविता वेगळ्या. १० क्र. च्या कवितेत ''गावकुसाच्या उरांत/ निक्का पैका न् भाकर/ हिरव्या रानाच्या वाटेला/ उभी मायेची पाखर'' म्हणून ''रीत रानाची वायली/ गावकुसाहून थोर/घाव घालणाऱ्या मुखी/ऊस देतुया साखर (पृ.१६) अशी गावकुसाची महती आणि रानाची थोरवी सांगितली जाते. १४ क्र. च्या कवितेत शेतकरी आपल्या साथीदारांना कामासाठी हात उचलायला सांगतो, 'पाचुंद झालं की रं गोळा ! करा खळ्याचं शिंपण/रामपाराला खळ्यांत/फुलावं घामाचं चांदणं'' (पृ.२०)

स्वत: शेती करणारा हा शेतकरी कवी. इथल्या पीक-रानाशी, झाडांशी, माणसांशी एकरूप झाला आहे. म्हणूनच झाडाची विविध रूपं विविध स्वरूपात त्याला भावतात. माणसाशी, सुखदु:खाशीही तो तितक्याच मुक्तपणे एकरूप होऊन जातो.

राजन गवस :

'*हुंदका*' (१९८३) या संग्रहातील राजन गवस यांची कविता आपल्या दुःख-दारिद्र्याच्या वेदना सोसणारी कविता आहे. यातील काही महानोरी वळणाच्या कवितांचा अपवाद वगळता हे हुंदकालय या संग्रहात सर्वत्र पसरलेले दिसते. आपल्या दारिद्र्यातील बाप, आई आणि मी यांचे चित्रण ही कविता जितक्या सोशिकतेने मांडते तितक्याच सोशिकतेने सभोवतालच्या दारिद्र्य- वेदनाही ती मांडते.

१८ क्र. च्या कवितेत कूडफाटक्या खोलीत घरातलं असेल नसेल तेवढं संपल्यावर आईच्या ओवीचं मीठ होऊन पडणारं पीठ, चिमणीच्या धुराची नाकपुडीतील काजळी काढत पुस्तकातल्या अक्षरांना वाकळच्या आडोशाला आसवांनी आंघोळ घालणारा मी आणि हे सर्व पाहून आवंढा गिळून वळवळणारी पुस्तकं- हे सारे कवीचे बालपण, घरातले दारिद्र्य यांचे चित्र उभे करतात. त्याचबरोबर या दुःखाने घायाळ होत जाणारे कविमनही त्यातून प्रकटत जाते. "दिव्याभोत्यानं बसली पोरं/ पुस्तकात बाप.../ झुरं/ जळती भाकरी मायाळ तव्यात,/ आईचं डोळं.../ चुलीच्या/ गळ्यात" (पृ.२५). क्र. २० ची कविताही अल्पाक्षरांत असंच चित्र उभी करते.

१० क्र. च्या कवितेत श्रद्धाळू, कष्टाळू आई येते, "किनीट पडायच्या वक्ताला/लई इच्चार करू ने माणसानं/ गाडगी कळवळत्यात" असं म्हणताना "कसं वईल तसं व्हईल...../जन्माचं कोडं परतेकाला" अशी सततच्या दुःखाची सवय झाल्याने आलेली एक प्रकारची दैवाधीनता आणि त्यातून कष्टालाच सामोरे जात राहण्याची वृत्ती, "खरं आपून जरा झिजायचं असतंय, म्हणजी देवाऱ्यावरचं द्याव बी/खणीला बसवाय/गावत्यात !" (पृ. १५) या शब्दांतून येते.

कवीला आपले पोटरीला आलेले आयुष्यच निःसत्त्व मातीवर फेकले गेले आहे असे वाटते. या आयुष्यासाठी चिमण्या हमसून हमसून रडतात, अशा वेळी आभाळानं एक हुंदका जरी दिला असता तरी तो डोळे मिटण्यासाठी पुरेसा होता, असे कवी म्हणतो. पहिल्याच कवितेच्या तिसऱ्या तुकड्यात "दान्यात दूध खेळायच्या वेळेला..../फुलं धुवून टाकणारा पाऊस पडला/पाऊस....../असाही माणसांसारखा बेईमान असतो.... !" (पृ. ६) अशा शब्दांत निसर्ग आणि माणूस या दोघांकडूनही आपल्या आयुष्याची उपेक्षा झाल्याची खंत तो व्यक्त करतो.

अर्थात ही केवळ खंतच आहे. कारण हुरडा झालेलं (आयुष्याचं) कणीस भरायच्या अगोदर लुटलं..... याला खंड नाही (पृ. ७) ही जाणीव त्याला आहे. म्हणून 'शेणाची बुट्टी पांघरून उकिरडा बघितला तेव्हा.... वाकळ टाक्या टाक्यांनी उसवत जाते आणि हुंदकाही कीड लागून कुजू लागल्याची' जाणीव होते.

आपलं, आपल्या घराचं दुःख २१ व्या कवितेत बाभळीच्या प्रतिमेतून येतं.

नेमाचं पाखरू न आल्याने बाभळ झडत चालल्याची आणि माती किडत चालल्याची जाणीव पुन्हा होते.

आई, बाप आणि दारिद्र्याचा संसार यांचं शब्दचित्र २३ व्या कवितेत आहे- थंड चुलीच्या गळ्यात हात अडकवून बसलेला, पटक्यातल्या शेवातलं मूठभर चिरमुरं त्याच्या मुलासमोर टाकणारा, डोळं गच्च मिटणारा बाप, पोटाशी 'मी' ला गच्च कवटाळणारी आई, या मायेनं ओलाचिंब झालेला सदरा पाहून घराच्या आढ्याचा अंधारात मोकळा होत जाणारा हुंदका. या कवितेतील आई-बाप-मुलगा ही पात्रं, घटना आणि हुंदका ढाळणाऱ्या आढ्याची प्रतिमा या साऱ्यांनी कवीचे बालपण तिथल्या दुःखाच्या संदर्भानिशी शब्दरूपात साकारले जाते.

३० क्र. ची आठ चरणांच्या तुकड्यांनी येणारी कविता, प्रत्येक तुकड्यात दारिद्र्य-वेदनेचं एकेक चित्र मांडत जाते. १ ल्या तुकड्यातील अनेक दिवसाचं वेदनांचं खांडुक- ज्यात उभ्या जन्माचा हुंदका ठेचून भरला आहे- अशा खांडकाची घाण पुसून काढावी असे त्याला वाटते. २ ऱ्या तुकड्यात "दिवा शिगचा इजला..../सांदी कोपऱ्यात रात..../थंड चुलीच्या गळ्यात/रित्या गाडग्यांची कात/असा फाटका संसार/कुठं घालू आसा टाका..../हाडं नदीत बुडाली/..... भाकरीचा ठोका" (पृ. ३५) या रचनेतील थंड चूल, रिकाम्या गाडग्यांची कात, फाटका संसार, टाके, भाकरीचा ठोका या प्रतिमा शेतकऱ्याच्या आयुष्याला पूजलेल्या दारिद्र्यदुःखाबद्दल खूप काही सांगून जातात. पुढे ३ ऱ्या तुकड्यात त्याच्या दुःखाची कळ जाणणारी दावणीची गाय. ४ थ्या विहीर खोदताना पाषाण लागणे, खोलातलं पाणी डोळ्यात आटणे - पापणीच्या काठावर साऱ्या आयुष्याची कहाणी उभी राहणे. या लहानशा तुकड्यात शेतकरी त्याची पाण्यावर अवलंबून असलेली शेती, ते न लाभल्याने दारिद्र्याच्या खाईत लोटले जाणे ही सारी साखळी सूचित होते. ५ व्या तुकड्यात एकत्र कुटुंब - सुखी संसार - सुना येणं - खाणारी तोंडं वाढणं - सर्वांसमोर पोटापाण्याचा दिवा उभं राहणं हे येते, तर ६ व्यात भाकरी व पाण्याअभावी काळजाला भोकं पाडणारी वेदना येते. ७ व्यात सोसायटीचं कर्ज काढून म्हशी ऐवजी रेडकू घेणे, कर्ज न फिटल्याने लाज उघडी पडणे हे येते, तर शेवटच्या तुकड्यात या साऱ्या जन्माचाच वीट येणे, आपल्यापेक्षा घाणीवरली माशी बरी, आता कितीही ठोकारलं तरी असंच जावं लागणार आहे, ही दुःखाला अगतिकतेने सामोरं जाण्याची वृत्ती येते. या कवितेतील प्रत्येक तुकडा तसा स्वतंत्र पण त्या तुकड्याला दारिद्र्यवेदनांचा एक समान सूर आहे.

८ व्या कवितेत दावणीचा रेडका विकून देणेकरी भागवावा म्हणून शेतकरी बाजारी जाऊन उपाशी पोटाने रेडका विकून येतो. तेव्हाची त्याची आणि घरधनिणीची अवस्था, "रेडका विकून येताना भूक काळजास आली..../घरातली मालकीण/

काळजात खोल गेली....'' (पृ. १२) अशा नेमक्या शब्दांत मांडली जाते. जरा समाधानी मनानं घरात पाऊल टाकणार तोच देणेकरी उभा पाहून मनाची भिंत ढासळते.

पदराला आलेली पोर, तिच्या लग्नाच्या काळजीने घराला लागलेला घोर, रोजचा नवीन पाहुणा-त्यामुळे मुलगी फासासारखी वाटणे, मनी संसार मांडून मुलीचे स्वप्न कोलमडणे आणि तिने नदी जवळ करणे- अशा प्रकारे मुलीची समस्या या कवितेत येते.

क्र. ९ मध्ये तरुण विधवेची व्यथा तर क्र. १२ मध्ये रिकाम्या भाकरीच्या धाबड्यात डोळे ठेवून तांब्याभर पाण्याला पोटाशी कवटाळत उभ्या आयुष्याची शेणी थापणाऱ्या पोरी भेटतात. क्र. २४ मध्ये ज्याचा गोतावळा त्याला सोडून गेला आहे अशा म्हाताऱ्याची व्यथा येते. २२ क्र. मध्ये दमा झालेली म्हातारी, क्र. १५त बदलत जाणारा खंगत जाणारा गाव येतो. माणसांचे प्रमाण कमी होऊन पोचट कुत्र्यांचा होणारा सुळसुळाट येथील बदललेली स्थिती सुचवितो. १३ क्र. च्या कवितेत पावसाअभावी बैल, शेत, रिकामी घरं, गोठा या सर्वांची दयनीय अवस्था येते.

या कवितांसोबतच काही शृंगारिक वळणाच्या कविता या संग्रहात आहेत. क्र. ३,५,६,११,१७,२८ या त्या कविता होत. या कवितांतील महानोरी वळण गिरवण्याचा प्रयत्न आताच चर्चिलेल्या कवितांच्या पार्श्वभूमीवर उपरा वाटू लागतो. या कवितांतील पाणी-पाट, केळ-बांध, नार-आभाळ अशा स्त्री-पुरुष प्रतिमा, ''पाडं मारता डुरक्या/ऊस कशानं हालला ?/ गाठ चोळीची सुटली...../आन मोगरा फुलला !'' असा शारीर मीलन सूचक शृंगार, क्र. ५ मधील म्हशी आणि एकाएकी जीव देणारा डोह, क्र. ६ मधील चोळीतल्या चांदण्याला खुलविणारा शालू, विझू गेलेल्या दिव्याला दीवळीत दिवस जाणे, क्र. ११ मधील पानवठ्यावरल्या नारींचे मूकपणाने फुटणारे माठ, क्र. २७ मधील ती आणि पाखरं- अशा प्रतिमा स्त्री-पुरुष शृंगार पातळीवरील प्रतिमा म्हणून येतात. तेव्हा 'हुंदका' शीर्षकाच्या संग्रहात या कविता उपऱ्या जाणिवेतून आलेल्या आणि वेगळाच आशय मांडणाऱ्या वाटू लागतात.

राजन गवस यांना आपल्या आणि सभोवतालच्या समाजजीवनाच्या दुःखाच्या वेदनेचा सूर चांगला गवसला आहे. उपऱ्या जाणिवेत अडकून न पडता या कवितेने वास्तव ग्रामीण जीवनाच्या आणि मानवी मनाच्या विविध अंगाने प्रवास केला तर ही कविता मराठी ग्रामीण काव्याला निश्चितच वेगळे काही देऊ शकेल असे वाटते.

फ.म. शहाजिंदे :

'शेतकरी' (१९८५) हे शहाजिंदे यांचे खंडकाव्य म्हणजे आजच्या सुजाण शेतकऱ्याचे प्रांजळ आत्मकथन आहे. हा शेतकरी जसा परंपरेने श्रद्धाळू आहे, तसा सभोवतालच्या घटनांनी, अनुभवांनी आणि शेतकरी संघटनेच्या विचार- कृतींनी

जागृत झालेला आहे. आपल्या मायबोलीतून शेतकऱ्याच्या कथा इथे उलगडत जातात. निसर्ग, तलाठी, ग्रामसेवकापासून ते तहसीलदार- जिल्हाधिकाऱ्यांपर्यंत, गावातल्या राजकारण्यांपासून मंत्र्यांपर्यंत, मजुरांपासून व्यापाऱ्यांपर्यंत या शेतकऱ्याची कशी मुस्कटदाबी होते याचे तपशीलवार कथन तो या काव्यातून करतो. दैवाचे सारे भोग आहेत ते कुणाला चुकले का ? -असं म्हणणारा हा शेतकरी सभोवतालच्या घटनांचं तार्किक विश्लेषणही करतो. नियम फक्त शेतकऱ्यांसाठीच असतात, व्यापारी, नोकरवर्गासाठी नसतात याचे सोदारण विवेचन करतो. शेतमालाला रास्त भाव लावा नाहीतर सर्वांनाच सारखे नियम लावा, सर्वांवर लेव्ही बसवा तेव्हाच हा अन्याय दूर होईल असे त्याला वाटते. व्यापाऱ्यांची स्वार्थी वृत्ती, पुढाऱ्यांचा भ्रष्टाचार यामुळे शेतकरी वर्गाची कशी विविध अंगांनी पिळवणूक होते आहे याचं चित्र तो रेखाटतो. त्याबरोबर शेतकरी जीवन कसे परावलंबी झाले आहे, बँकांपासून ते मजुरांपर्यंत तो सर्वांवर कसा अवलंबून आहे, सर्व त्याच्या या नाडलेल्या परिस्थितीचा फायदा उठवतात, त्याच्या घरी माल आला म्हणजे भाव घसरतो, संपला म्हणजे वाढतो, खतं, बियाणं, औषधं, मजुरी यांचे कडाडणारे भाव, मजूर वर्गातील जागृतीमुळे गुत्यानं काम घेण्याची व्यवहारी वृत्ती - व्याजाने पैसे वाटणे वगैरे त्यामुळे पर्यायाने शेतकऱ्याचीच होणारी मुस्कटदाबी असं वास्तव चित्र तो मांडतो. अर्थात मजूर असो की सुतारासारखा बलुतेदार असो, सारे शेतीवरच अवलंबून आहेत हेही तो जाणतो. म्हणूनच शेतकऱ्याकडे डोळसपणे पहायला तो सांगतो. एक ना एक दिवस तुम्हाला खेड्याकडे वळावेच लागेल असे पुन्हा पुन्हा बजावतो. 'काय करावं, कसं करावं' या वारंवार येणाऱ्या त्याच्या उद्‌गारांतून त्याची अगतिकता व्यक्त होते. या काव्यातील शेती व्यवसायाचे बारकावे वाचताना वाचक अवाक् व्हावा इतके सूक्ष्म तपशील या काव्यात येतात. त्यातून कवीचे शेतीशी असलेले घनिष्ट संबंध लक्षात येतात.

"शेतकरी माणूस अघळ पघळ बोलतो. एकच म्हणणे पुन्हा पुन्हा सांगतो. त्यामुळे वाचकांना यातला पायघोळपणा आणि पुनरावृत्ती खटकेल" (प्रस्तावना पृ. ७) असे कवीने म्हटले असले तरी कवितेसारख्या वाङ्मयप्रकारात (खंडकाव्य असले तरी) हा पाल्हाळ कंटाळवाणा वाटल्याशिवाय रहात नाही. शिवाय साहित्यकृती म्हटल्यानंतर - विशेषत: कवितेत- विचारांपेक्षा भावनेला अधिक महत्त्व असते. इथे भावनेपेक्षा हा शेतकरी आपले विचारच अधिक मांडताना दिसतो.

या मर्यादा लक्षात घेऊनही आजच्या शेतकऱ्याचे प्रातिनिधिक आत्मोद्‌गार असलेल्या या काव्यात त्याच्या विचारांचा, श्रद्धांचा, समज-अपसमजांचा, एकूण शेतकरी जीवनाचा संपूर्ण पटच मांडला गेला आहे हे मान्य करावे लागते. शेतकरी जीवनाचे इतके सूक्ष्म बारकावे - तपशिलानिशी वास्तव चित्र मराठी काव्यात

क्वचितच आले आहे. शेती, पीकं, अवजारं, बारा बलुतेदार, नक्षत्र-तारकांबद्दलच्या समजुती, वनौषधींची माहिती इ. गोष्टी तिथल्या वास्तवाबरोबर या काव्यात येतात. या वैशिष्ट्यांमुळे या खंडकाव्याचे मराठी ग्रामीण कवितेतील स्थान लक्षणीय आहे.

एस्. एस्. शिंदे :

'*सर्वा*' (१९८३) या संग्रहातील शिंदे यांची कविता समकालीन कवितेच्या प्रभावात राहूनही स्वत:चा मार्ग शोधण्याचा प्रयत्न करताना दिसते. या संग्रहातील बहुसंख्य कवितांमधील प्रतिमा योजना आणि निर्भरशील वृत्तीवर 'रानातल्या कवितां'ची' छाया पसरलेली दिसते. क्वचित दुर्बोधतेच्या आहारीही कवी गेलेला दिसतो ('पाऊस रिमझिमे स्वप्न'). असे असले तरी ग्रामीण जीवनाचे वास्तव चित्र रेखाटताना ही कविता स्वत:च्या प्रतिमा आणि अभिव्यक्ती घेऊन येतानाही दिसते.

'शेतावर', 'विरही', 'काठात', 'गर्भरात', 'कानोशात', 'फिरकी', 'लकेर', 'आषाढ', 'शुक्र' इ. कवितांतील रान, पाखरू, गोंधण, घडा, रावा, चांदणे, मेघ झुंबर, रतीची निथळ, जांभुळे, पोरी-चावल, शिवार, डहाळ्या, काठ, आरशाचे घागरे, आमराई, गजरा, बाभूळ इ. सारे 'रानातल्या कविते'तील स्त्री-पुरुष रूपासाठी येणारे, तपशील आहेत.

या कविता सोडल्या तर ग्रामीण जीवनातील वास्तवता चितारताना शिंदे यांची कविता आपली वेगळी अशी अभिव्यक्ती घेऊन येते. उदा. 'सरणाकाठी' या कवितेत झोपडीतल्या सरणाचं चित्र आहे. त्यातील झाडीत जळणारा दिवा, वणव्यात कोसळणारा कावळा, व्याकुळ करणारे ओले आठव, भुकेने हुंदणारं बाळ इ. नंतर पुढील ओळी येतात- ''सरणासाठी घागर फुटते/ थेंब अखेरचा गळतो/डोळ्यात उतरल्या रात्री मेघ कबीरा फिरतो'' (पृ. ११). 'वृद्ध कहाणी' मध्ये एकाकी जोगतिणीची कथा येते तर 'हस्ताचा पाऊस' मध्ये बाळाच्या आईवर होणारा अत्याचार व तिने मरण जवळ करणे येते ते अशा शब्दांत- ''मावळतीच्या प्राणावरती/घाटातल्या झोपडीत तिच्या/पुनवी चांदणे विझले/दुखावली कूस बदलून/ तिनं सरणात अंग अंथरले'' (पृ. २०) या दु:खाभिव्यक्तीत कुठे आकांत नाही की आक्रोश नाही. 'फाटक्या सावल्या' मध्ये दारिद्र्य- दु:खासाठी अनेक प्रतिमा व तपशील येतात. आभाळ सोडून जाणाऱ्या घारी, वासरांची खंत, कुरणाच्या कुंपणात अडकलेल्या गाई, झोपडीवर वाळत ठेवलेली बंडी हरवलेला व ती काट्याकुपाट्यात शोधत जाणारा मुलगा, गळून पडल्या कावळ्यावर आलेल्या अवकळा, वडाखालच्या तिसऱ्या दगडावरच्या सर्पमुखी चेहऱ्यावरची भयकंपित शांतता इ. येते, तर 'बुडालेली घागर' मध्ये आईच्या अस्थींचे विसर्जन येते. 'झांझरली पहाट'- मधील भिवा धनगराचा मरून पडलेला मेंढा, साबरताटीनं दबकत फिरणारी लांडगी, सापबिळ्यासाठी

कुसळातून वणवण भटकणारा गारुडी, उसन्या शिध्यावर चूल पेटविणारी लमाण म्हातारी, मोरपंख गळून पडलेली कोकण्याची पावरी- अशा शब्दचित्रांतून ही कविता चिंध्या उडालेल्या खेड्यातील दारिद्र्य, शोषणाचे चित्र रंगविते. झगमगत्या हॉटेलात जुळणारी गालातली खळी न्याहाळणाऱ्या सत्तांध डोळ्यातील झिंगही ही कविता रंगविते. 'विधवा' कवितेत स्वत:चा जीव जाळणाऱ्या विधवेला ''तीर्थयात्रा करताना पायदळी चालून भगवी पताका तुला तोलणार नाही'' म्हणून ''जाळ उगीच वाया चाललाय, चुलीवर काहीतरी ठेव'' (पृ. ४२) असा उभारी देणारा सल्ला दिला जातो. 'भाकिताच्या भूमीत' मधे मालकाची गुरं राखून खापऱ्या पाटीवर अक्षरं गिरवणाऱ्या, भाकिताच्या भूमीत स्वप्नांशी खेळणाऱ्या गरीब विद्यार्थी / मुलाचे शब्दचित्र येते. 'ताफा' मध्ये घुंगरु, बोर्ड सोडाव्या लागणाऱ्या गौळणींची शोकावस्था येते.

आदिवासींच्या व्यथा वेदनांना 'व्याकुळता', 'लहरीत', 'शेकोटी विझवून', 'चिरेबंदी वाड्यात' या कवितांतून वाचा फुटते. मात्र 'पोर' आणि 'पाऊस धुंदीत' या कवितांत अनुक्रमे भिल्लांच्या आणि काठेवाडींच्या मुलींचे स्वच्छंद, शृंगारिक चित्रण येते. भिल्लांची पोर अंगभर खोल, सावळी, मोकाट अशी तर काठेवाडी पोर आरशांच्या बिलोरी झोतात बसलेली, भिरभिऱ्या नजरेतली अशी येते.

एस्.एस्. शिंदे हे व्यासंगी, निष्ठावंत चित्रकार म्हणून प्रसिद्ध आहेत. ग्रामीण जीवनाची वास्तव रेखाचित्रे जशी त्यांच्या कुंचल्यातून साकारतात तशी वास्तव शब्दचित्रेही त्यांची कविता रेखाटते. पूर्वसूरींच्या मळलेल्या वाटा सोडून ही कविता जर आपल्या मार्गाने पुढे गेली तर ती ग्रामीण कवितेला अधिकाधिक वास्तवचित्रे देईल अशी आशा निर्माण करणाऱ्या कविता या संग्रहात निश्चित आहेत.

सतीश शिरसाट :

'*हिरवी चाहूल*' या संग्रहातील शिरसाट यांची कविता म्हणजे छोटी छोटी निसर्गचित्रे होत. या निसर्गचित्रांमागे अभिप्रेत असतो तो प्रेमाचा रंग. उदा. ''मोत्यांनी/ भरली कणसं/जमिनीचं/झाकलं माळ/आता रानपाखरांना सांभाळ'' (पृ. ४४), ''पोटऱ्यातील कणसं व्याली/बाजरी निंबरावर येताच/आभाळ मोकळं मोकळं झालं/ खळं उलगून जाताच'' (पृ. २७), ''माझ्या हातात दिलेला पिवळा धम्मक हात/ हिरव्या काकणांनी भरू दे/माझ्यासाठी आता/मेंदीनं किनारलेले, तुझे पाय दिसू दे'' (पृ. ८२) लयीतील गद्यमय वाक्य, प्रतिमा, अलंकाराशिवाय अनुभव मांडण्याची घाई या संग्रहातील कवितेचे नवखेपण सांगून जाते

सूर्यभान गणपत चव्हाण :

'*रानगंध*' मधील चव्हाणांची कविता, पूर्वसूरींच्या कविता पचवून आपला

स्वत:चा मार्ग शोधताना दिसते. ‘रानगंध’ याच शीर्षकाची कविता या दृष्टीने पाहण्यासारखी आहे. महानोरांच्या ‘ह्या नभाने ह्या भुईला’ या कवितेच्या धर्तीवर लिहिलेल्या या कवितेला ‘‘या मायमातीने मोत्यांना झेलावे/स्वप्न- सड्यांनी शिंपून घ्यावे’’ या ओळींनी सुरुवात होते. यातील ‘‘राबत्या हाताला घ्यावा रानाचा छंद/पानापानांनी पिसेपण पांघरावे/कुणव्याने हिरवेपण हलकेच प्यावे’’ (पृ. २५)- येथे मुक्तपणातही स्वत:चे भान शोधण्याचा कवीचा प्रयत्न लक्षणीय आहे. ‘आभाळाचं देणं’ मधील ‘‘अंग कावलं कामानं/चोळी भिजली घामानं/जीव घाबरा घुबरा/चल बिगी बिगी घरा/दोन घामांच्या जीवाचा/करू संसार साजरा’’ (पृ. २४) ही इच्छा, तसेच मृगाच्या पाण्यावाचून झालेली मातीची अवस्था ‘आतुरलेले ओढे’ या कवितेत येते. ‘‘प्रसूतीच्या वेदना दाटती/विफल वांझेच्या मनात/कोरडे ढग भरकटले मातीच्या अंधारात’’ (पृ. २३). याशिवाय ‘स्वप्नातलं गाणं’ मधील मुलींच्या लग्नाचं स्वप्न पाहणारा शेतकरी, खळ्यातल्या राशी पाहून ‘‘माझ्या धन्याच्या घामाचं/चीज खुरपील्या कामाचं’’ (पृ. १२) असं म्हणणारी घरधनीण तसेच थकल्या पायानं परतणाऱ्या पंखाचं बळ घेऊन परतणाऱ्या माता या कवितेत भेटतात (‘परतीचे पंख’ - पृ. ३४).

शिकून शहरात आलेल्या पण गावाची नाळ न तुटलेल्या मुलाच्या व्यथा आनंद यादवांच्या कवितेनंतर चव्हाणांच्याच कवितेत प्रकर्षाने जाणवतात. ‘‘बाप जागल करतो आजबी/खळ्याची/आज माझ्या नोकरीला खळ्याची सय राहिली नाही’’ (डाव्होरा पृ. १९). ‘‘बापाच्या हातचं रुमणं/सुटलंच नाही अजून/मायसुद्धा आपली करपली बोटं/तव्यावर घेते भाजून/आम्ही खूप शिकलो सवरलो/त्यांना सावरणं जमलंच नाही/बायकाही मिळाल्या फटाकडीसारख्या/आईचं आठरपण फिटलंच नाही.’’ (‘आठरपण’ पृ. २१)

सत्तांध, भोगी लोकांच्या स्वार्थी, भोगी वृत्तीमुळे कवीच्या मनाला लाख लाख प्रश्न सतावतात (‘लाख लाखप्रश्न’ पृ. २२). त्यांच्या विश्रामगृहाच्या गर्भरेशमी गवतावर, विवस्त्र झालेल्या सम्राटांच्या मिठीत, द्राक्षगंधात रानपऱ्या चिरडल्या जातात. तेव्हा ही कविता उपहासाचं रूप धारण करून येते (‘रानपऱ्या’ पृ. ३०,३१). ‘गावबुरुज’ या कवितेत ग्रामव्यवस्थेतील सरंजामदारांना बदलत्या जगाचे भान ठेवून या बदलत्या युगाला सामोरे जायला सांगितले जाते. ‘पेटते पहाड’, ‘अंगारनेत्र’, ‘क्रांतीवाल्यांसाठी’ अशा काही कवितांतून ती विद्रोहाचं रूपही धारण करते. या संग्रहातील सू. ग. चव्हाण यांची कविता बऱ्याच अपेक्षा निर्माण करते.

दा. र. दळवी :

यांच्या ‘*मालवणी खाजा*’ (१९८६) या संग्रहात मालवणी बोलीतील कविता

संग्रहित केल्या आहेत. त्यांतील काही कविता 'सिंधुलहरी' (१९८४) या त्यांच्या अगोदरच्या संग्रहात आल्या आहेत. "लोकजीवन प्रतिबिंबित होवसाठी / मालवणी भाषेचा पीठ नी भावनांचो गूळ/वाक्प्रचार, म्हणी ह्यंचो आल्याचो रस/कालवून केलेला ह्यो मालवणी खाजा" (पृ. ४७) अशा शब्दांत कवीने आपल्या मालवणी कवितांचे वर्णन केले आहे.

कोकणचा निसर्ग, शेतीवाडी, लोकजीवन इ. चे दर्शन घडविताना ही कविता कोकणी माणसांचे इरसाल, बेरकी नमुनेही पेश करते. कोकणच्या विकासाची व्यथाही मांडते.

'तांबड माती' कवितेमध्ये मालवणी कोकम, देवगड हापूस, पायरी, फणस, करवंदे, चिबूड, काकडी, पपनीस, खोबरे, सुपारी, लाकूड सामान, तांदूळ, नारळ, शहाळी इ. कोकणचे फळविशेष व इतर उत्पादने येतात.

कोकणचे कौटुंबिक जीवन म्हणजे- मोठा भाऊ, त्याची बायको, आईवडील यांनी शेतीत काबाड कष्ट करावेत; लहान भावाने चाकरीसाठी मुंबईस जावे; तिथून आर्थिक मदत मनिऑर्डरने पाठवावी; इथल्यांनी काटकसरीत संसार करावा असे आहे.

'हेही दिवस जातील' कवितेत, काटकसरीने संसार चालवणाऱ्या बापाला मुलगा घरचा पाडा विकायला सांगतो. त्यावर बाप उत्तर देतो, "धवलो घरचा पाडो, मुला सारखो वाढलो/मुको प्राणी आमच्यासाठी राबराब राबलो/विकूसाठी त्येकां तू नको लीव वरचेवर/तां मातर होवचां नाय, जितो मी आसांसर" (पृ. ३१) असा पाड्यावर मुलासारखं प्रेम करणारा बाप मुलाला 'हेही दिवस जातील - कधीच पैशासाठी खोटे कर्म करू नको.' असा उपदेश करतो. 'तिनसान' या कवितेत, आई शेतातून आता येईल तुला कपिलेचं दूध पाजील, तुळशीला पणती लावील इ. सांगून बाळाला रडताना थांबविले जाते. 'बरा झाला, भेटलास तुमी....' मधील आई आपल्या मुलाला पैसे पाठविण्यासाठी निरोप देताना 'पूर्वीचे ते दिवस नाय, सगळा गेला बदलान' अशी खंत व्यक्त करते. 'चेडू खुषीत' मधील आई आपल्या सुनेला चांगला संसार कसा करावा हे सांगते. त्या बरोबरच "सैल जरा शिव आता चेडवा तुझी चोळी.... पाळी बिळी चुकली तर पत्र मातर येवंदेत" (पृ. ३६) असं सांगायला विसरत नाही. 'कर संसार सुखाचा' मध्ये असाच उपदेश केला जातो. 'लगीन माका बगू दे' मध्ये मुलाचे लग्न होऊन नातू पाहण्याची आईची मनीषा असते.

'सांगतंय तां तुम्ही ऐकतास काय ?' 'चाय', 'बाबल्याचो बैल', 'होवन् जावंदे काय तां ?', 'शेजारिणी......वैरिणी...... !' यातून कोकणी इरसाल बेरकी नमुने उभे केले जातात.

'मालवणी भोपळे' मध्ये आपल्या गावाची फुशारकी मारण्याची मालवणी वृत्ती चित्रित होते. 'मोरपीस', 'माझा अंथरूण जागतला' या कवितांत हळुवार प्रेमभावना

येते. 'माणुसकीची जाण' मध्ये पुढच्या पिढीसाठी झाडे लावून जगविण्याची पारंपारिक मालवणी वृत्ती येते. 'पैशाची तूट', 'कोकणची काळजी कश्श्याला ?', 'मचूळ झाला पाणी' इ. कवितांतून कोकणची व्यथा सांगताना सरकारकडून कोकणच्या विकासाकडे दुर्लक्ष करणाऱ्या वृत्तीची विनोद-उपहासातून टर उडविली जाते.

विश्वासानं इलंय मी, पण तडोच त्येंका गेलो; नागड्याकडे उघडो गेलो नि थंडीनं पुरो मेलो; कळता पण वळता नाय; नशीबानं घोव खावचो; भात बोलाचा कढी बोलाचा; ताटा सुकली तरी फिरकना पाढती- यांसारख्या म्हणी, वाक्‌प्रचार, कुरकुरीत संवाद यामुळे या कवितेतील भाषेमध्ये साधेपणातही गोडवा निर्माण होतो. तिला सहजता प्राप्त होते. 'लाल मातेची लयकारी', 'संमेलन सोहळो' या सारख्या प्रासंगिक रचना कृत्रिम वाटल्या तरी दा. र. दळवी यांनी उतारवयात केलेला या मालवणी बोलीतील कवितांचा हा प्रयत्न निश्‍चितच स्वागतार्ह आहे.

उषा भालेराव :

यांच्या '*रानकामुन्या*' (१९८६) या संग्रहातील कविता प्रेमानुभवाची विविध रूपे मांडते. प्रेमानुभव मांडताना कधी ती रानाचा पार्श्वभूमीसारखा उपयोग करते तर कधी बोलींच्या आश्रयाने आकार घेते. "उस मळ्याच्या वाटेनं/ मनी काहूर दाटलं/तुझ्या चाहुलीनं राया/देही गुऱ्हाळ पेटलं." (पृ.६) अशा कवितांत महानोरांच्या काव्याचा तर बोलीभाषेतील कवितांत विठ्ठल वाघांच्या कवितांचा आठव होतो. क्र.३२ मधील "सायंकाळी कातरवेळी सांज किनारी गं/ कंप तनुवर नवलाईची नवी भरारी ग/" अशा ओळींतून ना घ. देशपांडे यांच्या कवितेसारखी लय पकडली आहे. उषा भालेराव यांच्या कवितेचे स्वत्व अजून सिद्ध व्हायचे आहे, असे हा संग्रह वाचून वाटते.

शंकर वाडेवाले :

यांच्या '*कढवाही*' (१९८८) या संग्रहात चार चार ओळींच्या लहान कविता आहेत. खरं तर ही प्रत्येक लहान रचना एका मोठ्या कवितेचा अंश वाटते.

शेतकरी कुटुंबातील जन्म, शेतकरी जीवनाचा स्वानुभव त्यामुळे अनुभवातला प्रामाणिकपणा आणि अभिव्यक्तीत साधेपणा हे गुण प्रथमदर्शनीच लक्षात येतात. निसर्ग, सावकार, पुढारी यांवर अवलंबून राहणाऱ्या शेतकरी जीवनाची व्यथा या कवितेत येते. आत्माविष्काराला प्राधान्य हे आणखी एक महत्त्वाचं वैशिष्ट्य. स्वानुभवाबरोबरच आपल्या आईबापांची हृदयस्पर्शी चित्रे आणि त्यांचे अनुभव कवी मांडतो. या सर्वांचं काळ्या भुईवर अपार प्रेम आहे. काळ्या 'भोई'त त्याचा बापू उद्याचं 'सपानं' पाहतो. तर (आईच्या) फाटक्या लुगड्यातल्या मांड्यापाहून लाचार जग दुसरीकडे मुंड्या वळवून घेतं. "धाराधारात ओतून जीव/कणीस राखलं/

चिमण्या जीवा भरवण्या आधी दलालांनी लुटलं (पृ.९); ''असा पाऊस पाऊस/जीव झाला वेडा पिसा/पूर पिडीच्या नावानं/अधिकारी भरी खिसा (पृ.८); ''शेती शिवारी इमान/राखून उपसावा गाळ /बगळ्यांनी मात्र फिती कापून/ बांधावी नवीन चाळ/ दलालांच्या कातरीत/गहान अवजारांची गोती'' (पृ.१०); अशा रचनांमधून शेतकऱ्यांची लुबाडणूक तर ''खत रापवावा तशी आख्खी जिंदगी रापविली भायीवर/ कंच्या जन्मीचं पाप पदरी/कर्जाचं जू अजूनही डोईवर/ कुणी रचला सापळा/ मातेरे मायीच्या दामाचे''; ''कर्जाचा मालक असावं मी अन् सावकारानं फिरावं दिमाखानं/भिंताडाला बसता मढं/बंदा रुपया घ्यावा उसनवारीनं ''(पृ.१३) -अशा ओळींतून त्याची अगतिकता चित्रित होते. ही अगतिकता जागोजागी मांडली जाते. क्वचित ''उन्हा वादोळात कास्त/ करी मवा बाप/ आतोड्याला पीळ त्येच्या/इथं ऐष करताती साप'' (पृ.१५) अशी संतापयुक्त भाषा येते, तर कधी ''अंधाराच्या सोबतीला/ माय बापूचे जगणे/ मर्दा सूर्या जातो कोठे/ मलाही येते उगवणे'' (पृ.१७) असा आत्मविश्वासपूर्ण सार्थ अभिमानही प्रकटतो. या कवितेतील लहान-लहान आकाराच्या रचनांमधील अपूर्ण वाटणारे शेतकरी जीवनाचे चित्र पुढे 'आभाळ माती' (१९९३) या संग्रहातील 'माती' शीर्षकाच्या कवितेत पूर्ण झालेले दिसते.

भास्कर बडे :

यांच्या '*वावर*' (१९८९) या संग्रहातील कविता जीवनानुभवाशी, ग्रामीण समाजवास्तवाशी प्रामाणिक राहते. कुठलाही कृत्रिम कल्पनाविस्तार ती स्वीकारत नाही. डोंगरदऱ्यात लांडग्यांनी कातडी सोलली तरी कवी पानांच्या सळसळीतून येणारा जिवंत प्रतिध्वनी शोधतो (पृ.१). आपल्या वावराशी, शेतीशी, दारिद्र्याशी तो एकरूप झालेला आहे. त्याला वावर माणसापेक्षा प्रामाणिक वाटतं (पृ.८). वावराच्या रूपात तो माय पाहतो (पृ.१५). निसर्गाच्या संकटाबरोबरच मानवी पशूंकडून येणाऱ्या संकटांनी त्याचे मन आक्रोश करून उठते. मग हवामान बदलायला हवं (पृ.५), आता इतिहास लिहिला पाहिजे (पृ.७), शेताच्या बांधावर आवाज केव्हाच पेरून ठेवलेत (पृ.१५), तुमचं काळं बेरं म्हाईत झालंय/ सरपंच जरा सांभाळून बोलत जा (पृ.२५) -अशी विद्रोही भाषा करतं. शेतकऱ्याचं अज्ञान, आपआपसांतील भांडणं यावरही हे मन बोट ठेवतं. तेव्हा ''बांधापायी भांडून/ वावर घालतोस / काळ्या कोटांच्या इमारती बांधतोस'' (पृ.२) अशा ओळी येतात.

कवी मुक्तछंदातून काव्यानुभव मांडतो. पण एक गोष्ट मात्र जाणवत राहते की मुक्तछंदालाही स्वत:ची अशी लय असते. रचनेतलं त्याचं असं सौंदर्य असतं. ते नसलं तर काव्यानुभव कितीही प्रामाणिक असला तरी तो सपाट होऊन जातो, त्यातलं काव्य उणावतं.

गोविंद थेटे :

'*गाणे मातीचें*' (१९८९) या संग्रहात 'मी हाडाचा शेतकरी/ करून रक्ताचे शिंपण/ अन् देहाचे कुंपन/ जपलाय जोजावलाय हा मळा' असे कवीने म्हटले असले तरी या संग्रहातून भेटणारे राघू-मैना (क्र. एक), नभीची चंद्रकोर (तीन), निळ्या निळाईत निळ्या पाखराने मारलेला सूर (सहा), बहराचा भार न सोसवणारी वेल (सात), उंबराचे फूल, कस्तुरीमृगाची भूल अशी ती (दहा), वृक्षाला लपेटलेल्या वेली, लाटांच्या तरंगांचे वारे, धवल हसणारे शेवाळ (एकोणीस), गोऱ्या गालावरचं गोंदणं, फितूर डोळ्यांची तडजोड (चाळीस), कंच रात, धुरा बंधारा (बेचाळीस), चढती रात्र-झिंग आलेला जोंधळा (त्रेचाळीस), केळ-कंबळ (सत्तेचाळीस), पोटरीत आलेला ज्वारीचा उफाडा (अठ्ठेचाळीस), तरणीताठी बाभूळ, मेंढ्याचं लुब्रं मन (छप्पन), बाजरीची पोटरी, शेलाटी कणसं (सत्तावन्न) - या प्रतिमा महानोरांच्या कवितेची आठवण करून देतात. क्वचित क्र. चोवीस या कवितेत पेरणीच्या दिवसातील, काम रगाड्यातील वास्तवता येते, तर कुठे "अंगागातून श्रमबिंदू/ ओघळत राहिले मोती होऊन/या मातीसाठी/" अशा काही वास्तवाला स्पर्श करणाऱ्या ओळी येतात. आपली निष्ठा आणि पूर्वसूरींच्या कवितांचा प्रभाव या द्वंद्वांत सापडलेली कविता कशी परस्पर विसंगत रूपं घेऊन येते याचे ही कविता एक उदाहरण म्हणता येईल.

शंकर बडे :

'*इरवा*' या छोट्याशा पुस्तिकेत शंकर बडे यांच्या वीस कविता छापल्या आहेत. ग्रामीण भागातील इरसाल बेरकी पात्रं आणि त्यांच्या कृती- उक्तीतून या कवितेतील विनोद वऱ्हाडी बोलीतून साकारला जातो. लोकरंजन हाच या कवितेचा हेतू आहे. तो हेतू दडविण्याचा कवीचाही प्रयत्न नाही. वऱ्हाडी काव्यगायनाचे कार्यक्रमही ते सादर करतात अशी मलपृष्ठावर माहिती दिली आहे.

आबा गणपती :

यांच्या '*भरजरी शाप*' या संग्रहातील काही कविता ग्रामीण जीवनाचे वास्तव चित्रण करतात. काही कविता सौंदर्यानुभव मांडतात. तर काहींत विद्रोही भाव येतो. बाभूळ-हिवरा, बोर-लिंब, आंबराई-चांदणे, मोर-लांडोर इ. जोड्या येतात. पळसपांगरा असे तिचे पेटल्या अंगाऱ्यासारखे रूप. 'तू नवथर - पदराला जर/तुझं दूर घर/कसं पेलू हे जहर' अशी क्र. ४५ ते ४७ मधील शब्दचित्रे 'रानातला कवितां'चा भाव सांगून जातात. 'विचार', 'शाप', 'मी पेटून उभा आहे', 'मी शब्द होतांना' आणि 'जहर' अशा कवितांमध्ये दारिद्र्यातून विद्रोह प्रकट होतो. 'जळता हिवाळा' या

कवितेत पती रात्र झाली तरी घरी आला नाही, त्याची वाट पत्नी पाहते, तिच्या मनातील भाव बाहेर भुंकणारं कुत्रं, भिंतीवर खेळणाऱ्या सावल्या, देवळीचा जळून थोर झालेला दिवा, जीव चिरीत जाणारा दिवा अशा ग्रामीण वातावरणाच्या पार्श्वभूमीवर प्रकट होतात.

मोहन पाटील :

यांच्या '*गाव आणि मातेच्या कविता*' या संग्रहात स्फुट एकोणवीस आणि 'माते'च्या एकोणवीस अशा एकूण अडतीस कविता आहेत. भावनाप्रधानता, सौम्य आणि प्रांजळ अशी आविष्कारशैली हे या कवितांचं वैशिष्ट्य आहे. 'गाव' या पहिल्या कवितेत गावातील पिंपळ, मारुती, तुक्याचे अभंग, विठ्ठल अशा संदर्भांनिशी गावाची आठवण येते. 'पावसाळा' या कवितेत किरमिजी पावसाच्या कोसळण्याने दरिद्री गावावर आलेली अवकळा चित्रित होते. भरवशाचे हात तुटलेल्या, गळा भरून आपल्याशीच ठसठसत राहणाऱ्या झोपड्यांची प्रतिमा आगळी वाटते. कवीला आपल्या प्रियेपेक्षा गावातली गाणी, गुरांच्या गळ्यातल्या घुगुरांची कुजबूज, चिंच बनातले पक्षी, पानापानावर फुलणारा मोहोर अधिक प्रिय वाटतो. 'दळण' या कवितेतील "तुझे दळण सरते/उरी चोळी चिंब होते/ चिमुकल्या थेंबापायी/विश्व दाटून राहते" (पृ. १३) असे वास्तवाधिष्ठित अल्पाक्षररमणीयत्व या कवितेचे सौंदर्य सांगते. तसेच "जात्याची घर्घर/ओली आम्रीताची धार/चोळी अंगाची/चिंब भिजली घामात" (पृ. १९) अशा ओळींतूनही हे सौंदर्य प्रतीत होते.

"मातेच्या कविता' मध्ये कामगारांच्या समानतेच्या लढ्यात दिवंगत झालेल्या मुलाबरोबरचे मातेचे हृदगत येते. तो यावा असे तिला सतत वाटत राहते. फळं तोडताना तिला त्याची आठवण होते (पृ. २३), खळाभर रांगलेल्या बैलांच्या गळाभर घुंगुरात, त्यांच्या पाठीवरील थर्थरीत ते त्याची आठवण करताहेत त्याच्या नावाचा जप करताहेत असे तिला वाटते (पृ. २८), तो येणार नाही. हे माहीत असूनही "मला पडवीत बसवल्यावर तू येशीत असावास" (पृ. २८) अशी अंतिम इच्छा तिचे पारंपरिक मन व्यक्त करते.

या कवितेतील भावनाप्रधानता, वास्तवदर्शित्व, सौम्य आविष्कारशैली ही वैशिष्ट्ये आनंद यादवांच्या कवितेची परंपरा सांगून जातात.

इंद्रजित भालेराव :

'*पीकपाणी*' (१९८९) हा इंद्रजित भालेराव यांचा पहिला काव्यसंग्रह. जमीन, पाणी, पीक आणि शेतकऱ्यांचे कष्ट या सर्वांशी निगडित अशी भालेरावांची कविता आहे. (पुढे दिलेले कविता क्रमांक, पृष्ठ क्रमांक २ ऱ्या आवृत्तीतील.)

२१ क्र. च्या कवितेत कवीने जमीन आणि जमिनीशी नाते सांगणाऱ्या परंपरेशी आपले नाते सांगितले आहे. तो म्हणतो- अशी जमीन मला हवी आहे की, रोज माझा बाप जिला भाळी लावतो. आई जिला साष्टांग दंडवत घालते, जिच्या शपथांवर गणगोत गळा गहाण ठेवतं, बाप-आई-गणगोत आणि स्वत: कवी यांचे जमिनीशी असलेले नाते जसे येथे स्पष्ट होते तशी आपल्या कवितेची पूर्वपरंपराही तो सांगून जातो ''डफातून थाप उडावी, तसे पिकातून हेलकावे उठतात'' असे म्हणणारी बहिणाबाईंची कविता ('बहिणाबाईची गाणी' - 'देव अजब गारोडी' पृ. ३४), ''माती धन असतंय'' असं म्हणणारी आनंद यादवांची कविता ('मळ्याची माती' - 'माती हे धन असतंय' पृ. १), ''पाणी भिजलं ढेकुळ लोणी'' वाटणारी विठ्ठल वाघांची कविता ('काया मातीत मातीत' पृ. १) -अशा मातीशी नाते सांगणाऱ्या - बहिणाबाई चौधरी - आनंद यादव - विठ्ठल वाघ या ग्रामीण काव्यपरंपरेशी आपले नाते कवी सांगतो. 'ही जमीन मला हसायला, जगायला हवी आहे. माझी कूस फाटकी असली तरी तिच्यात जमीन असल्याने मी खुशीत आहे.' असं कवी म्हणतो अनंत कोटी ब्रह्मांड नायक अशा जमिनीची आदिम महती भीम, इंद्र, द्रौपदी, सीता या मिथ्सच्या आधारे सांगून तो आपण भूमिपुत्र आणि भूमिपिता ही असल्याचा सार्थ अभिमान बाळगतो.

ग्रामीण जीवनाला त्याच्या सर्व अंगोपांगासह काव्यरूप देणाऱ्या बहिणाबाईच्या काव्याचा आणि श्रमजीवी, अज्ञानी ग्रामीण जनतेच्या उन्नतीचा ध्यास घेऊन लोकजागृतीचे कार्य करणाऱ्या गाडगे महाराजांच्या कार्याचा आदर्श या कवीसमोर आहे. म्हणून या दोघांवर दोन स्वतंत्र कविता तो कृतज्ञतेने लिहितो.

काया काया शेतामधी		काय काय जे घडलं
पाखराच्या बोलीसहतुला		माहीत पडलं
तुला माणुसकी ठावंतुला		माणसाची हाव
गाणं तुहं नीत घेईमाझ्या		हिरिताचा ठाव (पृ. ३०)

आणि

तुझा अभिनय		तुझा आविर्भाव
काळजाची धाव		मातीकडे
....		....
देवोनिया टाळी		उठविले रान
ज्याचे त्याला भान		येण्यासाठी (पृ. २९)

असा कृतज्ञताभाव तो बहिणाबाई आणि गाडगे महाराजांबद्दल व्यक्त करतो.

गाव, माती, माणसांशी आणि तिथल्या समाज वास्तवाशी बांधिलकी स्वीकारल्याने - ''बारोमास खळाळणाऱ्या दांडातून/आम्ही उकललो नाहीत/केळीच्या गाभ्यासारखे आम्ही वाढलोत/वर्षानुवर्षे अवर्षणग्रस्त भागातल्या झुडुपासारखे'' असे म्हणून केळीच्या गाभ्यागत उकलत जाणाऱ्या (तिच्यात स्त्री रूप पाहणाऱ्या) कवींना ''आम्ही तुमच्यापेक्षा अधिक उन्हाळे पावसाळे पाहिलेत'' (क्र. १७) अशी समज तो देतो. ही कविता जशी त्याच्या अवर्षणग्रस्त भागाची तशी ग्रामवास्तवाकडे पाठ फिरविणाऱ्या कवींना समज देणारीही.

काळ्या आईत कष्टणाऱ्या बापाचे संवेदनशील चित्र तो क्र.२ ते ६ मध्ये उभे करतो. मुलाचे प्रेत ओलांडून शेत रुजविणारा बाप त्याला 'गोऱ्या कुंभारा'सारखा वाटतो. हाडकुळा, रंगानं काळा, फाटका-तुटका असला तरी तो कष्टणारा आहे. आतड्याला पीळ पाडू धजणारा आहे. पायाला कुरूप झाले तरी हुरूप टिकवून अंगोपांगी उलून, आग देहभर सलून, रानी चौघडा वाजविणारा आहे. निर्मिकानं निर्मिलेल्या दुनियेला पोसणारा कुणबी आहे. म्हणूनच दोन्ही हात उभारून जगाला आशीर्वाद देण्याइतपत मोठेपण त्याला निश्चितच प्राप्त झाले आहे. कष्टकरी बापाचे असे वास्तव आणि समर्थ चित्र भालेरावांनी उभे केले आहे. म्हणूनच ''बापाच्या नात्याला उत्कटतेने आणि समर्थपणे मराठी कवितेत आणणारा पहिला कवी म्हणून इंद्रजितची नोंद होईल'' असे विश्वास वसेकरांनी म्हटले आहे ते सार्थ आहे.

बापाच्या व्यक्तिचित्रणातच कवीचे पूर्ण चरित्रही येऊन जाते. कवी जे जगला तेच त्याने कवितेत मांडले हे लक्षात आल्याने ही कविता जशी संमेलनात टाळ्या मिळवून जाते तशी वाचकांच्या मनाचाही ठाव घेते. आतापर्यंत मराठीत ग्रामीण कविता संख्येने विपुल लिहिली गेली. पण बहिणाबाई चौधरींचा अपवाद वगळता असा स्वानुभव क्वचितच एखाद्या कवितेत मांडला गेला असेल. एरवी अनेकांच्या कवितेचे स्वरूप नाट्यगीतासारखे आहे. शेतकरी किंवा त्याची कारभारीण यांच्यात परकाया प्रवेश करून पात्रांच्या मुखातून कवितेचं निवेदन होत गेलं आहे. बहिणाबाईपूर्व जानपद कवितेत जसे हे दिसते तसे बहिणाबाई नंतरच्या ग्रामीण कवितेतही दिसते. आपला स्वानुभव मांडता मांडताच तो ग्रामीण समाजाचा अनुभव म्हणून चित्रित करण्याचं सामर्थ्य भालेरावांच्या कवितेत आहे. म्हणून मराठी ग्रामीण कवितेत ही कविता वेगळी वाटू लागते.

आपला बाप-आई-गणगोत आणि एकूणच सर्व शेतकरी वर्ग ज्या जमिनीशी निगडित आहे ती जमीन पावसावर अवलंबून आहे. पाऊस हाच या जमिनीसाठी आणि माणसासाठीही जीवनदायी आहे. म्हणूनच तर पावसाशी, पाऊस देणाऱ्या आभाळाशी त्याचं सलगीचं नातं आहे. या पाण्यासाठी तो त्याच्याशी प्रेमाचं भांडण

मांडतो. प्रसंगी त्याला भीतीही दाखवितो. अवकाळी येणाऱ्या आभाळाला तो 'काळोख्या वानाचं' 'काळं तोंड' म्हणतो. कारण तो ज्या वेळी हवा होता तेव्हा आला नाही आणि आता आल्यानं

आलं आलं हे आभाळ आलं सुगीच्या दिसांत
माती कालविली यानं दानामधल्या धानात (पृ. १३)

अशी परिस्थिती झाली आहे.

हा पाऊस यावा म्हणून रुईचं पान लावून उपड्या तांब्याने देवळात पाणी नेणे, बेंडकी उपडी बांधून धोंडी करणे असे त्याला खूष करण्याचे अनेक प्रकार होऊनही तो येत नाही. तेव्हा, 'तुला पांथरी होईल, ते (पाणी) खाली सोड, पोटासाठी ओठ भुईला घासणाऱ्या, गवताअभावी रक्ताळलेल्या ओठांच्या बैलांचा सराप तुला लागेल', अशी भीती दाखविली जाते. त्याला, उतू नको, मातू नको असेही समजावले जाते. संतांचे जसे ईश्वराशी सलगीचे भांडण असते तसे या भांडणाचे स्वरूप आहे. अशा प्रकारचे पाण्याशी भांडण विठ्ठल वाघांच्या 'ढगामुचुक अभाय' या कवितेतही दिसते.

आपल्या शिवार, मातीचं आणि पाण्याचं वर्णन तो काही कवितांतून करतो. आखरीतल्या मातीवर कुणाची मालकी नसते म्हणून घर लिपलेल्या मातीइतकी तिची पत हलकी नसते (क्र. ९), आखराची माती गाळ हुंदळून विश्वासाचा हिरवा माळ फुलवते. तसं गावशेणीचं दैवं आखरात आटणारं तर वळशिणीचा आनंद हुडव्यात दाटणारा असतो. (क्र. ९) असे या शेत-माती-शेणीचे महत्त्व, तसेच गावच्या पाण्याचे विशेषही तो सांगतो. हे पाणी खळाळणारं नाही. त्याची रीत अडाणी आहे. त्याला समुद्राची ओढ, आकाशाची झेप सोसवत नाही. तरी गावच्या मातीचे झरे जरा माती बाजूला सारली तर पिसाऱ्यासारखे वाहू लागतात (क्र. ५)

रानाच्या वसाही क्र. १० या कवितांतून येतो. या संग्रहातील क्र. २२ मधील या तेरा ऊप कवितांमधून पेरणीपासून हंगाम संपेपर्यंतच्या विविध टप्प्यांचे चित्रण येते. या तेरा कवितांचा संच हाही या संग्रहाचा विशेष. पेरणी पावसाचा अभाव, पिकाची वाढ, कणसांची पाखरांपासून राखण, सुगीची तयारी, कापणी, खळ्यातली कामे, बारा बलुतेदारांची वाटणी, सरवा वेचणे असं या कामाचं स्वरूप आहे. अर्थात हा केवळ कामाचा तपशील नाही. अशा प्रकारच्या ('पेरणी' ते 'उलगवाडी' पर्यंतच्या) कविता बहिणाबाईंनीही अगोदर लिहून ठेवल्या आहेत. भालेरावांच्या कवितेचा लक्षणीय विशेष असा की पेरणी प्रसंगी - भाकरीला कुंकू लावणे, पाभरीची पूजा करणे, वाफ धावणी (पेरणीसाठी मदतीला आलेल्यांचा कृतज्ञतापूर्वक

विधी), पावसासाठी तांब्या उपडा करून देवळात पाणी नेणे, बेंडकी उपडी बांधून धोंडी करणे, जागरणासाठी टिटवीची अंडी खाणे, कुरकुंजा पक्ष्याचे आगमन, बोणं (नैवेद्य), उखाण्यांचा वापर, मदनातील शेणाला बैलाच्या शेपटीचे केस लावणे अशा लोकसमजुती, लोकश्रद्धांचा वापर, त्या त्या वेळची कृषकवर्गाची हर्ष-खेदाची भावना यामुळे या सर्व अष्टाक्षरी रचनेच्या कविता संपूर्ण कृषिवर्षाला ग्रामीण रीतीने साकारण्यात यशस्वी होतात.

या संग्रहातली शेवटची २३ क्र. ची कविता सर्वांना सर्व मिळावं अशी ग्रामीण मनाची वृत्ती मोजक्या शब्दांत मांडते. सर्वांना निवारा, अन्न मिळावं; सर्वांची घरं पोराबाळांनी तसेच गोठा गाईवासरांनी भरलेला असावा; म्हाताऱ्यांना विश्रांती मिळावी, सासुरवाशिणींना सासर माहेर सारखंच व्हावं; फक्त गावाला तटबंदी व गावकूस (आत बाहेर - भेदाभेद) नसावी अशी सर्वांचं कल्याण अपेक्षिणारी ही कविता पु. ल. देशपांडे यांना 'पसायदाना'सारखी वाटते. ('महाराष्ट्र साहित्य पत्रिका', एमेजू १९९०, पृ. ९१)

भालेरावांची कविता संवेदनेच्या अंगाने सहज अनुभव मांडत जाते. तिच्यात कष्टाचे अनुभव आहेत पण त्यांचं भांडवल केलेलं नाही. स्वकष्ट परंपरेचा अभिमान आहे पण आक्रोश किंवा आक्रंदन नाही.

कवीच्या बालवयात त्याच्यावर झालेले संतसाहित्य आणि महानुभाव साहित्याचे संस्कार हे त्याच्या लोकछंदाच्या यशस्वी वापराचे गमक म्हणता येतील ('ललित' मे १९९१, पृ. ३३, ३४). ओवी-अभंगासारखे छंद या कवितेला ग्रामीणतेचा सहजस्पर्श प्राप्त करून देतात. ते केवळ अभिव्यक्तीच्या शोभेसाठी येत नाहीत तर अनुभवातून तो तो छंद सहज आकारत जातो. उदा. 'दुमता तिमता झाला। नांगराच्या फाळी गेला' (पृ. ११). येथे अष्टाक्षरी रचना आणि अनुभव एकजीव झाल्यासारखे वाटतात. अशी अनेक उदाहरणे देता येतील. याशिवाय लोकजीवनातील श्रद्धा, समजुती, उखाणे, लोकगीत सदृश रचना, वाक्प्रचार आणि ग्रामीण प्रतिमा यांच्या सहज वापराने ही कविता ग्रामीण मातीतून अंकुरल्यासारखी वाटते.

अर्थात असे असले तरी संपूर्ण ग्रामीण विश्व या कवितेत अजून चित्रित व्हावयाचे आहे. क्र. १९ या कवितेचा अपवाद वगळता शेतकरीजीवनावर होणारे स्वार्थी मानवी आक्रमण या कवितेत नाही. माणसामाणसातील परस्परसंबंध, मानवी मनाचा शोध, बदलते ग्रामजीवन अशा अनेक गोष्टी या कवितेत यायच्या आहेत. सुधीर रसाळ यांनी या संग्रहाच्या मलपृष्ठावर म्हटल्याप्रमाणे या कवितेचे सामर्थ्य केवळ 'उद्याच्या कवितेच्या पाऊल खुणां' इतके मर्यादित न राहता, ती उद्याची केवळ ग्रामीण कविता न राहता, मराठी कविता ठरेल यासाठी काही गोष्टींची काळजी घ्यावी लागेल. एक तर लोकलयीतून अनुभव आविष्कृत करण्याचं सामर्थ्य कवीजवळ

पुरेपूर आहे. सादरीकरणासाठी बऱ्यापैकी गळाही आहे. त्यामुळे प्रतिसादाच्या आहारी जाऊन आपले स्वत्व गमावण्याची शक्यता नाकारता येत नाही. या संग्रहातील क्र. १२ ची कविता 'लम्हानीन'चे कितीही सुंदर चित्र रेखाटत असली तरी - झाडाला झोंबणारी, काचोळीला ऐना असलेली, खसखशीनं भरलेल्या कारोटीची, या सर्व चित्रणातून रोमँटिक दृष्टीचा प्रत्यय येतो. म्हणूनच कदाचित 'पीकपाणी'तील कवितेची भलावण करताकरताच "लमाणणीचं वर्णन एखादा फिल्मवाला तरी यापेक्षा चांगलं करू शकेल का ?" ('नवशक्ती', २६ ऑगस्ट ९०. पृ. ८) अशी कोपरखळी अरुण आठल्ये यांनी दिली असावी. बहिणाबाईचा वारसा जपणाऱ्या, सच्चे ग्रामीण जीवन तितक्याच सहजतेने साकारणाऱ्या या कवीकडून अशा अपवादात्मक कवितेतूनही अशी दृष्टी येऊ नये ही रास्त अपेक्षा बाळगावयास हरकत नसावी. 'पीकपाणी' नंतर 'आम्ही काबाडाचे धनी (१९९२) सारखी दीर्घ ग्रामीण कविता लिहिणाऱ्या या कवीच्या 'प्रतिष्ठान' नोव्हे-डिसें. १९९३ मधील प्रणय कविता वाचल्यावर ही शंका अधिकच बळावते. याचा अर्थ ग्रामीण कवीने प्रेमकविता लिहूच नये असा नव्हे पण हे प्रेमही या मातीतून आलेले आणि त्याच दृष्टीतून साकारलेले असावे. या दृष्टीने 'पीकपाणी'तील २२ क्र. च्या कवितेतील

अस्सी लाजू नको, येडे, भिजू नको पावसात
बस खेटून जवळ नाही कोणाला दिसत
पावसानं केला कोट दिसंना की झाडंझुडं
हाय माय बाळापसी नको करू अवघड

हा शृंगार किती स्वाभाविक वाटतो !

* * *

१९५५ नंतरच्या काही ठळक काव्यसंग्रहांच्या आधारे त्या त्या कवींच्या ग्रामीण कवितांचा विचार या ठिकाणी केला. साधारणपणे १९५५ ते १९६५, पुढे १९६५ ते १९८० आणि १९८० ते १९९० असे तीन कालखंड आपण विचारत घेतले तर, या तीनही कालखंडांची स्वतंत्र वैशिष्ट्ये आपल्याला सांगता येतील.

१९५५ ते ६५/६७ या काळात सरोजिनी बाबर, राजा महाजन, सदाशिव माळी, भानू चौधरी, गणेश कुडे यांसारखे कवी आपल्या काव्यातून ग्रामीण जीवन कमी अधिक प्रमाणात चितारताना दिसतात. हे कवी व त्यांच्या समकालीन कवींची कविता जानपदगीतांच्या संस्कारातच वाढताना दिसते. याच काळात लिहिली गेलेली पुरुषोत्तम पाटील यांची कविता तांबे-बोरकर-रेगे यांचे संस्कार घेऊन आलेली कविता

आहे. मूळ जीवनानुभव ग्रामीण आणि अभिव्यक्ती/संस्कार शहरी/कलावादी अशा संकरातून आलेल्या पुरुषोत्तम पाटील यांच्या कवितेने ना. धों. महानोरांच्या कवितेला पार्श्वभूमी निर्माण करून दिली. महानोरांच्या अगोदर आणि पुरुषोत्तम पाटील यांच्या बरोबर लिहिली गेलेली आनंद यादव यांची ग्रामीण कविता ही जानपद कवितेच्या प्रतिक्रियेतून आणि नवकवितेच्या परिचयानुसरून ग्रामीण जीवनानुभव मांडते. रान आणि ग्रामीण भूमी लाभलेली महानोरांची कविता शृंगारभावनेत रममाण झालेली दिसते. पुढे महानोरांच्या पाठोपाठ आलेल्या विठ्ठल वाघांच्या कवितेने लोकभावनेला लोकलयीतून साकार केले.

१९६५ ते १९८० पर्यंतची ग्रामीण कविता ही विस्तारशील कविता आहे. या कालखंडातील बहुसंख्य कवींची कविता यादव, महानोर आणि वाघ यांच्या कवितेचे अनुकरण करताना दिसते (हे अनुकरण १९८० नंतरही होत राहिलेले दिसते). त्यातही महानोर आणि वाघ यांच्या कवितेचे अनुकरण मोठ्या प्रमाणावर झाले. याचे प्रमुख कारण या दोन्ही कवींच्या कवितेच्या लोकप्रियतेत असावे. सौंदर्यभावनेला प्राधान्य आणि लोकलयीतील आविष्कार ही या कवितांच्या लोकप्रियतेची कारणे सांगता येतील.

याशिवाय राजा मुकुंद, देवीदास सोटे, शंकर बडे यांची कविता विदर्भाच्या बोलीतून साकार झाली. प्र. श्रा. चौधरी, सुधाकर गायधनी, मधू पांढरे यांची कविता स्वतंत्र अभिव्यक्ती घेऊन येताना दिसते. नारायण कुळकर्णी कवठेकर, उत्तम कोळगावकरांसारखे कवी ग्रामीण साहित्य चळवळीच्या आगेमागे लेखन करीत असले तरी समकालीन प्रमुख मराठी काव्यप्रवाहाला अनुसरत त्यांची कविता लिहिली गेल्याचे दिसते. अनुराधा पाटील यांच्या काही कवितांतील अनुभव ग्रामीण असले तरी अभिव्यक्ती नागर पद्धतीने झालेली आहे.

१९७७ च्या आसपास ग्रामीण साहित्याची चळवळ सुरू झाली. या चळवळीचा परिणाम ग्रामीण कवितेवर मोठ्या प्रमाणात झाला. मराठी ग्रामीण कविता १९८०-८२ पासून आपले स्वतःचे विश्व घेऊन विस्तृत प्रमाणात विकसित होऊ लागली. नारायण सुमंत, राजन गवस, फ.म.शहाजिंदे, एस्.एस्. शिंदे, माधव थोरात, पुष्पलनि, सतीश शिरसाट, सु.ग. चव्हाण, दा. र. दळवी, शंकर वाडेवाले, मोहन पाटील, इंद्रजित भालेराव, रवींद्र ठाकूर यांसारखे कवी या काळात उदयास आले.

याशिवाय हिरामण लांजे ('गावाकडची गाणी'), टी. एन्. परदेशी ('कौतुकी'), रमेश डी. चव्हाण ('गावाकडची माणसं), मोहन सोनवणे ('गावाकडच्या गोष्टी') अशा अनेक संग्रहांची भर या प्रवाहात पडली.

अशोक नीळकंठ सोनवणे, प्रतिमा इंगोले, सदानंद देशमुख, गणेश देशमुख, प्रकाश विठ्ठल किनगावकर, नामदेव कांबळे, वसंत केशव पाटील, उत्तम बावस्कर,

प्रदीप पाटील, प्रकाश घोडके, प्रकाश होळकर, प्रभाकर शेळके अशा अनेक कवींची कविता विविध वाङ्मयीन नियतकालिकांतून, वृत्तपत्रीय साहित्य पुरवण्यांमधून मोठ्या संख्येने प्रसिद्ध होत आहे.

१९८० नंतरच्या या ग्रामीण कवितांचे काही ठळक विशेष लक्षात येतात. त्यांतील महत्त्वाचा विशेष असा की, या कालखंडात उदयास आलेले कवी हे ग्रामीण भागात जन्मास आलेले, वाढलेले, शिकलेले आहेत. कमी अधिक प्रमाणात का होईना पण प्रथमपासून त्यांच्यावर ग्रामीण कवितेचे संस्कार, चळवळ, संमेलने, कृतिसत्रे, नियतकालिके, वृत्तपत्रे यांच्या माध्यमातून होत आहेत. आपलेच जीवनानुभव हे कवी आपल्या भाषा/प्रतिमांतून मांडताहेत. परिणाम असा की, जानपद काव्यातील कृत्रिमतेऐवजी, १९५५ नंतरच्या कवितेतील प्रातिनिधिक वा सामूहिक लोकभावनाविष्काराऐवजी, ही कविता आता मोठ्या प्रमाणात आत्माविष्कार करू लागली आहे. त्यामुळे अनुभवाच्या सच्चेपणाबरोबरच सूक्ष्मताही येऊ लागली आहे.

अनुकरणही कमी अधिक प्रमाणात आहेच. तथापि थोड्या का होईना, ज्या काही कवींच्या कवितांतून सकस आत्माविष्कार होतो आहे तो लक्षणीय आहे. नारायण सुमंत, राजन गवस, इंद्रजित भालेराव यांच्या कवितांचा सविस्तर विचार आपण केलाच आहे. याशिवाय अलीकडच्या नियतकालिकांत प्रसिद्ध होत असलेल्यांत अशोक नीळकंठ सोनवणे यांची 'माय च्या कविता' (कविता-रती' मे-जून' ९२) ही कविता आई आणि तिच्या भोवतालचे ग्रामीण भावजीवन यांचे चित्रण सूक्ष्म प्रतिमांच्या साहाय्याने आणि संयमशील भाषेत करते. सदानंद देशमुख यांची कविताही समकालीन समाजवास्तवावर स्पष्ट प्रकाश टाकते ('लोकमत', दि. १९ एप्रिल' ९२ मधील 'उन्हाळा' ही कविता). भारत सातपुते यांची 'निवडणूक' ही 'अनुबंध' मधील कविता समकालीन राजकीय परिस्थितीच्या संदर्भात लक्षात घेण्याजोगी कविता आहे. पुष्पलनि यांचा 'शून्य आणि इन्फिनिटी' हा संग्रह अलिकडेच प्रसिद्ध झाला आहे. त्यातल्या 'माय' आणि 'बैल' यांसारख्या अनेक कविता ग्रामीण जीवनाचे कवीशी असलेले अतूट नाते समर्थ शब्दांत व्यक्त करतात. अशी बरीचशी उदाहरणे देता येण्यासारखी आहेत. अर्थात योतील बहुतेकांचे काव्यकर्तृत्व अजून सिद्ध व्हायचे आहे. पण त्यांचा दमदार प्रारंभही निश्चितच नोंद घेण्यासारखा आहे.

असे असले तरी बहुसंख्य कवींमध्ये काव्यनिर्मितीची घाई दिसून येते. खरे तर कवितेचे कवितापण तपासण्याची त्यांना आवश्यकता वाटत नसावी असे त्यांच्या रचनांवरून दिसून येते. बऱ्याचदा गद्यच एकाखाली एक ओळ लिहून त्याचे काव्य केले जाते. कवितेची बंदिश समजून घेतली जात नाही. भाबडेपणा, भावुकता,

एकांडा अभिनिवेश, चिंतनशीलतेचा, अभ्यासू वृत्तीचा अभाव, कृत्रिम कल्पनांत अगर गडद प्रतिमांत रमणे इ. दोष अनेक कवींच्या लेखनात जाणवल्याशिवाय राहत नाहीत.

स.रा. गाडगीळ यांनी अशा कवी व कवितांच्या संदर्भात केलेले भाष्य येथे लक्षात घेण्यासारखे आहे. ते म्हणतात, "....आज काव्यलेखनाला महापूर आला आहे. मुक्तछंदामुळे आविष्काराची कृत्रिम बंधने दूर झाली. भावाविष्कार सुलभ झाला. तरीही मुक्तछंदाला देखील एक अंतर्गत लय असते, हे पुष्कळदा विसरले जाते. शब्दांची जुळणी करून कविता बांधली जाते. अशा वेळी अनुभवांच्या सच्चेपणाचा अभाव जाणवतो. त्यामुळे कविता चैतन्यहीन होते. गवतासारख्या उदंड वाढलेल्या कवितेत थोडीच कविता रसिकांच्या अंत:करणाला जाऊन भिडते. कवीच्या भावनेला मूर्त रूप येणे आवश्यक असते. केवळ भाववाचक शब्दांच्या योजनेने हे रूप येत नसते. उत्कट भावनेवर खोल चिंतन मननाचे संस्कार व्हावे लागतात. या प्रक्रियेतच भावनेचे मूर्तरूप निर्माण होते. नवोदित कवींनी केवळ शब्दांच्या फुलोऱ्यावर समाधान न मानता - भावानुभूतीला साक्षात करण्याचा प्रयत्न केला पाहिजे."[२] ग्रामीण कवितेत असे दोष निर्माण होण्यामागील कारणेही शोधता येतील. बऱ्याचदा लोकप्रियतेच्या आकर्षणानेही कवी ग्रामीण कवितेकडे वळताना दिसतात. नगराबाहेरचे शहरी लोकांना अपरिचित असे जीवन ग्रामीण कवितेत चितारलेले असते. हे जीवन आगळे आहे, या आकर्षणानेही ग्रामीण कविता लोकप्रिय होत असेल, असे तर या कवींना वाटत नसेल ना ? किंवा निसर्ग प्रतिमांचा वापर करून रोमँटिक प्रेम-सौंदर्य चित्रण केल्याने कविता लोकप्रिय होते म्हणून आपणही असा प्रयोग करून पाहावा अशा समजातून तर अनुकरण व लेखनाची घाई या गोष्टी येत नसतील ? अशा शंका या कविता वाचल्यावर निर्माण होतात. वास्तविक पाहता या सर्व गोष्टी उपऱ्या, बाह्य आहेत. महत्त्वाचा आहे तो स्वानुभव व या अनुभवाचा अपरिहार्य भाग असलेल्या भाषा-संस्कृतीच्या अंगानं त्याचं आविष्करण. असा स्वानुभव आणि आविष्कार यांचा मिलाफ होतो, कवीच्या अमूर्त भावनांना मूर्त रूप प्राप्त होते तेथे खऱ्या अर्थाने कविता यशस्वी झाली असे म्हणता येते. त्यासाठी स.रा. गाडगीळांनी म्हटल्याप्रमाणे खोल चिंतन-मननाचे संस्कार व्हावे लागतात हेच खरे.

काही ग्रामीण कवितांमध्ये असलेला अभिनिवेश हाही बऱ्याचदा अनाठायी स्वरूपाचा वाटतो. त्यामुळे आवश्यकता नसताना कवी जरा वरच्या पट्टीत बोलतो आहे असे वाटू लागते. बऱ्याचदा 'मी' चे अनुभव मांडण्यापेक्षा 'आम्ही'चा आवाज उठवला तर कविता अधिक दाद मिळवून जाते. या समजातून अनाठायी अभिनिवेश बऱ्याच ग्रामीण कवितांमधून येतांना दिसतो. असा अभिनिवेश निर्माण होण्याचे

प्रमुख कारण समकालीन दलित कवितेचा प्रवाह आणि त्याला मिळणारा प्रतिसाद यात सापडते. वास्तविक पाहता दलित साहित्याचे वेगळेपण हे त्यातील विद्रोहात आहे. पिढ्यापिढ्यांपासून होत असलेल्या अन्यायाविरुद्ध आवाज उठविण्यासाठी दलित कवितेतला विद्रोह काही मर्यादेपर्यंत आवश्यक आहे. या विद्रोहामुळे दलित कवितेला प्रतिसाद मिळत असेल तर तो त्या कवितेच्या यशाचाच भाग आहे. हे जरी खरे असले तरी अभिनिवेशामुळे आपल्यालाही लोकप्रियता लाभेल अशा आशेने ग्रामीण कवितेने आपला सूर त्यात मिसळणे कितपत योग्य आहे ? कवितेतील अभिनिवेश तिच्यातील अनुभवाशी जर एकरूप होऊन आला नाही तर कविता आक्रस्ताळी होण्याचा धोका संभवतो. ही गोष्ट अशा प्रकारचे अनुकरण करणाऱ्या ग्रामीण कवींनी लक्षात घेणे गरजेचे वाटते. तसे पाहिले तर परिवर्तनाच्या व सामाजिक बांधिलकीच्या बाबतीत ग्रामीण व दलित हे प्रवाह एकमेकाला पूरक-समांतर असेच आहेत. नारायण सुर्वे यांची 'डोंगरी शेत माझं', दया पवारांच्या 'पाणी कुठवर आलं', 'धरण बांधते', 'माझा कोंबडा' या कविता वामन निंबाळकरांची 'आई'ही कविता किंवा अशोक बनसोडे यांच्या 'माझ्या बापाचा बाप' या संग्रहातील ऊसमळ्याशी संबंधित अशा कविता लक्षात घेतल्या तर ग्रामीण आणि दलित हे प्रवाह बऱ्याच अंशी परस्परपूरक आहेत याचा प्रत्यय येतो. तरीही या प्रवाहातील सूक्ष्म भेद आणि धोक्याची ठिकाणे दोन्हीही प्रवाहांतील कवींनी त्या प्रवाहाच्या निकोप विकासासाठी लक्षात घेणे आवश्यक आहे.

१९५५ नंतरच्या ग्रामीण कवितेतील अशा काही उणिवा लक्षात घेऊनही या कालखंडातील ग्रामीण कवितेत झालेला बदल स्पष्टपणे लक्षात येतो. विशेषतः अगोदरच्या जानपद कवितेतील कृत्रिम, नाट्यमय आणि खोट्या चित्रणाच्या ऐवजी ग्रामीण जीवनाचे खरे, अस्सल चित्र या कवितेत उमटू लागले आहे. त्यासाठी वापरली जाणारी भाषाही खेड्यात बोलली जाणारी बोलीच आहे. या काळातील कवी हे खेड्यातून आलेले, खेड्यात वाढलेले, शिकलेले असल्यामुळे त्यांच्या कवितेतील जीवनानुभवही तिथल्याच मातीतले आहेत. अजून बरीचशी कविता शहरी संस्कार आणि अभिरुची यांच्या प्रभावात वावरत असली तरी १९८०-८२ नंतर येणारी नव्या ग्रामीण कवींची पिढी आत्माविष्कार करणारी ग्रामीण कविता मोठ्या प्रमाणात लिहिते आहे. त्यांचे काव्यसंग्रहही मोठ्या संख्येने प्रसिद्ध होताहेत. वाङ्मयीन नियतकालिके, वृत्तपत्रांच्या साहित्यपुरवण्या, दिवाळी अंक, आकाशवाणी, दूरदर्शन इ. माध्यमांतून त्यांना प्रतिष्ठित स्थान मिळण्यास प्रारंभ झाला आहे. विद्यापीठ/शालेय अभ्यासक्रमातही या कवितेला आता शहरी कवितेइतकेच मानाचे स्थान प्राप्त झालेले आहे. महाराष्ट्रातील खेड्यापाड्यांत झालेला शिक्षणप्रसार, फुले-शाहू-आंबेडकर-गायकवाड-कर्मवीर भाऊराव पाटील, वि. रा. शिंदे इ. चे विचार आणि

कार्याची पार्श्वभूमी, तसेच ग्रामीण साहित्याची चळवळ यांमुळे या कवींमध्ये मोठ्या प्रमाणावर जागृती झाली आहे. सामाजिक बांधिलकी आणि ग्रामीण संवेदनशील अभिव्यक्ती असे विशेष घेऊन अवतरणारी ग्रामीण कविता आज मराठी काव्यातील एक मोठा महत्त्वाचा प्रवाह ठरली आहे.

संदर्भ :

१. यादव आनंद:'ग्रामीणता- साहित्य आणि वास्तव', मेहता पब्लिशिंग हाऊस पुणे. १९८१, पृ. १३६

२. वाडेवाले शंकर:'कढवाही' आविष्कार साहित्य मंडळ, नांदेड. १९८८, 'कढवाहीस शुभेच्छा'

***

भाग चौथा

आलेख

१

ग्रामीण कवितेवरील समीक्षा

इ.स. १९२० ते १९९० या कालखंडातील मराठी ग्रामीण कवितेचे १९५५ पर्यंतची ग्रामीण कविता आणि १९५५ नंतरची ग्रामीण कविता असे दोन टप्पे स्वरूप- भेदानुसार मानावे लागतात. म्हणून या प्रकरणाची चर्चा.

अ)१९२० ते १९५५ या काळातील ग्रामीण कवितेवरील काव्यसमीक्षा
ब)१९५५ ते १९९० या कालखंडातील ग्रामीण काव्याचे स्वरूप आणि काव्यसमीक्षा
या दोन विभागांत करणे सोयीचे होईल.

अ)१९२० ते १९५५ या काळातील ग्रामीण कवितेवरील काव्यसमीक्षा :
या कालखंडातील ग्रामीण काव्यावरील टीका-समीक्षा ही प्रामुख्याने विवेचक

लेख, समालोचनपर लेख, काव्यसंग्रहांच्या प्रस्तावना आणि पुस्तक परीक्षणे अशा स्वरूपाची आहे. जानपद काव्यासंबंधीचे विवेचन, ग्रामीण काव्याच्या भाषेसंबंधीचा वाद, या कालखंडातील ग्रामीण काव्याचे समालोचन अशा ठळक मुद्द्यांची चर्चा या विविध लेखांमधून झालेली दिसून येते.

जानपद (ग्रामीण) काव्यासंबंधीचे विवेचन :

या कालखंडातील ग्रामीण काव्यसंग्रहांच्या प्रस्तावना आणि विवेचक लेखांवरून आपणास तत्कालीन वाचक, कवी आणि समीक्षक यांचा या काव्याकडे पाहण्याचा दृष्टिकोन, तत्कालीन साहित्य प्रांतातील या काव्याची स्थिती आणि या काव्यासंबंधी कवी-समीक्षकांच्या अपेक्षा या गोष्टींची कल्पना येते.

'सुगी' (१९३३) या संग्रहापासून मराठीमध्ये जानपदगीत या नावाने ग्रामीण जीवनावर काव्यलेखन होऊ लागले. या काळातील वाचक-लेखकांचा या काव्याकडे पाहण्याचा दृष्टिकोन कसा होता, याचे आकलन 'सुगी'ला वि.स. खांडेकरांनी लिहिलेल्या प्रस्तावनेवरून होते. ''खेड्याविषयीची कविता म्हटली की, अनेकांची तोंडे विश्वरूप दर्शन घेणाऱ्या अर्जुनाप्रमाणे होतात.'' या एकाच वाक्यावरून तत्कालीन वाचकांना वाटणारी खेड्याविषयीची एक प्रकारची आश्चर्ययुक्त, चमत्कारिक भावना स्पष्ट होते. या प्रस्तावनेत खांडेकरांनी हरिभाऊ, कोल्हटकर, गडकरी, वा. म. जोशी, फडके इ. च्या लेखनात खेड्यातील जीवनाचा संपूर्ण अभाव कसा आहे ते स्पष्ट केले आहे.

मराठी साहित्यात खेड्याकडे दुर्लक्ष होण्याची कारणे खांडेकर जात-काळ-संस्कृती या वाङ्मयबाह्य गोष्टींबरोबरच त्या काळातील लेखकांच्या कलेकडे पाहण्याच्या दृष्टिकोनातही असल्याचे सांगतात.

'सुगी' पर्यंतच्या मराठी वाङ्मयातील वस्तुस्थितीचा ऊहापोह करून पुढील काळात ग्रामीण जीवनावर निर्माण होणाऱ्या काव्याबद्दल अपेक्षा व्यक्त करताना खांडेकर म्हणतात, ''शहरातील दलित वर्गाची चित्रे रेखाटणाऱ्या लेखकांना आज ना उद्या खेड्याकडे वळावेसे वाटेलच. ही प्रवृत्ती म्हणजे काही वाङ्मयातील फॅशन अगर चवचाल लहर नव्हे. महात्मा गांधी खेड्याकडे चला म्हणून उपदेश करीत आहेत, तेव्हा आपणही खेड्याच्या नावाने गोंधळ घालू या, अशा कल्पनेने नव्या मनूचे स्वागत करणारांची कीवच करावी लागेल.... समुद्राप्रमाणे अफाट पसरलेल्या आपल्या खेडवळ जीवनाचे मंथन करून त्यातील रत्ने काढायला मात्र प्रतिभासंपन्न लेखकच हवेत.''

पुढे 'सुगी'तील कवितांची ओळख करून देऊन प्रस्तावनेच्या शेवटी खांडेकरांनी ग्रामीण कवींना सल्ला आणि काही इशारे दिले आहेत.

पहिल्या इशाऱ्यात बोलीभाषेतील कवितांविषयी ते म्हणतात, ".... गोमंतकापासून ग्वाल्हेरपर्यंत पसरलेल्या महाराष्ट्रात इतक्या बोली प्रचारात आहेत की, प्रत्येक कवीने आपापल्या बोलीत कविता लिहिण्याचा निश्चय केला तर गगनचुंबी बुरुज बांधणाऱ्या बाबिलोनच्या लोकांइतकीच वाचकांची दुर्दशा होईल." बोली समजण्यासाठी टीपांचा वापर करणे म्हणजे खांडेकरांच्या मते कुबड्या लावून नृत्य करण्यासारखे आहे.

त्यांचा दुसरा इशारा असा, "नवीन टूम निघाली की तिचे अनुकरण हे व्हायचेच - पण वाईट अनुकरणात नुसती आत्महत्या नसून खूनही होतो.

"मोले घातले रडाया अशा थाटाची कविता खेडवळ जीवनावर लिहिण्याचा मोह होतकरू कवींना होण्याचा फार संभव आहे. रात्रभर थंडीत कुडकुडत गाडी हाकणारा गाडीवान पाहिला की धर त्याला आणि लिही त्याच्यावर कविता ! बांधावर कसले तरी फूल दिसले की मारा हाका स्फूर्तीला ! शेतकरी दिसला की गेलाच हात फाउंटनपेनकडे !" याला विरोध दर्शवून खांडेकर पुढे लिहितात, ".....जिवंत भावना (Emotion) व तिची निर्जीव छाया (Sentimentalism) यांच्यातील अंतर न कळल्यामुळे आधुनिक मराठी काव्याचा बराच भाग नीरस व कृत्रिम झाला आहे. त्यात खेडी न पाहता, त्यातल्या आयुष्याशी समरस न होता, स्त्रीदाक्षिण्याप्रमाणे दीन दाक्षिण्य दाखविण्याच्या हेतूने लिहिलेल्या कवितांची भर पडायला नको."

केवळ टूम म्हणून ग्रामीण कवितेकडे वळणाऱ्यांना खांडेकरांनी दिलेला इशारा नि:संशय उपयुक्त आहे. पण पहिल्या इशाऱ्यात ग्रामीण काव्यासाठी बोलीभाषेच्या वापरासंदर्भात जी भीती खांडेकरांनी व्यक्त केली आहे, ती भीती खोटी असल्याचे बहिणाबाई चौधरी, आनंद यादव, विठ्ठल वाघ आणि त्यानंतरच्या अनेक कवींच्या ग्रामीण कवितेने सिद्ध केले आहे.

मराठी साहित्यिक आणि वाचक यांचा १९३३ पर्यंतचा ग्रामीण जीवनाकडे पाहण्याचा दृष्टिकोन, ग्रामीण जीवनचित्रणाचा अभाव, ग्रामीण कवींकडून असलेल्या अपेक्षा आणि या कवींना दिलेला सल्ला या दृष्टीने मराठी ग्रामीण काव्यसमीक्षेत खांडेकरांच्या या प्रस्तावनेचे अनन्यसाधारण महत्त्व आणि (कालदृष्ट्या) आद्य स्थान आहे.

'प्रतिभा' पाक्षिकाच्या (१) मार्च १९३५ च्या अंकात शा. वि. अवळसकर यांचे 'वाचक, लेखक आणि खेडे' या शीर्षकाचे एक टिपण प्रसिद्ध झालेले आहे. त्यात ते म्हणतात, "लेखकाच्या बाबतीत खेड्यातले काही दिवसांचे राहणे अनेक दृष्टींनी हितकारक असते. सध्या आपल्या मराठी वाङ्मयात एका ठराविक वातावरणातले पडसाद उमटलेले दिसतात. कादंबऱ्यातून ठरीव स्थितीतील पात्रे रंगविलेली आढळतात व काव्यातले शब्द क्वचित नवे व बाकी सगळे जुनेच, अशी अनुकम्पनीय स्थिती आढळून येते. या सगळ्या लेखकांनी आणि कवींनी अधून मधून खेड्यात फेरफटका

करावा आणि काही दिवस ज्यास जमेल त्याने नांगर हाती घ्यावा व या प्रकारच्या जीवनाशी समरस होण्याचा प्रयत्न करावा किंवा स्वस्थ बसून तटस्थ दृष्टीने ते जीवन पाहण्याचा तरी प्रयत्न करावा.

"आणि काय मौज होईल मग ! जादूची कांडी फिरवल्याप्रमाणे होईल काही तरी. त्यांच्या लेखनात प्रादेशिकतेचे पडसाद उमटतील. शेतकरी, हमाल, मोलमजुरी करणारे कष्टाळू यांची स्वाभाविक हृदयस्पर्शी चित्रे त्यांच्या लिखणातून भरघोस उमटू लागतील आणि मगच, झाले तर मराठी वाङ्मय परिस्थितिनिदर्शक होईल. रशियातील झारशाहीने उत्कृष्ट लेखकास सैबेरियाच्या थंड आणि बर्फाळ प्रदेशात हद्दपार करून जगातल्या वाङ्मयावर फार मोठे उपकार करून ठेवले आहेत. मॅक्सिम गॉर्की, पुष्कीन, ब्रुनिन वगैरे लेखकांस, मला वाटते त्यांची ही पुस्तकापासून झालेली अनेक वर्षांची ताटातूटच श्रेष्ठ दर्जाचे वाङ्मयसेवक बनविण्यास कारणीभूत ठरली असावी. मराठी लेखकांनी खेडेगावात राहण्याचा हा अज्ञातवास आपण होऊनच वर्षातून काही महिने स्वीकारावा अशी माझी त्यांस प्रेमाची सूचना आहे.

"आणि कवींनीही याच मार्गाचा अवलंब केला तर त्यांचे आत्मगुंजन काही काळ तरी थांबल्याशिवाय राहणार नाही. मला तर नक्की वाटते की, स-ला-ते, स-ला-ना-ते वगैरे प्रत्ययात्मक काव्यविषयास आजकालच्या कृतीततून पूर्णपणे फाटा देणे यामुळेच जमणार आहे."

या टिपणातील विवेचनावरून तत्कालीन मराठी साहित्य एका ठरीव (शहरी मध्यमवर्गीय जीवनाच्या) कक्षेत मर्यादित झालेले होते. त्याच त्या प्रकारच्या रचनांमुळे कवितेतही तोच तो साचलेपणा निर्माण झाला होता. अशा वेळी 'एक नवीन विश्व' म्हणून ग्रामीण जीवनाकडे पाहण्याचा वाचक वर्गाचा दृष्टिकोन दिसतो. अर्थात तत्कालीन वाचक वर्ग शहरी भागातला असल्यामुळे हे नावीन्याचे आकर्षण त्याला वाटणे स्वाभाविक आहे. तथापि उपरोक्त टिपणातील मराठी वाङ्मय, परिस्थितीनिदर्शक होण्यासाठी शेतकरी, हमाल, मजूर, गरीब यांची हृदयस्पर्शी चित्रे येण्यावर भर दिला आहे तो महत्त्वाचा आहे. त्यावरून दिसते की मराठी साहित्यात केवळ मध्यमवर्गीय शहरी जीवनाचेच प्रतिबिंब उमटले आहे. हे प्रतिबिंब समग्र मराठी जनतेचे होऊ शकत नाही. कारण या शहराबाहेर राहणारा खेड्यातला बहुसंख्य समाज या साहित्यात आलेला नाही. जानपद गीतांमध्ये जे ग्रामजीवन आले आहे ते केवळ कल्पनेने चितारलेले, अवास्तव आहे म्हणून या कवींनी प्रत्यक्ष ग्रामजीवनाचा अनुभव घेऊन लेखन करावे असे तत्कालीन वाचक-टीकाकारांना वाटत होते.

'सुगी'या प्रातिनिधिक काव्यसंग्रहातील एक कवी वि. म. घुले यांचे 'जानपदगीत हे एक जिवंत काव्य आहे' व 'मराठी काव्यात जानपदगीतांची वाढ कशी होईल ?'

हे दोन लेख 'अलंकार' मासिकाच्या जून १९३६, जानेवारी १९३७ च्या अंकात प्रसिद्ध झाले आहेत. एका जानपद कवीचे या काव्याबद्दलचे विचार आणि अपेक्षा या दृष्टीने हे लेख लक्षणीय आहेत.

उपरोक्त पहिल्या लेखात मराठी काव्याच्या अभिवृद्धीसाठी जानपदगीत हे महत्त्वाचे साधन असल्याचे सांगून या काव्याचे स्वरूप घुले पुढीलप्रमाणे स्पष्ट करतात, "बहुजन समाजाच्या भावनांचा आविष्कार, सामान्य लोकांच्या चालीरीती, महाराष्ट्रातील बहुसंख्य वर्ग जो शेतकरी व तत्सम लोक यांच्या जीवनातील अनेकविध प्रसंग, खेडेगावातील वातावरण इ. गोष्टी शेतकऱ्यांना कळतील अशा भाषेत ज्या गीतात पाहावयास सापडतात ते जानपद गीत." अशा प्रकारे जानपद गीताच्या स्वरूपाबरोबरच "लघुत्व, गेयरूप, एखादाच वर्ण्य प्रसंग अगर एकच मध्यवर्ती कल्पना शेतकऱ्याचे अंतःकरणात प्रवेश करून त्याचे मनोगत सहानुभूतीने चितारण्याचे कौशल्य" हे जानपदगीताचे विशेष असल्याचे घुले सांगतात.

'मराठी काव्यात जानपद गीतांची वाढ कशी होईल ?' या लेखाच्या सुरुवातीच्या काही ओळींत तत्कालीन मान्यवर कवींचा ग्रामीण काव्याबद्दलचा दृष्टिकोन कसा होता, ते स्पष्ट होते. घुले म्हणतात, "जानपद गीतांची वाढ भरमसाठ न होता कवींनी काहीतरी मर्यादा राखावी असे काही रसिकांस वाटते. माझ्या जानपदगीताविषयी बोलताना कविवर्य चंद्रशेखर उद्‌गारले की, 'तुमची जा. गी. जरी छान असली तरी तुम्ही असली गीते फार करू नका !' श्री. टेंबुर्णीकर, अरविंद (शिंदे) यांचेही तेच मत आहे. त्यांचा जानपदगीतांच्या संख्येवर कटाक्ष का आहे याचे नीटसे कारण जरी कळले नाही तरी मराठी कवितेचा चुथडा होईल अशी त्यांना भीती वाटत असावी." 'काय हो चमत्कार !' 'किस्मतपूरचा जमीनदार..., 'उगडं गुपित' यासारखी खंडकाव्ये आणि ग्रामीण जीवनावर स्फुट कविता लिहिणाऱ्या चंद्रशेखरांसारख्या ज्येष्ठ कवीच्या तोंडचे 'तुम्ही असली गीते फार करू नका' हे वाक्य तत्कालीन प्रतिष्ठित कवी 'एक दुय्यम स्वरूपाची कविता' या दृष्टीने ग्रामीण काव्याकडे पहात होते हेच सूचित करते. घुले यांच्या मते, "वैचित्र्य या दृष्टीने जानपदगीतामुळे मराठी काव्याची हानी न होता उलट उत्कर्षच होणार आहे" मात्र "जानपद भाषा दर प्रांतात बदलते व शेतकऱ्यांची शब्द सामग्री अल्प आहे. त्यामुळे जा. गी. त दुर्बोधता, क्लिष्टता व कृत्रिमता येण्याचा संभव आहे." हा काही टीकाकारांचा आक्षेप त्यांना विचारात घेण्यासारखा वाटतो. भाषेच्या संदर्भात घुले यांनी उपाय सांगितला आहे तो असा, "जानपद भाषेच्या बाबतीत काही मर्यादा व नियम घालून देणे, त्या मर्यादा आणि नियम कवींनी पाळणे अगत्य आहे." घुले यांच्या या विधानावरून जानपदगीताचे जोरदार समर्थन करणारे कवीही बोली भाषेच्या बाबतीत तत्कालीन स्थितीमुळे कशी तडजोडीची भूमिका घेत होते हे दिसून येते.

याशिवाय या लेखात घुले जानपद रचनेसाठी काही सूचना करतात त्या अशा - लावण्या, ओवी आणि त्यासारख्या जुन्या चालींचा उपयोग करावा; शेतकऱ्याचे जीवन दुःखमय असतानाही, शेतकऱ्याच्या जीवनात खरे सुख आहे असे कवी भासवितो- असले प्रयत्न वाङ्मयात विघातक होत; जानपद गीतांच्या वृद्धीसाठी जानपद गीतांचे, लोकगीतांचे संग्रह प्रसिद्ध करावेत, निवडक जानपद गीतांचा संग्रह प्रसिद्ध करून तो दुय्यम शाळा, ट्रेनिंग कॉलेज संस्था, विश्वविद्यालये यामधून अध्यापनासाठी मंजूर करावा- त्यामुळे काव्यातील (जानपद गीत या) नूतन दालनाची चांगली जोपासना होईल व इतर प्रकारांशी सात्त्विक स्पर्धा करण्यास जा. गी. समर्थ होईल. मागणी आणि पुरवठा हा अर्थशास्त्राचा सिद्धांत वाङ्मयातही लागू करता येईल. काव्यसंग्रहाचे प्रकाशन आणि अभ्यासक्रमात त्यांचा समावेश याबरोबरच जानपद गीतांचे अधून मधून खेडोपाडी प्रसंगोपात्त काव्यगायन होत गेल्यास मराठी काव्य खेड्यातही लोकप्रिय (Democratic) होईल. नागरिकांस शेतकरी जीवनाची खरीखुरी ओळख पटेल, वृत्तांमध्ये भर पडेल. खेडवळ लोकांवर किसान गीतांचा विलक्षण परिणाम होऊन ते रसिक आणि काहीसे वाचक व चिकित्सक बनतील. पर्यायाने मराठी वाङ्मयाची सुधारणा होईल. तिला जगन्मान्यता मिळणे सुकर होईल- असा विश्वास त्यांनी व्यक्त केला आहे.

घुले यांच्या मते काव्यसंग्रह प्रसिद्ध करताना अपरिचित शब्दांना टीपा देणे, प्रादेशिक वैशिष्ट्ये - चालीरीती आदींचा अर्थपूर्ण खुलासा करणे, आकर्षक ठिकाणी चित्रे देणे, कवितांची निवड कसोशीने व काळजीपूर्वक करणे, प्रस्तावना लिहिणे या गोष्टी अंमलात आणणे इष्ट आहे.

या लेखाच्या समारोपात मराठी काव्यात जानपद कवितेचे स्थान कोणते, हे स्पष्ट करताना घुले म्हणतात, ''खेडवळ काव्याच्या (Pastoral poetry) अभावी मराठी कविता उत्कर्षास पोचणार नाही असे माझे म्हणणे नाही. इतर कवने काव्यगंगेला भरजरी साज घालतील, काही देवीच्या मस्तकावर चामरे ढाळतील, काही देवीची प्रतिष्ठा वाढवतील, काही अन्य प्रकारे सेवा करतील, तर जाईची फुले रात्रंदिवस देवीची पादसेवा करून तिला सुख देतील आणि मग आपली काव्यदेवी नंदनवनाच्या देवघरात विराजमान होईल.'' जानपदगीतांविषयी एवढी तळमळ असूनही या कवीला जानपदगीतांचे स्थान मराठी काव्यदेवतेच्या पादसेवेपुरते मर्यादित वाटते ! यावरून या काळातील कवींमध्ये ग्रामीण कवितेच्या संदर्भात पुरेसा आत्मविश्वास निर्माण झालेला नव्हता, हेच स्पष्ट होते. अर्थात याचीही कारणे शोधता येतील. एक तर या कवींच्या अगोदरच्या पिढीतील चंद्रशेखरांसारखे मान्यता पावलेले कवी, ग्रामीण जीवनावर काव्य लिहीत असूनही 'एक दुय्यम स्वरूपाची कविता' या दृष्टीने ग्रामीण काव्याकडे पाहत होते. शिवाय ग्रामीण कवींमध्ये आत्मविश्वास निर्माण

करील, त्यांची अस्मिता जागृत करील असा युगप्रवर्तक कवी या जानपद गीतांच्या सुरुवातीच्या काळात निर्माण झाला नाही.

ग्रामीण काव्याची भाषा :

जानपद (ग्रामीण) काव्याच्या भाषेविषयी सविस्तर चर्चा करणारे लेख जानपद काव्याच्या सुरुवातीपासूनच लिहिले गेले. यात प्रामुख्याने जानपद (ग्रामीण) काव्याची भाषा कोणती (प्रमाण की बोली) असावी ? या भाषेचे स्वरूप कसे असावे ? आणि समकालीन जानपद गीतांची भाषा कशा प्रकारची आहे ? यासंबंधी त्या त्या लेखकांनी आपल्या लेखात चर्चा करून आपली मते मांडलेली दिसतात.

'खेडवळ कवितेची भाषा' हा विठ्ठल महादेव घुले यांनी १९३३ ला झालेल्या नाशिकच्या काव्यसंमेलनात वाचलेला निबंध 'कलादर्श' च्या ५ नोव्हेंबर १९३३ व १५जानेवारी १९३४ च्या अंकात प्रसिद्ध झाला आहे. या निबंधाच्या सुरुवातीलाच "आधुनिक कवींच्या जानपदगीतांचा संग्रह करण्याचे कार्य श्री. ठोकळ करीत आहेत" असे म्हटले आहे. यावरून हा निबंध 'सुगी'काव्यसंग्रहाच्या अगोदर प्रसिद्ध झालेल्या ग्रामीण जीवनावरील कवितांच्या आधारे लिहिला गेला आहे असे म्हणता येते.

'सुगी' काव्यसंग्रह प्रसिद्ध होण्याच्या सुमारास जानपद काव्यावर प्रतिकूल टीका होऊ लागली होती. या टीकाकारांच्या आक्षेपांचे निरसन आणि प्रसिद्ध झालेल्या व होत असलेल्या जानपद काव्याची समतोल चर्चा करणे हा या निबंधाचा हेतू असल्याचे घुले यांनी सांगितले आहे.

प्रामुख्याने सप्टे. १९३३ च्या अंकात प्रा. बेहरे यांनी जानपद काव्याबद्दल घेतलेल्या आक्षेपांची नोंद घुले यांनी केली आहे. बेहरे यांचा आक्षेप असा, "लोकाभिमुख वाङ्मय निर्माण करणे म्हणजे खेडवळांच्या भाषेत लिखाण लिहिणे अशी काही भोळसरांची समजूत झाल्यासारखी दिसते. या खुळ्या समजुतीला अनुसरून काही आधुनिक कवींनी ग्रामीण अथवा जानपद गीते लिहिली आहेत. त्यांना जानपद गीते म्हणणे म्हणजे भाषेचा दुरुपयोग करणे होय. प्रत्येक देशात बारा कोसांवर भाषा बदलत असते आणि हिंदुस्थानात तर जातिभेदांच्या भिंती इतक्या पक्क्या उभारल्या गेल्या आहेत की, तेल्याची व धोब्याची भाषा प्रसंगी वेगवेगळी असते. हिंदुस्थानात जातिभेदाचा जेवढा बुजबुजाट आहे तितकेच असंख्य कप्पे एका मराठी वाङ्मयात पडतील. धंदा, जाती, वंश (Race), स्थान, पंथ व धर्म या भेदांनुसार एकच भाषा बोलणाऱ्या लोकांच्या बोलीत नित्य फरक पडत असतो." प्रा. बेहरे यांच्या या आक्षेपाचे निरसन करताना घुले म्हणतात, "ग्रंथाची एक विशिष्ट व फक्त सुशिक्षित लोकांना पेलण्यासारखी भाषा असेल तर ती सोवळी अतएव दरिद्री व हेकेखोर

बनेल.... ग्रंथाची भाषा जर निकृष्ट लोकांचा विटाळ मानू लागली तर तिला जगन्मान्यता कशी मिळावी ?''

प्राचीन काळापासून ग्रंथभाषा आणि जानपद किंवा बोलीभाषा बरोबरीने कशी चालत आली व दोनही भाषांमध्ये भेदभाव करणे कसे अप्रस्तुत आहे हे सांगण्यासाठी घुले रा. भि. जोशी यांच्या लेखनातील पुढील अवतरण देतात, ''...... संस्कृत जशी आर्यांच्या विद्येची आणि वाङ्मयाची उच्च प्रतीची भाषा होती तशी दुसरी लोक-व्यवहाराची कमी प्रतीची भाषा आर्यलोकांत चालू होती. प्राचीन काळी संस्कृत जेव्हा साधारण जनतेला हळूहळू कळेनाशी झाली तेव्हा धार्मिक ग्रंथ व धार्मिक चर्चा या गोष्टींना बहुजन समाज मुकू लागला. ब्राह्मण वगैरे सांगतील तो त्यांचा अर्थ. त्यामुळे जनतेचे धर्मासंबंधी समाधान होईना. तेव्हा त्यांच्या बोलीमध्येच धर्म शिकवण्याचा प्रघात बौद्ध धर्माने घातला. यामुळे जानपद भाषा ही धर्मभाषा झाली. विद्वत्तेच्या सुशिक्षितांच्या भाषेच्या बरोबरीने जानपद भाषा किंवा लोकभाषा मुळापासूनच चालू होती. लोकांची बोली परिणतीपासून तिची मराठी बनली असे कदाचित असेल.ही लोकव्यवहाराची भाषा कमी प्रतीची असण्याचे कारण तिची विद्येच्या भाषेच्या इतकी काळजी घेतली जात नव्हती. केवळ तुलनेच्या दृष्टीने पाहिले तर खेडावू मराठी आणि पुस्तकी मराठी यामध्ये आज जितका भेद आहे तितकाच पाली आणि संस्कृत यामध्ये होता.''

जानपद गीतांची भाषा कशी असावी, यासंबंधी घुले यांची भूमिका एकांगी व आग्रही स्वरूपाची नाही. ते म्हणतात, ''जानपद गीते ही केवळ जानपद अशा अपभ्रंश भाषेतच पाहिजेत असा जो कित्येकांचा समज झाला आहे तो दूर होणे जरूर आहे. मात्र जानपद गीत खेडवळ लोकांना, बहुजन समाजाला समजेल अशा साध्या, सरळ व चालचलाऊ भाषेत असले पाहिजे. ज्या कवींना शेतकऱ्यांची अपभ्रंश भाषा येत असेल त्यांनी त्या भाषेत जानपद गीत अवश्य लिहावे पण ओढून चंद्रबळ आणण्यात अर्थ काय ?'' साध्या भाषेत काव्य लिहायचे असले तरी उत्तम जानपद गीत लिहिण्यासाठी कवींनी खेडवळ लोकांच्या जीवनाशी समरस होणे आवश्यक आहे हे सांगताना घुले म्हणतात, ''जानपद गीत लिहिण्यासाठी कवीने खऱ्याखुऱ्या खेडवळाची भूमिका घेतली पाहिजे. खेडवळ लोकांत मिळून मिसळून वागल्यास कवींना शेतकरी जीवनाची कल्पना तर येईलच पण शेतकऱ्यांची भाषा, नागरिकजनांना नवीन भासणारे अर्थगर्भ काव्यमय शब्द, विशिष्ट वाक्यपद्धती, नवीन वाक्प्रचार, व उच्चार सुकर होण्यासाठी वेगळ्या शब्दांचे अपभ्रंश कवी सहज पचनी पाडू शकतील. उपरोक्त गोष्टींत जितका स्वाभाविकपणा असेल तितकी काव्यात रसवत्ता व जिवंतपणा येईल. खेडवळ कवितेत, शब्द संस्कृत व विचार असंस्कृत असल्यास, ती खेडवळ कविता नकली दागिना ठरेल.'' उदाहरणादाखल ग. ल. ठोकळ यांची

'सावकारी पाश', चंद्रशेखरांचे 'काय हो चमत्कार !' या काव्यातील संस्कृतप्रचुर कृत्रिम भाषा आणि वर्णनाच्या तपशिलातील घोटाळे यामुळे ही काव्ये कशी अयशस्वी झाली आहेत ते त्यांनी सांगितले आहे. याबरोबरच गिरीशांची 'भलरी', यशवंतांच्या 'न्याहरीचा वकुत' आणि 'प्रेमाची दौलत' या कवितांमध्ये कशी कलाहानी झाली आहे तेही सांगितले आहे. चंद्रशेखरांनी आत्वो, रात्वोरात, क्वोन असे अस्वाभाविक शब्दप्रयोग वापरले आहेत. या प्रकारच्या चुकीच्या शब्दप्रयोगांच्या बाबतीत ते विनोदाने म्हणतात, ''या प्रकारच्या चुका करून बरेच कवी खेडवळ भाषेत विकृती (Morbidity) आणू पाहतात. असेच करायचे असेल तर 'माय डियर' च्याऐवजी 'माय ढेर' म्हणावयाला काय हरकत आहे ?'' या कवींबरोबरच 'सुगी'पूर्व कालीन इतर कवींच्या ग्रामीण काव्यातील गुणदोषांचे दिग्दर्शन घुले यांनी केले आहे.

जानपदकाव्यावरील भाषेच्या या निबंधात घुले ''भाषेच्या सजावटीपेक्षा काव्याचा आत्मा जो रस त्यालाच कवीने प्राधान्य दिले पाहिजे'' असे आवर्जून सांगतात. खेडवळ शब्दाच्या अनाठायी वापराने खेडवळ कविता कृत्रिम, क्लिष्ट, दुर्बोध व कदाचित अर्थहीन बनेल म्हणून त्यांच्या मते ग्रामीण भाषेचा उपयोग करण्यास काही मर्यादा आवश्यक आहे. येथे नागर रसिक/वाचक डोळ्यांसमोर ठेवल्याने घुल्यांनी अशी तडजोडीची भूमिका घेतली असावी असे वाटते. निरंतर अशा काव्यनिर्मितीसाठी भाषेची सफाई, शब्दांची काटकसर, अवयवांची प्रमाणबद्धता, नादगौरव, अर्थसूचकता, अपरिमित अलंकार या भाषिक गुणांबरोबरच दृष्टीची व्यापकता व कोमल हृत्तंतूवर छेडलेल्या भावनालहरी या गुणांची आवश्यकता असल्याचेही ते सांगतात.

बोली आणि भाषा यांचा मेळ कसा बसवायचा ? या प्रश्नावर चर्चा करताना त्यांनी काही उपाय सांगितले आहेत. त्यांच्या मते : बोली आणि भाषा यांच्यातील फरक नेहमीचे बोलणे आणि व्याख्यान, किंवा नेहमीचे बोलणे आणि नाटकाची भाषा, या स्वरूपाचा आहे. त्यासाठी उच्चारानुसार भाषालेखन करण्याचा प्रयत्न करावा पण त्यात किंचित सुधारणा केली तर हरकत नाही. उदा. करत्याती, ह्यो, कुठं या शब्दांऐवजी करतात, हा, कुठे असे लिहिण्यास हरकत नाही. काही वेळा उच्चारानुसार लेखन करणे अशक्य होते. अशा वेळी त्यांच्या मते प्रमाणबद्ध शब्द वापरणेच योग्य होय. भाषा ही विशिष्ट प्रदेशागणिक बदलत जाते. महाराष्ट्रात नगर भागातील बोली, सातारी बोली, खानदेशी, वऱ्हाडी, कोकणी गोमांतकी या अनेकविध भाषेत एकसूत्रीपणा येण्यासाठी काही प्रयत्न करावेत अशी अपेक्षा घुले व्यक्त करतात. त्याबरोबर भाषेच्या श्रीमंतीच्या दृष्टीने मराठीतील पहिला पद्यग्रंथ पंचतंत्र, तुकारामाचे अभंग, प्रभाकर, सगनभाऊ वगैरेंच्या लावण्या, गावंढळ भाषेतील पोवाडे, बोलीला निकट असलेले महानुभाव वाङ्मय, अत्रेकृत गावगाडा असल्या

वर्णन वाचताना तो कुणबी डोळ्यांसमोर उभा राहत नाही.

५. जानपद गीते खेडवळ भाषेतच लिहिणे चांगले. नागरभाषेत ती तितकीशी परिणामकारक होत नाहीत. खेड्यातला बहुजनसमाज नागरभाषेशी समरसच होऊ शकत नाही. नागरभाषेतील जानपद गीते वाचून त्याचे अंत:करण उचंबळून येत नाही, की त्या गीतांनी त्याच्या भावना हेलावत नाहीत. ती त्याच्या हृदयाचा ठाव घेऊ शकत नाहीत, की त्यांच्यामुळे त्याला भोवतालच्या परिस्थितीचा विसर पडत नाही.

प्रथम पक्षाच्या उपरोक्त मुद्यांना खोडण्याचा प्रयत्न के. नारखेडे यांनी केला आहे. त्यांच्या मते, ''बोली भाषेबद्दल अत्यंत आवेशाने बोलणारांमध्ये कोठे स्वार्थी राजकारणाचा आवेश असतो तर कोठे खोट्या अभिमानाबद्दल झिंगलेली बेताल वृत्ती आढळते.'' याशिवाय बोलीभाषा वापरणारांमध्ये महाराष्ट्रात प्रत्येक प्रदेशागणिक वेगळी बोली आहे. त्यांच्या मते ही एक मोठी अडचण आहे. ''या एकमेकांच्या बोली खेड्यातील वेगवेगळ्या प्रदेशातील लोकांनाच समजत नाहीत.'' (खांडेकरांनीही 'सुगी'च्या प्रस्तावनेत असेच मत मांडले आहे.) ''तेव्हा अशा परिस्थितीतून मार्ग कसा काढायचा ? शब्दाशब्दावर टीप देणे कितपत योग्य होईल ? टीपा देऊन लिहिलेल्या कवितेच्या परिणामांची अपेक्षा करता येणार नाही आणि अशा टीपा देऊन कविता लिहिण्यापेक्षा त्या पोटभाषेत न लिहिणेच बरे.''

शेतकऱ्याची गीते त्याच्या भाषेत अधिक हृदयस्पर्शी होतात हे मत नारखेडेंना काहीशा पूर्वग्रहामुळे बनलेले वाटते. कुणबाऊ भाषेमुळे श्रोता असलेला बहुजन समाज पटकन समरस होतो, हा मुद्दा ते तुकारामाचे अभंग, लावण्या, पोवाडे, कीर्तने यांची उदाहरणे देऊन खोटा असल्याचे सांगतात.

प्रमाणभाषेचा पुरस्कार करताना भाषेमुळे शेतकरी साक्षर होतील असेही मत नारखेडे यांनी मांडले आहे.

शेतकऱ्यांच्या जीवनाचा आभास उत्पन्न करण्याकरिता कुणबाऊ भाषेपेक्षा विपुल शब्दसंपत्ती असलेल्या नागर मराठीचाच पुरस्कार नारखेडे करतात. त्यांच्या मते बोलीभाषेच्या नावीन्याने ''रसिकांकडून कवींना टाळी केवळ मिळविता येते. मात्र तिच्यात शेतकरी जीवनाचे प्रभावी चित्र आढळतेच असे नाही.'' आपल्या विधानाच्या स्पष्टीकरणार्थ ते तत्कालीन चंद्रशेखर, गिरीश, यशवंत, मायदेव, कोलते, भवानी शंकर पंडित इ. कवींच्या काही कवितांची उदाहरणे देतात.

नागरभाषेची बाजू मांडताना जात्यावरील ओव्यांत आलेल्या काही नागर शब्दांची उदाहरणे नारखेडेंनी दिली आहेत. याशिवाय पोथ्या, पुराण, कीर्तन यांचाही आधार घेतला आहे.

या लेखाच्या समारोपात ''ही गीते नागर भाषेतच पाहिजेत पण तिचे (भाषेचे)

स्वरूप अत्यंत सोपे, साधे व सरळ पाहिजे. क्वचित आभास उत्पन्न होण्याकरिता बोल भाषेतील शब्द चालतील.'' असे मत ते मांडतात. प्रमाण/नागर भाषेत जानपद गीते लिहिली गेल्याने त्यांच्या मते ''उपेक्षणीय ठरलेल्या बहुजनसमाजाविषयी सुशिक्षितांच्या मनांत त्या गीतांनी सहानुभूती निर्माण होईल. ते खेडुतांकडे आपुलकीने पाहू लागतील व त्यांच्यातील अंतर कमी होईल. हे फार मोठे कार्य होणार आहे.''

के. नारखेडे यांच्या या लेखातून जानपदगीताच्या भाषेच्या वादासंदर्भात काही गोष्टी स्पष्ट होतात त्या अशा - बोली भाषेचे समर्थन करणारे काय किंवा प्रमाण भाषेचा आग्रह धरणारे काय- दोन्ही पक्षाच्या लोकांनी भाषेकडे माध्यम म्हणून न पाहता साधन म्हणून पाहिले आहे. मनातील उत्स्फूर्त भावनांच्या आविष्कारापेक्षा एक वेगळ्या प्रकारचे जीवन आपणास कोणासमोर तरी उभे करायचे आहे, या उद्देशाने हे दोन्ही पक्ष या साधनाकडे पाहत होते. फरक एवढाच- बोलीभाषेचा आग्रह धरणारांपुढे रसिक म्हणून ग्रामीण लोक होते तर प्रमाणभाषेचा आग्रह धरणारांपुढे शहरी !

बोली भाषेचा आग्रह धरणारांनी ग्रामीण जीवन हे तेथील सामाजिक, सांस्कृतिक वैशिष्ट्यांसह जिवंतपणे काव्यातून साकार व्हावे, या हेतूने बोलीचा आग्रह धरला नाही; तर केवळ रसिकांच्या समोर या ग्रामीण जीवनाचा आभास निर्माण करण्यासाठी बोलीभाषेचा विचार मांडला. (व्यक्तिगत भावभावनांना या काळातील ग्रामीण कवितेत स्थानच मिळालेले दिसत नाही. ग्रामीण जीवनाचे एक तर सामूहिक चित्रण किंवा प्रातिनिधिक चित्रण या काळातील ग्रामीण काव्यातून आलेले दिसते.)

प्रमाणभाषेचा आग्रह धरणारांपुढे रसिक म्हणून शहरी वर्ग होता हे स्पष्टच आहे. याचे कारण ग्रामीण समाज अशिक्षित असल्याने कवी आणि श्रोता हे दोन्ही नागर भागातीलच होते. नंतरच्या काळातील काही कवी (ठोकळ, पाटील, नारखेडे वगैरे) ग्रामीण भागातून आलेले असले तरी त्यांच्यापुढे असणारा श्रोता मात्र नागरच होता. म्हणून त्यांच्यातीलही काहींनी प्रमाण भाषेचाच आग्रह धरलेला दिसतो.

या पक्षातील के. नारखेडे यांनी ग्रामीण रसिकांचा विचार केला असला तरी प्रमाण/नागरी भाषेच्या समर्थनासाठी त्यांनी दिलेली कारणे आणि उदाहरणे लटकी वाटतात. नागरभाषेत खेड्यातील लोक समरस होतात हे सांगण्यासाठी ते तुकारामाचे अभंग, शाहीरांच्या लावण्या, पोवाडे यांची उदाहरणे देतात. वास्तविक हे काव्यप्रकार त्या त्या काळातील लोकभाषेतच रचले गेले. तुकारामाचे अभंगही तत्कालीन संस्कृतप्रचुर पंडिती भाषेपेक्षा सर्वसामान्यांच्या बोलीला जवळचे आहेत.

कवी गिरीश यांनी मात्र, ''काव्यामध्ये संभाषण प्रसंगीच्या वेळेस पात्रानुरूप भाषा घालून, कवीला जेव्हा स्वतंत्रपणे काही सांगावयाचे असते. त्या वेळी त्याने ते स्वत:च्या भाषेत सांगावे हे उचित होय'' असा मध्यममार्ग स्वीकारलेला आहे.

'आंबराई'च्या प्रथम आवृत्तीच्या प्रस्तावनेत गिरीशांनी सांगितलेला हा विचार पाचव्या आवृत्तीच्या प्रस्तावनेत वसंत कानेटकर सविस्तरपणे विशद करतात, ''जानपदकाव्ये जानपद भाषेतच लिहिली पाहिजेत असा आग्रह धरणारे श्री. ग. ल. ठोकळ आणि या काव्याचा वाचकवर्ग मध्यमवर्गीय पांढरपेशा आहे, म्हणून ही काव्ये नागरभाषेत समरसतेने लिहिता येतात असे प्रतिपादणारे के. नारखेडे (शिवार-प्रस्तावना) हे दोघेही एकांतिक भूमिकेवरून अर्धसत्य सांगत आहेत असे वाटते. भाषा हे प्रामुख्याने अर्थ- व्यक्तीचे आणि वातावरण निर्मितीचे माध्यम आहे. कवीचे वैयक्तिक पांडित्य व भाषा- प्रभुत्व यांचे प्रदर्शन करण्याचे साधन नाही. जानपद भाषेला जोपर्यंत स्वतंत्र अस्तित्व नाही, तोपर्यंत ललित कृतीतील तिचे स्थान नागरभाषेला धरून, वातावरणनिर्मितीपुरतेच राहिले पाहिजे यात शंका नाही.''[२] कानेटकरांनीही जानपद भाषेचे स्थान दुय्यम स्वरूपाचे, वातावरणनिर्मितीपुरतेच मानले आहे.

भाषेच्या संदर्भात उपरोक्त सर्व चर्चेचा साकल्याने विचार केल्यास वि. म. घुले यांनी मांडलेला साध्या, सोप्या, प्रमाण भाषेच्या वापराबरोबरच काही मर्यादा राखून बोलीचा काव्यात उपयोग केल्यास तो वाङ्मय व काव्याच्या दृष्टीने पोषक होईल - हा विचार अनाग्रही व त्या काळातील जानपद काव्याच्या संदर्भात अधिक समतोल वाटतो.

समालोचनपर लेख :

याकाळात काव्याचे समालोचन करणारे काही लेख तत्कालीन नियतकालिकांतून प्रसिद्ध झाले आहेत. या लेखांतून जानपदकाव्यात चित्रित करण्यात आलेले शेतकरी जीवन, स्त्रियांचे चित्रण आणि एकूण जानपद कवितेचे स्वरूप याविषयी चर्चा झालेली आहे.

'आधुनिक मराठी कविता आणि जानपद जीवन - शेतकरी' ('नयन', एप्रिल १९४०) या लेखात नीळकंठ म्हात्रे यांनी शेतकऱ्यांची सर्वांगीण स्थिती आणि तत्कालीन काव्यात उमटलेले शेतकऱ्याचे खरे-खोटे चित्र यावर प्रकाश टाकला आहे. ते म्हणतात, ''बाहेरच्या जगामध्ये अनेक क्रांत्या होऊन रावांचे रंक किंवा जेत्यांचे जित झाले, दारुण जीवन कलहाला प्रत्यही अनेक लोक बळी पडू लागले आणि यांत्रिक युगाच्या अवतारामुळे उत्पन्न झालेल्या नव्या समाजसंस्थेत असंख्य लोक भरडून निघू लागले. केवळ पूर्वजांची वृत्ती आपण सोडता नये याच भावनेवर शेतकरी शेतीला चिकटून राहिले. तरी सुद्धा मराठी काव्यातला शेतकरी अद्याप रामराज्यातच आहे.

''शेतकऱ्यांची शेती मराठी काव्यातून अगदी भरघोस आली आहे. पीक पाणी

कमी म्हणून शेतकऱ्याची तक्रार क्वचितच ऐकू येते - कृषिजीवन हे दूरत्वामुळे नागर कवींना रम्य वाटत असल्यामुळे त्यांनी त्यांची काव्यमय वर्णने केली आहेत.'' असे सांगून शेतकऱ्याच्या दुःखी कष्टी जीवनापेक्षा सुखाचे, आनंदी वृत्तीचेच दर्शन मराठी कवींनी कसे घडविले आहे, यावर या लेखात प्रकाश टाकला आहे. त्यांच्या मते शेतकऱ्यांची सांपत्तिक दुःखे, अतिवर्षण वा अवर्षण, सावकाराचा पाश, खोताचा छळ इ. गोष्टींचा उल्लेख मराठी काव्यातून क्वचितच आढळतो.

म्हात्रे यांनी या लेखात 'सुगी'तील व तत्पूर्वीच्या कवींच्या काव्यातून येणारे शेतकरी जीवन - त्यातील कृत्रिमता, अवास्तवता, अनुभवाची विविधता इ. कशा प्रकारे चित्रित झाले आहे, याची सोदाहरण सविस्तर चर्चा केली आहे.

लेखाच्या समारोपात मराठी कवींनी शेतकऱ्यांच्या दुःखाकडे दुर्लक्ष करून त्यांच्या सुखाची चित्रे काढण्यामागे 'उत्तम शेती कनिष्ठ नोकरी' या विचारांचा पगडा या कवींवर असल्याचे सांगितले आहे. तसेच शेत, मळे, मोट, सुगी इ. ठळक गोष्टी म्हणजे सारे कृषिजीवन असल्याची या कवींची समजूत झाली होती, आणि म्हणूनच या पलिकडे ते जाऊ शकले नाहीत असे म्हात्रे सांगतात. कृषिजीवनावर कविता लिहिणारे नागर कवी, त्यांचे कृषिजीवनाशी असलेले दूरत्व, त्यामुळे या कवितेत आलेले कृषिजीवनाचे वरवरचे वर्णन आणि भावी काळात या काव्याकडून असलेल्या अपेक्षा या साऱ्यांचे दर्शन या लेखात होते.

नीळकंठ म्हात्रे यांचाच 'आधुनिक मराठी कविता आणि जानपद स्त्रिया' हा लेख 'नयन'च्या ऑगस्ट व सप्टेंबर १९४० या दोन्ही अंकांतून क्रमशः प्रसिद्ध झाला आहे. अगोदरच्या लेखाप्रमाणे याही लेखात त्यांनी मराठी काव्यात जानपद स्त्रियांचे चित्रण कसे झाले आहे याचा शोध घेतला आहे. सुरुवातीस ग्रामीण स्त्रीची वेगवेगळी रूपे ते वर्णन करतात, ''जानपद स्त्रियांमध्ये शेतकऱ्याच्या कारभारणीचा अग्रपूजेचा मान आहे. ती कृषिजीवनातील अनेक व्यवसायांत व्यग्र झालेली दिसते. कधी मोट हाकताना, कधी शेत राखताना, कधी लावणी करताना, कधी घरधन्याला न्याहरी नेताना, कधी पतीची सेवा करताना, तर केव्हा पहाटे जात्यावर दळताना आपण तिला पाहतो. त्याचप्रमाणे निर्व्याज मनाने खेळणारी बाला, मुग्ध प्रणयचेष्टा करणारी नवोढा आणि मुलाबाळांची काळजी वाहणारी प्रौढा अशा विविध स्वरूपांतही ती मराठी काव्यात दिसते.''

ग्रामीण स्त्रीचे असे बहुरंगी चित्रण मराठी काव्यात आलेले असले तरी ते कसे अपरिपूर्ण व एकांगी स्वरूपाचे आहे, हे सांगताना ते म्हणतात, ''शेतकऱ्याचा संसार गरिबीचा असला तरी सुखाचा आहे. अशी आमच्या कवींची सामान्य आणि सार्वत्रिक स्वरूपाची समजूत आहे. त्यांच्या सांसरिक जीवनात पति-पत्नीचे 'लाड झगडे' किंवा प्रेमकलह होत नाहीत, नेहमीप्रमाणे आणि एकोप्यानेच त्यांचा संसार

चालावयाचा, त्याच्या मुलांत हूडपणा कसा तो नाहीच, ती आज्ञाधारक, आनंदी आणि कष्टाळू अशीच असावयाची- शेतकऱ्याच्या संसाराबद्दलच्या अशा कल्पनांचे प्रतिबिंब मराठी काव्यात पडले आहे. शेतकरी आणि त्याची कारभारीण यांच्या परस्पर विषयप्रेमाची गोड वर्णने मराठी कवींनी केली आहेत.''

या लेखात प्रियकर-प्रेयसी प्रेमाबरोबरच पती-पत्नी प्रेमाच्या विविध छटा काव्यात कशा चित्रित झाल्या आहेत ते कुमार कमलाग्रज, ठोकळ, यशवंत, कोलते, देशपांडे, साधुदास, आगरवाल यांच्या कवितांच्या आधारे सांगितले आहे. या चित्रणाचे स्वरूप वर्णन करताना ते म्हणतात, ''शेतकऱ्यांच्या गृहिणीचे चित्र काढण्यात मराठी कवींनी अवास्तवता दाखविली नाही. तिची कष्टाळू वृत्ती, प्रेमळ स्वभाव, पतीवरील प्रेम आणि शीलरक्षणाचा बाणेदारपणा या सर्व गोष्टी यथार्थत्वाने दाखविल्या आहेत. तिच्या नानाविध गृहकृत्यांची वर्णने देताना जानपद स्त्रियांच्या काही भोळ्या धार्मिक समजुती, त्यांचा विनोद परिहास आणि त्यांची दागदागिन्यांची हौस इत्यादी गोष्टींचाही त्यांनी उल्लेख केलेला आहे.''

या लेखाच्या शेवटी ग्रामीण काव्यातील स्त्री चित्रणाचे विशेष आणि उणीव स्पष्ट करताना ते म्हणतात, ''एकंदरीत मराठीतील जानपद स्त्री चित्रांमध्ये विविधता कमी आहे. कृषिवलांच्या गृहिणींच्या जीवनातील विविध बाजू मात्र मराठी काव्यात प्रतिबिंबित झाल्या आहेत. सामान्यत: जानपदांची गरिबी आणि त्यांच्यावर होणारा जुलूम ह्या दोनच गोष्टींवर कवींनी स्त्री चित्रणात भर दिला आहे. पहाटे जात्यावर दळणाऱ्या, विहिरीवरून पाणी आणणाऱ्या जानपद स्त्रिया मराठी काव्यात नाहीत.

म्हात्रे यांच्या उपरोक्त दोन्ही लेखांत शेतकरी, त्याची कारभारीण आणि इतर कामधंदा करणाऱ्या स्त्रिया यांचे वास्तव जीवन कसे आहे, जानपद काव्यातील या चित्रणात कोणकोणत्या गोष्टींचा अभाव आहे हे सांगण्याचा प्रयत्न केला आहे.

'आधुनिक मराठी ग्रामीण गीते' या 'अभिरुचि' एप्रिल १९५० च्या अंकात प्रसिद्ध झालेल्या लेखात रमा बखले यांनीही या काळातील ग्रामीण कवितेचा परामर्श घेतला आहे.

जानपदासंबंधी रचलेले साहित्य त्याचप्रमाणे ग्रामस्थांनी, गावकऱ्यांनी स्वत:विषयी रचलेले साहित्य (लोकवाङ्मय) या दोन्ही प्रकारच्या साहित्याची गणना ग्रामीण साहित्यात होऊ शकते असे सांगून, या साहित्याला मानाचे स्थान मिळाले पाहिजे, असे प्रतिपादन त्या करतात.

नागर साहित्यापेक्षा ग्रामीण साहित्यात असलेले भिन्नत्व स्पष्ट करताना त्या म्हणतात, ''ग्रामीण म्हटले म्हणजे गाव, तेथे वस्ती करून राहणारी जनता, त्यांच्या भोवतालचे वातावरण, सभोवारचा निसर्ग, यांचा त्यात समावेश होतो. गावात गावकरी कमी अधिक तोलामोलाचे असतातच, शिवाय निरनिराळ्या आचार विचारांचा,

भिन्न भिन्न देवांना भजणाऱ्यांचा बराच भरणा असतो. शेतांनी वेढलेल्या गावात जमीन नांगरणारा शेतकरीच असतो असे नाही, तर त्याला नाडणारा सावकार पण असतो. जातिभेदाचे तीव्र स्वरूप खेड्यातच अधिक आढळते. कुणबी मराठ्यांप्रमाणेच गोंड-डांग, वडारी-वंजारी, भटके-लमाण तसेच गावाकडचे कोळी, कातोडी यांच्यातले वैचित्र्य खेड्यातच स्पष्ट दिसून येते. त्यांचे पोशाख, त्यांचे नाचरंग, संस्कार, अधिकार, खेळ, कुस्त्या, करमणुकीची साधने, बैलांच्या-कोंबड्याच्या झुंजी, त्यांचे मेळे, जत्रा ही सर्वस्वी शहरवासीयांपासून भिन्न असून खेड्याची वैशिष्ट्ये आहेत. खेडुतांच्या शकून-अपशकुनाच्या कल्पना, त्यांचे जंतर मंतर, भुताखेताचा विश्वास या सर्व गोष्टींत नागर जीवनाशी साम्य नसल्यामुळे ग्रामीण जीवनावरचे साहित्य नागर जीवनापेक्षा भिन्न असणे अगदी स्वाभाविक आहे.''

दिवसेंदिवस वाढत जाणारी दळणवळणाची साधने, कामकाजानिमित्त ग्रामीण व शहरी भागात होणारी देवाण-घेवाण, महायुद्धोत्तर काळातील सरमिसळ, साक्षरता, यांत्रिक युग, सुधारणा अशा अनेक कारणांमुळे ग्रामीण व शहरी हे भिन्नत्व ओळखणे कठीण झाले आहे. तेव्हा ग्रामीण साहित्याचे मराठी साहित्यात वेगळे क्षेत्र ठेवण्याची गरज नाही, असा आक्षेप कालांतराने येण्याचा संभव आहे. (असे आक्षेप १९७७-७८ पासून घेतले जात असल्याचे आपण पाहतोच आहोत.) तथापि असे असले तरी ग्रामीण व शहरी यांच्यामध्ये भिन्नत्व कायम राहील असे रमा बखले यांचे ठाम मत आहे. या भिन्नत्वाची कारणे त्या पुढीलप्रमाणे देतात, ''शहरवासीयांची व गावकऱ्यांची किती जरी सरमिसळ झाली व त्यांच्यातला फरक किती जरी नाहीसा झाला तरी तो बाह्यात्कारीच होईल. कारण गावात राहून मातीत मुरलेल्यांचे, वनात राहून वनचरांशी झगडणारांचे, गर्द राईत राहून वृक्ष वेलींच्या फळ-फांद्यावर जगणाऱ्यांचे, नदीनाल्यांशी, गुराढोरांशी, पीकपाण्याशी ज्यांचे जीवन निगडित झाले आहे अशांचे किंवा शहरातील यांत्रिक हालचालींवर जगणाऱ्या मजुरांचे, ओझी वाहणाऱ्या हमालांचे, मालकाच्या इच्छेनुसार नाचणाऱ्या गडीमाणसांचे जीवन केव्हाही भिन्नच राहणार आणि त्यांच्या विषयीचे साहित्य मग ते गद्य असो वा पद्य, भिन्नच राहणार.''

अशा प्रकारे नागर साहित्य व ग्रामीण साहित्य यांतील भिन्नत्व स्पष्ट करून प्रारंभीच्या काळात निर्माण झालेल्या ग्रामीण साहित्याचे स्वरूप स्पष्ट करताना त्या लिहितात, ''नगरापेक्षा भिन्न असणाऱ्या ग्रामीण जीवनावर साहित्य निर्माण करण्याचा बुद्धिपुरस्सर प्रयत्न मराठी वाङ्मयात कोणी केला आहे असे म्हणता येत नाही. सुशिक्षित साहित्यिक जनता शहरातच राहत असल्यामुळे तेथून जेवढे ग्रामीण जीवन नजरेस येईल किंवा कल्पिता येईल तेवढीच साहित्य- रचना मराठी वाङ्मयात आजतागायत झाली आहे. नागर जीवनावरील साहित्य काठोकाठ भरून निघत असताना केवळ रुचिपालट म्हणून काही जानपद कथा, कादंबऱ्या, नाटके या

रूपात लिहिण्यात आले व त्याच सुमारास नागरिक जीवनासंबंधी नाना प्रकारची कविता रचली जात असताना काही ग्रामीण कविता पण निर्माण झाली व त्या कवितेला 'जानपद गीते', 'ग्रामीण गीते' अशा नावांनी संबोधण्यात येऊ लागले.

''केवळ रुचिपालट म्हणून रचल्या गेलेल्या ग्रामीण गीतांच्या मुळाशी ग्रामीण जीवनाशी समरस होण्याची, तसेच खेड्यातील जनतेच्या इच्छा आकांक्षा, हौशी-आवडी, त्यांचे आचार-विचार, अडीअडचणी जाणून घेण्याची किंवा जनतेस कळविण्याची इच्छा एखाददुसरा अपवाद सोडून मराठी कवींस होती असे म्हणता येत नाही. केवळ रुचिपालट व निराळे असे काहीतरी लिहावे असे कवींना वाटले म्हणूनच ती गीते लिहिली गेली. त्याचप्रमाणे नागरी जीवनाला कंटाळलेल्या जनतेला ग्रामीण जीवनाचे आकर्षण वाटल्यामुळे त्यांनी ती आवडीने वाचली.''

याच लेखात पुढे आधुनिक मराठी कवींची पहिली पिढी (गडकरी, बालकवी, दत्त इ.) ग्रामीण जीवनाकडे वळली नाही, याबद्दल खंत व्यक्त करून नंतर लिहिल्या गेलेल्या ग्रामीण काव्याचा आढावा बखले यांनी घेतला आहे. यामध्ये यशवंत, ग.ह. पाटील व 'सुगी'तील ठोकळ, पाठक, काणेकर इ. कवींच्या काव्याचा विचार केला आहे. या काव्यातील कवींच्या मर्यादा दाखविण्यापेक्षा या काव्यात आलेले ग्रामजीवन व ग्रामजीवनातील सौंदर्यस्थळे यावरच लेखिकेने भर दिला आहे.

'हिंद' मासिकाच्या नोव्हेंबर १९४८ च्या अंकात पां. ना. कुळकर्णी यांचा 'सुगी'च्या निमित्ताने' या शीर्षकाचा लेख प्रसिद्ध झाला आहे. या लेखात खेड्यांचे हिंदुस्थानातील स्थान, अलुतेदार, बलुतेदार, शेतकऱ्यांचे पाळीव प्राणी, चावडी, देवडी, धर्मशाळा, गोशाळा इ. विशिष्ट स्थाने यांचा उल्लेख करून शेतकरी, त्याची स्वभाव वैशिष्ट्ये, धर्मकल्पना, श्रद्धा-अंधश्रद्धा या सर्व गोष्टींचे सर्वांगीण चित्रण 'सुगी'तील कवितांत आढळत नाही असे कुळकर्णी यांनी म्हटले आहे. त्यांच्या मते ग्रामीण नागर हा भेद आधुनिक काळात निर्माण झाला, पण प्राचीन काळी असा भेद नव्हता. त्यासाठी ते पेशवाई काळातील पोवाडे, लावणी वाङ्मय त्याचप्रमाणे प्राचीन साहित्याचा आधार घेतात. तसेच लोककथा व लोकगीते इ. वाङ्मयही ग्रामीण वाङ्मयात अंतर्भूत होते असे मत ते मांडतात. या लेखाच्या निमित्ताने ''ग्रामीण गीतांचा इतिहास 'गुराख्याच्या गाण्या' पासून न मानता त्याच्याही पूर्वीपासून मानला पाहिजे.'' अशी ते अभ्यासकांना सूचना करतात.

'सुगी'त भावनांचा तोचतोपणा, वर्णनांचा ठराविकपणा, स्थळांचे संकुचितत्व, प्रत्यक्ष परिचयापेक्षा कल्पनात्मक परिचय इ. मुळे ग्रामीण जीवनाचे चित्रण मुळीच आढळत नाही- असे 'सुगी'तील कवितांचे दोष कुळकर्णींनी दाखविले आहेत. 'सुगी'तील कवितांचा धावता परामर्श घेऊन वाचकांचे लक्ष प्राचीन वाङ्मयातील ग्रामीण चित्रणाकडे वेधण्याचा त्यांचा प्रयत्न या लेखात दिसतो.

'मीठभाकर' या ग.ल. ठोकळ यांच्या काव्यसंग्रहाच्या पाचव्या आवृत्तीला आनंद यादव यांनी 'मराठी ग्रामीण कविता आणि ठोकळ' या शीर्षकाची प्रस्तावना लिहिली आहे. (हीच प्रस्तावना पुढे 'रविकिरणमंडळकालीन ग्रामीण कविता' या शीर्षकाने यादवांच्या 'ग्रामीण साहित्य : स्वरूप आणि समस्या' या समीक्षा ग्रंथात समाविष्ट केलेली आहे.)

रविकिरणमंडळ काळातील ग्रामीण कविता आणि ठोकळांची कविता यांचा विचार या प्रस्तावनेत केलेला आहे. तीन भागांत हा विचार येतो. पहिल्या भागात इंग्रजीवरून प्रेरणा घेऊन आलेली मराठी ग्रामीण कविता, या कवितेच्या समकालीन रविकिरण मंडळाचा मराठी काव्यातील प्रमुख प्रवाह, या प्रवाहाची वैशिष्ट्ये आणि त्याचा ग्रामीण कवितेवरील प्रभाव यांची चर्चा केली आहे. दुसऱ्या भागात 'सुगी'पूर्व लिहिली गेलेली 'काय हो चमत्कार' आणि 'आंबराई' ही खंडकाव्ये तसेच 'सुगी' संग्रहातील कविता, त्याचबरोबर स्वतंत्रपणे काव्यसंग्रह प्रसिद्ध झालेले पांडुरंग श्रावण गोरे ('बोबडे बोल'), ग. ह. पाटील (रानजाई), के. नारखेडे (शिवार) यांच्या कवितांचा सविस्तर परामर्श घेतला आहे. तिसऱ्या विभागात ग. ल. ठोकळ यांच्या 'मीठभाकर' या काव्यसंग्रहाच्या आधारे त्यांच्या कवितेची सखोल आणि विस्तृत चर्चा यादवांनी केली आहे.

या प्रस्तावनेचे ग्रामीण काव्यसमीक्षेच्या दृष्टीने विशेष महत्त्व असे की, तिच्यात रविकिरणमंडळ काळापर्यंतच्या सर्व प्रमुख ग्रामीण कवींच्या काव्यसंग्रहांचा, त्यांच्या स्वरूप, वैशिष्ट्ये आणि मर्यादासह विचार आला आहे. त्या त्या कवीच्या काव्याचे विषय, त्याने चित्रित केलेले खरे-खोटे ग्रामीण जीवन, त्याच्या कवितेची भाषा, अभिव्यक्तीची पद्धत, त्या कवीचे व्यक्तिमत्त्व या साऱ्यांचा सखोलपणे शोध घेऊन या कवींच्या काव्यातील गुणदोषांचे सप्रमाण दिग्दर्शन केले आहे. या सर्व वैशिष्ट्यांमुळे 'सुगी' काव्यसंग्रहाला वि. स. खांडेकर यांनी लिहिलेल्या प्रस्तावनेप्रमाणेच ग्रामीण काव्याच्या अभ्यासकांच्या दृष्टीने या प्रस्तावनेचे महत्त्वही अनन्यसाधारण आहे.

''पहिली ग्रामीण कवयित्री बहिणाबाई चौधरी'' या लेखात आनंद यादव यांनी बहिणाबाईंच्या काव्याचे मराठी ग्रामीण कवितेच्या संदर्भात महत्त्व आणि या काव्याचे विशेष स्पष्ट केले आहेत. ('ग्रामीणता- साहित्य आणि वास्तव' पृ. १३० ते १३३)

सुरुवातीला बहिणाबाईची कविता प्रसिद्ध होईपर्यंत प्रादेशिक भाषेचे मराठी काव्यातील स्थान विशद करताना ते म्हणतात, (ही कविता प्रसिद्ध होई) ''तो-पर्यंत सोपानदेवांच्या मनात प्रादेशिक बोलीतील कविता कशी प्रसिद्ध करायची हा न्यूनगंड असावा, पण अत्रे यांनी तो काढून टाकण्याचे कार्य केले आणि महाराष्ट्रावर फार मोठे उपकार करून ठेवले. १९२५ नंतरच्या काळात कविता लिहिणाऱ्या खानदेशातील के. नारखेडे यांनाही त्या वेळी प्रादेशिक भाषेत ग्रामीण कविता न

लिहिता नागर भाषेत लिहावी असेच वाटत होते. यावरून त्या वेळी प्रादेशिक भाषेला काव्याचे माध्यम म्हणून नीटशी प्रतिष्ठा नसावी असे वाटते. यामुळेही कदाचित आपल्या आईची प्रादेशिक भाषेतील कविता दाखविण्याचा, प्रसिद्ध करण्याचा संकोच सोपानदेवांना वाटला असावा.'' अशा प्रकारे बहिणाबाईचे काव्य उशिरा प्रसिद्ध व्हायला मराठी काव्यक्षेत्रात त्या काळात प्रादेशिक भाषेला नसलेली प्रतिष्ठा हे महत्त्वाचे कारण यादव सांगतात. पुढे बहिणाबाईंच्या कवितेचे ग्रामीण काव्यप्रवाहातील महत्त्व सांगताना ते म्हणतात, ''१९२५ च्या आसपास जन्मलेली ही कविता जर त्या वेळी प्रसिद्ध झाली असती तर जानपद किंवा ग्रामीण कवितेला वेगळे वळण मिळाले असते - बहिणाबाईच्या कवितेला वाट पुसत या कवितेला जावे लागले असते.''

व्याजप्रेरणेने निर्माण झालेल्या जानपद कवितेत आणि बहिणाबाईंच्या कवितेत असलेला मूलभूत फरक यादवांनी स्पष्ट केला आहे. त्याचबरोबर वर्णनपरता, कुणाला तरी उद्देशून सांगण्याची भूमिका, व्यक्तिमत्त्वाच्या आविष्कारापेक्षा विषयावर असलेले अवधान, सामान्य सांसरिकांची देवदेवतांना शरण जाण्याची कृतज्ञभावना इ. बहिणाबाईंच्या कवितेच्या वैशिष्ट्यांचा उल्लेख करून संत आणि लोकसाहित्याच्या परंपरेशी आपले नाते सांगणारी बहिणाबाईंची कविता असल्याने ती लोककवयित्री तसेच ग्रामीण जीवनाची पहिली भाष्यकार कवयित्री कशी ठरते ते आनंद यादव यांनी या लेखात सांगितले आहे.

अशा प्रकारे 'सुगी' या ग्रामीण कवितेच्या पहिल्या संग्रहापासून तो बहिणाबाई चौधरीपर्यंतच्या काव्याचे समालोचन, चर्चा त्या त्या काळातील नियतकालिकांतून, ग्रंथातील लेख, प्रस्तावनांमधून आलेली दिसून येते.

पुस्तक परीक्षणे :

या काळात प्रसिद्ध झालेल्या काव्यसंग्रहांवरील पुस्तक परीक्षणेही या काळातील काही नियतकालिकांतून प्रसिद्ध झाली आहेत. या परीक्षणांच्या संदर्भात एवढेच म्हणता येईल की या लेखनाचे स्वरूप परीक्षणाचे नसून परिचयाचे आहे. या परिचयातही केवळ एक नवीन काव्यप्रकार, नवीन काव्यविषय या दृष्टीने त्या त्या लेखकांनी या पुस्तकांकडे फक्त कौतुकाच्याच नजरेने पाहिले आहे. या परीक्षणात कोठेही योग्य ते मार्गदर्शन नाही किंवा परखड असे दोषदिग्दर्शन नाही. केलेच तर संबंधित संग्रहात आढळणाऱ्या एखाद दुसऱ्या गुणाचे कौतुक आहे.

या सर्व परिचय परीक्षणांवरून तत्कालीन कवींप्रमाणेच समीक्षकांनीही या कवितेकडे म्हणावे तितक्या गंभीरपणे पाहिलेले दिसत नाही. निदान ग.त्र्यं. माडखोलकर, भ.श्री. पंडित, रा.श्री. जोग यांसारख्या तत्कालीन मान्यवर समीक्षकांनी तरी या

संग्रहांचे साधक बाधक परीक्षण करावयास हवे होते. त्यामुळे कवींना निदान आपल्या लेखनातील उणिवा तरी लक्षात आल्या असत्या आणि जानपद कवितेत काही चांगला बदल होण्यास मदत झाली असती. - पण तसे घडलेले नाही.

एकंदरीत या काव्यप्रवाहाकडे एक स्वतंत्र व स्वयंपूर्ण काव्यप्रवाह म्हणून या परीक्षणकर्त्यांनी पाहिले नाही. केवळ रुचिपालट म्हणून आलेला एक नवीन काव्यप्रकार या दृष्टीने या बाल्यावस्थेतील ग्रामीण कवितेचे त्यांनी केवळ कौतुकच केले.

ब) १९५५ ते १९९० या कालखंडातील ग्रामीण कवितेचे स्वरूप आणि काव्यसमीक्षा :

१९५५ नंतरच्या मराठी ग्रामीण कवितेचे स्वरूप अगोदरच्या काळातील (जानपद) ग्रामीण कवितेपेक्षा आमूलाग्र बदललेले दिसते. या काळात मराठी कवितेत नवकाव्याचे आगमन झाले. मर्ढेकर-मुक्तिबोध यांच्या कवितेने हे परिवर्तन घडवून आणले. दुसऱ्या महायुद्धामुळे मानवी जीवनाची क्षणभंगुरता, असहायता, एकाकीपणा, परकेपणा यांची झालेली जाणीव; मानसशास्त्र, मनोविश्लेषणशास्त्र यामुळे लागलेला मानवी मनाच्या अनेक पदरीत्वाचा, गुंतागुंतीचा, अनाकलनीयत्वाचा शोध, संगीत ललित कलांचा प्रभाव- या सर्व गोष्टींचा परिणाम या काव्याच्या आशय आणि अभिव्यक्तीवर झाला. अगोदरच्या (रविकिरणमंडळ) काळातील व्याज रोमँटिकता, बेगडीपणा, निर्जीवता, सांकेतिकता, बालपणात/भूतकाळात रमण्याची वृत्ती, भाबडा आशावाद, आदर्शवाद याऐवजी (आत्मनिष्ठ किंवा सामाजिक) वास्तवानुभव, प्रतिमेची भाषा, घाट यांना प्राधान्य आले.

या काळातच आनंद यादव यांची ग्रामीण संवेदनशीलतेची, ग्रामीण भाषा प्रतिमांत साकार होणारी कविता आकार घेत होती. 'हिरवे जग' (१९६०) मधून ती प्रथम अवतरली. 'मळ्याची माती' (१९७८) या संग्रहातील शेवटच्या कवितांतून हे परिवर्तन विशेष स्वरूपात प्रकटले. त्यामुळे अगोदरच्या कालखंडातील (जानपद) ग्रामीण कवितेपेक्षा आनंद यादवांच्या कवितेपासून मराठी ग्रामीण कवितेच्या स्वरूपातही आमूलाग्र बदल झालेला दिसतो.

पुढे तांबे, बोरकर, रेगे, ना.घ. देशपांडे यांची परंपरा सांगणारी, सौंदर्यानुभवी निसर्गप्रतिमांतून साकार होणारी ना. धों. महानोरांची कविता 'रानातल्या कविता' (१९६७) या संग्रहातून आविष्कृत झाली.

विठ्ठल वाघांची कविताही तिच्यामागोमाग अवतरली. लोकजीवन-लोकगीतांचा बाज घेऊन आलेली वाघांची कविता बहिणाबाई चौधरींच्या कवितेशी आपले नाते सांगून जाते. या वैशिष्ट्यांबरोबरच गीतप्रधानतेमुळे ही कविता लोकप्रिय ठरली.

पुढे १९७७ पासून ग्रामीण साहित्याची चळवळ प्रत्यक्ष स्वरूपात आकाराला

आली. (१९७० पासूनच या चळवळीच्या चर्चेला प्रारंभ झाला होता.) या चळवळीला दरम्यानच्या काळात महाराष्ट्रात घडलेले राजकीय व शैक्षणिक परिवर्तन पोषक ठरले.

१ मे १९६० ला महाराष्ट्र राज्याची स्थापना झाली. स्थानिक स्वराज्य संस्थांमुळे राजकारण व समाजकारण खेड्यापाड्यापर्यंत पोहोचले. आतापर्यंत या क्षेत्रापासून वंचित राहिलेला ग्रामीण माणूस आता ही संधी प्राप्त झाल्याने गावापासून - राजधानीपर्यंत राजकारणात - समाजकारणात प्रत्यक्ष अप्रत्यक्ष सहभाग घेऊ लागला. सोसायट्या, साखर कारखाने, दूध संघ, कृषि उत्पन्न बाजार समित्या अशा अनेक क्षेत्रांत तो प्रतिनिधित्व करू लागला.

शैक्षणिक विकासही झपाट्याने होत गेला. शिक्षणसंस्थांचे जाळे महाराष्ट्रभर पसरले. आतापर्यंत जिल्ह्याच्या ठिकाणी असलेली महाविद्यालये तालुक्यापर्यंत पोहोचली. तालुक्याच्या ठिकाणच्या माध्यमिक शाळा मध्यम खेड्यांत सुरू झाल्या. प्रत्येक गावात प्राथमिक शिक्षणाची सुविधा प्राप्त झाली. गरीब-उपेक्षित-मागासवर्गीयांसाठी शैक्षणिक सवलतींच्या धोरणामुळे खेड्यांतील कष्टकरी जनतेची मुले शिक्षण घेऊ लागली. आतापर्यंत शेती आणि बारा बलुतेदारीत कष्ट करणारी अज्ञानी, अर्धपोटी जनतेची मुले शिक्षित झाली. विचार करू लागली. शिक्षण, नोकरी व्यवसायाबरोबरच साहित्य संस्कृतीच्या क्षेत्रातही ती वावरू लागली.

या घडामोडींचे काही अनिष्ट परिणामही दिसू लागले. लोकशाही स्वातंत्र्याबरोबरच राजकारण, भ्रष्टाचार, स्वार्थ, आप्तस्वकीयांची वर्णी, वशिलेबाजी यांचा सुळसुळाट झाला. शिक्षित झालेली ही ग्रामीण भागातली मुले आपल्या परंपरागत धंद्यांपासून तुटली व नोकरीच्या क्षेत्रात शिरू पाहू लागली. शिक्षणामुळे आपला, आपल्या कुटुंबियांचा विकास होईल, निदान अन्न, वस्त्र, निवाऱ्याच्या समस्या सुटतील अशी स्वप्ने पाहणाऱ्या या शिक्षित तरुण पिढीच्या पदरी निराशाच आली. बेकारी, भ्रष्टाचार, अनैतिकता, वशिलेबाजी या सर्व गोष्टींमुळे हे सर्व परिवर्तन आपल्यासाठी असले तरी याचा आपल्याला, आपल्या कुटुंबियांना काहीही उपयोग नाही, याची जाणीव त्यांना प्रकर्षाने होऊ लागली.

या सर्व राजकीय, सामाजिक, शैक्षणिक घडामोडींबरोबरच साहित्याच्या क्षेत्रातही ही शिक्षित तरुण मने विचारप्रवण झाली. आधुनिक मराठी साहित्याच्या प्रारंभापासूनच मराठी साहित्यात ग्रामीण जीवन हवे त्या प्रमाणात आविष्कृत झालेले नाही, केवळ मूठभर पांढरपेशा समाजाच्या चित्रणाने मराठी साहित्य व्यापलेले आहे. आणि हे साहित्य संपूर्ण मराठी साहित्य असल्याचा आभास निर्माण केला जात आहे. कमी अधिक प्रमाणात ग्रामीण जीवन मराठी साहित्यात आले असले तरी त्यावर शहरी अभिरुची आणि शहरी संस्कार यांचा प्रचंड पगडा आहे, याचीही जाण त्यांना आली.

या सर्व पार्श्वभूमीवर १९७७ पासून ग्रामीण साहित्याची चळवळ वेगाने आकाराला येत गेली. लहान-मोठी संमेलने, मेळावे, शिबिरे, यांमधून ही तरुण पिढी एकत्र येऊन विचार करू लागली. आधुनिक ग्रामीण साहित्य आणि या साहित्य चळवळीची भूमिका या विषयी लेख लिहून, व्याख्याने देऊन त्यांच्यात आत्मभान जागृत करण्याचे कार्य ग्रामीण साहित्य चळवळीच्या अध्वर्यूंनी केले. या निकडीतूनच आनंद यादव यांचे 'ग्रामीण साहित्य : स्वरूप आणि समस्या' (१९७९), 'ग्रामीणता : साहित्य आणि वास्तव' (१९९१), 'मराठी साहित्य : समाज आणि संस्कृती' (१९८५), 'साहित्याची निर्मितीप्रक्रिया' (१९८९) हे ग्रंथ प्रसिद्ध झाले. त्या पाठोपाठ 'ग्रामीण साहित्य : स्वरूप आणि शोध'- नागनाथ कोत्तापल्ले, ग्रामीण साहित्य एक चिंतन - द.ता. भोसले, -ग्रामीण साहित्य' रा. रं. बोराडे, 'भूमी आणि भूमिका' - भास्कर चंदनशिव असे ग्रामीण साहित्याच्या मांडणीबरोबरच या साहित्याच्या विविध अंगांवर प्रकाश टाकणारे ग्रंथ प्रसिद्ध झाले. त्यांतून ग्रामीण साहित्याचे वेगळेपण, स्वरूप आणि दिशा स्पष्ट होत गेल्या.

ग्रामीण साहित्य चळवळीने ग्रामीण कवींमध्ये आत्मविश्वास निर्माण होत गेला. परिणामी १९८० ते १९९० च्या सुमारास ग्रामीण भागातून आलेल्या कवींच्या ग्रामीण काव्यसंग्रहांचे प्रकाशन मोठ्या प्रमाणावर होत गेले. महाराष्ट्र राज्य साहित्य-संस्कृती मंडळाच्या नवलेखक अनुदान योजनेचाही या संग्रहांना प्रकाशित करण्यात मोलाचा आर्थिक हातभार लागला.

ग्रामीण साहित्य चळवळीची भूमिका व कार्य, ग्रामीण काव्यसंग्रहांच्या प्रस्तावना व या कवितेवरील लेख, प्रस्थापित मराठी साहित्य समीक्षकांची मानसिकता आणि समीक्षा क्षेत्रातील मराठी ग्रामीण काव्याची उपेक्षा इ. मुद्यांच्या आधारे आपणास या काव्यावरील समीक्षेचा विचार करता येईल.

ग्रामीण साहित्य चळवळीची भूमिका व कार्य :

ग्रामीण साहित्य चळवळीच्या प्रारंभाची कारणमीमांसा करताना आनंद यादव म्हणतात, ''ग्रामीण साहित्याने १९६० पर्यंत अनुगामित्व स्वीकारले होते. निर्माण होणाऱ्या शहरी साहित्याला समांतर अशाच ग्रामीण साहित्याची निर्मिती करावयाची अशी जी वृत्ती स्वीकारलेली होती, ती त्याने नाकारावी आणि स्वतंत्र वृत्तीने ग्रामीण साहित्याची निर्मिती करावी यासारख्या वाङ्मयीन अपेक्षांनी ही चळवळ सुरू झाली.

''पूर्वसूरींनी निर्माण केलेली ग्रामीण साहित्याची कोंडी फुटावी, दलित साहित्याने निर्माण केलेल्या साधनत्वातून मराठी साहित्य मुक्त व्हावे आणि ते समग्र मराठी जीवनाला सामोरे जावे, स्वत:च्या देशी परंपरांचा शोध त्याने घ्यावा, तरुणांच्या व्यक्तिमत्त्वाचा सामाजिक- सांस्कृतिक अंगाने विकास व्हावा, त्याला स्वत्व शोधता

यावे, नव्या आधुनिक खेड्याला वाङ्मयाचा वारसा मिळावा, खेड्यांना साहित्य-जागरण व नवसंस्कृति-जागरण यांचा स्पर्श व्हावा, म्हणून ही चळवळ सुरू झाली. गेल्या आठ नऊ वर्षांत या चळवळीने आपली अशी वैचारिक बैठक तयार केली आहे. या वैचारिक बैठकीनुसार ती केवळ वार्षिक संमेलने न घेता अनेक पातळ्यांवर लहानमोठ्या प्रमाणावर कार्य करत आहे. नवशिक्षित ग्रामीण तरुणांवर व साहित्यिकांवर संस्कार करीत आहे.''[३]

"चळवळीने उत्तम साहित्यनिर्मिती होऊ शकते काय ?'' या प्रश्नाचे उत्तर आनंद यादवांनी पुढीलप्रमाणे दिले आहे, "चळवळीने उत्तम साहित्यनिर्मिती होऊ शकते असे या चळवळीने कधीच मानले नाही, पण त्याबरोबरच या चळवळीने असेही मानले आहे की, सांस्कृतिक दृष्ट्या व ज्ञानाच्या दृष्टीने हजारो वर्षे उपाशी मरणाऱ्या ग्रामीण विभागातून आजकाल जे अनेक साहित्यिक लेखन करू पाहत आहेत त्यांना अनेक प्रकारच्या सुविधा उपलब्ध करून देऊन त्यांचे व्यक्तित्व उत्तमरीत्या घडविता येणे शक्य आहे. मग हे घडलेले किंवा घडणारे व्यक्तिमत्त्व त्याच्या स्वत:च्या कुवतीनुसार भोवतालच्या परिस्थितीचे आकलन करून घेऊ शकेल. स्वत:चा शोध घेऊ शकेल व आपआपल्या परीने स्वतंत्र साहित्य निर्मिती करू शकेल.''

'साहित्यिक जन्मावा लागतो, तो तयार करता येत नाही' या ग्रामीण साहित्य चळवळीवर आक्षेप घेणाऱ्यांच्या युक्तिवादाला उत्तर देताना ते म्हणतात, "ही चळवळ साहित्यिक 'तयार' करणारी आहे ही गोष्ट खरी आहे. पण ती साहित्यिक निर्माण करणारी नाही. ग्रामीण विभागात अगोदरच जे साहित्यिक जन्मलेले आहेत, आपल्या अनघड प्रतिभेने वेडेवाकडे लेखन करीत आहेत त्यांचे प्रातिभ व्यक्तिमत्त्व घडविण्याचा ती प्रयत्न करते आहे. मुळात असलेली प्रतिभा किंवा मुळातच जन्मलेला साहित्यिक अभ्यासाने, संस्काराने अधिक सुघड, अधिक समृद्ध करता येतो हे सत्य फार पुरातन म्हणजे संस्कृत काव्यशास्त्राइतके जुने आहे. चळवळीपुढे नवे साहित्यिक 'निर्माण' करण्याची समस्या नसून ग्रामीण विभागात अगोदरच जन्माला आलेल्या 'प्रतिभे'ची अनेक प्रकारांनी जी अनास्था व उपासमार होते आहे तिचे पोषण व पालन करण्याची आहे''

ग्रामीण व नागर विभागाच्या वस्तुस्थितीच्या संदर्भात ग्रामीण साहित्य चळवळीची आवश्यकता ते पुढीलप्रमाणे प्रतिपादन करतात, "...... निसर्गक्रमाने मानवाच्या ठायी जन्माला आलेल्या सर्जनशीलतेच्या ग्रामीण व नागर अशा मर्यादा नसतात ही गोष्ट तर खरीच, पण मानवनिर्मित समाजव्यवस्थेने मात्र तिचे पोषण-पालन करताना, आधुनिक युगात ग्रामीण विभागावर आजवर अन्यायच केला आहे. ही ऐतिहासिक घटना कुणी नाकारू शकेल असे वाटत नाही. मानवी जीवन जगण्याच्या संदर्भात

शहर आणि ग्रामीण विभाग यांत जी विषमता निर्माण झालेली आहे, तीमुळेच ग्रामीण विभागातील सर्जनाचे अंकुर करपून-कोळपून चालले आहेत, ते तसे जाऊ नयेत म्हणून चळवळीची आवश्यकता आहे.

''...... एखाद्या शहरात साहित्यिकांचा समूह एकत्र येऊ शकतो, परस्परांना भेटू शकतो, वाङ्मयीन चर्चा करू शकतो, स्वत:च्या साहित्यकृती एकमेकांना वाचून दाखवू शकतो, वैचारिक देवघेवीतून निर्माण झालेल्या कच्च्या साहित्यकृती सुधारू शकतो. पण तसे एखाद्या खेड्यात होऊ शकत नाही. कारण त्या खेड्यात एखादाच साहित्यिक असण्याची (किंवा एखादाही नसण्याची) शक्यता असते. खेड्यातील साहित्यिकाला इतर गावे, तालुके किंवा जिल्ह्याची ठिकाणे धुंडाळावी लागतात. अशा वेळी शिबिर, संमेलनांतून, मेळाव्यांतून त्यांना एकत्र आणून वर सुचविल्याप्रमाणे साहित्यचर्चा घडवून आणाव्या लागतात. त्याला पडणाऱ्या प्रश्नांची चर्चा करावी लागते. त्याला अपेक्षित चर्चा करावी लागते. त्याला अपेक्षित माहिती द्यावी लागते.

''याचे इतरही फायदे होतात. ग्रामीण साहित्यिक एकत्र येतात, एकमेकांच्या साहित्यकृती समजून घेतात, एकमेकांच्या ओळखी होतात आणि त्यातून त्यांची पत्रोपात्री वाङ्मयीन चर्चा सुरू होते. आसपासचा ग्रामीण प्रदेश बघायला मिळतो. स्वत:च्या ग्रामीण भागाशिवाय इतर ग्रामीण भागातील जीवन, ताणतणाव त्याला समजून घेता येतात व त्याचे व्यक्तिमत्त्व विकास पावण्याची शक्यता निर्माण होते. चर्चेतून त्याच्या नवनिर्मितीला उपकारक, पूरक, पोषक असे काही मिळण्याची शक्यता असते.

''अशा रीतीने ग्रामीण साहित्यिकाच्या साहित्यनिर्मितीला कारण असलेली प्रतिभा त्याला ग्रामीण साहित्याच्या चळवळीतून मिळत नसली तरी, सर्जनशीलतेला किंवा मुळातील प्रतिभायुक्त निर्माणक्षमतेला पूरक, पोषक उपकारक अभ्याससाधने मिळू शकतात.''

आधुनिक साहित्यातील समाजाभिमुखतेच्या आणि आत्मभानाच्या संदर्भात यादवांचे पुढील अवतरण महत्त्वपूर्ण आहे- ''ग्रामीण साहित्याच्या चळवळीतून ग्रामीण साहित्यिकाला त्याच्या भोवतालच्या सामाजिक परिस्थितीचे चित्रण, सामाजिक दु:खाचे दर्शन आपल्या साहित्यातून घडवावे म्हणून नव्हे, व्यक्तिकेंद्रित रोमँटिक दु:खाचा पाढा त्याने शहरी साहित्यिकाप्रमाणे गिरवू नये, समग्र समाजजीवनाला त्याच्या साहित्याने पाठमोरे घालू नये, त्याचे भान ठेवावे अशी त्याच्याकडून अपेक्षा असते.''

ग्रामीण साहित्यचळवळीचे सांस्कृतिक कार्य ते पुढीलप्रमाणे स्पष्ट करतात, ''ग्रामीण साहित्याची चळवळ ही एक सांस्कृतिक चळवळ आहे. सर्वच मराठी

समाजमनावर ती एका मूलगामी समाजपरिवर्तनाच्या दिशेने संस्कार करू पाहणारी चळवळ आहे. या चळवळीला स्वातंत्र्योत्तर काळातील आणि सर्व मराठी समाजस्तरांना व्यापणारे, त्या स्तरांत एकसंधता, एकात्मता निर्माण करू पाहणारे, मानवतावादाच्या सर्व मूलतत्त्वांना सामोरे जाणारे, मानवी मनाची, स्वातंत्र्याची, समतेची प्रतिष्ठा राखू पाहणारे महाप्रबोधन अभिप्रेत आहे. या महाप्रबोधनाला आजचा काळ अतिशय अनुकूल आहे असे तिला वाटते.''

या सर्व परिस्थिती व चळवळीसंदर्भात आजच्या तरुण लेखक कवींबद्दल विश्वास व्यक्त करताना आनंद यादव म्हणतात, ''ग्रामीण तरुणाच्या कोंडलेल्या मनाचा भावनिक स्फोट तो प्रथम ग्रामीण साहित्यात घडवू पाहतो आहे. ह्या स्फोटामुळे त्याला प्रथम गुदमरलेल्या अवस्थेत आत्माविष्काराचे माध्यम मिळणार आहे. तदनंतर त्याला आपल्या सद्य:स्थितीत येणाऱ्या अनुभवांचा अन्वयार्थ लावण्यासाठी याच साहित्याचा उपयोग होणार आहे. आपण, आपले अनुभव, भोवतालची परिस्थिती, तिच्यात असलेले विविध ताण, या भोवतालच्या विविध परिस्थितीत कार्य करणाऱ्या प्रस्थापित शक्ती आणि त्यांच्या प्रवृत्ती यांचा परस्परसंबंध तो निखळ जीवनाच्या पातळीवर शोधणार आहे. त्यांच्यावर तो स्वत:च्या अनुभवातून तयार झालेले जीवनभाष्य मांडणार आहे.''[४]

या सर्व अवतरणांचा तपशील मुद्दाम देण्याचे कारण असे की, ज्या विचार आणि कृतींवर ग्रामीण साहित्याची चळवळ उभी आहे त्या विचार-कृतींनी मराठी ग्रामीण कवींमध्ये आत्मभान निर्माण करण्याचे कार्य केले. त्यांच्यात आत्मविश्वास निर्माण केला. हे आत्मभान त्या त्या कवींच्या काव्यात कमी अधिक प्रमाणात कसे प्रकट झालआहे याचा सविस्तर परामर्श आपण आठव्या प्रकरणात घेतला आहे. या आत्मभान आणि आत्मविश्वासामुळे मराठी ग्रामीण कविता आज मोठ्या प्रमाणावर लिहिली जात आहे.

एकोणीसशे ऐंशी ते नव्वद या काळातील ग्रामीण साहित्य संख्येने विपुल आणि प्रकृतीने वेगळे आहे असे र. बा. मंचरकर यांनी ''स्वातंत्र्योत्तर ग्रामीण साहित्यातील सामाजिक आणि कलात्मक जाणिवा, (१९८० ते १९९०)'' (प्रतिष्ठान, नो. डि. १९९३) या लेखात म्हटले आहे. या वैपुल्याची व प्रकृतिभिन्नतेची कारणे देताना ते, १९७० नंतर उद्योगप्रधान अर्थव्यवस्थेकडे झुकू लागलेला देश, त्यामुळे निर्माण झालेल्या सहकारी चळवळी आणि संस्थांमधील भ्रष्टाचार, बेकार सुशिक्षितांचा वर्ग, शरद जोशी, टिकैत यांनी शेतकऱ्यांच्या असंतोषाला करून दिलेली वाट इत्यादींचा उल्लेख करतात. याबरोबरच ग्रामीण साहित्य चळवळीच्या कार्याचे महत्त्व स्पष्ट करून देताना मंचरकर म्हणतात, ''..... या ऐतिहासिक घटनांच्या बरोबरच काही वाङ्मयीन संस्कारही ग्रामीण साहित्यिकांच्या नव्या पिढीवर झाले. १९७७

पासून ग्रामीण साहित्याची चळवळ मूळ धरू लागली. आतापर्यंत मध्यवर्ती साहित्याचे उपांग म्हणून वावरणाऱ्या ग्रामीण साहित्याला त्या चळवळीने एक नवी दृष्टी आणि अस्मिता दिली. त्यामुळे भाषा, सामाजिक दर्जा, साहित्य परंपरा इत्यादीविषयी १९५० पूर्वी न्यूनगंड बाळगणारे ग्रामीण साहित्य १९८० नंतर एका अभिनिवेशाने वाटचाल करू लागलेले दिसते.'' ग्रामीण साहित्य आणि साहित्यिकांतील न्यूनत्वाची भावना दूर करून त्यांत आत्मभान आणि आत्मविश्वास निर्माण करून देण्याचे महत्त्वपूर्ण कार्य ग्रामीण साहित्य चळवळीने केले.

ग्रामीण काव्यसंग्रहांच्या प्रस्तावना आणि या कवितेवरील लेख :

१९५५ ते १९९० या काळात प्रसिद्ध झालेल्या काव्यसंग्रहांपैकी 'मळ्याची माती', 'मायलेकरं' (आनंद यादव) आणि 'काया मातीत मातीत' (विठ्ठल वाघ) या संग्रहांच्या प्रस्तावना उल्लेखनीय म्हणता येतील. या प्रस्तावना आणि 'मराठी ग्रामीण कविता' - विश्वास प्र. जहागीरदार, तसेच 'ग्रामीण साहित्यातील शेतकरी जीवन'- कृष्णा इंगोले हे या काळातील ग्रामीण काव्याचा परामर्श घेणारे लेख यांचा विचार येथे आपणास करावयाचा आहे.

आनंद यादव यांच्या 'मळ्याची माती' (जून १९७८) या संग्रहाला अनुराधा पोतदार यांनी प्रस्तावना लिहिलेली आहे. या प्रस्तावनेत यादवांच्या वाङ्मयीन व्यक्तिमत्त्वाची घडण, त्यांच्यावरील संस्कार, त्यांच्या अनुभवाचे स्वरूप आणि त्यांच्या विकासमार्गातील टप्पे यांचा मागोवा घेऊन आनंद यादवांच्या ग्रामीण कवितेचे स्वरूप, वेगळेपण आणि तिची अंगभूत वैशिष्ट्ये यांचा परामर्श व आस्वाद पोतदारांनी घेतला आहे.

१९५४ ते १९५९ या काळात लिहिलेल्या 'हिरवे जग' मधील वस्तुनिष्ठ नाट्यरूप कवितेच्या, तसेच १९६२ ते १९७० या काळातील आत्मनिष्ठ अशा ('मळ्याची माती' मधील क्र. ४० नंतरच्या) नव्या ग्रामीण कवितांच्या प्रेरणांचा शोध त्यांनी घेतला आहे. याबरोबरच या कवितेला लाभलेले आत्मानुभवाचे, आत्मप्रत्ययाचे बळ, या काव्यासाठी वापरलेली ग्रामीण बोली, आरंभीच्या काव्यातील उपमा आणि नंतरच्या काव्यातील प्रतिमेतली सहजता इ. वैशिष्ट्यांच्या आधारे ही कविता अगोदरच्या पाच दशकांतील ग्रामीण कवितेपेक्षा कशी वेगळी आणि वैशिष्ट्यपूर्ण ठरते, ते त्यांनी या कवितेचा आस्वाद घेत सोदाहरण स्पष्ट केले आहे.

'मायलेकरं' (जाने. १९८९) या आनंद यादवांच्या दीर्घ काव्यास लिहिलेल्या दीर्घ स्वरूपाच्या प्रस्तावनेत अरविंद वामन कुलकर्णी यांनी प्रथम अगोदरच्या मराठी साहित्यातील ग्रामीण जीवन चित्रणाचे स्वरूप, ग्रामीण साहित्य चळवळ आणि या चळवळीतील आनंद यादव या व्यक्तिमत्त्वाचे कार्य, त्यांच्यावर झालेली टीका

वगैरेचा धावता परामर्श घेऊन 'मायलेकरं' या काव्याचा सविस्तर परिचय करून दिला आहे. माय आणि लेकरू हे या काव्यातील प्रातिनिधिक स्वरूपाचे दोन दृष्टिकोन, दोन प्रवृत्ती कशा आहेत ते ग्रामीण जीवन, काव्यकथा संदर्भाने त्यांनी स्पष्ट केले आहे.

'काया मातीत मातीत' (१९९१) या विठ्ठल वाघांच्या काव्यसंग्रहाला मधुकर वाकोडे यांनी प्रदीर्घ प्रस्तावना लिहिलेली आहे. या प्रस्तावनेत वाकोडे यांनी स्वातंत्र्यपूर्व काळातील जानपद गीते, बहिणाबाईंची कविता यांचा परामर्श घेऊन विठ्ठल वाघांच्या कवितेचा अनुबंध हाल - बहिणाबाई यांच्या काव्याशी जोडला आहे. विठ्ठल वाघांच्या कवितेचे माहात्म्य स्पष्ट करताना ते इंग्रजी कवी बर्न्स यांच्या कवितेशी वाघांच्या कवितेची तुलना करतात. या कवितेतील कृषि आणि कृषक, लोकतत्त्वीय धारणा, लोकगीते आणि लोकबंधाचा लळा, लोकजीवनातील सांकेतिकता, लोक-लय-तत्त्वे आणि परंपरागत जीवनमूल्ये, छायाप्रकाश, द्विरुक्तीने साधलेली नादमयता, गतिमानता, औचित्यपूर्ण शब्दयोजना, प्रासाचा प्रभाव, लोकगायक आणि लोकगायनाची परंपरा, सुभाषितांचे सामर्थ्य, वाघांच्या कवितेतील दोष, प्रखर सामाजिकता, घोषणाबाज आत्मकेंद्री ग्रामीण नेतृत्व, वेदनेच्या गर्भातील क्रांतिगर्भ ऋचा, वाघांची कविता आणि शेतकरी चळवळ इ. विविध मुद्द्यांच्या आधारे वाघांच्या कवितेचा तिच्या सामर्थ्य- मर्यादांसह साधक बाधक परिचय करून देतात. या प्रस्तावनेत जानपद कवी, बहिणाबाई, महानोर इ. कवींच्या काव्याचा परामर्श वाघांच्या काव्यासंदर्भात आला असला तरी आनंद यादवांच्या कवितेचा उल्लेख जरासुद्धा येत नाही ही गोष्ट प्रकर्षाने जाणवल्याशिवाय राहत नाही. यादवांच्या कवितेचे मराठी ग्रामीण काव्यातील स्थान लक्षात घेता निदान मधुकर वाकोडे यांच्यासारख्या अभ्यासू जाणकाराकडून तरी अशा प्रकारचा अनुल्लेख होणे योग्य वाटत नाही.

'महाराष्ट्र साहित्य पत्रिके'च्या ग्रामीण साहित्य विशेषांकात (जुलै-डिसें. १९८०) विश्वास प्र. जहागीरदार यांचा 'मराठी ग्रामीण कविता' हा ग्रामीण कवितेचा आढावा घेणारा लेख प्रसिद्ध झाला आहे. या लेखात जहागीरदार यांनी १९२० पूर्वीच्या मराठी कवितेतील ग्रामीण जीवनावरच्या कविता, १९२० नंतरच्या तांबे, गिरीश, यशवंत यांच्या जानपद जीवनावरील कविता, ग. ह. पाटील, ग. ल. ठोकळ, बहिणाबाई चौधरी, आनंद यादव, ना. घ. देशपांडे, ना. धों. महानोर, राजा मुकुंद, विठ्ठल वाघ यांच्या कवितांचा धावता आढावा घेतला आहे. या सर्व कवींच्या कवितांचा स्थूल परिचय या लेखात येतो. त्याच्या अनुषंगाने समकालीन मराठी कवितेची चर्चाही ठिकठिकाणी केलेली आहे. या लेखात पां. श्रा. गोरे, बी. रघुनाथ, के. नारखेडे, सोपानदेव चौधरी यांसारख्या १९५५ पूर्व ठळक ग्रामीण कवींच्या

कवितांचा परामर्श नाही, ही या लेखाची प्रकर्षाने जाणवणारी मर्यादा. असे असले तरी चर्चिलेल्या त्या त्या कवींच्या काव्याची वैशिष्ट्ये, समकालीन मराठी कवितेचा या कवींच्या काव्यावर झालेला परिणाम यांचा यथातथ्य परामर्श मात्र या लेखात घेतला आहे.

'ग्रामीण साहित्यातील शेतकरी जीवन' या कृष्णा इंगोले यांच्या लेखात ('अक्षरवैदर्भी' जाने. १९९३) मराठी ग्रामीण कवितेत शेतकरी जीवन कसकसे प्रतिबिंब होत गेले याचा सविस्तर परामर्श घेतला आहे. शेतकरी हा ग्रामीण जीवनाचा कणा असून शेती व शेतकऱ्याची वैशिष्ट्ये त्यांनी सुरुवातीस सांगितली आहेत. शेतकरी जीवनावरील वैचारिक वाङ्मय, कथा-कादंबरी वाङ्मयातील शेतकरी जीवनाचे चित्रण याबरोबरच ग्रामीण कवितेतील शेतकरी जीवनाचे चित्रण, रविकिरण मंडळकालीन कविता, बहिणाबाई, महानोर, शहाजिंदे, वाघ, सुमंत, अ.वा. कुलकर्णी, भालेराव, पिंपळगावकर आदींच्या कवितांत कशा प्रकारे आले आहे याची चर्चा केली आहे.

प्रस्थापित मराठी समीक्षकांची मानसिकता :

विश्वास प्र. जहागिरदार यांच्या उपरोक्त चर्चिलेल्या लेखात, ना. घ. देशपांडे यांच्या 'शीळ' या काव्यसंग्रहाच्या प्रस्तावनेत मं. वि. राजाध्यक्षांनी ना. घ. देशपांडे यांच्या कवितेला ग्रामीण कविता असे संबोधणाऱ्या टीकाकारांवर हल्ला चढविला, याचा उल्लेख केला आहे. हा उल्लेख (हल्ला !) ग्रामीण कवितेच्या संदर्भात लक्षात घेण्याजोगा आहे. या हल्ल्याचे कारण देताना ''जानपद कवितेच्या कसहीन परंपरेचा तो काळ होता. आणि इतक्या निकृष्ट दर्जाच्या परंपरेत या चांगल्या कवींना बसविणे राजाध्यक्षांना कमीपणाचे वाटले असावे आणि ते योग्यही आहे.'' असे जहागिरदार म्हणतात. अर्थात जहागिरदार म्हणतात त्याप्रमाणे मं. वि. राजाध्यक्ष यांचा हल्ला ना. घ. देशपांडे आणि या काळातील जानपद कविता या संदर्भात काही प्रमाणात योग्य असला तरी ग्रामीण कवितेबद्दल प्रस्थापित समीक्षकांमध्ये 'एक कसहीन दुय्यम परंपरा' ही जी तुच्छतादर्शक मानसिकता तयार झाली होती तिचे दर्शन होते.

ही मानसिकता आपल्याला मराठी ग्रामीण काव्याच्या प्रारंभापासून म्हणजे चंद्रशेखरांपासून दाखविता येते. वि. म. घुले यांना चंद्रशेखरांनी ''तुमची जा. गी. जरी छान असली तरी तुम्ही असली गीते फार करू नका'' असे म्हटले होते. श्री. टेंबुर्णीकर, अरविंद (शिंदे) यांचेही असेच मत होते हे घुले यांनी सांगितल्याचे आपण या प्रकरणाच्या प्रथमार्धात पाहिलेच आहे. १९५५ नंतरही हीच मानसिकता कायम राहिल्याचे दिसून येते. विजया राजाध्यक्ष यांनी ना. धों. महानोरांच्या कवितेचे सविस्तर विवेचन करणारा लेख लिहिला आहे, तो 'रानातल्या कविता' या संग्रहाच्या

दुसऱ्या आवृत्तीत शेवटी समाविष्ट केला आहे. या लेखात 'गिरामिण बोलीचं टेक्निक' या परिशिष्टातील कवितेवर भाष्य करताना त्या म्हणतात, ''ते (महानोर) गिरामिण बोलीचं टेक्निक अनुसरत नाहीत हे ठीकच आहे. पण आपण ते अनुसरत नाही याची जाणीव आणि त्याची हुरेंवडी करण्याचा छंद आतापासूनच कशाला ?'' (दु.आ. पृ.१००) या विधानातून सूचित होते. 'मर्ढेकरांची कविता : स्वरूप आणि संदर्भ' या ग्रंथातही मर्ढेकरांच्या 'बोंड कपाशीचं फुटे' या कवितेवर भाष्य करताना या कवितेला ''तकलुपी ग्रामीण कविता' म्हणता येणार नाही'' या शब्दांत या लेखनाच्या निमित्ताने ग्रामीण कवितेची संभावना त्या करतात. या 'तकलुपी' विशेषणाच्या मागेही हीच मानसिकता दडलेली दिसते. (खंड १, पृ.९८) 'कविता दशकाची' या प्रातिनिधिक काव्यसंग्रहातही उत्तम कोळगावकर यांच्या दहा कवितांना मंगेश पाडगांवकरांनी जे प्रस्तावनावजा टिपण लिहिले आहे. त्या टिपणातही त्यांनी कोळगावकरांच्या कवितेसंदर्भात ''कुठल्याही अर्थाने 'ग्रामीण' हा छाप तिच्यावर मारता येणार नाही.'' असे म्हटले आहे (पृ.६५) या विधानातही ग्रामीण या संकल्पनेला जोडलेले 'छाप' हे विशेषण याच मानसिकतेचे द्योतक आहे.

ग्रामीण कवितेच्या प्रारंभापासून ते आजतागायत प्रस्थापित मंडळींचा या कवितेकडे पाहण्याचा दृष्टिकोन ''एक निकृष्ट दर्जाची, दुय्यम स्वरूपाची कविता'' असाच राहिला आहे, हेच या उदाहरणांवरून दिसून येते. निदान १९५५ नंतर तरी या काळातील ग्रामीण कवितेचे स्वरूप लक्षात घेता त्यात बदल व्हावयास हवा होता. पण तसे झालेले दिसत नाही.

समीक्षेतील ग्रामीण काव्याची उपेक्षा :

मराठी ग्रामीण साहित्यातील कथा, कादंबरी, ललित गद्य अशा वाङ्मय-प्रकारांबरोबरच ग्रामीण कविताही मोठ्या प्रमाणावर लिहिली जात आहे. १९५५ नंतर या कवितेचे स्वरूप अंतर्बाह्य बदलले. १९८० ते १९९० या काळात या काव्याला अधिकच बहर आला. असे असले तरी या कवितेवर म्हणावी त्या प्रमाणात समीक्षा लिहिली गेली नाही. याचे पहिले आणि महत्त्वाचे कारण म्हणजे ग्रामीण साहित्य मोठ्या प्रमाणावर लिहिले जात असले तरी, आणि त्यातील बव्हंशी साहित्याने आपली योग्यता सिद्ध केली असली तरी समीक्षेचा प्रांत अद्याप प्रस्थापितांच्याच ताब्यात आहे. प्रस्थापित मराठी समीक्षकांमध्ये अद्यापही ग्रामीण साहित्याबद्दल योग्य त्या प्रमाणात स्वागतशील वृत्ती निर्माण झालेली नाही.

तुलनेने ग्रामीण कवितेपेक्षा ग्रामीण कथा व कादंबरी या प्रकारांवर अधिक समीक्षा लिहिली गेली. याचे कारण या प्रवाहातील हे दोन्ही प्रकार त्या काळात ग्रामीण कवितेपेक्षा आपला दर्जा टिकवून होते. ग्रामीण कवितेचा प्रारंभच मुळी

निकृष्ट अशा जानपद कवितेने झाल्याने या कवितेकडे पाहण्याचा दृष्टिकोनच बदलून गेला, तो आजतागायत कायम राहिला.

शिवाय आनंद यादवांसारखे साहित्यिक कवितेकडून गद्य साहित्याकडे वळले. महानोरांसारखा कवी सुरुवातीच्या प्रदीर्घ काळापर्यंत प्रमुख प्रवाहाला अनुगामी राहिला. पुढेही उत्तम कोळगावकरांसारखे काही कवी कमी अधिक प्रमाणात या ना त्या स्वरूपात अनुगामित्व स्वीकारत आले. कारणे कोणतीही असली तरी याही गोष्टींचा कमी अधिक परिणाम या कवितेच्या उपेक्षेवर झाला.

ग्रामीण कवितेचा सर्वांगीण परामर्श घेणारे 'रविकिरण मंडळकालीन ग्रामीण कविता' -आनंद यादव आणि 'मराठी ग्रामीण कविता'- विश्वास प्र. जहागीरदार हे दोनच लेख प्रसिद्ध व्हावेत ही गोष्ट ग्रामीण कवितेच्या समीक्षाक्षेत्रातील उपेक्षेचा पुरावा म्हणून पुरेशी आहे.

र. बा. मंचरकरांनी "स्वातंत्र्योत्तर ग्रामीण साहित्यातील सामाजिक आणि कलात्मक जाणिवा (१९६० ते १९८०)" या शीर्षकाचा लेख लिहिला आहे. त्यातही कथा, कादंबरी या प्रकारांवर विशेष भर दिला असून कवितेच्या बाबत केवळ आनंद यादव, ना. धों. महानोर, इंद्रजित भालेराव, नारायण सुमंत, प्रकाश घोडके इ. च्या नावांचा फक्त निर्देश केला आहे.

अनेक काव्यसंग्रहांची परिचयवजा परीक्षणे मात्र त्या त्या काळातील नियतकालिकांत प्रसिद्ध झालेली दिसतात. असे असले तरी ग्रामीण कवितेची समीक्षाक्षेत्रातील ही उपेक्षा निश्चितच दुर्लक्ष करण्याजोगी नाही. ही उपेक्षा कमी होण्यासाठी नागनाथ कोत्तापल्ले म्हणतात त्या प्रमाणे खरोखर आज मराठी साहित्याला सडेतोडपणे लिहिणाऱ्या गटनिरपेक्ष समीक्षकांची गरज आहे ('ग्रामीण साहित्य : स्वरूप आणि शोध' पृ.५१) असेच म्हणावे लागते.

वास्तविक सद्य:स्थितीतही आनंद यादव, गो. म. कुलकर्णी, अरविंद वामन कुलकर्णी, नागनाथ कोत्तापल्ले, रा. रं. बोराडे, भास्कर चंदनशिव, चंद्रकांत बांदिवडेकर, र. बा. मंचरकर, रा. ग. जाधव, वासुदेव मुलाटे, चंद्रकुमार नलगे अशा अगोदरच्या पिढीतील जाणकार मंडळीकडून ग्रामीण कवितेवर विपुल प्रमाणात लिखाण आणि मार्गदर्शन होण्याची आवश्यकता आहे. तसेच नव्या पिढीतील श्रीराम गुंदेकर, रवींद्र ठाकूर, आनंद पाटील, कृष्णा इंगोले, एस. एम. कानडजे, गणेश देशमुख, वसंत केशव पाटील अशी अनेक नावे समीक्षेच्या क्षेत्रात चमकू लागली आहेत. या सर्व मंडळींकडून समीक्षेच्या क्षेत्रातील ग्रामीण काव्याची ही उपेक्षा थांबवणे फारसे अवघड नाही. अशा प्रकारे ग्रामीण साहित्य प्रवाहातील विविध वाङ्मय प्रकारांवर विपुल प्रमाणात अभ्यासपूर्वक समीक्षा झाल्यास त्या त्या वाङ्मय प्रकाराचा आणि पर्यायायाने मराठी ग्रामीण साहित्याचा विकास होईल. (भारतीय जीवन खेड्यांचे जीवन असल्याने)

ग्रामीण साहित्याचा विकास म्हणजेच मराठी साहित्याचा विकास होईल. यासाठी शरद पाटील म्हणतात त्याप्रमाणे कदाचित या समीक्षेचे मानदंडही तयार करावे लागतील ('अब्राह्मणी साहित्याचे सौंदर्यशास्त्र'- सुगावा प्रका. पुणे) किंवा रवींद्र ठाकूर यांनी सुचविल्याप्रमाणे समाजशास्त्रीय समीक्षेचा अवलंब करता येईल (म.सा.प. जाने. ९४ पृ.२२ ते २९). अरविंद वामन कुलकर्णी यांनी उपयोजिलेल्या मानसशास्त्रीय पद्धतीच्या प्रयत्नांचाही उपयोग आवश्यक तेथे होऊ शकेल, 'गोतावळा : साद आणि प्रतिसाद' पृ. ९६ ते १०६).

थोडक्यात, सभोवतालची राजकीय, सामाजिक परिस्थिती, ग्रामीण साहित्याची चळवळ, ग्रामीण साहित्यामध्ये होत असलेली जागृती अशा अनेक गोष्टींमुळे ग्रामीण साहित्यातील विविध प्रकारांत मोठ्या प्रमाणावर झपाट्याने लेखन होत आहे. या लेखनात अनुकरण, अनुभव मांडण्याची घाई, आवश्यक त्या अभ्यासपूर्णतेचा, परिश्रमांचा अभाव इ. दोषांमुळे कसहीन अशी निर्मितीच अधिक प्रमाणात फोफावण्याचा धोका आहे. हा धोका टाळण्यासाठी ग्रामीण साहित्यिकांच्या नव्या अंकुरांना योग्य वळण लावण्याची, योग्य दिशा देण्याची नितांत गरज आहे. त्यासाठी ग्रामीण साहित्यातील विविध वाङ्मय प्रकारांबरोबरच उपेक्षित अशा ग्रामीण कवितेवर साधक-बाधक समीक्षा योग्य त्या प्रमाणात लिहिली जाण्याची आवश्यकता आहे.

वरील सर्व विवेचनाचे निष्कर्ष पुढीलप्रमाणे नोंदविता येतील -

१. रविकिरण मंडळ काळातील ग्रामीण (जानपद) जीवनावरील कवितेकडे 'एक दुय्यम स्वरूपाची, वेगळ्या विषयावरची कविता' या दृष्टीने तत्कालीन कवी-समीक्षक पाहत होते.

२. तत्कालीन मराठी साहित्य एका ठरीव (शहरी-मध्यमवर्गीय) कक्षेत मर्यादित झाले आहे. ग्रामीण जीवनावर जी थोडी बहुत रचना साहित्यिकांकडून होत होती ती परिस्थितीला सोडून होती याची जाणीव वाचकांना होऊ लागली होती.

३. जानपद कवितेच्या काळात ग्रामीण कवितेला वळण लावील, मराठी कवितेवर आपला वेगळा ठसा उमटवील असा एकही लक्षणीय कवी निर्माण झाला नाही.

४. ग्रामीण कवितेसाठी बोलीभाषेच्या वापराबाबत बरीचशी प्रतिकूल (खांडेकर, बेहरे, नारखेडे) तर काही अनुकूल (घुले, ठोकळ) मते मांडली गेली. क्वचित मध्यम मार्गही सुचविला गेला (घुले, गिरीश)

५. उपरोक्त बाजू मांडणारांनी ग्रामीण कवितेच्या भाषेकडे माध्यम म्हणून न पाहता साधन म्हणून पाहिले. रसिकांच्या समोर 'ग्रामीण जीवनाचा आभास' निर्माण करणे यासाठी भाषेचा विचार मांडला. बोलीभाषेचा आग्रह धरणाऱ्यांपुढे रसिक म्हणून ग्रामीण वर्ग होता तर प्रमाण भाषेचा आग्रह धरणाऱ्यांपुढे शहरी.

६. समीक्षकवर्गाकडून ग्रामीण काव्याची उपेक्षा झाली.

७. ही कविता समकालीन प्रमुख प्रवाहाचे अनुगामित्व स्वीकारत राहिली.

८. नवकवितेच्या परिचयाबरोबर ग्रामीण कवितेत बदल होत गेला. या बदलाबरोबरच खेड्यामध्ये झालेला शिक्षणप्रसार, ग्रामीण साहित्य चळवळ आणि सभोवतालची प्रतिकूल सामाजिक, राजकीय परिस्थिती इ. मुळे ग्रामीण कवींत आत्मभान येत गेले. यादव, महानोर, वाघ यांच्या नंतरच्या १९८०-९० या दशकात असे चित्र दिसते.

९. जानपद काव्याच्या प्रारंभापासून ते १९९० पर्यंत प्रस्थापित समीक्षकांची ग्रामीण कवितेबद्दलची 'एक कसहीन दुय्यम परंपरा' अशी तुच्छतादर्शक मानसिकता कायम राहिलेली दिसते.

१०. समीक्षेच्या बाबत अन्य मराठी साहित्याच्या तुलनेने ग्रामीण साहित्याची उपेक्षा झाली, तशी ग्रामीण साहित्यांतही साहित्यातील विविध प्रकारांत (कथा, कादंबरी इ.) ग्रामीण कविता अधिक दुर्लक्षित राहिली.

संदर्भ :

१. नारखेडे के. 'काव्यकलेचे अंतरंग,' : द. र. कोपर्डेकर पुणे १९४३ मधील 'आमची जानपद गीते' हा लेख पृ. ९७ ते १३१

२. कानेटकर (संपा.) वसंत, 'आंबराई.' ४ थी आ. व्हीनस प्रकाशन पुणे १९७४ पृ. २६

३. यादव आनंद : 'ग्रामीणता : साहित्य आणि वास्तव.' मेहता पब्लिशिंग हाऊस, पुणे, १९८१. पृ. १३० ते १३३

४. यादव आनंद : 'मराठी साहित्य : समाज आणि संस्कृती.' मेहता पब्लिशिंग हाऊस, पुणे, १९८५. पृ. ६८, ७० ते ७२, ८०, ८६.

१०

उपसंहार

मराठी कवितेचा इतिहास लक्षात घेता, इ.स. १९३३ ला 'सुगी' या जानपद गीतांचा पहिला संग्रह प्रसिद्ध झाला. तेव्हापासून ग्रामीण जीवनावरील काव्यास 'जानपद गीत' हे नाव प्राप्त होऊन याच नावाने पुढे ग्रामीण कविता लिहिली जाऊ लागली हे स्पष्टपणे दिसते.

या अगोदरची मराठी कविता केवळ नागरी जीवनापुरती मर्यादित होती. या कवितेत ग्रामीण जीवनाचे चित्रण आलेच तर ते केवळ आनुषंगिक स्वरूपाचे होते. 'सुगी' काव्यसंग्रहाअगोदर अगदी आधुनिक मराठी कवितेच्या प्रारंभकाळापासून काही प्रमाणात ग्रामजीवन चित्रण आलेले दिसते. केशवसुत, माधवानुज, दत्त, वि. भ. लेंभे, मो. ग. लोंढे इ. च्या काही काव्यात असे चित्रण आढळते. पण हे चित्रण काही

ग्रामीण कविता लिहावी या उद्देशाने केलेले चित्रण नाही. स्वप्न रंजन, बालपणातील आठवणी, अनुवाद, वर्ण्यविषयाची पार्श्वभूमी यांसाठी ग्रामचित्रणाचा उपयोग या काव्यात केलेला दिसतो.

माधवानुजांची कविता मात्र याला अपवाद म्हणता येईल. १९९७ च्या दुष्काळात त्यांनी प्रत्यक्ष जवळून पाहिलेले, दुष्काळग्रस्त ग्रामीण जीवनातील दारिद्र्य, दुःख चितारण्याचा त्यांचा प्रयत्न आहे. पण अनुभवाची सखोलता आणि चिंतनशीलतेचा अभाव यामुळे ही कविता स्थूल वर्णनापलीकडे जाऊ शकली नाही.

सुरुवातीच्या काळात चंद्रशेखरांनी ग्रामीण जीवनावर तीन खंडकाव्ये आणि स्फुट कविता लिहिली. चंद्रशेखरांच्या या काव्याची निर्मिती उत्स्फूर्तपणे न होता कुठल्यातरी बाह्य कारणांनी म्हणजे इंग्रजी Pastoral Poetry चे रूपांतर, अनुकरण किंवा एखाद्या प्रसंगाच्या निमित्ताने झालेली दिसून येते. त्यांचे 'काय हो चमत्कार !' हे खंडकाव्य 'Suffolk Miracle' या मिल्टनच्या काव्याचे मराठी रूपांतर आहे. 'किस्मतपूरचा जमीनदार' हे खंडकाव्य त्यांनी बडोदा संस्थानच्या हीरकोत्सवाच्या निमित्ताने लिहिले आहे. तसेच 'उगडं गुपित' हे खंडकाव्य 'सुगी' काव्यसंग्रहाच्या संग्राहकांच्या विनंतीवरून लिहिले आहे. 'धनगर आणि तत्त्ववेत्ता' ही स्फुट कविताही इंग्रजी कवी गे (Gay) याच्या एका काव्यसंग्रहाला असलेल्या प्रस्तावनेचे रूपांतर आहे.

चंद्रशेखरांनी खंडकाव्य लेखनासाठी ग्रामीण जीवनाची निवड केली, बोलीभाषेतील शब्दांचा/संवादांचा वापर केला. मात्र अद्‌भुत कथानके, ग्रामीण जीवनाविषयीच्या संपूर्ण ज्ञानाचा अभाव, तपशिलातले घोटाळे, बोलीभाषेतील शब्दांची उच्चारानुसारी लेखनाच्या प्रयत्नापोटी केलेली विकृत रूपे, अशा ठळक मर्यादा या काव्यात जाणवतात.

अर्थात उपरोक्त ग्रामजीवनाचे चित्रण करणाऱ्या कवींच्या या थोड्या कविता तत्कालीन एकूण आधुनिक मराठी काव्याच्या दृष्टीने नगण्य होत.

जानपद गीत या नावाने ग्रामीण जीवनावर काव्यनिर्मिती होऊ लागली त्यावेळी मराठी वाचक- लेखकांचा या काव्याकडे पाहण्याचा दृष्टिकोण कसा होता, हे समजावून घेण्यासाठी 'सुगी' च्या प्रस्तावनेचा उपयोग होतो. "...खेड्याविषयीची कविता म्हटली की अनेकांची तोंडे विश्वरूप दर्शन घेणाऱ्या अर्जुनाप्रमाणे होतात. फरक इतकाच की अर्जुनाला कृष्णाच्या तोंडात नाही नाही ते दिसले आणि या श्रोत्यांना जे आहे ते सुद्धा दिसत नाही" खांडेकरांच्या या उद्‌गारातून तत्कालीन वाचकांची ग्रामीण काव्याबद्दलची एकप्रकारची आश्चर्ययुक्त, उपेक्षेची, चमत्कारिक भावना स्पष्ट होते. मराठी वाङ्‌मयात आलेल्या ग्रामीण जीवनचित्रणाचा आढावा घेताना खांडेकर या प्रस्तावनेत म्हणतात, "...हरिभाऊ आपट्यांसारखा सागराएवढी

अफाट सहानुभूती असलेला प्रतिभासंपन्न कादंबरीकार ! पण त्यांच्या कादंबऱ्यातली पात्रे सदाशिव पेठेतल्या हौदाभोवती फिरणारी ! फार मजल मारली तर ती बंडगार्डनपर्यंत पोचायची ! खेड्यातल्या ओढ्याकाठी त्यांच्यापैकी कोण जाणार ? कोल्हटकर, गडकरी, वा. म. जोशी, फडके ह्यांच्या सार्वजनिक नाटके- कादंबऱ्याकडे पहावे ! हरिभाऊंचे वाङ्मय निदान चंद्रकांतासारखे आहे. दलितांच्या दर्शनाने त्याला पाझर फुटलेला स्पष्ट दिसतो. पण बाकीच्या साऱ्या कल्पनाप्रिय, तात्त्विक अगर कलाविलासी ग्रंथकारांचे वाङ्मय म्हणजे शुद्ध संगमरवर ! दिसायला किती नितळ - अन् सुंदर ! पण खेड्यात संगमरवर जितका दुर्मिळ तितकेच दलितांचे अगर खेडवळांचे जीवन त्यांच्या वाङमयात प्रतिबिंबित झालेले दिसणेही कठीण !'' या अवतरणातून १९२० पूर्व काळात ग्रामीण जीवनाकडे लेखक कवींचे दुर्लक्ष झालेले होते हे स्पष्ट दिसते.

याची कारणमीमांसा करतांना खांडेकर पुढे म्हणतात ''...या नामांकित ग्रंथकारांनी समाजचित्रणाकरिता संकुचित क्षेत्राबाहेर पाऊल टाकले नाही. याची जातिभेद, कालमाहात्म्य, संस्कृतिभिन्नत्व इ. अनेक कारणे असू शकतील. पण मराठीतील अद्‌भुतरम्य, कल्पनानिष्ठ आणि प्रणयप्रधान वाङ्मयाला आमच्या खेडेगावाची हवा अद्यापी मानवत नाही हेच खरे.''

याचे दुसरे कारण ते असे सांगतात, ''...कला म्हणजे सौंदर्य, हे सौंदर्य श्रीमंती व विलास यांचे एकुलते एक अपत्य आणि प्रणयवृत्ति ही या अपत्याची, दाई या त्रिकोणात वावरणाऱ्या कल्पनेचा ज्यांच्या मनावर पूर्णपणे पगडा बसला आहे. त्यांना बहुजन समाजाशी समरस होणे अगर खेड्यातल्या जनांचे, मनाचे आणि वनाचे विविध सौंदर्य आपल्या वाङ्मयातून प्रकट करणे फारसे शक्य नाही.'' ('सुगी' प्रस्ता. पृ.११ ते १४)

खांडेकरांनी लिहिलेल्या प्रस्तावनेतील या अवतरणांवरून सुरुवातीच्या काळात मराठी कवितेचे ग्रामीण जीवनाकडे दुर्लक्ष झाले याचे कारण जात-काळ-संस्कृती या वाङ्मयबाह्य गोष्टींबरोबरच त्या काळातील साहित्यिकांच्या कलेकडे पाहण्याच्या दृष्टिकोणातही सापडते.

इ. स. १९२० नंतर गिरीश, यशवंत, श्री. बा. रानडे या रविकिरण मंडळातील कवींबरोबरच ना. घ. देशपांडे, बा. भ. बोरकर, भवानी शंकर पंडित, वा. भा. पाठक, वा. गो. मायदेव. इ. नागर कवींनी ग्रामीण कविता कमी अधिक प्रमाणात लिहिली. पण या कवींनी आपल्या कवितेत रेखाटलेले ग्रामीण जीवनाचे चित्रण वास्तव जीवनानुभवाच्या अभावी, फक्त कल्पनेच्या आधाराने केलेले असल्यामुळे 'केवळ हौसेखातर रुचिपालट म्हणून लिहिलेली कविता' असेच तिचे स्वरूप राहिले.

या कवींपाठोपाठ येणारे बहुसंख्य कवी रविकिरण मंडळकालीन कवितेत आलेला तोच तोपणा घालवून एका वेगळ्या समाजरचनेचे दर्शन वाचकांना घडवावे

या हेतूने ग्रामीण कवितेकडे वळलेले दिसतात. या काळातील मराठी कवितेचे स्वरूप विशद करताना आनंद यादव म्हणतात, ''पहिल्या पिढीने (केशवसुत व इतर कवी) जी कविता नव्या जोरकस प्रेरणेने निर्माण केली व तीमुळे ज्या काव्यप्रवृत्ती निर्माण झाल्या त्याच प्रवृत्तींमध्ये वाङ्मयविलास दुसऱ्या पिढीने केला. त्यात पूर्वसूरींनी सिद्ध केलेले विषय, अनुभव अधिक बारकाव्यानिशी येऊ लागले. तपशिलाचे बारकावे आले तरी सखोलता अगर सूक्ष्मता आली नाही. किंबहुना नुसतेच बारकावे आल्याने ही कविता कसाच्या दृष्टीने सत्त्वहीन पण विभ्रमांमुळे (शैलीने) नटलेल्या तरुणीसारखी दिसू लागली.'' ('मीठभाकर' पा. आ. पृ. ८)

रविकिरण मंडळ काळातील मराठी काव्यातल्या त्याच त्या विषयाला आणि सत्त्वहीनतेला त्याकाळचे वाचक कंटाळले होते. टीकाकारांनीही त्याविरुद्ध टीका करण्यास सुरुवात केली होती- ''...अनेक नामांकित वा अप्रसिद्ध टीकाकार सांप्रतच्या आकुंचित वाङ्मयक्षेत्राविरुद्ध आर्त रवाने ओरड करीत आहेत तथापि त्याकडे विद्यमान मराठी लेखकांचे दुर्लक्ष आहे. अप्रसिद्ध लोकगीते उजेडात आल्यास आणि वैचित्र्यासाठी, मराठी काव्याच्या अभिवृद्धीसाठी, मराठीचे आकुंचित क्षेत्र विस्तृत करण्यासाठी शेतकरी जीवनाचा मार्ग चोखाळल्यास त्यांची वाग्देवी त्या ठिकाणी, सतत रममाण होईल. हा हेतू साध्य होण्यासाठी 'जानपद गीत' हे एक महत्त्वाचे साधन आहे.'' ('अलंकार', जून १९३७) - 'सुगी'तील एक कवी वि. म. घुले. यांचे हे उद्‌गार, विषयनावीन्य या दृष्टीने हे कवी या काव्यप्रकाराकडे वळले होते याचे सूचक आहेत.

१९२० नंतरच्या नागर कवींनी लिहिलेली ग्रामीण कविता खेड्याबद्दलच्या अपुऱ्या आणि खोट्या माहितीवर आधारित तर होतीच, शिवाय या कवितेच्या अभिव्यक्तीसाठी आवश्यक असलेले ग्रामीण भाषेचे ज्ञानही त्यांच्याजवळ नव्हते. त्यामुळे ग्रामीण वातावरणाला न साजेशी संस्कृतप्रचुर प्रमाण भाषा किंवा 'नाही' चे 'न्हाई' अशी रूपे बनवून तयार केलेली संकरित बोली त्यांनी या काव्यासाठी वापरली. त्यामुळे हे काव्य अधिकच बेडौल स्वरूपात साकार झाले. तसेच अपुऱ्या आणि काल्पनिक माहितीवर आधारित अशी ही कविता केवळ वर्णनपरता, त्या वर्णनातही तपशिलाचे घोटाळे आणि वर्ण्यविषयाला न साजेशी भाषा असे अनेक दोष घेऊन आली.

यशवंत, गिरीश यांच्या मागोमाग ग्रामीण भागातून आलेल्या ग. ल. ठोकळ, ग. ह. पाटील, पां. श्रा. गोरे, बी. रघुनाथ, के. नारखेडे, सोपानदेव चौधरी आणि इतर कवींनी ग्रामीण काव्यलेखन केले. ग्रामीण भागातून आलेले असल्याने ग्रामीण अनुभवांची सामग्री त्यांच्याजवळ भरपूर होती. त्यामुळे या कवींनी मोठ्या प्रमाणात ग्रामीण कविता लिहिली.

'सुगी'त आलेल्या विविध विषयांवरच ग. ल. ठोकळ यांनी कविता लिहिली, मात्र 'सुगी'तील इतर कवींच्या तुलनेत त्यांच्या कवितेला वास्तवाचे पाठबळ अधिक आहे. तथापि स्थलवर्णन, प्रसंगवर्णन, प्रेम इ. विषयांवर त्यांनी ज्या कविता लिहिल्या त्या वर्णनपरतेच्या पलीकडे जाऊ शकल्या नाहीत. सखोल चिंतनशीलता, सूक्ष्मता यांचा अभाव आणि रोमँटिकतेचा प्रभाव त्यांच्या कवितेवर जाणवतो. बोलीभाषेचा समर्पक वापर मात्र ठोकळांनी आपल्या काव्यात केला.

ग. ह. पाटील यांच्या कवितेत ग्रामीण जीवनाचा अस्सल अनुभव, या जीवनाबद्दलचा जिव्हाळा आणि अभिमान जाणवतो. मात्र त्यांची कविताही स्थूल वर्णनापलीकडे जात नाही. मनाचा ठाव घेण्याचे सामर्थ्य तिच्यात नसल्याने ती कायम स्मरणात राहत नाही. साधेपणा हा तिचा गुण तसेच मर्यादाही वाटू लागते.

के. नारखेडे यांनी ग्रामीण काव्यासाठी नागर भाषेचा आग्रह धरला. 'आमची जानपद गीते' या लेखात साध्या, सोप्या, नागर बोलीचा वापर जानपद गीतासाठी करावा, असे म्हणणारे नारखेडे मात्र आपल्या काव्यासाठी संस्कृतप्रचुर नागर भाषा वापरतात. वर्णनपरता, त्या वर्णनातही तपशिलाचे घोटाळे नारखेडेंच्या कवितेत जाणवतात.

सोपानदेव चौधरी आपल्या काव्यगायनाने महाराष्ट्राला परिचित होते. आपल्यासमोर काव्यगायन प्रसंगी बसलेल्या नागर श्रोत्यांकडून प्रतिसाद (हशा व टाळ्या) कसा मिळवता येईल हाच दृष्टिकोण त्यांनी आपल्या ग्रामीण जीवनावरील काव्यलेखनाच्या वेळी ठेवला असावा. त्यामुळे शब्दचमत्कृती व तीतून विनोद निर्माण करणे हा प्रकार त्यांच्या कवितेत जाणवतो. असा विनोद निर्माण करता करताच त्यांची कविता वास्तवताही हरवून बसलेली दिसते.

पां. श्रा. गोरे यांची बहुतांश कविता मात्र आपल्या अनुभवांशी आणि ग्रामीण जीवनाशी प्रामाणिक राहिलेली दिसते. ग्रामीण शेतकरी, मजूर यांचे दारिद्र्य-दु:ख ती जिव्हाळ्याने मांडते. त्यांच्या आत्मपर कवितांमधूनही स्वत:च्या वाटेला आलेल्या गरिबीचे जीवन त्यांनी चित्रित केले. अगदीच समकालीन व नंतरच्या ग्रामीण कवींवर आपला ठसा उमटवून ग्रामीण काव्याला वेगळे वळण देणारी ही कविता नसली तरी इतर कवींपेक्षा आशय आणि अभिव्यक्तीच्या संदर्भात असलेले त्यांच्या कवितेचे वेगळेपण मात्र लक्षात घेण्यासारखे आहे. आपल्या काव्यासाठी गोरे यांनी वापरलेली प्रमाण पण साधी आणि सुबोध भाषाही या कवितेच्या आशयाला साजेशी अशीच आहे. उलट इतर कवींची कविता प्रमाण भाषा व बोली भाषा यांच्या वादात कमी अधिक प्रमाणात गुरफटली गेली, त्यामुळे या कवींचे लक्ष नकळत आशयापेक्षा अभिव्यक्तीकडे वळलेले दिसते. गोरे यांच्या कवितेची भाषा नागर असली तरी तिच्यात क्लिष्टता, संस्कृतप्रचुरता कुठेच आढळत नाही. त्यामुळे ग्रामजीवनाला ती

अनुरूप वाटते.

पां. श्रा. गोरे यांच्याप्रमाणेच बी. रघुनाथ यांची कविताही आपल्या ग्रामजीवनानुभवाशी प्रामाणिक राहते. त्यांच्या सुरुवातीच्या काही कवितांवर पूर्वसूरींचा प्रभाव जाणवत असला तरी नंतरची कविता स्वत:च्या वाटेने जाताना दिसते. विशेषत: त्यांची वास्तवदर्शी कविता समकालीन जानपद कवितेच्या पार्श्वभूमीवर अधिक उठून दिसते. विदर्भातल्या गोऱ्यांप्रमाणेच बी. रघुनाथांची मराठवाड्यातली कविताही पुणे-मुंबई परिसरा-तल्या रविकिरण मंडळाच्या काव्यप्रभावापासून अलिप्त राहिली. दोघांची कविता प्रमाण पण साध्या मराठीतून आविष्कृत झाली आणि बराच काळपर्यंत दोघांचीही कविता मराठी वाङ्मयप्रांतात अलक्षितही राहिली.

विषयाच्या दृष्टीने पाहता उपरोक्त सर्व कवींपैकी बहुसंख्य कवींनी आपल्या कवितांमधून कृषिजीवनचित्रे रेखाटली. त्यातही शेतकऱ्याच्या आनंदी वृत्तीचेच चित्रण बहुतांश कवितांतून आले. या संदर्भात नीलकंठ म्हात्रे यांनी लिहिले आहे, ''मराठी कवी कृषिजीवनाशी समरसले नाहीत या विधानाला एखादा दुसराच अपवाद मराठी काव्यात सापडेल. कृषिजीवनविषयक बहुतेक गीतांतून त्यांची सुखेच अतिशयोक्तीने सांगण्याकडे आमच्या कवींचा कल आहे. त्यांच्या शेतातले भरघोस पीक, फळाफुलांनी ओथंबलेला मळा, त्यांची मोट, विहीर, गृहिणी आणि त्यांचे सुख-समाधानातले संध्याकाळचे जीवन या पलीकडे बहुधा मराठी कवींची दृष्टी गेलेली दिसत नाही. शेतकऱ्यांची सांपत्तिक दु:खे, अतिवर्षण वा अवर्षण यांनी होणारी त्यांच्या पीक-पाण्याची धूळधाण, मुलाबाळांची अन्नान्न दशा, सावकाराचा पाश, खोताचा छळ इत्यादी गोष्टींचा उल्लेख मराठी काव्यातून क्वचितच आढळतो.''

याची कारणमीमांसा करताना म्हात्रे पुढे म्हणतात, ''जानपद जीवनामध्ये कृषिजीवनच कवींना विशेष विलोभनीय वाटले. त्यामुळे त्यांच्या अंगोपांगाची रमणीय चित्रे त्यांनी मराठी काव्यातून काढली. परंतु कृषिवलांच्या दु:खाकडे त्यांची दृष्टी वळली नाही. 'उत्तम शेती, कनिष्ठ नोकरी' ह्याच पारंपरिक विचारांची छाप मराठी कवींवर विशेष पडली असल्यामुळे त्यांना मळा, मोट, सुगी, अस्तुरी इ. वरवर दिसणाऱ्या वस्तू म्हणजे सारे कृषिजीवन अशी बहुतेक कवींची समजूत दिसते.'' ('नयन', एप्रिल १९४०)ग्रामीण भागातून आलेल्या व शहरी जीवनात स्थिरावलेल्या या कवींवर समकालीन प्रमुख मराठी काव्याचा (रविकिरण मंडळ) प्रभाव कायम राहिला. त्यांनी विषयनावीन्य म्हणून व खेडेगावाचा परिचय आपल्याला नागर रसिकांना करून द्यावयाचा आहे या उद्देशाने म्हणजेच नागर रसिक डोळ्यांसमोर ठेवून काव्यरचना केली. या दोन्ही कारणांमुळे त्यांची कविता वर्णनपरतेत आणि सजावटीतच रमली. त्यामुळे ग्रामीण परिस्थितील वास्तव जीवनाचा आत्माच ती हरवून बसली. स्वाभाविकच शेतकरी, त्यांचे आनंदी जीवन, त्याच्याशी आनंदाने रममाण

होणारी त्यांची कारभारीण अशा रमणीय चित्रणाभोवतीच ही कविता फिरत राहिली.

इ. स. १९५२ ला बहिणाबाई चौधरी यांची कविता पुस्तकरूपाने प्रसिद्ध झाली. स्वयंस्फूर्तीची प्रेरणा घेऊन आलेली, लोकगीतांच्या अंगाने व संतांच्या जीवनदृष्टीने ग्रामीण जीवनाला आणि आत्मानुभवाला आविष्कृत करणारी ही कविता ग्रामीण कवितेचे सर्व विशेष आपल्यात सामावून घेणारी कविता आहे.

जानपद कवितेअगोदर लिहिली गेलेली ही कविता जानपद काव्याचा काळ ओसरल्यावर प्रसिद्ध झाली हे ग्रामीण कवितेचे दुर्दैवच होय. ती लिहिली गेली तशी प्रसिद्ध झाली असती तर आनंद यादव यांनी म्हटल्याप्रमाणे, एकूणच जानपद कवितेला वेगळे वळण लागण्याची शक्यता होती.

१९५५ नंतर ग्रामीण कवितेच्या प्रेरणा व स्वरूपामध्ये अंतर्बाह्य बदल झालेला दिसून येतो. आशय आणि अभिव्यक्ती या दोनही बाबतींत हा बदल स्पष्टपणे जाणवतो. रविकिरण मंडळ काळातल्या जानपद काव्यातली कृत्रिमता, नाट्यात्मता, खोटा तपशील, नटवी भाषा या ऐवजी अस्सल जीवनानुभव, खरीखुरी ग्रामीण बोली या कवितेत आली. पुढे आत्माविष्कार आणि काव्यानुभावातले सूक्ष्म बारकावेही येऊ लागले. अलंकारांबरोबर ग्रामजीवन आणि बोलीतील प्रतिमांनी ही कविता समृद्ध होण्यास मदत झाली.

या बदलाची कारणे महाराष्ट्रातील वाङ्‌मयीन व राजकीय घडामोडींमध्ये सापडतात. एक तर संवेदनशील मनाने घेतलेले ग्रामीण अनुभव गाठीशी असले आणि त्याला प्रतिभेची जोड मिळाली तर उत्कृष्ट ग्रामीण काव्यनिर्मिती होऊ शकते हे बहिणाबाईंच्या कवितेने अगोदरच सिद्ध केले होते. या शिवाय नवकवितेचे आगमन, १ मे १९६० रोजी झालेली महाराष्ट्र राज्याची स्थापना, खेड्यापाड्यातील शिक्षण प्रसार, ग्रामीण साहित्याची चळवळ आणि त्यामुळे तरुण ग्रामीण कवींमध्ये आलेले नवे आत्मभान या गोष्टी ग्रामीण कवितेच्या बदलत्या स्वरूपाला कारणीभूत ठरल्या.

आनंद यादव यांच्या कवितेपासून ग्रामीण कवितेचे चित्र स्पष्टपणे बदलताना दिसते. कष्टकरी शेतकरी आणि त्यांचे कुटुंब हा केंद्रबिंदू असलेली आनंद यादवांची कविता अगोदरच्या जानपद कवितेच्या पार्श्वभूमीवर ठळकपणे वेगळी वाटते. कुठल्याही प्रकारचे काल्पनिक किंवा कृतक ग्रामजीवन न चितारता खरंखुरं ग्रामीण वास्तव ग्रामीण बोलीत ती चित्रित करते.

गरीब शेतकरी कुटुंबात जन्म, शेतीकामाबरोबच प्रतिकूल परिस्थितीशी संघर्ष, यामुळे ग्रामजीवनाचे पुरेपूर अनुभव, शालेय जीवनात जानपद काव्याचा तर महाविद्यालयीन जीवनात नवकाव्याचा डोळस अभ्यास इ. ची शिदोरी यादवांच्या काव्यलेखनामागे होती.

१९६० साली प्रसिद्ध झालेल्या 'हिरवे जग' या काव्यसंग्रहात शेतकरी व

त्याची कारभारीण यांचे अंतरंग चित्रित करणारी ही कविता 'मळ्याची माती' (४० क्र. नंतरच्या कविता) मध्ये आत्माविष्काराकडे वळलेली दिसते. खेड्यातून नोकरी/ व्यवसायाच्या निमित्ताने शहरात आलेल्या व स्थिरावलेल्या मनाची घालमेल ही कविता नेमक्या शब्दांत चित्रित करते. अस्सल ग्रामीण भाषेचा, त्यातील अलंकार आणि प्रतिमांचा वापर हे या कवितेच्या अभिव्यक्तीचे वेगळेपण आहे.

शालेय शिक्षण घेत असताना शिकलेल्या / वाचलेल्या जानपद कवितेतील खोट्या चित्रणाविरुद्धच्या प्रतिक्रियेतून, खरेखुरे ग्रामजीवनाचे चित्रण आपण कवितेतून मांडावे या उर्मीतून ही कविता प्रथम प्रेरणा घेऊन येताना दिसते. पुढे पांढरपेक्षा बनलेल्या मनाला वाटणारी ग्रामीण जीवनाबद्दलची, तिथल्या माती-माणसांची ओढ या प्रेरणेची अभिव्यक्ती नवकवितेच्या अभ्यासातून आलेली दिसते. कदाचित यामुळेच या कवितेचे सुरुवातीचे स्वरूप प्रातिनिधिक नाट्यात्म, तर नंतरचे आत्माविष्कारी असे बनले असावे.

ना. धों. महानोर यांची कविता बालकवी-बोरकर-रेगे- देशपांडे अशा रोमँटिक प्रवाहाच्या दिशेने आविष्कृत होते. स्त्री-पुरुषातील परस्पराकर्षण, त्यातही प्रामुख्याने स्त्री सौंदर्याकर्षण, शारीर मीलनाची ओढ, या ओढीतून-मीलनातून आलेली धुंदी यांचं चित्रण ही कविता निसर्गप्रतिमांतून करते. लोकगीताची लय हा या कवितेच्या आविष्काराचा प्रमुख विशेष. ग्रामवास्तवही ही कविता चितारते पण रोमँटिक कवितेच्या तुलनेने ते अत्यल्प आहे. 'रानातल्या कविता', 'वही', 'पावसाळी कविता' या संग्रहांतील महानोरांच्या कवितेचे स्वरूप असे आहे. 'प्रार्थना दयाघना' या संग्रहात मात्र ही कविता सभोवतालच्या वास्तवाला सामोरी जाताना दिसते.

विठ्ठल वाघ यांची कविता सौंदर्यानुभव आणि वास्तवानुभव अशा दोनही अंगांनी आविष्कृत होते. वाघांच्या सौंदर्यानुभवी कवितेतील प्रेम-सौंदर्यानुभव हा खेड्यातून, खेड्याच्या मातीतून आला आहे. त्यावर शहरी संस्कार-अभिरुचीचे आक्रमण झालेले नाही. समाजवास्तवाचे चित्रण करताना ही कविता शेतकऱ्याच्या दारिद्र्य-दुःख, पिळवणुकीबद्दल आत्यंतिक कणव व्यक्त करते तर शोषकांचे चित्रण करताना कधी उपहास तर कधी प्रतिकाराची भाषा यांचा आधार घेते. ग्रामीण प्रेम सौंदर्यानुभवाबरोबरच शेतकरी कष्टकरी, त्यांचे दारिद्र्य, ढोंगी राजकीय पुढारी, त्यांचे भ्रष्ट राजकारण, बदलते ग्रामजीवन, आणि ग्रामीण मन यांचा सामूहिक व प्रातिनिधिक आविष्कार ती करते. दोन्ही ठिकाणी ग्रामीण बोली, लोकगीताची लय, लोकसमजुती, रूढी, परंपरा, म्हणी वाक्प्रचार इ. चा समर्थ वापर या कवितेत झालेला दिसतो. थोडक्यात विठ्ठल वाघांची कविता म्हणजे लोकानुभवाला लोकभाषा, लोकजीवन आणि लोकसंस्कृती यांच्या अंगाने आविष्कृत करणारी लोककविता आहे.

यादव, महानोर, वाघ यांच्या कवितेनंतर साधारणपणे १९८०-८२ पासून

ग्रामीण कवींचे काव्यसंग्रह मोठ्या संख्येने प्रसिद्ध होताना दिसतात. त्यामध्ये प्रमुख (प्रमाण) मराठी काव्यप्रवाहाच्या पद्धतीने ग्रामजीवन चित्रित करणारी कविता, यादव-महानोर-वाघ यांच्या कवितेचे अनुकरण करणारी कविता, आत्माविष्काराचं रूप घेऊन आलेली स्वत:चा मार्ग शोधू पाहणारी कविता असे या कवितांचे स्वरूप दिसते. साधारपणपणे पहिल्या प्रकारच्या कवितेमध्ये एकनाथ देशमुख, नारायण कुलकर्णी कवठेकर, उत्तम कोळगावकर, अनुराधा पाटील यांच्या कवितांचा; तर दुसऱ्या प्रकारच्या कवितेमध्ये एस. एस. शिंदे, उषा भालेराव, गोविंद थेटे, आबा गणपती, शंकर बडे, अनिल पाटील, प्रभाकर शेळके, प्रकाश घोडके, प्रकाश होळकर; तर तिसऱ्या प्रकारच्या कवितेत प्रभाकर श्रावण चौधरी, माधव थोरात, नारायण सुमंत, राजन गवस, फ. म. शहाजिंदे, सूर्यभान चव्हाण, दा. र. दळवी, शंकर वाडेवाले, भास्कर बडे, मोहन पाटील, इंद्रजित भालेराव, पुष्पलनि, अशोक नीलकंठ सोनवणे, सदानंद देशमुख, भारत सातपुते यांच्या कवितांचा समावेश करता येईल. अर्थात हे वर्गीकरण काटेकोर स्वरूपाचे नाही. १९९० च्या अगोदर प्रसिद्ध झालेल्या कवितांच्या आधारे व्यक्त केलेला हा अभिप्राय आहे. हे कवी अजून लिहिताहेत. काहींचा लेखन प्रवास तर नुकताच सुरू झाला आहे. त्यांच्या कवितेचे स्वरूप पुढे बदलूही शकेल. एक मात्र खरे की, १९२० च्या सुमारास उदयास आलेल्या आणि १९३३ साली पुस्तकरूपाने जन्मलेल्या ग्रामीण कवितेचा लहानसा प्रवाह आता मराठी कवितेतील एक महत्त्वाचा प्रवाह ठरला आहे. वाङ्मयीन नियतकालिके, साहित्य संमेलने, कविसंमेलने, वृत्तपत्रीय साहित्य पुरवण्या, शालेय-विद्यापीठीय अभ्यासक्रम, रसिक वाचक मान्यता या सर्वच ठिकाणी त्याला सुयोग्य प्रतिष्ठा प्राप्त होऊ लागली आहे.

या एकंदर विवेचनानंतर ग्रामीण कवितेच्या मर्यादांकडे वळण्यापूर्वी या प्रवाहातंर्गत बालकविता आणि विडंबनपर कविता या काव्यप्रकारांकडे ओझरता दृष्टिक्षेप टाकणे योग्य होईल.

ग. ह. पाटील यांनी जानपद जीवनांतर्गत अशी बरीच बालगीते त्या काळात लिहिली. त्यांचे 'आजोळ' हे एक उल्लेखनीय बालगीत आहे. लहान मुलाचे मानसशास्त्र, त्याला असलेली आजोळीची ओढ, नातेसंबंधातील जिव्हाळा हे सर्व या गीतात प्रतिबिंबित झाले आहे. गणेश कुडे यांची 'माझे घर' ही कविता १९६४-६५ च्या सुमारास बालवर्गाच्या पाठ्यपुस्तकात होती. शिकायला शहरात आलेला मुलगा आपल्या गावातील घर आणि घरातील आई-भावंडांचे चित्र या कवितेत रेखाटतो. केशवसुतांच्या 'गोष्टी घराकडील...' सारखी ही कविता आठवणींच्या स्वरूपाची असली तरी या कवितेतील आई, भावंडांच्या अकृत्रिम ओढीमुळे-जिव्हाळ्यामुळे सहज आणि जिवंत वाटते.

माझ्या गावाहून जाते
चिमुकली हीच वाट
मला ओढुनिया नेते
माझ्या घराशी ही थेट

या ओळींतून त्याच्या गावाहून जाणारी वाट त्याच्या मनाला थेट घरापर्यंत ओढून नेते तर,

माझी आई तेथे दारी
माझ्या भावंडांचा मेळा
घरी गेल्यावर होतो
माझ्या भोवताली गोळा

कमा सुमा आणि चंदू
भाऊ आला म्हणतात
मिठी मग सोडवावी
हातावर खाऊ देत

या ओळींमधून दाराशी त्याची वाट पाहणारी आई, तो आल्यावर त्याला मिठी मारणारी भावंडे यांचे हृदयसंगम दृश्य साध्या सरळ शब्दांत मांडले जाते.

अशा काही मोजक्याच बालकविता ग्रामीण काव्यप्रवाहात दिसतात. बालकवितेसाठी ग्रामीण आणि शेतकरी जीवनाचे विस्तीर्ण क्षेत्र उपलब्ध असतानाही हा प्रकार फारसा विकसित झाला नाही.

ग्रामीण कवितेची भाषा आणि काव्यदृष्टी यावर उपहासपूर्ण टीका करणाऱ्या दोन कविता १९६० नंतर लिहिल्या गेल्या. पहिली ना. धों. महानोर यांची 'गिरामिण बोलीचं टेक्निक' ही कविता 'रानातल्या कविता' या संग्रहात शेवटी जोडलेली आहे. ग्रामीण काव्यासाठी बोलीभाषेच्या वापराचे तंत्र कसे हास्यास्पद आहे हे सांगण्याचा कवीचा प्रयत्न येथे दिसतो. के. नारखेडे यांनी त्यांच्या काळात जे गद्यात सांगितले त्याच्याच हा वेगळा उपहासगर्भ काव्यातला आविष्कार वाटतो. या उलट 'लोकमत' १९८० च्या दिवाळी अंकात प्रसिद्ध झालेली उत्तम कोळगावकर यांची 'अरे वो कवी' ही कविता रोमँटिक काव्यवृत्तीचा खरपूस समाचार घेते. शेतकरी जीवनावर कविता लिहिणाऱ्या कवीला शेतात थांबवून- तुला जोंधळ्याला लागलेले चांदणे

दिसते. मात्र त्यासाठी आम्हांला गाळावा लागणारा घाम, करावे लागणारे कष्ट का दिसत नाहीत ? त्याचे चित्रण तू आपल्या कवितेत का करीत नाहीस ? -अशा आशयाचे प्रश्न विचारतो. (रोमँटिक वृत्तीवर टीका करणाऱ्या ओळी विठ्ठल वाघांनी 'खापराचे दिवे' या कवितेत तर इंद्रजित भालेरावांनी 'पीक पाणी' क्र. १७ ची कविता यांमधून लिहिल्या. मात्र वाघ भालेराव यांच्या या कविता काही विडंबनपर ग्रामीण कविता नव्हेत.)

संख्येने अल्प का होईना पण बालकविता आणि विडंबनपर कविता ग्रामीण काव्यप्रवाहात लिहिल्या गेल्या त्याची येथे नोंद केली.

वैशिष्ट्ये आणि मर्यादा :

इ.स. १९२० ते १९९० या कालखंडातील ग्रामीण काव्याची ठळक वैशिष्ट्ये आणि मर्यादा पुढील प्रमाणे सांगता येतील.

१. आधुनिक काव्याच्या प्रारंभापासून ते १९२० पर्यंतच्या काळातील मराठी कवितेत ग्रामीण जीवनाचे चित्रण अपवादात्मक स्वरूपात आढळते.

२. या काळातील केशवसुत व इतरांच्या कवितेत अपवादाने येणारे ग्रामजीवन चित्रण हे केवळ बालपणातील आठवणी, वर्ण्य विषयाची पार्श्वभूमी इ. कारणांनी आलेले दिसते.

३. ग्रामीण (जानपद) कवितेच्या प्रारंभीच्या काळातील कवी आणि रसिक वर्ग शहरी भागातील होता. या काळात नागर कवींच्या हाती ग्रामीण (जानपद) कविता गेल्याने केवळ 'नवीन काव्यप्रकार' म्हणून 'हौसेखातर' या काव्याचे लेखन झालेले आहे. कुठल्या तरी बाह्य प्रेरणेने एखादे कथानक घेऊन चंद्रशेखर, गिरीश यांसारख्या कवींनी ग्रामीण जीवनावरील खंडकाव्याची निर्मिती केली. त्यासाठी त्यांनी स्वभावदर्शन, प्रसंगवर्णनाच्या तुकड्या-तुकड्यांना ग्रामीण बोलीच्या आधाराने सांधण्याचा प्रयत्न केला. त्याबरोबरच ग्रामीण जीवनातील एखादा विषय - प्रसंग- व्यक्ती घेऊन या काळातील नागर कवींनी नागर रसिकांना वेगळ्या अशा ग्रामीण जीवनाचे दर्शन घडविण्याच्या हेतूने सजविलेली स्फुट कविता साकार केली.

४. वेगळ्या अशा जानपद जीवनाकडे कवींची दृष्टी वळण्यामागे रविकिरण मंडळकालीन कवितेतील तोचतोपणाला कंटाळलेल्या रसिक वर्गाला रुचिपालट करून देणे हा उद्देश दिसतो.

५. अनुभवाच्या अभावी केवळ रुचिपालट म्हणून हौसेखातर लिहिलेली ही कविता असल्याने ग्रामीण जीवनाचे काल्पनिक व खोटे चित्रण तिने केले.

६. नंतरच्या टप्प्यातील ठोकळ, पाटील, नारखेडे, सोपानदेव चौधरी या कवींनी ग्रामीण जीवनाचा अनुभव असूनही नागर कवींच्या आणि तत्कालीन प्रमुख काव्यप्रवाहाच्या छायेत आपली कविता लिहिली. त्यामुळे त्यांचीही कविता स्थूल

वर्णनापलीकडे जाऊ शकली नाही.

७. या कवींच्या डोळ्यासमोर प्रामुख्याने नागर वाचक/रसिक वर्ग होता. या वर्गाला आपल्या खेड्यातल्या जीवनाची ओळख करून द्यावयाची आहे, अशी न कळत भावना या कवींची झालेली दिसते. त्यामुळे जानपद कविता प्रमाणभाषेत लिहावी की बोलीभाषेत या वादात ते कवी सापडले. भाषेकडे लक्ष केंद्रित झाल्याने आशय, अनुभवाची सूक्ष्मता आणि परिणामकारकतेकडे या कवींचे दुर्लक्ष झाले.

८. मात्र या कवितेत विषयांची विविधता विपुलतेने चित्रित झाली आहे. शेतकरी, त्याची उन्हाळा - पावसाळा- हिवाळा या तिन्ही ऋतूंतील शेतीची कामे, शेतकऱ्याला त्याच्या प्रत्येक कामात साथ देणारी त्याची कारभारीण, खेड्यातील पाटील, खोत, मारवाडी, माळी, भिल्ल, महार, कोळी, कोल्हाटी, डोंबारी अशा विविध जाती-जमाती तसेच गुराखी, मोळीवाली, भारेवाली, डोंबारी इ. विविध व्यवसाय करणारे लोक, जत्रा, सण, उत्सव, लग्नसमारंभादी सुख-दुःखाचे प्रसंग, सावकार, पाटील, खोत यांचेकडून कमी-अधिक प्रमाणात होत असलेली पिळवणूक- दुष्काळामुळे ग्रामीण जनतेचे होणारे हाल- या कितीतरी विषयांचे चित्रण या कवितेत झाले.

९. या कालखंडातील कवी आणि टीकाकार या दोघांनीही 'एक दुय्यम स्वरूपाची कविता', 'एका नव्या विषयावरील काव्यप्रकार' या दृष्टीने या कवितेकडे पाहिले. चंद्रशेखरांसारख्या ग्रामीण जीवनावर काव्य लिहिणाऱ्या ज्येष्ठ कवीने वि. म. घुले यांच्या जानपद गीतांचे कौतुक करून "मात्र तुम्ही असली गीते फार करू नका" असे सांगणे या दृष्टीने निदर्शकच म्हणता येईल.

या काळातील समीक्षक टीकाकार यांनीही गंभीरपणे या काव्याची समीक्षा केली नाही. नवीन काव्यप्रकार, वैचित्र्यपूर्ण कविता म्हणून या काव्याचे केवळ कौतुक करूनच ते थांबले.

१०. प्रेरणा, आशय आणि अभिव्यक्ती या दृष्टीने सकस अशी बहिणाबाईंची कविता जानपद गीत नावाने लिहिल्या गेलेल्या फसव्या ग्रामीण कवितेअगोदर लिहिली गेली आणि तिचा (जानपद कवितेचा) काळ ओसरल्यावर महाराष्ट्राला परिचित झाली.

११.पुढे आनंद यादव यांच्या कवितेपासून ग्रामीण कवितेच्या आशय आणि अभिव्यक्तीमध्ये अमुलाग्र बदल झालेला दिसतो.

१२. नवकवितेच्या वाचन-अभ्यासाने ग्रामीण कवींच्या काव्यदृष्टीत डोळसपणा आला. वास्तवतेबरोबरच अनुभवाची सूक्ष्मता आली. त्यासाठी अलंकारांची जागा प्रतिमांनी घेतली.

१३. आनंद यादवांची कविता नवकवितेच्या अंगाने, महानोरांची कविता

रोमँटिक प्रवाहाच्या दिशेने तर विठ्ठल वाघांची कविता लोकगीतांच्या अंगांनी आविष्कृत झाली.

१४. या तीन प्रमुख ग्रामीण कवींनी मराठी ग्रामीण कवितेवर वेगवेगळा ठसा उमटविला. पुढील अनेक कवींनी त्यांचे अनुकरण केले. त्यातही महानोर आणि वाघ यांच्या कवितेचे अनुकरण अधिक प्रमाणात झाले.

१५. या कवींबरोबच दलित कवितेचाही प्रभाव काही कवींवर जाणवतो. त्यामुळे त्यांच्या कवितेत अभिनिवेश प्रकट झालेला दिसतो. शेतकरी संघटनेने चेतविलेली शेतकरी वर्गाची अस्मिताही या अभिनिवेशास कारणीभूत ठरली.

१६. परकायाप्रवेश करून शेतकरी, त्याची कारभारीण यांचे भावजीवन चित्रित करणे हे १९५५ नंतरही प्रारंभीच्या काळात झाले. मात्र पुढे आत्माविष्काराला प्राधान्य येत गेले त्यामुळे ग्रामीण कवितेचा प्रवास स्थूलाकडून सूक्ष्माकडे असा होत गेलेला दिसतो.

१७. काव्यप्रकारातील प्रयोगशीलता ग्रामीण कवितेत फारशी दिसत नाही. जानपद कवितेच्या काळात वेगळा विषय म्हणून कवी या कवितेकडे वळले तर १९५५ नंतरच्या काळात बहुसंख्य कवी अनुकरणात, लोकप्रियतेच्या मोहात गुरफटलेले दिसतात.

१८. १९८० ते ९० या दशकात ग्रामीण कविता संख्येने विपुल प्रमाणात लिहिली गेली व काव्यसंग्रहांच्या रूपाने प्रसिद्ध झाली. या वैपुल्याची कारणे खेड्यापाड्यातील शिक्षण प्रसार, ग्रामीण साहित्य चळवळ, महाराष्ट्र राज्य साहित्य संस्कृती मंडळाची नवलेखक अनुदान योजना, शेतकरी संघटनेची चळवळ इ. अनेक घटनांमध्ये सापडतात.

१९. ग्रामीण काव्यासाठी ग्रामीण बोलीच्या वापराबाबत १९५५ पूर्व काळात मतभेद व्यक्त झाले. १९५५ नंतरही या बोलीच्या वापराला अल्पसा विरोध झालेला दिसतो ('गिरामिण बोलीचं टेक्‌निक'- महानोर). १९७७ -७८ पासून मात्र ग्रामीण कवितेत बोलीभाषेचा वापर मोठ्या प्रमाणावर होताना दिसतो.

२०. ग्रामीण कवितेला वाङ्मयीन नियतकालिके, साहित्य संमेलने, शालेय-विद्यापीठीय अभ्यासक्रम इ. ठिकाणी बऱ्यापैकी प्रतिष्ठा मिळू लागली आहे. तथापि प्रस्थापित समीक्षक कवींची या कवितेकडे पाहण्याची दृष्टी आजही फारशी बदललेली नाही असेच म्हणावे लागते. विजया राजाध्यक्ष आणि मंगेश पाडगांवकर यांनी या कवितेसाठी वापरलेल्या 'तकलुपी' व 'छाप' या विशेषणांवरून हे स्पष्ट होते.

२१. संख्येच्या बाबत विचार करता ग्रामीण कथा, कादंबरी यांच्या खालोखाल ग्रामीण कविता मोठ्या प्रमाणात लिहिली गेली. पण समीक्षेच्या बाबत ही कविता अलक्षित राहिली. अगदी ग्रामीण साहित्य समीक्षकांनीही (आनंद यादव यांचे दोन

लेख वगळता) ग्रामीण कवितेवर फारसे समीक्षा लेखन केले नाही. मोजक्या संग्रहांवर काही परिचय- वजा परीक्षणे तेवढी वेळोवेळी प्रसिद्ध झाली.

२२ अ). स्त्रियांचे दुःख, स्त्री जीवनाची व्यथा यांचे चित्रण ग्रामीण कवितेत हवे त्या प्रमाणात आले नाही. काहींनी भोगवस्तू मानून तिच्या रूपाचे गोडवे गायिले. काहींनी 'माय'च्या उदात्त रूपात तिला पाहिले तर काहींनी शेतकऱ्याला त्याच्या कामधंद्यात साथ करणारी कारभारीण म्हणून चित्रित केले. पुरातन काळापासून तिच्या वाट्याला आलेले दुय्यम स्थान, तिला करावे लागणारे ढोरकष्ट, मुलं-पती-म्हातारे (सासू-सासरे) सर्वांची मनं-सांभाळण्यासाठी होणारी तिच्या मनाची ओढाताण, आपल्या इच्छा आकांक्षा दडपून ठेवाव्या लागणे इ. स्त्रीच्या - विशेषतः ग्रामीण स्त्रीच्या व्यथांना १९९० पर्यंतच्या कवितेत अत्यंत अपवादात्मक स्थान मिळालेले दिसते.

ब) ग्रामीण कवींमध्ये कवयित्रींची संख्याही अपवादात्मकच आहे. याचे उघड कारण ग्रामीण भागात स्त्री शिक्षणाचे प्रमाण अजूनही अल्प आहे. ज्या थोड्या स्त्रिया शिकल्या/नोकरी करू लागल्या, त्यांना सुद्धा अजून मनाच्या अभिव्यक्तीचं स्वातंत्र्य पुरुष वर्गाकडून मिळालेलं नाही. मग अशिक्षित स्त्रियांची तर गोष्टच निराळी ! त्यांच्या कोंडलेल्या मनाचा उत्स्फूर्त आविष्कार व्हायला अजूनही ग्रामीण कवितेची भूमी तयार झालेली नाही, असेच म्हणावे लागते. बहिणाबाई चौधरी हा एकमेव अपवाद. बहिणाबाईच्या कवितेला वाङ्मयीन चमत्कार मानण्यामागे या वस्तुस्थितीची अर्थछटा सामावलेली आहे.

२३. ग्रामीण कवितेने मराठी काव्याला काय दिले, या प्रश्नाचे उत्तर पुढीलप्रमाणे देता येईल- आधुनिक मराठी साहित्याच्या प्रारंभ काळापासून किंबहुना त्याच्याही काही काळ आधीपासून मराठी -काव्य ग्रामीण जीवनापासून वंचित होतं. वास्तविक या देशाचा भूभाग शेती व खेडी यांनी अधिक व्यापलेला आहे. या प्रचंड लोकसंख्येच्या देशातील बहुसंख्य जनता खेड्यात राहते. तथापि मराठी साहित्य/काव्य हे मूठभर शहरी वर्गापुरते मर्यादित होते. या साहित्यात ग्रामीण जीवनाचे चित्रण अपवादात्मक स्वरूपातच येत होते. त्यातही ग्रामीण जीवनाचा खरा अनुभव नसल्याने कृत्रिमता, नटवेपणा, खोटा तपशील इ. येत होते. विशेषत्वाने १९६० नंतरच्या बहुसंख्य ग्रामीण कवींनी हे सर्व दोष दूर करण्याचा आपापल्या परीने प्रयत्न केला. सर्व मराठी साहित्याचे लक्ष खरेखुरे ग्रामीण जीवन याकडे वेधले. मराठी कवितेतील दुर्बोधतेचा पाडाव करून तिच्यात सुबोधता आणली. ग्रामीण बोलीच्या वापराने मराठी साहित्य आणि मराठी भाषा यांच्या समृद्धीत मोलाची भर घातली.

***

परिशिष्टे

परिशिष्ट : एक

कवी : जीवन आणि काव्यकाल

या परिशिष्टात ग्रामीण जीवनावर काव्यलेखन केलेल्या दिवंगत कवींच्या समावेश केला असून माहितीचा क्रम पुढील प्रमाणे आहे. काव्यलेखनासाठी स्वीकृत नाव, संपूर्ण नाव, जन्म, काव्यलेखन प्रारंभवर्ष, मृत्युवर्ष.

	स्वीकृत नाव	संपूर्ण नाव	जन्म	काव्यलेखन प्रारंभ	मृत्युवर्ष
१.	वि. भ. लेंभे	विठ्ठल भगवंत लेंभे	१८५०	१८८०	१९२०
२.	मो. ग. लोंढे	मोरो गणेश लोंढे	१८५४	१८८०	१९२०
३.	केशवसुत	कृष्णाजी केशव दामले	१८६६	१८८५	१९०५
४.	चंद्रशेखर	चंद्रशेखर शिवराम गोऱ्हे	१८७१	१८९५	१९३७
५.	माधवानुज	काशिनाथ हरी मोडक	१८७२	१८९२	१९१६
६.	भा. रा. तांबे	भास्कर रामचंद्र तांबे	१८७४	१८८९	१९४१
७.	दत्त	दत्तात्रय कोंडो घाटे	१८७५	१८९४	१८९९
८.	गिरीश	शंकर केशव कानेटकर	१८९३	१९११	१९७३
९.	यशवंत	यशवंत दिनकर पेंढरकर	१८९९	१९११	१९८६
१०.	ग. ल. ठोकळ	गजानन लक्ष्मण ठोकळ	१९०९	१९२८	१९८४
११.	पां. श्रा. गोरे	पांडुरंग श्रावण गोरे	१९०५	१९३२	१९९१
१२.	ग. ह. पाटील	गणेश हरी पाटील	१९०६	१९२१	१९८९

१३.	के. नारखेडे	कौतिक गरबड नारखेडे	१९०० २६ ऑक्टो.	१९१८	१९८० २९ सप्टें.
१४.	सोपानदेव चौधरी	सोपानदेव चौधरी	१९०७ १६ ऑक्टो. विजयादशमी	१९१९	१९८२
१५.	बी रघुनाथ	भगवान रघुनाथ कुलकर्णी	१९१३ (१५ ऑग.)	१९३०	१९५३ ७ सप्टें.
१६.	बहिणाबाई चौधरी	बहिणाबाई चौधरी	१८८० (नागपंचमी)	१९२६	१९५१ पूर्व
१७.	माधव थोरात	माधव थोरात		१९७७ (सुमारास)	१९९१ (२५ जुलै)

***

परिशिष्ट : दोन

कालपट

या परिशिष्टातील माहितीचा क्रम पुढीलप्रमाणे आहे. केवळ स्फुट ग्रामीण कविता असेल तेथे कवितेचे शीर्षक, कवी, लेखनकाल, काव्य संग्रहाचे शीर्षक, प्रकाशक आणि प्रथम आवृत्तीचे प्रकाशन वर्ष, पृ. क्र. तर संपूर्ण ग्रामीण काव्यसंग्रह असेल तेथे काव्यसंग्रहाचे शीर्षक, कवी, प्रकाशक आणि प्रथम आवृत्तीचे प्रकाशन वर्ष दिले आहे. तसेच स्फुट कवितेच्या शीर्षकापुढे (क) आणि काव्यसंग्रहाच्या शीर्षकापुढे (सं.) असे लिहिले आहे. कवितेचा लेखनकाल चटकन लक्षात येण्यासाठी ठळक टाईप वापरला आहे. १९७० नंतरच्या संग्रहांचे केवळ प्रकाशन वर्ष ठळक टाईपात आहे. 'ले.प्रा.' चा अर्थ काव्य लेखन प्रारंभ काळ असा आहे.

१. 'एक खेडे' (क) केशवसुत **१८८७**. 'केशवसुत काव्य आणि परामर्श' (संपा.)रा. शं. वाळिंबे, सिटी बुकस्टॉल, पुणे, १९५८. पृ.८
२. 'गोष्टी घराकडिल मी वदता गड्यारे' (क) केशवसुत **१८८७ जुलै २२** 'केशवसुत काव्य आणि परामर्श' उ. नि. पृ. १०
३. 'दुष्काळ' (क) माधवानुज **१८९६ डिसें. ९** 'माधवानुजांची कविता' (संग्रा.) चिं. का. मोडक, गणेश माधव आणि कं. मुंबई.
४. 'दगड फोडतांना' (क) माधवानुज **१८९७ जाने. १२** (बेलापूर) 'माधवानुजांची कविता' उ. नि.
५. 'जात्यावर बसून' (क) माधवानुज **१८९७ जाने. १५** (बेलापूर) माधवानुजांची कविता उ. नि.
६. 'मुलांचा कोंडवाडा' (क) माधवानुज **१८९७ जाने. २४** (गोंदवणी) 'माधवानुजांची कविता' उ. नि.
७. 'गाय विकत देतांना' (क) माधवानुज. **१८९७ जाने. २८** (गोंदवणी) 'माधवानुजांची कविता' उ. नि.
८. 'थंडी' (क) **१८९७ फ्रेबु. २१** (गोंदवणी) 'माधवानुजांची कविता' उ. नि.
९. 'दुष्काळग्रस्तांचे सुस्कारे' (क) माधवानुज **१८९७ जून २५** (वडाळा)

'माधवानुजांची कविता' उ. नि.

१०. 'पर्जन्याप्रत' (क) माधवानुज **१८९७ जून ३०** (वडाळा) 'माधवानुजांची कविता' उ. नि.

११. 'आसन्नमरण दुष्काळ पीडितास' (क) दत्त **१८९७ आक्टो. १२** दत्तांची कविता (संपा.) वि. द. घाटे व्हीनस प्रका. पुणे.

१२. '१८९७ या वर्षाला' (क) दत्त **१८९७ नोव्हें. २** 'दत्तांची कविता' उ. नि.

१३. 'धनगर आणि तत्त्ववेता' (क) चंद्रशेखर **१८९७ 'कुंजकूजन'** १९६३

१४. 'गुरांचा वाडा' (क) माधवानुज **१९००** 'माधवानुजांची कविता' उ. नि.

१५. 'हिंदवंदना' (क) चंद्रशेखर **१९००** 'कुंजकुजन' उ. नि.

१६. 'घनाभिनंदन' (क) चंद्रशेखर **१९०० जून १०** 'कुंजकूजन' उ. नि.

१७. 'काळ तर मोठा कठीण आला' (क) चंद्रशेखर **१९०१ नोव्हें. ३०** 'कुंजकूजन' उ. वि.

१८. 'गुराख्याचे गाणे' (क) भा. रा. तांबे **१९०२** मे (पंचमढी) 'तांबे यांची कविता' के. भि ढवळे प्रका. मुंबई, ति. आ. १९४५

१९. 'दुष्काळांनतरचा सुकाळ' (क) भा. रा. तांबे **१९०३ फेब्रु.** (देवास) 'तांबे यांची कविता' उ. नि.

२०. 'काय हो चमत्कार' (क) चंद्रशेखर **१९११** (बडोदे) 'चंद्रिका' भारत गौरव ग्रंथमाला, मुंबई १९११.

२१. 'शेतकरी' (क) वि. भ. लेंभे 'अर्वाचीन कविता भाग १' **१९२४** पृ. २६१ ते २६३

२२. 'हंगाम' (क) मो. ग. लोंढे (कुलाबा जिल्ह्यात) 'अर्वाचीन कविता भाग १ **१९२४** पृ. ३७३-३७४

२३. 'प्रेमाची दौलत' (क) यशवंत **१९२३ सप्टें. १** 'यशोधन' चित्रशाळा पुणे पा. आ. १९५६

२४. 'शांतिस्थान' (क) गिरीश **१९२३ ऑक्टो. २५** 'कांचनमेघ' व्हीनस प्रका. पुणे १९५५

२५. 'शेतकीतील सुख' (क) यशवंत **१९२३ डिसें. १२** 'यशोधन' उ. नि.

२६. 'नांगरखुंटी' (क) यशवंत **१९२५ ए. २९** 'यशोधन' उ. नि.

२७. 'न्याहरीचे गाणे' (क) यशवंत **१९२५ सप्टें. ७** 'यशोधन' उ. नि.

२८. 'बहिणाबाईची गाणी' (सं.) बहिणाबाई चौधरी **१९२६ च्या अगोदर** (असोदा) ज्योति पिरिऑडिकल्स चौ. आ. १९८२ (प. आ. १९५२)

२९. 'वारे पाऊस' (क) गिरीश **१९३६ मे २३** 'कांचनमेघ' (उ. नि.)

३०. 'आंबराई' (क) गिरीश व्हीनस प्रकाशन पुणे प. आ. **१९२८**
३१. 'घर' (क) यशवंत **१९२८ जून १२** 'यशोधन' उ. नि.
३२. 'घात' (क) यशवंत **१९२८ डिसें. २** 'यशोधन' उ. नि.
३३. 'बालशारदा' (सं) ग. ह. पाटील हनुमान प्रेस पुणे **१९३२**
३४. 'बोबडे बोल' (सं) पां. श्रा. गोरे. प्रका. झेड. एन. नांदुरकर यवतमाळ **१९३२**
३५. 'काव्यकेतकी' (सं) सोपानदेव चौधरी **१९३२**
३६. 'सुगी' (सं.) ग. ल. ठोकळ (संग्राहक व प्रकाशक) बडोदे **१९३३**
३७. 'उगडं गुपित' (क) चंद्रशेखर (बडोदे) 'सुगी' उ. नि. **१९३३**
३८. 'झाल्या तिन्ही सांजा' (क) यशवंत **१९३३ ए. १६** 'यशोगंध' रविकिरण मंडळाचे २४ वे पुस्तक.
३९. 'सुंदर हिरवे माळ' (क) गिरीश **१९३३ जुलै २६** 'कांचनमेघ'. उ. नि
४०. 'रानजाई' (सं) ग. ह. पाटील हनुमान प्रेस पुणे **१९३४**
४१. 'भलंरी' (क) गिरीश **१९३४ नोव्हें. १४** 'कांचनमेघ ' उ. नि.
४२. 'किस्मतपूरचा जमीनदार' (क) चंद्रशेखर **१९३६ जाने. ३** (बडोदे)
४३. 'बियाणा' गिरीश **१९३७ ए. २५** 'कांचनमेघ' उ. नि.
४४. 'मीठभाकरी' (सं.) ग. ल. ठोकळ प्रका. पुणे **१९३८**
४५. 'सहकार' (क) गिरीश **१९३८ ऑक्टो. १५** 'कांचनमेघ' उ. नि.
४६. 'दौल्याची दिवाळी' (क) गिरीश **१९४० ऑक्टो. २** 'कांचनमेघ' उ. नि.
४७. 'शिवार' (सं) के. नारखेडे लेखन वाचन भांडार पुणे **१९४१**
४८. 'सुखी संसार' (क) गिरीश **१९४२ मे ३१** 'कांचनमेघ' उ. नि.
४९. 'लिंबोळ्या' (सं) ग. ह. पाटील **१९४८ पूर्वी** ठोकळ प्रका. पुणे १९६१
५०. 'अनुपमा' (सं) सोपानदेव चौधरी **१९५०**
५१. 'सोपानदेवी' (सं) सोपानदेव चौधरी ठोकळ प्रका. पुणे
५२. 'तळ्यांतल्या साउल्या' (सं) पुरुषोत्तम पाटील **काव्य ले. प्रा. १९५२** पॉप्युलर प्रका. मुंबई १९७८.
५३. 'हिरवे जग' (सं) आनंद यादव **काव्य ले. प्रा. १९५४** चंद्रकांत शेटे प्रका. कोल्हापूर **१९६०**
५४. 'रानातल्या कविता' (सं) ना. धों. महानोर **काव्य ले. प्रा. १९६०** पॉप्युलर प्रका. मुंबई १९६७.
५५. 'झोळणा' (सं) सरोजिनी बाबर व्हीनस प्रका. पुणे **१९६४**
५६. 'वैदर्भी, 'साय', 'काया मातीत मातीत' (इ. संकलने) विठ्ठल वाघ **काव्य ले. प्रारंभ १९७० च्या सुमारास**
५७. 'वही' (सं) ना. धों. महानोर पॉप्युलर प्रका. मुंबई **१९७१**

५८. 'ओळखी अनोळखी' (सं) एकनाथ देशमुख राजेश भारती प्रका. जामनेर **१९७२.**
५९. 'चंद्रास्त' (क) प्रभाकर श्रावण चौधरी रसयात्रा प्रका. जळगाव **१९७४.**
६०. 'मळ्याची माती' (सं) आनंद यादव मेहता पब्लि. हाऊस पुणे **१९७८**
६१. 'कविता दशकाची' (सं) कुलकर्णी कवठेकर व कोळगावकर संपा. पाडगावकर व इतर, ग्रंथाली मुंबई **१९८०**
६२. 'आपुन तर माणसं हाय !' (क) माधव थोरात मल्लिकार्जुन प्रका. कऱ्हाड **१९८१**
६३. 'गावाकडच्या कविता' (क) जगदीश देवपूरकर चेतश्री प्रका. अमळनेर **१९८१**
६४. 'हे माझ्या गवताच्या पात्या' (सं) नारायण कुळकर्णी कवठेकर मौज प्रका. मुंबई **१९८२**
६५. 'जंगलझडी' (सं) उत्तम कोळगावकर मौज प्रका. मुंबई **१९८२**
६६. 'रानभैरी' (सं) नारायण सुमंत अनुराधा प्रका. करमाळा **१९८३**
६७. 'हुंदका' (सं) राजन गवस पारिजात पब्लि. पुणे **१९८३**
६८. 'सर्वा' (सं). एस. एस. शिंदे अपेक्स पब्लि. बीड **१९८३**
६९. 'सिंधुलहरी' (सं) दा. र. दळवी सुप्रकाश प्रका. कणकवली **१९८४**
७०. 'हिरवी चाहूल' (सं) सतीश शिरसाट समाज प्रबोधन संस्था पुणे **१९८४**
७१. 'शेतकरी' (सं) फ. म. शहाजिंदे आंतरभारती प्रका. औरादशहाजानी **१९८५**
७२. 'रानगंध' (सं) सु. ग. चव्हाण परिमल प्रका. औरंगाबद **१९८५**
७३. 'मालवणी खाजा' (सं) दा. र. दळवी सुप्रकाश प्रका. कणकवली **१९८६**
७४. 'रानकामुन्या' (सं) उषा भालेराव अमरवैभव प्रका. औरंगाबाद **१९८८**
७५. 'वावर' (सं) भास्कर बढे वावर प्रका. औरंगाबाद **१९८८**
७६. 'कढवाही' (सं) शंकर वाडेवाले. आविष्कार साहित्य मंडळ नांदेड **१९८८**
७७. 'पीकपाणी' (सं) इंद्रजित भालेराव मेहता पब्लि. हाऊस पुणे **१९८९**
७८. 'गाणे मातीचे' (सं) गोविंद थेटे आविष्कार साहित्य मंडळ नांदेड **१९८९**
७९. 'मायलेकरं' (क) आनंद यादव मेहता पब्लि. हाऊस पुणे **१९८९**
८०. 'प्रार्थना दयाघना' (सं) ना. धों. महानोर पॉप्युलर प्रका. मुंबई **१९९०**
८१. 'पक्ष्यांचे लक्ष थवे' (सं) ना. धों. महानोर पॉप्युलर प्रका. मुंबई **१९९०**
८२. 'काया मातीत मातीत' (सं) विठ्ठल वाघ देशमुख आणि कंपनी पुणे **१९९०**

* * *

परिशिष्ट : तीन

संदर्भ ग्रंथ

१.	कोत्तापल्ले नागनाथ	ग्रामीण साहित्य : स्वरूप आणि शोध' १९८५
२.	घारपुरे कुमुदिनी	'रविकिरण मंडळ गौरविका' १९६५
३.	चंदनशिव भास्कर	'भूमी आणि भूमिका'
४.	जाधव रा. ग.	'वाङ्मयीन आकलन' १९७७
५.	जाधव रा. ग.	'अश्वत्थाची सळसळ' १९८५
६.	जोग (संपा) वि. स.	'युगस्पंदन' १९९०
७.	जोग (संपा) रा. श्री.	'आधुनिक मराठी वाङ्मयाचा इतिहास' खंड ५ भाग १. १९७३
८.	दाभोळकर चा. अ.	'महाराष्ट्रातील दुष्काळ व त्यावरील उपाय' १९६१
९.	देशपांडे अ. ना.	'आधुनिक मराठी वाङ्मयाचा इतिहास' भाग १. १९५४
१०.	धोंगडे अश्विनी	'स्त्रीवादी समीक्षा- स्वरूप आणि उपयोजन' १९९३
११.	नारखेडे के.	'काव्यकलेचे अंतरंग' १९४३
१२.	पंडित भवानीशंकर श्रीधर	'आधुनिक मराठी कवितेचे प्रणेते' भाग १ व २. १९७१
१३.	पंडित भ. श्री.	'आधुनिक मराठी कविता' १९५२
१४.	पाटील म. सु.	'अक्षरवाटा' १९४२
१५.	-----	'प्रदक्षिणा' खंड २. १९९१
१६.	बोराडे रा. रं.	'ग्रामीण साहित्य'
१७.	भोसले द. ता.	'ग्रामीण साहित्य - एक चिंतन' १९८८

१८. मर्ढेकर बा. सी. — 'सौंदर्य आणि साहित्य' १९५५

१९. महानोर ना. धों. — 'पळसखेडची गाणी' १९८२

२०. यादव आनंद — 'ग्रामीणता : साहित्य आणि वास्तव' १९८१

२१. यादव आनंद — 'ग्रामीण साहित्य : स्वरूप आणि समस्या' १९८४

२२. यादव आनंद — 'मराठी साहित्य : समाज आणि संस्कृती' १९८५

२३. यादव आनंद — 'साहित्याची निर्मिती प्रक्रिया' १९८९

२४. यादव आनंद — 'खळाळ' दु. आ. १९९३

२५. रसाळ सुधीर — 'कविता आणि प्रतिमा' १९८२

२६. राजाध्यक्ष विजया — 'मर्ढेकरांची कविता : स्वरूप आणि संदर्भ' खंड पहिला आणि दुसरा १९९१

२७. वाळिंबे (संपा.) रा. शं. — 'केशवसुत काव्य आणि परामर्श' १९५८

२८. सार्वेकर (संपा.) कैलास — ''वेध : 'तळ्यातल्या साउल्यां'चा'' १९९०

***

परिशिष्ट : चार

संदर्भ लेख

१. अवळसकर, शा. वि.	'वाचक, लेखक आणि खेडे' प्रतिभा ३:५ १ मार्च १९३५ पृ. ८ वे.
२. आठल्ये, अरुण	'पीकपाणी' (पु.प.) नवशक्ती २६ ऑगस्ट १९९० पृ. ६ व ८
३. आठवले, शांतराम	'रानजाई' (पु.प) प्रतिभा ३:४, १५फेब्रु. १९३५ पृ. २५ ते २७
४. इंगोले कृष्णा	'ग्रामीण साहित्यातील शेतकरी जीवन' अक्षरवैदर्भी जाने. १९९३ पृ. २१-२३
५. कानेटकर, शं. के.	'मीठभाकरी' (पु.प.) ५:५८ डिसें. १९३८ पृ. ३३ ते ३६
६. कुळकर्णी अरविंद वामन	'आनंद यादव यांची रूपनिष्ठ कविता' कवितारती मा. ए. १९६३. ८:३ पृ. २० ते ३३
७. कुलकर्णी पां. ना.	'सुगीच्या निमित्ताने' हिंद ३:१० नोव्हें. १९४८ पृ. ४१ ते ४५
८. कुलकर्णी सुमेधा	'आत्मस्वर न संपणारा हुरूप' १६ डिसें. १९८९
९. ख्रिस्ती कृष्णाबाइ	'' 'काव्यकेतकी'च्या समीक्षणाचे परीक्षण'
१०. ख्रिस्ती कृष्णाबाई	'सुगी' (पु.प.) महिला १:१० ए. १३४ पृ. ४३-४५
११. गंधे, दिवाकर	'चंद्रास्त' (पु.प.) लोकराज्य, मुंबई१ डिसें. १९७६ पृ. ५६
१२. घुले विठ्ठल महादेव	'खेडवळ कवितेची भाषा' कलादर्श १:१, १५ नोव्हें. १९३३ पृ. १२-१३ आणि २:१ १५ जाने. १९३४ पृ.३०-३४
१३. घुले वि. म.	''जानपद गीत' हे एक जिवंत काव्य

	आहे''अलंकार १:६, जून १९३६, पृ. ३ ते ५
१४. घुले, वि. म.	'मराठी काव्यात जानपद गीतांची वाढ कशी होईल' अलंकार २:१, जाने. १९३७ पृ. ९-१०
१५. चपळगावकर नरेंद्र	'मातीच्या वासातून जन्मलेली कविता' : आम्ही काबाडाचे धनी' (पु.प.) मराठवाडा, औरंगाबाद जून १९९२ पृ. ४
१६. चिटणीस रा. वा.	'सर्वांगीण ग्रामीण जीवन रंगवणारा संग्रह' (पु.प.) तरुण भारत२० ऑक्टो. १९६१
१७. चिंचाळकर अ. र.	'रानजाई' (पु.प.) यशवंत अंक ६५ मे १९३६ पृ. ४०-४१
१८. जहागीरदार विश्वास प्र.	'मराठी ग्रामीण कविता' महाराष्ट्र साहित्य पत्रिका' पुणे अंक २१४ व २१५ पृ. ८९-१०४
१९. जाधव, रा. ग.	'चंद्रास्त' पु.प. नवभारत, वाई मे १९७५ पृ. ८० - ८३
२०. जामकर मधू	'गेल्या तपातील मराठी ग्रामीण साहित्य' तरुण भारत बेळगाव संमेलन विशेषांक ३१ जाने. १९९२ पृ. ३५-३८
२१. जोग, रा. श्री.	'रानजाई' (पु.प.) महाराष्ट्र साहित्य पत्रिका ८:३ ऑक्टो. १९३५ पृ. २२-२३
२२. जोशी प्रतिमा	'वेध आणि उमेध' 'काळ्या आईचा मुलगा' पु.प. महाराष्ट्र टाईम्स मुंबई मे १९९२.
२३. टिळक लक्ष्मीबाई	'काव्यकेतकी' परिचय रत्नाकर ७:११ नोव्हें.१९३२ पृ. ७८६, ७८८
२४. तळवलकर, गोपीनाथ	'लिंबोळ्या' (पु.प.) महाराष्ट्र साहित्य पत्रिका ३४:१३७ ए. मे. जू. १९६१ पृ. ४८-४९
२५. देव दिनकर विनायक	'रानजाई' (पु.प.) ध्रुव २१:२ मे १९३५ पृ. १४३-१४४
२६. देशपांडे अपर्णा	'आक्षेप निरसन' (संदर्भ कृष्णाबाई खिस्तींचा) महिला १:८ फेब्रु. १९३४

२७. देशपांडे पु.ल. — 'पीकपाणी' इंद्रजित भालेराव (पत्र) महाराष्ट्र साहित्य पत्रिका, पुणे अंक २५३ ए. मे. जू. १९९० पृ. ९१

२८. देशमुख उषा मा. — 'चंद्रास्त' (पु.प.) प्रतिष्ठान औरंगाबाद नोव्हें. १९७५ पृ. १९-२२

२९. देशमुख केशव — 'पीकपाण्यातला इंद्रजित भालेराव' (पु.प.) लोकमत औरंगाबाद मे १९९२

३०. देशमुख केशव — 'पीकपाणी : चांगली ग्रामीण कविता' मराठवाडा, औरंगाबाद २२ ऑक्टो. १९८९. साहित्य पुरवणी पृ.२

३१. देशमुख दा. अ. — 'ग्रामीण जानपद' कलादर्श १:९ १ ऑगस्ट १९३३ पृ. १७ ते २१.

३२. देशमुख श्रीकांत — 'पीकपाणी विषयी थोडेसे' (पु.प.) लोकपत्र, नांदेड. जून १९९२ पृ.२

३३. धारासूरकर राम — 'पीकपाणी' (पु.प.) दै. लोकमत औरंगाबाद १४ सप्टें १९९०

३४. धोंगडे अश्विनी — 'कवितेतील स्त्री : सुर्वे आणि महानोर' कालनिर्णय मुंबई दिवाळी अंक १९९३

३५. धोंगडे अश्विनी — 'स्त्रीवादी कविता' साहित्य सूची पुणे १४ : १० व११ दिवाळी १९९३ पृ. १११-११६

३६. नगरकर पूर्वा — 'सख्याहरी' चित्रलेखा, मुंबई १८ मे १९९२ पृ. ३०-३१

३७. पटवर्धन वि. वि. — 'कविता (१९६०मधील)' महाराष्ट्र साहित्य पत्रिका पुणे जाफेमा १९६१ पृ. ५६-५७

३८. पवार दया — ''चंद्रास्त'- वेधक खंडकाव्य'' (पु.प.) महाराष्ट्र टाईम्स, मुंबई १४ सप्टें. १९७५ पृ. ५

३९. पंडित भ. श्री. — 'रानजाई' (पु.प.) विहंगम २:२१-२२ मार्च १९३५ पृ. १७६-१७९

४०. पाटील लीला — 'ग्रामीण स्त्री - मुक्तीच्या शोधात' परामर्श पुणे ११: १, मे १९८९ पृ. ८५-१७९.

४१. पाटील विलास — ‘पीकपाणी : ग्रामीण कवितेचा नवा आदर्श’ (पु.प.)

४२. पिटके व. ह. — ‘वेगळ्या जगात नेणारे’ ‘हिरवे जग’ (पु.प.) वीणा, मासिक

४३. पिंपळगावकर सतीश — ‘सुमंतची कविता’ पारिजात पुणे ७:१८ कविता विशेषांक १९८३ पृ. १६-१८

४४. पुंडे दत्तात्रय द. — ‘१९८९ मधील कविता’ ललित, पुणे सप्टें. १९९० पृ. ३७-४३

४५. पै शिरीष — ‘अस्सल मराठी जीवनाचे चित्र’ नवयुग पुणे १५, ऑक्टो. १९६१

४६. फणसळकर इंदिरा — ‘आंबराई (पु.प.) मनोरमा १:८, नोव्हें. १९२९ पृ. २६-२९

४७. बखले रमा — ‘आधुनिक मराठी ग्रामीण गीते’ अभिरुची ८:३-४, एप्रिल १९५० पृ. ६७-७४

४८. बेडेकर वि.म.‘गिरीशकृत — ‘आम्बराई अथवा खेडेगावातील जीवनाची मोहिनी’ विद्यार्थी २:१०, डिसें. १९३१ पृ. ३४-४०

४९. भालेराव इंद्रजित — ‘कथा एका दीर्घ कवितेची’ साहित्य सूची पुणे १४:११ दिवाळी १९९३ पृ. १९७-२००

५०. भालेराव इंद्रजित — ‘स्वागत’ (मनोगत) ललित, पुणे मे १९९१ पृ. ३३ ते ३६

५१. म्हात्रे नीलकंठ — ‘आधुनिक मराठी कविता आणि जानपद जीवन - शेतकरी’ नयन १:९ एप्रिल १९४० पृ. १९-२६

५२. म्हात्रे नीलकंठ — ‘आधुनिक मराठी कविता आणि जानपद स्त्रिया’ नयन २:१ सप्टें. १९४० पृ.४५-४७

५३. महानोर ना. धों. — ‘मराठी कविता आणि आजचे कवी’ (परिसंवाद) प्रतिष्ठान १५:४ डिसें. १९६६ पृ. ६४-६५

५४. माडखोलकर ग. त्र्यं. 'आंबराई' (पु.प.) अरुण डिसें. १९२८ पृ. २३-२८

५५. ---------- 'मीठभाकरी' (पु.प.) विहंगम ५:१० ऑगस्ट १९३८ पृ. ६५८-६६०

५६. मोगले प्रकाश 'मातीची महती गाणारे काबाडाचे धनी' (पु.प.) लोकपत्र जागर रविवार

५७. राणे श. रा. 'के. नारखेडे यांचे साहित्य शिवार' महाराष्ट्र साहित्य पत्रिका, पुणे अंक २१६ जाफेमा १९८१ पृ. २४-३१

५८. राजाध्यक्ष विजया 'ना. धों महानोर यांची कविता' 'रानातल्या कविता' दु. आ. १९८४ पॉप्युलर प्रकाशन मुंबई मधील परिशिष्ट लेख

५९. वसेकर विश्वास 'अक्षर-कुऱ्हाडीचा दांडा' (पु.प.) तरुण भारत ८ जुलै १९९० पृ.६

६०. वाळंबे मो. रा. 'आंबराई व माडखोलकर' यशवंत अंक १३८ ऑक्टो. १९४२ पृ. ९-११

६१. साने, रा. भा. 'रानजाई चे रम्यावलोकन' (पु.प.) सहविचार १३:४ पृ. १९८-२०७

६२. सारडा शंकर 'शेतकरी जीवनावरील कहाणी : पीकपाणी' सा. सकाळ १४ ए. १९९० पृ. २२-२३

६३. साळगावकर वि. द. 'सुगी' (पु.प.) प्रतिभा २:३ २ फेब्रु. १९३४ पृ. २१-२४

६४. शिंदे फ. मुं. '१९७१ मधील कविता' महाराष्ट्र साहित्य पत्रिका पुणे अंक १८६ जुलै- ऑगस्ट १९७३

६५. लहाने इंदुमती 'काया मातीत मातीत' (पु.प.) अक्षरवैदर्भी, अमरावती ए. मे. १९९२ पृ. ४७.

***